D1763648

சுராவின்

முல்லை
தமிழ் இலக்கணம்

(9, 10–ஆம் வகுப்பு மாணவர்களுக்கு உரியது
நடுவணரசு (C.B.S.E.) புதிய பாடத்திட்டத்தின்படி)

செ. சசிகலா தேவி, M.A., M.Phil(Tamil)., PGDLA

சுரா பதிப்பகம்

சுரா பதிப்பகம்
(An imprint of Sura College of Competition)
சென்னை

முல்லை தமிழ் இலக்கணம்
MULLAI TAMIL ELAKKANAM

© வெளியீட்டாளர்கள்

முதற் பதிப்பு : ஜனவரி, 2023
அளவு : 1/8 டெமி
பக்கங்கள் : 304

ISBN : 978-93-95692-49-6
குறியீடு : W406

(வெளியீட்டாளரின் எழுத்து மூலமான அனுமதி இன்றி இப்புத்தகத்தை மறுபதிப்புச் செய்யவோ, வேறு மொழிகளில் மொழிபெயர்க்கவோ, அச்சடிக்கவோ, போட்டோகாபி செய்யவோ கூடாது)

சூரா பதிப்பகம்
(An imprint of Sura College of Competition)

தலைமை அலுவலகம்: 1620, 'ஜே' பிளாக், 16-ஆவது பிரதான சாலை, அண்ணா நகர், சென்னை-600 040. ☎ 91-44-4862 9977, 4204 3273

சங்கர் பிரிண்டர்ஸ், சென்னை - 600 042-இல் அச்சடிக்கப்பட்டு,
சூரா காலேஜ் ஆஃப் காம்படிஷனுக்காக,
1620, 'ஜே' பிளாக், 16–வது பிரதான சாலை, அண்ணா நகர், சென்னை – 600 040 இல்
திரு. வீ.வீ.கே. சுப்புராசு அவர்களால் வெளியிடப்பட்டது.
தொலைபேசி எண்கள்: 91–44–4862 9977
email: suracollege@gmail.com; enquiry@surabooks.com;
website: www.surabooks.com

பொருளடக்கம்

எழுத்து இலக்கணம் 2
சொல் இலக்கணம் 12
மொழி முதல் மற்றும் இறுதி எழுத்துகள் 16
தொகைநிலைத் தொடர்கள் 18
தொகாநிலைத் தொடர்கள் 20
ஆகுபெயர்கள் 21
வழு – வழாநிலை – வழுவமைதி 22
வினா, விடை வகைகள் 23
தொடர் இலக்கணம் 25
துணைவினைகள் 27
வல்லினம் மிகும் இடங்கள் 29
வல்லினம் மிகா இடங்கள் 31
பகுபத உறுப்பிலக்கணம் 33
பொருள்கோள் 39
யாப்பிலக்கணம் 42
பாவகை மற்றும் அலகிடுதல் 45
புணர்ச்சி விதிகள் 53
மெய்ம்மயக்கம் 61
அணியிலக்கணம் 62
படிமம் 66
தொன்மம் 67
குறியீடு 70
படைப்பாக்க உத்திகள் 72

கலைச் சொல்லாக்கம் 76
ஆக்கப்பெயர்கள் 79
திறுத்தற்குறிகள் 81
மெய்ப்புத் திருத்தக் குறியீடுகள் 82
தமிழாய் எழுதுவோம் 85
பொருள் மயக்கம் 89
தொடை வகைகள் 94
பத்தி மற்றும் பாடல்களிலிருந்து விடையளித்தல் 99
மூன்றில் ஒரு பங்காகச் சுருக்கி வரைதல் 117
சுருக்கக் குறிப்பிலிருந்து விரிவாக்கம் செய்தல் 123
கடிதம் வரைதல் 129
கட்டுரைகள் 158

பயிற்சி வினா-விடைகள்

பிரித்தெழுதுதல் 233
இலக்கணக்குறிப்பு 236
பகுபத உறுப்பிலக்கணம் 245
புணர்ச்சி 260
மாதிரி வினாத்தாள் 9-ஆம் வகுப்பு 265
மாதிரி வினாத்தாள் 10-ஆம் வகுப்பு 286-300

தமிழ் இலக்கணம்

எழுத்து இலக்கணம்
சொல் இலக்கணம்
மொழி முதல் மற்றும் இறுதி எழுத்துகள்
தொகைநிலைத் தொடர்கள்
தொகாநிலைத் தொடர்கள்
ஆகுபெயர்கள்
வழு - வழாநிலை - வழுவமைதி
வினா, விடை வகைகள்
தொடர் இலக்கணம்
துணைவினைகள்
வல்லினம் மிகும் இடங்கள்
வல்லினம் மிகா இடங்கள்
பகுபத உறுப்பிலக்கணம்
பொருள்கோள்
யாப்பிலக்கணம்
பாவகை மற்றும் அலகிடுதல்
புணர்ச்சி விதிகள்
மெய்ம்மயக்கம்
அணியிலக்கணம்
படிமம்
தொன்மம்
குறியீடு
படைப்பாக்க உத்திகள்
கலைச் சொல்லாக்கம்
ஆக்கப்பெயர்கள்
நிறுத்தற்குறிகள்
மெய்ப்புத் திருத்தக் குறியீடுகள்
தமிழாய் எழுதுவோம்
பொருள் மயக்கம்
தொடை வகைகள்
பத்தி மற்றும் பாடல்களிலிருந்து விடையளித்தல்
மூன்றில் ஒரு பங்காகச் சுருக்கி வரைதல்
சுருக்கக் குறிப்பிலிருந்து விரிவாக்கம் செய்தல்
கடிதம் வரைதல்
கட்டுரைகள்
பயிற்சி வினா-விடைகள்
பிரித்தெழுதுதல்
இலக்கணக்குறிப்பு
பகுபத உறுப்பிலக்கணம்
புணர்ச்சி
மாதிரி வினாத்தாள் 9-ஆம் வகுப்பு
மாதிரி வினாத்தாள் 10-ஆம் வகுப்பு

தமிழ் இலக்கணம்

எழுத்து இலக்கணம்

எழுதப்படுகின்ற காரணத்தினால் இவை எழுத்தாகும். (சித்திரிக்கப்படுவது – சித்திரம்; கட்டப்படுவது – கட்டடம்) போன்று எழுத்தானது இரண்டு வகைப்படும். அவை முதலெழுத்து, சார்பெழுத்து என்பனவாகும்.

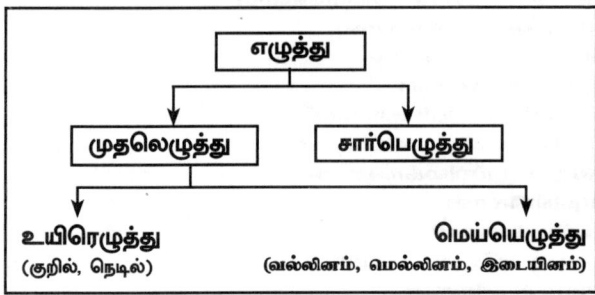

முதலெழுத்து

மொழிக்கு முதற்காரணமாகவும் பிற எழுத்துகள் தோன்றவும் இயங்கவும் காரணமாக இருக்கும் எழுத்துகள் முதலெழுத்துகள் ஆகும்.

12 உயிரெழுத்துகள் மற்றும் 18 மெய்யெழுத்துகள் சேர்ந்து முதலெழுத்துகள் 30 ஆகும்.

உயிரெழுத்து

பிற ஒலிகளின் துணை இல்லாமல் தானே இயங்கவல்லது; மற்ற மெய்யொலிகளுடன் சேர்ந்து அவற்றை இயக்கவல்லது. நம்முடைய உயிரைப் போன்று தானே இயங்கவும், இயக்கவும் செயல்படுகின்ற காரணத்தினால் இதற்கு உயிரெழுத்து என்று பெயர்.

இவை பன்னிரண்டு எழுத்துகள் ஆகும். அவை அ, ஆ, இ, ஈ, உ, ஊ, எ, ஏ, ஐ, ஒ, ஓ, ஔ என்பனவாகும்.

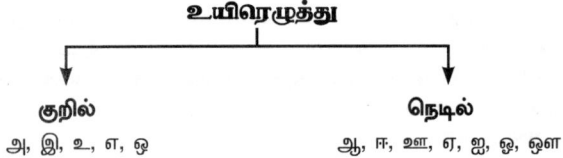

சுட்டெழுத்து

ஒன்றனைச் சுட்டிக்காட்ட வரும் எழுத்திற்குச் சுட்டெழுத்து என்று பெயர்.

மொழிக்கு முதலிலே நின்று ஒரு பொருளைச் சுட்டிக் காட்டுவதற்கு வரும்.

அவை அ, இ, உ என்பனவாம்.

இவை தனியாக வந்தால் சுட்டெழுத்து என்றும், சொல்லோடு இணைந்து வந்தால் அவற்றைச் சுட்டுப்பெயர் என்றும் கூறுவர்.

சான்று :–
அ, இ, உ   – சுட்டெழுத்துகள்
அவன், இவன், உவன்   – சுட்டுப் பெயர்கள்
அவள், இவள், உவள்   – சுட்டுப் பெயர்கள்
இச்சுட்டு அகச்சுட்டு, புறச்சுட்டு என இரண்டு வகைப்படும்.

அகச்சுட்டு

சொற்களின் உள்ளேயே சுட்டெழுத்து அடங்கி வருமெனின் அவற்றிற்கு அகச்சுட்டு என்று பெயர். இவை சுட்டுப்பெயரும் ஆகும்.

சான்று :– அவன், இவன், உவன்

புறச்சுட்டு

சொற்களுக்குப் புறத்தே இச்சுட்டு நிற்குமெனின், அவற்றிற்குப் புறச்சுட்டு எனப் பெயர்.

சான்று :– அப்பையன், இப்பையன், உப்பையன்

இவற்றில் சொற்களின் முன் சுட்டு வந்துள்ளது.

இவற்றை, அ+பையன், இ+பையன், உ+பையன் என எளிதாகப் பிரித்துவிடலாம்.

இச்சுட்டெழுத்துகளுள் அ, இ என்னும் இரண்டுமே தற்கால வழக்கில் உள்ளன. உ என்னும் சுட்டெழுத்து மறைந்துவிட்டது. தற்பொழுது மறைந்துவிட்ட போதிலும் சங்க காலத்தில் இது வழக்கில் இருந்துள்ளது.

அ, இ, உ என்னும் மூன்று சுட்டெழுத்துகளுக்கும் பொருள் உண்டு.

'அ'கரம் சேய்மையில் உள்ள பொருளையும், 'இ'கரம் அண்மையில் உள்ள பொருளையும், 'உ'கரம் இவ்விரண்டிற்கும் இடையே உள்ள பொருளையும் சுட்டும். ஆனால் 'உகரம்' இப்பொழுது நடைமுறையில் உபயோகத்தில் இல்லை.

அண்மைச் சுட்டு

இவ்வீடு, இக்குதிரை, இவன் என்று வருவது அண்மைச் சுட்டாகும்.

சேய்மைச் சுட்டு

அவ்வீடு, அக்குதிரை, அவன் என்று வருவது சேய்மைச் சுட்டாகும்.

சுட்டுத் திரிபு

அ, இ என்னும் எழுத்துகள் திரிந்து அந்தப் பையன், இந்தப் பெண் என்று வந்தால் அது சுட்டுத் திரிபாகும்.

வினாவெழுத்து

வினாப்பொருளைக் காட்ட வருகின்ற எழுத்துக்கு வினாவெழுத்து என்று பெயர். இவை சொல்லின் முதலிலும் இறுதியிலும் வரும்.

எ, யா என்னும் எழுத்துகள் சொல்லின் முதலிலும், ஆ, ஓ என்னும் எழுத்துகள் சொல்லின் இறுதியிலும், ஏ என்னும் எழுத்து சொல்லின் முதல், இறுதி ஆகிய இருவழிகளிலும் நின்று வினாப்பொருளைத் தரும்.

சான்று :–

| எது, எவன், யாது, யாவன் | எ, யா சொல்லின் முதலில் வந்தன. |
| உண்டானா? படித்தானோ? அவனா? அவனோ? | ஆ, ஓ சொல்லின் ஈற்றில் வந்தன. |

ஏது, ஏன், ஏவன்	ஏ சொல்லின் முதலில் வந்தது.
வந்தானே, பார்த்தாயே, சொன்னாயாமே	ஏ சொல்லின் இறுதியில் வந்தது.

வினாவகைகள்

அகவினா:

சொற்களின் உள்ளேயே வினாவெழுத்து அமைந்து வருமெனின், அவற்றிற்கு அகவினா எனப்பெயர்.

சான்று:– ஏன், எங்கு, எப்படி, யாவன்.

புறவினா:

சொற்களின் புறத்தே வினாவெழுத்து அமைந்து வருமெனின், அவற்றிற்குப் புறவினா எனப்பெயர்.

சான்று:–

எப்போது	(எ+போது)
எவ்வூர்	(எ+ஊர்)
வந்தானே	(வந்தான்+ஏ)
உண்டானோ	(உண்டான்+ஓ)
அவனா	(அவன்+ஆ)
யாங்ஙனம்	(யா+ஙனம்) (ஙனம் - இடம்)

மெய்யெழுத்து

தனித்து இயங்க முடியாதது; பிற உயிர் ஒலிகளின் துணை கொண்டே இயங்க வல்லது. நம்முடைய உடம்பினைப் போன்றே தானே இயங்கவும், இயக்கவும் இயலாத காரணத்தினால் இதற்கு மெய்யெழுத்து என்று பெயர். உடம்பெழுத்து என்றும் கூறுவர். உயிர், உடம்பினைச் செயல்படுத்துவது போன்று, உயிர் எழுத்துகளே இவ்வெழுத்துகளுடன் சேர்ந்து செயல்புரிய வேண்டும்.

இவை பதினெட்டு எழுத்துகளாகும். அவை க், ங், ச், ஞ், ட், ண், த், ந், ப், ம், ய், ர், ல், வ், ழ், ள், ற், ன் என்பனவாம். இந்த மெய்யெழுத்துகள் மூன்று வகைப்படும். அவை வல்லினம், மெல்லினம், இடையினம் என்பனவாகும்.

வல்லினம்

ஒலிக்கும் பொழுது சிறிது முயற்சியுடன் வன்மையாக ஒலிக்கப்படுகின்ற காரணத்தினால் இவ்வொலிகளுக்கு வல்லினம் என்று பெயர். அவ்வொலிகளைக் கொண்ட எழுத்துகளுக்கு வல்லின எழுத்துகள் என்று பெயர்.

அவை:– க், ச், ட், த், ப், ற் என்பன.

மெல்லினம்

ஒலிக்கும்பொழுது அவ்வளவான முயற்சி எதுவும் இல்லாமல் மென்மையாக ஒலிக்கப்படுகின்ற காரணத்தினால் இதற்கு மெல்லினம் என்று பெயர்.

அவை:– ங், ஞ், ண், ந், ம், ன் என்பன.

இடையினம்

வன்மையாக ஒலிக்கப்படுவதற்கும், மென்மையாக ஒலிக்கப்படுவதற்கும் இடைப்பட்டு ஒலிக்கப்படுகின்ற காரணத்தினால் இதற்கு இடையினம் என்று பெயர்.

அவை :– ய், ர், ல், வ், ழ், ள் என்பனவாகும்.

இன எழுத்துகள்

எழுத்துகள் பிறக்குமிடம், ஒலிக்கும் முயற்சி, கால அளவு ஆகியவற்றுள் ஏதேனும் ஒரு வகையால் ஒரெழுத்து மற்றோர் எழுத்தை ஒத்திருப்பின், அதனை இன எழுத்து என்கிறோம். தமிழ் எழுத்துகளில் ஆய்த எழுத்துக்கு மட்டும் இன எழுத்து இல்லை.

(எ.கா.) அங்கம் – (ங்–க்)
பஞ்சம் – (ஞ்–ச்)
பண்டம் – (ண்–ட்)
சந்தம் – (ந்–த்)
கம்பம் – (ம்–ப்)
தென்றல் – (ன்–ற்)

உயிரெழுத்துகளுள் இன எழுத்துகள்

அ – ஆ, இ – ஈ, உ – ஊ, எ – ஏ, ஒ – ஓ, ஐ – இ, ஔ – உ

மெய்யெழுத்துகளுள் இன எழுத்துகள்

க் – ங், ச் – ஞ், ட் – ண், த் – ந், ப் – ம், ற் – ன்

உடனிலை மெய்ம்மயக்கம், வேற்றுநிலை மெய்ம்மயக்கம், ஈரொற்று மெய்ம்மயக்கம்

உடனிலை மெய்ம்மயக்கம்

தமிழில் சில எழுத்துகள் தன் எழுத்தோடு மட்டும் சேர்ந்து வரும். அவை உடனிலை மெய்ம்மயக்கம் எனப்படும்.

(எ.கா) க், ச், த், ப் ஆகிய மெய்கள் தன் எழுத்துகளுடன் மட்டும் சேரும் எழுத்துகளாகும்.

உடனிலை மெய்ம்மயக்கம்

அச்சம்	எச்சம்
மொத்தம்	சாத்தன்
அப்பம்	கப்பம்

வேற்றுநிலை மெய்ம்மயக்கம்

தமிழில் சில எழுத்துகள் தன் எழுத்துடன் சேராது பிற எழுத்துகளுடன் சேர்ந்து வரும். அவை வேற்றுநிலை மெய்ம்மயக்கம் எனப்படும். ர், ழ் ஆகிய மெய்கள் தன் எழுத்துகளுடன் சேர்ந்து வாரா.

(எ.கா) தேர்ச்சி, வாழ்க்கை, சர்க்கரை, தொடர்ச்சி, அடர்த்தி, தாழ்ந்தான், தாழ்ப்பாள், வீழ்ச்சி, சேர்த்தான்.

வேற்றுநிலை மெய்ம்மயக்கம்

ர்	தேர்ச்சி	உயர்வு	தேர்தல்
சர்க்கரை	தொடர்ச்சி	அடர்த்தி	சேர்த்தான்
ழ்	வாழ்க்கை	தாழ்ந்தான்	தாழ்ப்பாள்
வீழ்ச்சி	வாழ்பவன்	சூழ்க	

உடனிலை மற்றும் வேற்றுநிலை மெய்ம்மயக்கம்

தன் எழுத்து, பிற எழுத்து இரண்டுடனும் சேர்ந்து வரும் எழுத்துகளும் உள்ளன. க், ச், த், ப், ர், ழ் என்ற ஆறனையும் தவிர்த்து ஏனைய 12 மெய்களும் உடனிலையாகவும் வேற்று நிலையாகவும் மயங்கும்.

ற், ன் ஆகிய எழுத்துகள் தன் எழுத்து, பிற எழுத்து இரண்டுடனும் சேர்ந்து வரும்.

(எ.கா) குற்றம், மேற்கு ; அன்னம், அன்பு

உடனிலை மற்றும் வேற்றுநிலை மெய்ம்மயக்கம்

ட் – பட்டம், காட்சி	ம் – அம்மா, அம்பு
ற் – வெற்றி, பயிற்சி	ன் – மன்னன், இன்பம்

ங் – அங்ஙனம், தங்கம்	ய் – செய்யலாம், வாய்மை
ஞ் – விஞ்ஞானம், மஞ்சள்	ல் – நல்லவன், செல்வம்
ண் – தண்ணீர், நண்பகல்	வ் – இவ்விதம், தெவ்யாது
ந் – செந்நெறி, தந்த	ள் – உள்ளம், கொள்கை

ஈரொற்று மெய்ம்மயக்கம்

தனிச்சொற்களிலோ கூட்டுச் சொற்களிலோ சொற்களின் இடையில், ய், ர், ழ் ஆகிய மெய்கள் ஈரொற்றாய் வரும்.

இதனை ஈரொற்று மெய்ம்மயக்கம் என்பர்.

ய் – காய்ச்சல், நாய்க்கால்	ர் – உயர்ச்சி, தேர்க்கால்	ழ் – வீழ்ச்சி, காழ்ப்புணர்ச்சி

சார்பெழுத்துகள்

முதலெழுத்துகளாகிய உயிர் எழுத்துகளும், மெய்யெழுத்துகளும் சேருகின்ற காரணத்தினால் உயிர்மெய்யெழுத்துகள் தோன்றுகின்றன. இவை தனித்தே தோன்றும் எழுத்துகள் அல்ல. உயிர் எழுத்துகளையும் மெய்யெழுத்துகளையும் புணரச் செய்வதால் அவற்றைச் சார்ந்து பிறக்கின்றன. இவற்றோடு ஆய்தம், குற்றியலுகரம், குற்றியலிகரம், உயிரளபெடை, ஒற்றளபெடை முதலிய எழுத்துகளும் முதலெழுத்துகளோடு சார்ந்து பிறக்கின்றன. இவ்வெழுத்துகள் எல்லாம் முதலெழுத்துகளோடு சார்ந்து பிறப்பதால் இவற்றிற்குச் சார்பெழுத்துகள் என்று பெயர். நன்னூலார் பத்துச் சார்பெழுத்துகளைக் கூறுகின்றார். அவை:

உயிர்மெய், ஆய்தம், உயிரளபெடை, ஒற்றளபெடை, குற்றியலிகரம், குற்றியலுகரம், ஐகாரக்குறுக்கம், ஔகாரக்குறுக்கம், மகரக்குறுக்கம், ஆய்தக்குறுக்கம் எனப் பத்தாகும். தொல்காப்பியர் மூன்று என்பார்.

உயிர் மெய்யெழுத்துகள், உயிரெழுத்துகளையும் மெய்யெழுத்து களையும் சார்ந்து பிறப்பதால் அவை சார்பெழுத்துகள் எனப்படுகின்றன.

சார்பெழுத்துகள் பத்து வகைப்படும். அவையாவன, 1. உயிர்மெய் 2. ஆய்தம் 3. உயிரளபெடை 4. ஒற்றளபெடை 5. குற்றியலுகரம் 6. குற்றியலிகரம் 7. ஐகாரக் குறுக்கம் 8. ஔகாரக் குறுக்கம் 9. மகரக் குறுக்கம் 10. ஆய்தக் குறுக்கம்.

உயிர்மெய்

உயிரெழுத்தும் மெய்யெழுத்தும் சேருவதால் உருவாகும் 216 உயிர்மெய்யெழுத்துகளும் சார்பெழுத்துகள் ஆகும். உயிர்மெய் எழுத்தின் ஒலிவடிவம் மெய்யும் உயிரும் சேர்ந்ததாக இருக்கும். வரிவடிவம் மெய்யெழுத்தை ஒத்திருக்கும். முதல் எழுத்துகளைச் சார்ந்து வருவதால் இவை சார்பெழுத்துகள் வகையுள் அடங்கும்.

ஆய்தம்

ஆய்த எழுத்தின் வேறுபெயர்கள்

முப்புள்ளி, முப்பாற்புள்ளி, தனிநிலை, அஃகேனம்

ஆய்த எழுத்து சொல்லின் இடையில் மட்டுமே வரும்

ஆய்த எழுத்தின் முன்பு குறிலும் பின்பு வல்லின உயிர்மெய்க் குறில் மட்டுமே வரும்

குற்றியலிகரம்

குறுமை + இயல் + இகரம் – குறுகிய ஓசையை உடைய இகரம் குற்றியலிகரமாகும். இது தனக்குரிய ஒரு மாத்திரையிலிருந்து அரை மாத்திரையளவில் குறைந்து ஒலிக்கும். நிலைமொழி குற்றியலுகரமாக இருந்து வருமொழியில் யகரமாக அமைந்தால் அது குற்றியலிகரம் எனப்படும்.

(எ.கா):– வண்டு + யாது – வண்டியாது, நாகு + யாது – நாகியாது.

'மியா' என்ற அசைச் சொல்லில் குறைந்து ஒலிக்கும்.

(எ.கா):– கேண்மியா, சென்மியா.

குற்றியலுகரம்

குறுமை + இயல் + உகரம் – குற்றியலுகரம். தனிக்குறிலை அடுத்து வராது. தனி நெடிலை அடுத்தும் இரண்டுக்கு மேற்பட்ட வல்லின எழுத்துகளின் மீதும் ஊர்ந்து வரும் உகரமாகும். இஃது ஆறு வகைப்படும். இது தனக்குரிய ஒரு மாத்திரையிலிருந்து அரை மாத்திரையளவில் குறைந்து ஒலிக்கும்.

நெடில்தொடர்க் குற்றியலுகரம்	நாடு, காது, ஊறு, காசு
ஆய்தத் தொடர்க் குற்றியலுகரம்	எஃது, அஃது, இஃது
உயிர்த்தொடர்க் குற்றியலுகரம்	படகு, தராசு, ஒன்பது
வன்தொடர்க் குற்றியலுகரம்	மொக்கு, கச்சு, பட்டு
மென்தொடர்க் குற்றியலுகரம்	உறங்கு, கொஞ்சு, ஆண்டு, சான்று, கரும்பு
இடைத்தொடர்க் குற்றியலுகரம்	கொய்து, மார்பு, சால்பு மூழ்கு

ஐகாரக்குறுக்கம்

'ஐ' என்னும் எழுத்து தனக்குரிய 2 மாத்திரை அளவிலிருந்து ஒன்று (அ) ஒன்றரை மாத்திரை அளவில் குறுகி ஒலிப்பது ஐகாரக் குறுக்கமாகும். முதல், இடை, கடை என்ற மூவிடங்களிலும் குறுகும்.

(எ.கா):– ஐவர், கலைஞர், மனை.

ஐம்பது – சொல்லுக்கு முதலில் வந்து **ஒன்றரை** மாத்திரையாகக் குறைந்தது.

த**லை**வன் – சொல்லுக்கு இடையில் வந்து **ஒரு** மாத்திரையாகக் குறைந்தது.

கட**லை** – சொல்லுக்கு ஈற்றில் வந்து **ஒரு** மாத்திரையாகக் குறைந்தது.

ஔகாரக்குறுக்கம்

'ஔ' என்னும் எழுத்து தனக்குரிய 2 மாத்திரை அளவிலிருந்து ஒன்றரை மாத்திரை அளவில் குறுகி ஒலிப்பது ஔகாரக் குறுக்கமாகும். இது மொழி முதலில் மட்டுமே குறுகும்.

(எ.கா):– ஔவை, வௌவால்.

'வ்' என்னும் எழுத்தைத் தொடர்ந்து குற்றியலுகரச் சொற்கள் வாரா.

சு, டு, று ஆகியவை இறுதியாக அமையும் இடைத்தொடர் குற்றியலுகரச் சொற்கள் இல்லை.

தற்சுட் டளபொழி ஐம்மூ வழியும்
நையும் ஔவும் முதலற் றாகும் – நன்னூல், 95

மகரக்குறுக்கம்

மகர மெய்யெழுத்து தனக்குரிய அரை மாத்திரை அளவிலிருந்து குறைந்து கால் மாத்திரை அளவில் ஒலிப்பது மகரக் குறுக்கம் எனப்படுகிறது. அம்மா, பாடம் படித்தான் ஆகிய சொற்களில் மகர மெய்யெழுத்து முழுமையாக ஒலிக்கிறது.

வலம் வந்தான் என்ற தொடரில் மகர மெய்யெழுத்தை அடுத்து வகர எழுத்து வருவதால் மகர மெய்யானது தனக்குரிய அரைமாத்திரை அளவிலிருந்து குறைந்து கால் மாத்திரை அளவில் ஒலிக்கிறது.

போலும், மருளும் ஆகிய சொற்கள் செய்யுளில் ஓசை சீர்மைக்காக **போன்ம், மருண்ம்** என்று எழுதப்பட்டன. ன், ண் ஆகிய எழுத்துகளை அடுத்து மகர மெய் வந்ததால் இவை மகரக்குறுக்கம் ஆகும்.

ஆய்தக்குறுக்கம்

(எ.கா):
கல் + தீது – கஃறீது
பல் + துளி – பஃறுளி
முள் + தீது – முஃடீது
பல் + தொடை – பஃறொடை
பல் + தாழிசை – பஃறாழிசை

தனிக்குறிலை அடுத்து வரும் 'ல்', 'ள்' என்னும் மெய்யெழுத்துகள், வருமொழியின் முதலில் 'தகரம்' வருமாயின் ஆய்தமும் பிறவும் தோன்றும். அது தனக்குரிய 1/2 மாத்திரையிலிருந்து கால் மாத்திரையாக குறுகி ஒலிக்கும். இதற்கு ஆய்தக் குறுக்கம் எனப் பெயராகும்.

முற்றியலுகரம்

தனிக்குறிலை அடுத்துச் சொல்லின் ஈற்றில் வல்லின மெய்யின் மேல் ஏறிவரும் உகரமும், மெல்லின எழுத்துகளோ, இடையின எழுத்துகளோ சொல்லின் ஈற்றில் அமைந்து அவற்றின் மேல் ஏறிவரும் உகரமும் முற்றியலுகரம் எனப்படும்.

இது தனக்குரிய ஒரு மாத்திரை அளவிலிருந்து குறையாது ஒலிக்கும்.

(எ.கா)
1. பகு, பசு, படு, அது, தபு, பெறு → தனிக்குறில் எழுத்தை அடுத்து வரும் வல்லின உகரம் பெற்ற முற்றியலுகரங்கள்.
2. காணு, உண்ணு, உருமு → ஈற்றிலுள்ள மெல்லின உகரங்கள், முற்றியலுகரங்கள் ஆகும்.
3. எழு, தள்ளு, கதவு → ஈற்றிலுள்ள இடையின உகரங்கள், முற்றியலுகரங்கள் ஆகும்.

அளபெடை

அ, இ, உ போன்ற உயிர் எழுத்துகள் சொற்களின் நடுவிலும் கடைசியிலும் வருவதில்லை அவ்வாறு வந்தால் அவையே **அளபெடை** எனப்படும்.

அளபெடுத்தல் – அளவைக் காட்டிலும் நீண்டு ஒலித்தல்

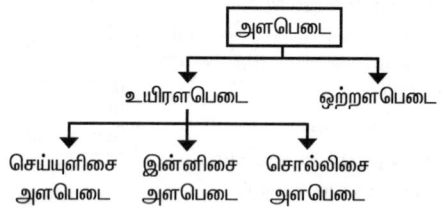

செய்யுளிசை அளபெடை

செய்யுளில் ஓசை குறையும்போது, அதனை நிறைவு செய்ய, நெட்டெழுத்துகள் ஏழும் அளபெடுப்பது **செய்யுளிசை அளபெடை** எனப்படும். வேறுபெயர் : **இசைநிறை அளபெடை**

(எ.கா)

ஓஒதல் வேண்டும்	மொழிமுதல்
உறாஅர்க்கு உறுநோய்	மொழியிடை
நல்ல படாஅ பறை	மொழியிறுதி

இன்னிசை அளபெடை

செய்யுளில் ஓசை குறையாத இடத்திலும் இனிய ஓசைக்காக அளபெடுப்பது **இன்னிசை அளபெடை** ஆகும்.

(எ.கா)

கெடுப்பதூஉம் கெட்டார்க்குச் சார்வாய் மாற்றாங்கே
எடுப்பதூஉம் எல்லாம் மழை.

சொல்லிசை அளபெடை

செய்யுளில் ஒரு பெயர்ச்சொல் எச்சச் சொல்லாக (வினை அடை) மாறி அளபெடுப்பது **சொல்லிசை அளபெடை** ஆகும்.

(எ.கா)

உரனசைஇ உள்ளம் துணையாகச் சென்றார்
வரனசைஇ இன்னும் உளேன்

குறிப்பு : இந்த அளபெடை 'இ' என்னும் எழுத்தில் முடியும்.

ஒற்றளபெடை

செய்யுளில் ஓசை குறையும் போது அதனை நிறைவு செய்ய மெய்யெழுத்துகள் பத்தும், ஆய்த எழுத்தும் அளபெடுப்பது **ஒற்றளபெடை** ஆகும்.

பத்து மெய்யெழுத்துகள் : ங், ஞ், ண், ந், ம், ன், வ், ய், ல், ள்

ஆய்த எழுத்து : ஃ

(எ.கா)

எஃஃகிலங்கிய கையராய் இன்னுயிர்
வெஃஃகுவார்க்கில்லை வீடு.

போலி

'போல இருத்தல்' என்பது இதன் பொருளாகும். ஓர் எழுத்து இருக்க வேண்டிய இடத்தில் வேறோர் எழுத்து நின்று பொருள் மாறாமல் அமையும் சொல்லாகும்.

இவ்வெழுத்துப் போலி முதற்போலி, இடைப்போலி, கடைப்போலி என மூன்று வகைப்படும்.

முதற்போலி

சொல்லின் முதலில் இருக்க வேண்டிய எழுத்திற்கு மாறாக வேறு ஓர் எழுத்து அமைந்து அதே பொருள்தரின் அது முதற்போலியாகும்.

ச, ஞ, ய என்னும் எழுத்துகளுக்கு முன் வரும் அகரத்திற்குப் பதிலாக ஐகாரம் அமையும்.

சான்று:-

மஞ்சு	மைஞ்சு
மயல்	மையல்
மயன்	மையன்
நயம்	ஞயம்
பசல்	பைசல்

இடைப்போலி

சொல்லின் இடையில் இருக்க வேண்டிய எழுத்திற்கு மாறாக வேறு ஓர் எழுத்து அமைந்து அதே பொருள்தரின் அஃது இடைப்போலியாகும்.

சொற்களுக்கு இடையில் ஐகாரம் அமையும். நகர மெய்க்குப் பதில் ஞகர மெய் அமையும்.

சான்று:-

அரசியல்	அரைசியல்
அரயர்	அரையர்
அமச்சு	அமைச்சு
ஐந்நூறு	ஐஞ்ஞூறு
இலஞ்சி	இலைஞ்சி

கடைப்போலி (இறுதிப் போலி)

சொல்லின் இறுதியில் இருக்க வேண்டிய எழுத்திற்கு மாறாக வேறு ஓர் எழுத்து அமைந்து அதே பொருள்தரின் அது கடைப்போலியாகும்.

மகர மெயக்குப் பதிலாக னகர மெய் அமையும். லகர மெய்க்குப் பதிலாக ரகர மெய் அமையும்.

சான்று:—

பந்தல்	பந்தர்
குடல்	குடர்
நிலம்	நிலன்
சாம்பல்	சாம்பர்

இரண்டு, மூன்று போலிகள் அமைந்த சொற்கள்

நைந்து - நைஞ்சு	இடை, கடைப்போலிகள்.
ஐந்து - அஞ்சு	முதல், இடை, கடைப்போலிகள்

முற்றுப்போலி

முதல், இடை, கடை என அனைத்து எழுத்துகளும் மாறியிருந்து, பொருள் மாறவில்லை எனில், அது **'முற்றுப்போலி'** எனப்படும்.

சந்தியக்கரம்

போலி எழுத்து என்பதை 'எழுத்துப் போலி' எனவும் குறிப்பிடுவர். தொல்காப்பியத்திலும் போலி பற்றிய குறிப்புகள் உள்ளன. இதனை வடமொழியில் **'சந்தியக்கரம்'** என்பர். சந்தியக்கரம் என்றால் கூட்டெழுத்துகளால் உருவாகும் எழுத்து என்று பெயராகும்.

ஐ, ஔ என்ற எழுத்துகள் சந்தியக்கரமாகும்.

(எ.கா) ஐயா – அய்யா ; ஐயர் – அய்யர் ; ஔவை – அவ்வை

இடுகுறிப்பெயர்

ஒரு காரணமும் இல்லாமல், தொன்றுதொட்டு ஆன்றோரால் வழங்கி வரும் பெயருக்கு இடுகுறிப் பெயர் எனப்படும்.

சான்று:— கல், கலம், கன்னல்

ஒரு காரணமும் இல்லாமல் வந்த பெயர்கள். ஆன்றோர் வழங்கிய இடுகுறிப் பெயர்களே தொன்று தொட்டு வழங்கி வரும். இவற்றிற்குமேல் புதிதாக எதுவும் தோன்றாது.

இடுகுறிப் பொதுப்பெயர்

அனைத்திற்கும் பொதுவாக அமையும் இடுகுறிப்பெயர்கள் 'இடுகுறிப் பொதுப் பெயர்' எனப்படும்.

(எ.கா) மலை, காடு, மாடு, பழம்

இடுகுறிச் சிறப்புப்பெயர்

எந்த ஒரு காரணமும் இன்றி வழங்கும் இடுகுறிப்பெயரின் பின்னே இடுகுறிப் பொதுப்பெயர் அமைந்து வந்தால் அஃது இடுகுறிச் சிறப்புப் பெயராகும்.

(எ.கா) தென்னை மரம் → தென்னை (இடுகுறிச் சிறப்புப் பெயர்) மரம் (இடுகுறிப் பொதுப்பெயர்)

வாழைப்பழம் → வாழை (இடுகுறிச் சிறப்புப் பெயர்) பழம் (இடுகுறிப் பொதுப்பெயர்)

காரணப்பெயர்

ஏதேனும் ஒரு காரணம் பற்றியோ அல்லது பல காரணங்கள் பற்றியோ வழங்கி வரும் பெயர் காரணப்பெயர் எனப்படும்.

சான்று:-

பெயர்	காரணம்
முக்காலி	மூன்று கால்கள்
பறவை	பறத்தல்
பரவை (கடல்)	பரந்து இருத்தல்

காரணச் சிறப்புப்பெயர்

வளையல் என்பது காரணச் சிறப்புப் பெயராகும். வளையல் போலவே சில பொருள்கள் வளைந்து வட்டமாக இருக்கும். இருப்பினும் அவை வளையல் என அழைக்கப்படுவது இல்லை. இச்சொல் கையில் அணியும் வளையலை மட்டுமே குறிப்பதனால் காரணச் சிறப்புப் பெயராயிற்று. **(எ.கா)** மோதிரம், கபிலர்

காரணப் பொதுப்பெயர்

பறப்பதனால் 'பறவை' எனக் காரணம் கருதி வழங்கும் பெயராயிற்று.

காகம், குயில், புறா, கிளி ஆகிய அனைத்தையும் 'பறவை' என்னும் பொதுச்சொல்லால் அழைக்கிறோம். அதனால், இதனைக் 'காரணப்பொதுப்பெயர்' என்கிறோம்.

(எ.கா) அணிகலன், புலவன்

மாத்திரை

எழுத்துகளின் ஒலி அளவு குறித்ததே மாத்திரை. 'மாத்திரை' என்ற ஒலி அளவு யாதெனின் கண் இமைக்கும் நேரம் அல்லது 'கைநொடி' நேரம் என்பர் இலக்கண நூலார்.

எழுத்துகள்	மாத்திரை அளவு
குறில்	1
நெடில்	2
மெய் எழுத்துகள்	1/2
மகரக் குறுக்கம், ஆய்தக் குறுக்கம்	1/4
குற்றியலிகரம், குற்றியலுகரம்	1/2
ஆய்த எழுத்துகள்	1/2
ஐகாரக் குறுக்கம், ஔகாரக் குறுக்கம்	1
உயிரளபெடை	3
ஒற்றளபெடை	1

எழுத்துகளின் மாத்திரை இரண்டிற்கு மேல் இல்லை என்பது இலக்கண நூலார் கருத்து; அதற்கு மேலும் மாத்திரை பெற வேண்டுமெனில் அது அளபெடையாகச் செய்யுளில் வரும்; அல்லது இசையில் வரும்.

தமிழில் மொத்த எழுத்துகள்	247
உயிர்க் குறில் எழுத்துகள்	5
உயிர் நெடில் எழுத்துகள்	7
வல்லின மெய்கள்	6
இடையின மெய்கள்	6
மெல்லின மெய்கள்	6
உயிர்மெய்க் குறில் எழுத்துகள்	90
உயிர்மெய் நெடில் எழுத்துகள்	126
ஆய்தம்	1
மொத்தம்	**247**

சொல் இலக்கணம்

விளக்கம் : ஓர் எழுத்து தனித்தோ, பல எழுத்துகள் சேர்ந்தோ பொருள் தரும் வகையில் அமைவது சொல் ஆகும்.

பண்புகள் :

அ. இரு திணைகளையும் ஐந்து பால்களையும் குறிக்கும்.

ஆ.மூவகை இடங்களிலும் வரும்.

இ. உலக வழக்கிலும் செய்யுள் வழக்கிலும் வரும்.

ஈ. வெளிப்படையாகவும் குறிப்பாகவும் விளங்கும்.

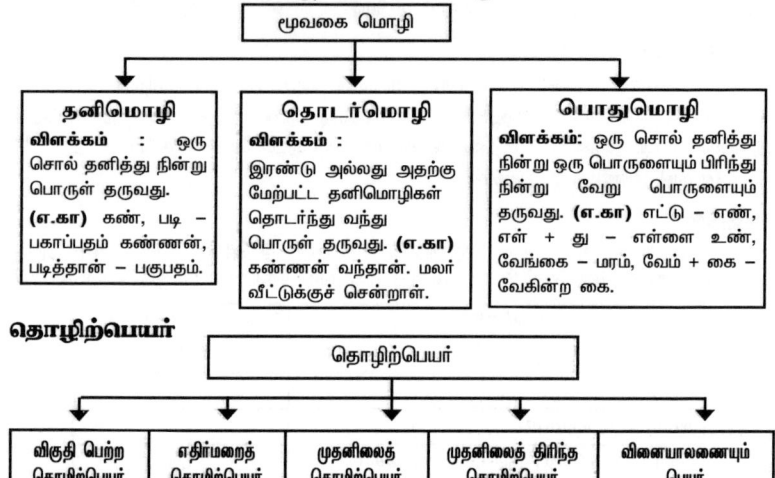

மூவகை மொழி

தனிமொழி
விளக்கம் : ஒரு சொல் தனித்து நின்று பொருள் தருவது.
(எ.கா) கண், படி – பகாப்பதம் கண்ணன், படித்தான் – பகுபதம்.

தொடர்மொழி
விளக்கம் : இரண்டு அல்லது அதற்கு மேற்பட்ட தனிமொழிகள் தொடர்ந்து வந்து பொருள் தருவது. **(எ.கா)** கண்ணன் வந்தான். மலர் வீட்டுக்குச் சென்றாள்.

பொதுமொழி
விளக்கம்: ஒரு சொல் தனித்து நின்று ஒரு பொருளையும் பிரிந்து நின்று வேறு பொருளையும் தருவது. **(எ.கா)** எட்டு – எண், எள் + து – எள்ளை உண், வேங்கை – மரம், வேம் + கை – வேகின்ற கை.

தொழிற்பெயர்

தொழிற்பெயர்

விகுதி பெற்ற தொழிற்பெயர்	எதிர்மறைத் தொழிற்பெயர்	முதனிலைத் தொழிற்பெயர்	முதனிலைத் திரிந்த தொழிற்பெயர்	வினையாலணையும் பெயர்

தொழிற்பெயர்

விளக்கம் : ஒரு வினையைக் குறிக்கும் பெயரானது எண், இடம், காலம், பால் ஆகியவற்றைக் குறிப்பாகவோ வெளிப்படையாகவோ உணர்த்தாமல் வருவது தொழிற்பெயர் ஆகும்.

(எ.கா) ஈதல், நடத்தல்.

விகுதி பெற்ற தொழிற்பெயர்

விளக்கம் : இது வினையடியுடன் விகுதி சேர்வதால் உருவாகும் தொழிற்பெயராகும்.

(எ.கா)

வினையடி	**விகுதி**	**தொழிற்பெயர்**
நட	தல்	நடத்தல்
வாழ்	கை	வாழ்க்கை
ஆள்	அல்	ஆளல்

பல விகுதிகள் ஏற்கும் ஒரே வினையடிகள்

நட – நடை, நடத்தை, நடத்தல்

எதிர்மறைத் தொழிற்பெயர்
விளக்கம் : எதிர்மறைப் பொருளில் வரும் தொழிற்பெயராகும். **(எ.கா)** நடவாமை, கொல்லாமை.

முதனிலைத் தொழிற்பெயர்
விளக்கம் : விகுதியைப் பெறாமல் வினைப் பகுதியே தொழிற்பெயராகி வருவதாகும். **(எ.கா)** தட்டு, உரை, அடி.

முதனிலைத் திரிந்த தொழிற்பெயர்
விளக்கம் : விகுதியைப் பெறாமல் முதனிலைத் திரிந்து வரும் தொழிற்பெயராகும். **(எ.கா)**

தொழிற்பெயர்	முதனிலைத் தொழிற்பெயர்	முதனிலைத் திரிந்த தொழிற்பெயர்
கெடுதல்	கெடு	கேடு
சுடுதல்	சுடு	சூடு

வினையாலணையும் பெயர்
ஒரு வினைமுற்று, வினையைக் குறிக்காமல் வினை செய்தவரைக் குறித்தால் அது வினையாலணையும் பெயராகும்.

பண்புகள் : 1. வேற்றுமை உருபை ஏற்றும் ஏற்காமலும் வேறொரு பயனிலையைக் கொண்டு முடியும். 2. தன்மை, முன்னிலை, படர்க்கை ஆகிய மூவிடங்களிலும் வரும்.

(எ.கா) வந்தவர் அவர்தான். **பொறுத்தார்** பூமியாள்வார்.

வேறுபாடுகள் :

தொழிற்பெயர்	வினையாலணையும் பெயர்
வினையானது, பெயர்த் தன்மையாகி வினையையே உணர்த்தி நிற்கும்.	தொழிலைச் செய்யும் கருத்தாவைக் குறிக்கும்.
காலம் காட்டாது.	காலம் காட்டும்.
படர்க்கைக்கு மட்டும் உரியது.	மூவிடத்திற்கும் உரியது.
(எ.கா) பாடுதல், படித்தல்.	(எ.கா) பாடியவள், படித்தவர்.

இடைச்சொல் - உரிச்சொல்

இடைச்சொற்கள்
இடைச்சொற்களே மொழிப் பயன்பாட்டை முழுமையாக்குகின்றன.

இவை பெயரையும் வினையையும் சார்ந்து இயங்கும் இயல்பை உடையன. தாமாகத் தனித்து இயங்கும் இயல்பை உடையன அல்ல என்று தொல்காப்பியர் கூறுகிறார்.

இடைச்சொற்களின் வகைகள்

வேற்றுமை உருபுகள்	ஐ, ஆல், கு, இன், அது, கண்
பன்மை விகுதிகள்	கள், மார்
திணை, பால் விகுதிகள்	ஏன், ஓம், ஆய், ஈர் (கள்), ஆன், ஆள், ஆர், ஆர்கள், து, அ

கால இடைநிலைகள்	கிறு, கின்று, ஆநின்று,................
பெயரெச்ச, வினையெச்ச விகுதிகள்	அ, உ, இ, மல், ...
எதிர்மறை இடைநிலைகள்	ஆ, அல், இல்
தொழிற்பெயர் விகுதிகள்	தல், அம், மை
வியங்கோள் விகுதிகள்	க, இய
சாரியைகள்	அத்து, அற்று, அம்...............
உவம உருபுகள்	போல, மாதிரி
இணைப்பிடைச் சொற்கள்	உம், அல்லது, இல்லையென்றால், ஆனால், ஒ, ஆகவே, ஆயினும், எனினும் ....
சொல்லுருபுகள்	மூலம், கொண்டு, இருந்து, பற்றி, வரை
வினா உருபுகள்	ஆ, ஓ
தத்தம் பொருள் உணர்த்தும் இடைச்சொற்கள்	உம், ஓ, ஏ, தான், மட்டும், ஆவது, கூட, ஆ, ஆம்

தற்காலத்தில் தமிழில் மிகுதியாகப் பயன்படுத்தப்படும் இடைச் சொற்கள்

ஓ :	ஓகார இடைச்சொல் ஒழியிசை, வினா, சிறப்பு (உயர்வு, இழிவு) எதிர்மறை, தெரிநிலை, கழிவு, பிரிநிலை, அசைநிலை ஆகிய **எட்டுப் பொருள்களில்** வரும் என்று நன்னூல் கூறுகிறது. தற்காலத்தில் ஓகார இடைச்சொல் **பிரிநிலைப் பொருளில்** அதிகமாக வருகின்றது. ஐயம், உறுதியாகக் கூற முடியாமை, மிகை, இது அல்லது அது, இதுவும் இல்லை – அதுவும் இல்லை போன்ற பொருள்களிலும் வருகின்றன. (எ.கா.) இன்று மழை பெய்யுமோ ? (ஐயம்) பூங்கொடியோ மலர்க்கொடியோ பேசுங்கள் (இது அல்லது அது) பாலுவோ கண்ணனோ பேசாதீர்கள் (இதுவும் இல்லை – அதுவும் இல்லை)
ஏ :	ஏகார இடைச்சொல் பிரிநிலை, வினா, எண், ஈற்றசை, தேற்றம், இசைநிறை ஆகிய **ஆறு பொருள்களில்** வரும் என்று நன்னூல் கூறுகிறது. தற்காலத்தில் ஏகாரம் தேற்றப் பொருளில் (அழுத்தம்) மட்டுமே வருகிறது. (எ.கா.) அண்ணல் காந்தி அன்றே சொன்னார். நடந்தே வந்தான்.
மட்டும்:	இது வரையறைப் பொருளைத் தருகிறது. முடிந்தவரை, குறிப்பிட்ட நேரம் வரை என்னும் பொருள்களிலும் வருகிறது. (எ.கா.) படிப்பு மட்டும் இருந்தால் போதும்.
உம் :	'உம்' என்னும் இடைச்சொல் எதிர்மறை, சிறப்பு, ஐயம், எச்சம், முற்று, அளவை, தெரிநிலை, ஆக்கம் என்னும் பொருள்களில் வரும். (எ.கா.) மழைபெய்தும் புழுக்கம் குறையவில்லை (எதிர்மறை உம்மை) பாடகர்களும் போற்றும் பாடகர் (உயர்வு சிறப்பு)

ஆவது	இது பல பொருள்களில் வரும் இடைச்சொல்லாகும். (எ.கா.) ஐந்து **பேராவது** வாருங்கள் (குறைந்த அளவு) **அவனாவது இவனாவது** செய்து முடிக்க வேண்டும். (இது அல்லது அது) முதலாவது, இரண்டாவது, ... (வரிசைப்படுத்துதல்)
தான் :	இது அழுத்தப்பொருளில் வருகிறது. சொற்றொடரில் எந்தச் சொல்லுடன் வருகின்றதோ அதனை முதன்மைப்படுத்துகின்றது. ஒரு சொற்றொடரில் ஒரு முறை மட்டுமே வருகிறது. **நிர்மலாதான்** நேற்று விழாவில் பாடினாள். நிர்மலா **நேற்றுதான்** விழாவில் பாடினாள். நிர்மலா நேற்று **விழாவில்தான்** பாடினாள். நிர்மலா நேற்று விழாவில் **பாடினாள்தான்**. நிர்மலா **தானும்** பாடினாள் (தற்சுட்டு படர்க்கை ஒருமை இடப்பெயர்)
கூட :	என்னிடம் ஒரு காசுகூட இல்லை (குறைந்தபட்சம்) தெருவில் ஒருவர்கூட நடமாடவில்லை (முற்றுப்பொருள்) அவனுக்கு வரையக்கூடத் தெரியும் (எச்சம் தழுவிய கூற்று)
ஆ :	வினாப் பொருளில் வரும் இடைச்சொல்லாகும். 'ஆ' என்னும் இடைச்சொல், சொற்றொடரில் எந்தச் சொல்லுடன் வருகிறதோ, அச்சொல் வினாவாகிறது. புகழேந்தி நேற்று உன்னிடம் பேசினானா ? புகழேந்தி நேற்று உன்னுடனா பேசினான் ?
ஆம் :	சொற்றொடரின் இறுதியில் வந்து இசைவு, சாத்தியம், பொருத்தம் ஆகிய பொருள்களிலும், தகவலாகவும், வதந்தியாகவும் செய்தியைக் கூறுவதற்குப் பயன்படுகிறது. (எ.கா.) உள்ளே வரலாம் (இசைவு) இனியன் தலைநகர் போகிறானாம் (தகவல்) பறக்கும் தட்டு நேற்று பறந்ததாம் (வதந்தி)

உரிச்சொற்கள்

- உரிச்சொற்கள் பெயர்களையும் வினைகளையும் சார்ந்து வந்து பொருளை உணர்த்துகின்றன.
- இவை **இசை, குறிப்பு, பண்பு** என்னும் பொருள்களுக்கு உரியதாய் வரும்.
- உரிச்சொற்கள் ஒவ்வொன்றும் தனித்த பொருள் உடையவை. ஆனால் இவை தனித்து வழங்கப்படுவதில்லை.
- உரிச்சொற்கள் செய்யுளுக்கே உரியன என்று நன்னூலார் கூறுகிறார்.

ஒரு சொல் பல பொருள்கள்	கடிமலர் – மணம் மிக்கமலர் கடிநகர் – காவல் மிக்க நகர் கடிவிடுதும் – விரைவாக விடுவோம் கடி நுனி – கூர்மையான நுனி
பல சொற்கள் ஒரு பொருள்	உறு, தவ, நனி – மிகுதி உறுபசி ; தவச் சிறிது ; நனி நன்று

மொழி முதல் மற்றும் இறுதி எழுத்துகள்

எழுத்தொலிகளால் ஆன சொற்கள் ஒலிப்பதற்கு இனிமையாகவும் எளிமையாகவும் இருக்க வேண்டும். இதற்குச் சொற்களின் முதலிலும் இறுதியிலும் ஒலிக்கும் எழுத்தொலிகள் காரணமாக அமைகின்றன. சொற்களின் புணர்ச்சியில், முதற்சொல்லின் இறுதி எழுத்தும் வரும் சொல்லின் முதல் எழுத்தும் சந்திக்கும் இடத்தில் வரும் எழுத்துகள் எவையெவை என அறிந்து கொள்ள வேண்டும். சொற்களில் தமிழ்மொழிக்கு உரியவை, பிறமொழிக்கு உரியவை எவையெவை என்பதை அறிந்து பயன்படுத்த வேண்டும். இதற்குச் சொற்களில் **எழுத்துகளின் வருகை** குறித்து அறிந்து கொள்ள வேண்டும்.

மொழி முதல் எழுத்துகள் - 22

1. **உயிரெழுத்துகள்** பன்னிரெண்டும் சொல்லின் முதலில் வரும்.

2. **மெய்யெழுத்துகள்** தனிமெய் வடிவில் சொல்லுக்கு முதலில் வருவதில்லை. அவை உயிரெழுத்துகளோடு சேர்ந்து உயிர்மெய் வடிவிலேயே மொழிக்கு முதலில் வருகின்றன.

3. **க, ங, ச, ஞ, த, ந, ப, ம, ய, வ** என்னும் பத்து வரிசைகள் உயிர்மெய் வடிவங்களாகச் சொல்லின் முதலில் வரும். (ங வரிசையில் 'ங' மட்டுமே சொல்லின் முதலில் வரும்).

4. **ட, ண, ர, ல, ழ, ள, ற, ன** என்னும் எட்டு வரிசைகள் சொல்லின் முதலில் வருவதில்லை.

5. **ஆய்த எழுத்து** சொல்லின் முதலில் வராது.

'குறள்' என்ற சொல்லை க் + உ + ற் + அ + ள் எனப் பிரிக்கலாம். 'க்' என்ற மெய்யெழுத்தே சொல்லின் முதலில் வந்துள்ளது.

'ங்' என்னும் மெல்லின மெய்யெழுத்து **'ஙனம்'** என்ற சொல்லில் மட்டும் முதலில் வரும். ஙனம் என்றால் **'விதம்'** என்பது பொருளாகும். இந்தச் சொல்லும் தனியாக வராது. **அ, இ, உ** என்ற சுட்டெழுத்துகளுடனும் **எ, யா** என்ற வினா எழுத்துகளுடனும் இணைந்து **அங்ஙனம், இங்ஙனம், உங்ஙனம், யாங்ஙனம், எங்ஙனம்** என்று வரும். தற்காலத் தமிழில் இவற்றின் பயன்பாடு அரிதாகவே உள்ளது.

உங்ஙனம் என்பது தற்பொழுது தமிழகத்தில் வழக்கில் இல்லை. ஆனால் தமிழ் இலக்கியங்களில் இச்சொல் பயன்படுத்தப்பட்டுள்ளது. இன்றளவும் இலங்கைத் தமிழர் உங்கு, உங்ஙனம் போன்ற சொற்களைப் பயன்படுத்தி வருகின்றனர்.

மொழி முதலில் வரவேண்டிய 22 எழுத்துகள் நீங்கலாக உள்ள பிற எழுத்துகள் சொல்லின் முதலில் வந்தால் அவை தமிழ்ச் சொற்களாக இருக்கமாட்டா. பிறமொழிச் சொற்களாகவோ, ஒலிபெயர்ப்புச் சொற்களாகவோ இருக்கின்றன.

மொழி இறுதி எழுத்துகள் - 24

1. உயிரெழுத்துகள் பன்னிரண்டும் சொல்லின் இறுதியில் வரும்.

2. மெய்களில் **ஞ், ண், ந், ம், ன், ய், ர், ல், வ், ழ், ள்** ஆகிய 11 எழுத்துகளும் சொல்லின் இறுதியில் வரும்.

3. **க், ச், ட், த், ப், ற்** ஆகிய வல்லின மெய் எழுத்துகள் ஆறும், **'ங்'** என்ற மெல்லின மெய் எழுத்து ஒன்றும் சொல்லின் இறுதியில் வருவதில்லை.

4. பழைய இலக்கண நூலார் மொழி இறுதியாக குற்றியலுகர எழுத்தையும் சேர்த்துக் கொள்வர்.

5. **ஞ், ந், வ்** ஆகிய மூன்றும் பழைய இலக்கிய வழக்கில் சொல்லின் இறுதி எழுத்தாக வந்துள்ளன. ஆனால் தற்போதைய வழக்கில் இவை சொல்லுக்கு இறுதி எழுத்தாக வருவதில்லை.

மொழி முதல் எழுத்துகள்	உயிரெழுத்துகள் 12	உயிர் மெய்யெழுத்துகள் 10 (க, ங, ச, ஞ, த, ந, ப, ம, ய, வ)	மொத்தம் 22

மொழி இறுதி எழுத்துகள்	உயிரெழுத்துகள் 12	மெய்யெழுத்து 11 (ஞ், ண், ந், ம், ன், ய், ர், ல், வ் ழ், ள்)	குற்றியலுகரம் 1	மொத்தம் 24

தன்மை, முன்னிலை, படர்க்கை இடங்கள்

இருதிணை

உயர்திணை : ஆறறிவுடைய மக்களை உயர்திணை என வழங்குவர்.

அஃறிணை : மக்களைத் தவிர்த்து ஏனைய உயிரினங்களும் உயிரற்ற பொருள்களும் அஃறிணை எனப்படுகின்றன.

ஐம்பால் : திணையின் உட்பிரிவு 'பால்' ஆகும்.

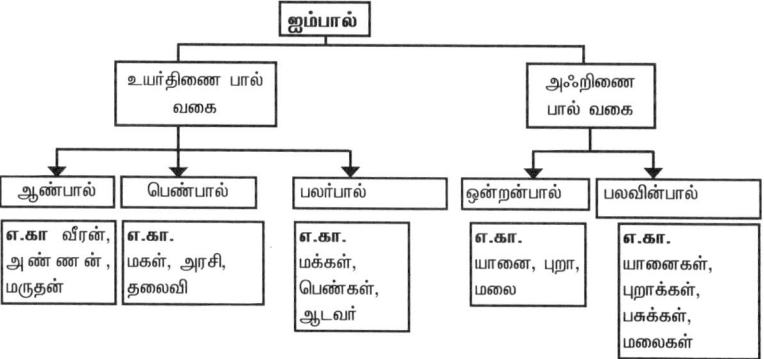

மூவிடம்

தன்மை, முன்னிலை, படர்க்கை என இடமானது மூன்று வகைப்படும்.

இடம்	பெயர்/வினை	எடுத்துக்காட்டு
தன்மை	தன்மைப் பெயர்கள்	நான், யான், நாம், யாம்
	தன்மை வினைகள்	வந்தேன், வந்தோம்
முன்னிலை	முன்னிலைப் பெயர்கள்	நீ, நீர், நீவிர், நீங்கள்
	முன்னிலை வினைகள்	நடந்தாய், வந்தீர், சென்றீர்கள்

இடம்	பெயர்/வினை	எடுத்துக்காட்டு
படர்க்கை	படர்க்கைப் பெயர்கள்	அவன், அவள், அவர், அது, அவை
	படர்க்கை வினைகள்	வந்தான், சென்றான், படித்தனர், பேசினார்கள், பறந்தது, பறந்தன.

தொகைநிலைத் தொடர்கள்

பல சொற்கள் தொடர்ந்து நின்று பொருள் தருவது 'சொற்றொடர்' அல்லது 'தொடர்' எனப்படும். (எ.கா) நீர் பருகினான், வெண்சங்கு ஊதினான்.

தொகைநிலைத் தொடர்

பெயர்ச்சொல்லுடன் வினைச்சொல் (அ) பெயர்ச்சொல் சேருகின்ற தொடரின் இடையில், வேற்றுமை உருபுகள் அல்லது வினை, பண்பு முதலியவற்றின் உருபுகள் தொக்கி (மறைந்து) வருவது தொகைநிலைத் தொடர் ஆகும். (எ.கா) கரும்பு தின்றான்.

'கரும்பைத் தின்றான்' என்ற தொடரில் உள்ள 'ஐ' என்ற வேற்றுமை உருபு மறைந்து வந்துள்ளது.

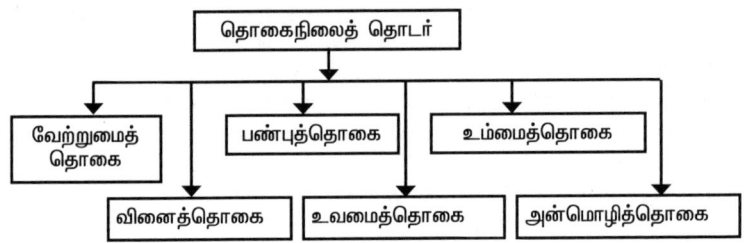

வேற்றுமைத்தொகை

ஒரு தொடரில் வேற்றுமை உருபுகளான **ஐ, ஆல், கு, இன், அது, கண்** ஆகியவற்றுள் ஒன்று மறைந்து வந்து பொருளை உணர்த்துவது வேற்றுமைத்தொகை ஆகும். (எ.கா) மதுரை சென்றார்.

'மதுரைக்குச் சென்றார்' என்ற தொடரில் உள்ள 'கு' என்ற வேற்றுமை உருபு மறைந்து வந்துள்ளது.

உருபும் பயனும் உடன்தொக்க தொகை

ஒரு தொடரில் வேற்றுமை உருபும் அதன் பொருளை விளக்கும் பயனும் சேர்ந்து மறைந்து வருவது 'உருபும் பயனும் உடன்தொக்க தொகை' ஆகும். (எ.கா) தேர்ப்பாகன்.

'தேரை ஓட்டும் பாகன்' என்ற தொடரில் உள்ள 'ஐ' என்ற இரண்டாம் வேற்றுமை உருபும் 'ஓட்டும்' என்ற பொருளை விளக்கும் பயனும் மறைந்து வந்துள்ளது. எனவே இது 'இரண்டாம் வேற்றுமை உருபும் பயனும் உடன்தொக்க தொகை' ஆகும். தமிழ்த் தொண்டு.

'தமிழுக்குச் செய்யும் தொண்டு'
மறைந்து வந்துள்ள வேற்றுமை உருபு - கு
மறைந்து வந்துள்ள பொருள் - செய்யும்
எனவே இது 'நான்காம் வேற்றுமை உருபும் பயனும் உடன்தொக்க தொகை' ஆகும்.

வினைத்தொகை

காலம் காட்டும் இடைநிலைகள் மற்றும் பெயரெச்ச விகுதி ஆகியவை மறைந்து நிற்க வினையைத் தொடர்ந்து ஒரு பெயர்ச்சொல் வருவது 'வினைத்தொகை' ஆகும். இது மூன்று காலங்களுக்கும் பொருந்தி நிற்கும். காலம் கரந்த பெயரெச்சமே 'வினைத்தொகை' ஆகும்.

(எ.கா) வீசுதென்றல்

வீசிய காற்று	இறந்தகாலம்
வீசுகின்ற காற்று	நிகழ்காலம்
வீசும் காற்று	எதிர்காலம்

(எ.கா) கொல்களிறு

கொன்ற களிறு	இறந்தகாலம்
கொல்கின்ற களிறு	நிகழ்காலம்
கொல்லும் களிறு	எதிர்காலம்

பண்புத்தொகை

நிறம், வடிவம், சுவை, அளவு முதலானவற்றை உணர்த்தும் பண்புப் பெயருக்கும் அது தழுவி நிற்கும் பெயர்ச்சொல்லுக்கும் இடையில் '**மை**' என்ற பண்பு விகுதியும், **ஆகிய, ஆன** என்ற பண்பு உருபுகளும் மறைந்து வருவது பண்புத்தொகை ஆகும்.

(எ.கா) செங்காந்தள் – செம்**மை**யாகிய காந்தள்.
வட்டத்தொட்டி – வட்ட**மான** தொட்டி
இன்மொழி – இனி**மை**யான மொழி

இருபெயரொட்டுப் பண்புத்தொகை

ஒரு தொடரில், சிறப்புப் பெயரும் பின்பகுதியில் பொதுப் பெயரும் அமைந்து இடையில் 'ஆகிய' என்னும் பண்புருபு மறைந்து வருவது 'இருபெயரொட்டுப் பண்புத்தொகை' ஆகும்.

எடுத்துக்காட்டு	சிறப்புப்பெயர்	பொதுப்பெயர்
மார்கழித் திங்கள்	மார்கழி	திங்கள்
சாரைப் பாம்பு	சாரை	பாம்பு

உவமைத் தொகை

உவமைக்கும் உவமேயத்திற்கும் இடையில் உவம உருபு மறைந்து வருவது 'உவமைத் தொகை' ஆகும்.

(எ.கா) மலர்க்கை (மலர் போன்ற கை)
மலர் – உவமை; கை – உவமேயம்
போன்ற – உவம உருபு (மறைந்து வந்துள்ளது)

உம்மைத் தொகை

ஒரு தொடரில் இரு சொற்களுக்கு இடையிலும் இறுதியிலும் '**உம்**' என்ற இடைச்சொல் மறைந்து வருவது 'உம்மைத் தொகை' ஆகும். இது **எண்ணல், எடுத்தல், முகத்தல், நீட்டல்** என்கிற நான்கு அளவுப் பெயர்களைத் தொடர்ந்து வரும்.

(எ.கா) அண்ணன் தம்பி – அண்ணனும் தம்பியும்
தாய்சேய் – தாயும் சேயும்

அன்மொழித்தொகை

வேற்றுமை, வினை, பண்பு, உவமை, உம்மை ஆகிய தொகைநிலைத் தொடர்கள் அல்லாத வேறு சொற்கள் மறைந்து நின்று பொருளை உணர்த்துவது '**அன்மொழித்தொகை**' ஆகும்.

(எ.கா) சிவப்புச் சட்டை பேசினார் — சிவப்புச் சட்டையை அணிந்தவர் பேசினார்.
முறுக்கு மீசை வந்தார் — முறுக்கு மீசையை உடையவர் வந்தார்.

தொகாநிலைத் தொடர்கள்

தொகாநிலைத் தொடர்

ஒரு தொடரில் இரு சொற்கள் அமைந்து அவற்றின் இடையே வேறு சொல்லோ உருபோ வராமல் அப்படியே பொருளை உணர்த்துவது தொகாநிலைத் தொடராகும். **(எ.கா)** காற்று வீசியது, குயில் கூவியது, தொகாநிலைத் தொடர்கள் ஒன்பது வகைப்படும்.

வ. எண்.	தொகாநிலைத் தொடர் வகை	விளக்கம்	எடுத்துக்காட்டு
1.	எழுவாய்த் தொடர்	எழுவாயுடன் பெயர், வினை, வினா ஆகிய பயனிலைகள் தொடர்ந்து வருவதாகும்.	இனியன் **கவிஞர்** – பெயர் காவிரி **பாய்ந்தது** – வினை பேருந்து **வருமா** – வினா
2.	விளித்தொடர்	விளியுடன் வினை தொடர்ந்து வருவது ஆகும்.	**நண்பா** எழுது !
3.	வினைமுற்றுத் தொடர்	வினைமுற்றினைத் தொடர்ந்து ஒரு பெயர் வருவதாகும்.	**பாடினாள்** கண்ணகி.
4.	பெயரெச்சத் தொடர்	முற்றுப் பெறாத எச்ச வினையைத் தொடர்ந்து ஒரு பெயர்ச்சொல் வருவதாகும்.	**கேட்ட** பாடல்.
5.	வினையெச்சத் தொடர்	முற்றுப் பெறாத எச்ச வினையைத் தொடர்ந்து ஒரு வினைச்சொல் வருவதாகும்.	**பாடி** மகிழ்ந்தனர்.
6.	வேற்றுமைத் தொடர்	வேற்றுமை உருபுகள் வெளிப்பட அமைவது ஆகும்.	கட்டுரை**யைப்** படித்தான். (ஐ–இரண்டாம் வேற்றுமை உருபு) அன்**பால்** கட்டினார் (ஆல்–மூன்றாம் வேற்றுமை உருபு) அறிஞரு**க்குப்** பொன்னாடை (கு–நான்காம் வேற்றுமை உருபு)

வ. எண்.	தொகாநிலைத் தொடர் வகை	விளக்கம்	எடுத்துக்காட்டு
7.	இடைச்சொல் தொடர்	இடைச்சொல்லுடன் பெயரோ, வினையோ தொடர்வது ஆகும்.	மற்றொன்று (மற்று– இடைச்சொல்)
8.	உரிச்சொல் தொடர்	உரிச்சொல்லுடன் பெயரோ வினையோ தொடர்வது ஆகும்.	சாலச் சிறந்தது (சால– உரிச்சொல்)
9.	அடுக்குத் தொடர்	பொருள் தரக்கூடிய ஒரு சொல் இரண்டு அல்லது மூன்று முறை தொடர்ந்து வருவதாகும்.	வருக! வருக! வருக!

கூட்டுநிலைப் பெயரெச்சங்கள்

ஒன்றிற்கு மேற்பட்ட வினையெச்சங்கள் தொடர்ந்து நின்று ஒரு பெயரைக் கொண்டு முடிவது கூட்டுநிலைப் பெயரெச்சங்கள் ஆகும். **வேண்டிய, கூடி, தக்க, வல்ல** முதலான பெயரெச்சங்களை, **'செய'** என்னும் வாய்பாட்டு வினையெச்சத்துடன் சேர்ப்பதன் மூலம் கூட்டுநிலைப் பெயரெச்சங்கள் உருவாகின்றன.

(எ.கா) கேட்க வேண்டிய பாடல் ; **சொல்லத் தக்க** செய்தி.

ஆகுபெயர்கள்

ஒன்றின் இயற்பெயர் அதனோடு தொடர்புடைய மற்றொன்றிற்குத் தொன்றுதொட்டு ஆகி வருவது ஆகுபெயராகும்.ஆகுபெயர்கள் 16–ஆக வகைப்படுத்தப்பட்டுள்ளன. அவற்றுள் சில :

பொருளாகு பெயர் (முதலாகுபெயர்)	**முல்லையைத் தொடுத்தாள்** முதல் பொருளாகிய முல்லைக் கொடி, அதன் சினையாகிய பூவுக்கு ஆகி வந்தது.
இடவாகு பெயர்	**வகுப்பறை சிரித்தது** வகுப்பறை என்னும் இடப்பெயர் அங்குள்ள மாணவர்களுக்கு ஆகி வந்தது.
காலவாகு பெயர்	**கார் அறுத்தான்** கார் என்னும் காலப்பெயர் அக்காலத்தில் விளையும் பயிருக்கு ஆகி வந்தது.
சினையாகு பெயர்	**மருக்கொழுந்து நட்டான்** மருக்கொழுந்து என்னும் சினைப் பெயர் அதன் செடிக்கு ஆகி வந்தது.
பண்பாகு பெயர்	**மஞ்சள் பூசினாள்** மஞ்சள் என்னும் பண்பு அவ்வண்ணத்தில் உள்ள கிழங்குக்கு ஆகி வந்தது.

தொழிலாகு பெயர்	**வற்றல் தின்றான்** வற்றல் என்னும் தொழிற்பெயர் வற்றிய உணவுப் பொருளுக்கு ஆகி வந்தது.
கருவியாகு பெயர்	**வானொலி கேட்டு மகிழ்ந்தனர்** வானொலி என்னும் கருவி அதன் காரியமாகிய நிகழ்ச்சிகளுக்கு ஆகி வந்தது.
காரியவாகு பெயர்	**பைங்கூழ் வளர்ந்தது** கூழ் என்னும் காரியம் அதன் கருவியாகிய பெயருக்கு வந்தது.
கருத்தாவாகு பெயர்	**அறிஞர் அண்ணாவைப் படித்திருக்கிறேன்** அறிஞர் அண்ணா என்னும் கருத்தாவின் பெயர், அவர் இயற்றிய நூல்களுக்கு ஆகி வந்தது.
எண்ணலளவை ஆகுபெயர்	**ஒன்று பெற்றால் ஒளிமயம்** ஒன்று என்னும் எண்ணுப்பெயர், அவ்வெண்ணுக்குத் தொடர்புடைய குழந்தைக்கு ஆகி வந்தது.
எடுத்தலளவை ஆகு பெயர்	**இரண்டு கிலோ கொடு** அளவைப் பெயர், அவ்வளவையுள்ள பொருளுக்கு ஆகி வந்தது.
முகத்தலளவை ஆகுபெயர்	**அரை லிட்டர் வாங்கு** முகந்து அளக்கும் அளவைப் பெயர், அவ்வளவையுள்ள பொருளுக்கு ஆகி வந்தது.
நீட்டலளவை ஆகுபெயர்	**ஐந்து மீட்டர் வெட்டினான்** நீட்டலளவை பெயர், அவ்வளவை பெயருக்கு ஆகி வந்தது.

வழு - வழாநிலை - வழுவமைதி

வழாநிலை

இலக்கண முறையுடன் பிழையின்றிப் பேசுவதும் எழுதுவதும் வழாநிலை எனப்படும்.

வழு

இலக்கண முறையின்றிப் பேசுவதும் எழுதுவதும் வழு ஆகும். வழு ஏழு வகைப்படும். அவை, திணை வழு, பால் வழு, இட வழு, கால வழு, வினா வழு, விடை வழு, மரபு வழு.

வகை	வழு	வழாநிலை
திணை	செழியன் வந்தது	செழியன் வந்தான்
பால்	கண்ணகி உண்டான்	கண்ணகி உண்டாள்
இடம்	நீ வந்தேன்	நீ வந்தாய்
காலம்	நேற்று வருவான்	நேற்று வந்தான்

வினா	ஒரு விரலைக் காட்டி, 'சிறியதோ? பெரியதோ?' என்று கேட்டல்	இரு விரல்களைக் காட்டி, 'எது சிறியது? எது பெரியது' என்று கேட்டல்
விடை	'கண்ணன் எங்கே இருக்கிறார்?' என்ற வினாவிற்கு 'கண்ணாடி பைக்குள் இருக்கிறது' என்று விடையளித்தல்.	'கண்ணன் எங்கே இருக்கிறார்?' என்ற வினாவிற்கு, 'கண்ணன் வீட்டிற்குள் இருக்கிறார்' என்று விடையளித்தல்.
மரபு	தென்னை மரங்கள் உள்ள பகுதியைத் தென்னந் தோட்டம் என்று கூறுதல்.	தென்னை மரங்கள் உள்ள பகுதியைத் தென்னந்தோப்பு என்று கூறுதல்.

வழுவமைதி

இலக்கண முறைப்படி பிழையுடையது எனினும், இலக்கண ஆசிரியர்களால் ஏதேனும் ஒரு காரணம் கருதி, பிழையன்று என்று ஏற்றுக் கொள்ளப்படுவது வழுவமைதி ஆகும். இது ஐந்து வகைப்படும்.

வகை	எடுத்துக்காட்டு	ஏற்றுக்கொள்ளப்பட்ட காரணம்
திணை வழுவமைதி	"என் அம்மை வந்தாள்" என்று மாட்டைப் பார்த்துக் கூறுவது ஆகும்.	இங்கு உவப்பின் (மகிழ்ச்சி) காரணமாக அஃறிணை உயர்திணையாகக் கொள்ளப்பட்டது.
பால் வழுவமைதி	"வாடா இராசா, வாடா கண்ணா" என்று மகளைப் பார்த்து தாய் அழைப்பது.	இங்கு உவப்பின் காரணமாக பெண்பால் ஆண்பாலாகக் கூறப்பட்டது.
இட வழுவமைதி	மாறன் என்பவன், தன்னைப் பற்றிப் பிறரிடம் கூறும்போது "இந்த மாறன் ஒருநாளும் பொய் கூறமாட்டான்" என்று கூறுவது.	இங்கு தன்மை இடம் படர்க்கை இடமாக சிறப்புக் கருதி கூறப்பட்டது.
கால வழுவமைதி	குடியரசுத் தலைவர் நாளை தமிழகம் வருகிறார்.	'நாளை வருவார்' என்று அமைந்திருக்க வேண்டும். இங்கு உறுதித் தன்மை காரணமாக வருவார் என்பது வருகிறார் என்று கூறப்பட்டது.
மரபு வழுவமைதி	"கத்துங் குயிலோசை – சற்றே வந்து காதிற் பட வேணும்" – பாரதியார்	'குயில் கூவும்' என்பது மரபுத் தொடர் ஆகும். கவிதையில் அமைந்ததால் வழுவமைதியாக ஏற்றுக் கொள்ளப்பட்டது.

வினா, விடை வகைகள்

வினா வகைகள்

அறிவு அறியாமை ஐயுறல் கொளல் கொடை
ஏவல் தரும் வினா ஆறும் இழுக்கார் **– நன்னூல், 385**

வினா ஆறுவகைப்படும்

வ. எண்.	வினா வகை	விளக்கம்	எடுத்துக்காட்டு
1	அறிவினா	ஒருவர் தான் விடையை அறிந்திருந்தும், பிறருக்குத் தெரியுமா என அறியும் பொருட்டு வினவுவது	ஆசிரியர் மாணவரிடம் 'இந்தக் கவிதையின் பொருள் யாது?' என்று வினவுதல்.
2.	அறியா வினா	ஒருவர் தான் அறியாத ஒன்றை, அறிந்து கொள்வதற்காக வினவுவது.	மாணவர் ஆசிரியரிடம், 'இந்தக் கவிதையின் பொருள் யாது?' என்று வினவுதல்.
3.	ஐயவினா	ஒருவர் தன் ஐயத்தை (சந்தேகத்தை) நீங்கித் தெளிவு பெறுவதற்காக வினவுவது.	"இச்செயலைச் செய்தது மங்கையா? மணிமேகலையா?" என வினவுதல்.
4.	கொளல் வினா	ஒருவர் தான் ஒரு பொருளை வாங்கிக் கொள்ளும் பொருட்டு வினவுவது.	நூலகரிடம், 'ஜெயகாந்தன் சிறுகதைகள் உள்ளனவா?' என்று வினவுதல்.
5.	கொடை வினா	ஒருவர் பிறருக்கு ஒரு பொருளைக் கொடுத்து உதவும் பொருட்டு வினவுவது.	ஒருவர் மற்றவரிடம், 'என்னிடம் பாரதிதாசன் கவிதைகள் இரண்டு படிகள் (பிரதிகள்) உள்ளன. உன்னிடம் பாரதிதாசன் கவிதைகள் உள்ளதா?' என்று கொடுப்பதன் பொருட்டு வினவுதல்.
6.	ஏவல் வினா	ஒருவர் மற்றொருவரிடம் ஒரு செயலைச் செய்யுமாறு ஏவுதல் (கட்டளையிடுவது) பொருட்டு வினவுவது.	அக்கா தம்பியிடம் 'நீ கடைக்குச் செல்கிறாயா?' என்று வினவுதல்.

விடை வகைகள்

சுட்டு மறைநேர் ஏவல் வினாதல்
உற்ற(து) உரைத்தல் உறுவது கூறல்
இனமொழி எனும்எண் இறையுள் இறுதி
நிலவிய ஐந்தும்அப் பொருண்மையின் நேர்ப — நன்னூல், 386
விடை எட்டு வகைப்படும்.

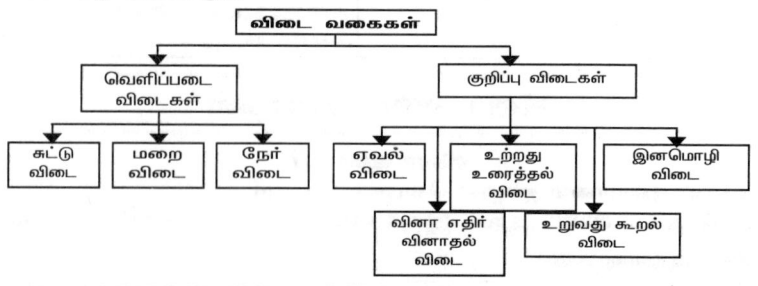

வ. எண்	விடை வகை	விளக்கம்	எடுத்துக்காட்டு
1.	சுட்டுவிடை	ஒரு வினாவிற்கு, சுட்டிக்கூறும் வகையில் பதில் அளித்தல்	'கடைத்தெரு எங்குள்ளது?' என்ற வினாவிற்கு, 'வலப் பக்கத்தில் உள்ளது' என்று விடையளித்தல்.
2.	மறைவிடை	ஒரு வினாவிற்கு, மறுத்துக் கூறும் வகையில் பதில் அளித்தல்	'கடைக்குப் போவாயா?' என்ற வினாவிற்கு 'போகமாட்டேன்' என்று விடையளித்தல்.
3.	நேர்விடை	ஒரு வினாவிற்கு, உடன்பாடான வகையில் பதில் அளித்தல்	'கடைக்குப் போவாயா?' என்ற வினாவிற்கு 'போவேன்' என்று உடன்பட்டு விடையளித்தல்.
4.	ஏவல்விடை	ஒரு வினாவிற்கு விடையாக மறுத்துக் கூறுதலை விடுத்து, ஏவுதலாகக் கூறும் வகை.	'இதைச் செய்வாயா?' என்று வினவும் போது 'நீயே செய்' என்று ஏவிக் (கட்டளை) கூறுவது ஆகும்.
5.	வினா எதிர் வினாதல் விடை	ஒரு வினாவிற்கு விடையாக மற்றொரு வினாவைக் கேட்கும் வகை	'என்னுடன் ஊருக்கு வருவாயா?' என்ற வினாவிற்கு 'வராமல் இருப்பேனா?' என்று கூறுவதாகும்.
6.	உற்றது உரைத்தல் விடை	ஒரு வினாவிற்கு விடையாக ஏற்கனவே நேர்ந்ததைக் கூறும் வகை	'நீ விளையாடவில்லையா?' என்ற வினாவிற்குக் 'கால் வலிக்கிறது' என்று உற்றதை உரைத்தல் ஆகும்.
7.	உறுவது கூறல் விடை	ஒரு வினாவிற்கு விடையாக இனிமேல் நேர்வதைக் கூறும் வகை	"நீ விளையாடவில்லையா?" என்ற வினாவிற்குக் "கால் வலிக்கும்" என்று உறுவதை உரைத்தல் ஆகும்.
8.	இனமொழி விடை	ஒரு வினாவிற்கு அதன் பொருளுக்கு இனமான மற்றொன்றை விடையாகக் கூறும் வகை	"உனக்குக் கதை எழுதத் தெரியுமா?" என்ற வினாவிற்குக் "கட்டுரை எழுதத் தெரியும்" என்று விடையளித்தல்.

தொடர் இலக்கணம்

எழுவாய்	ஒரு சொற்றொடர் எழுவதற்கு அடிப்படையாக அமைந்த பெயர்ச்சொல் எழுவாய் ஆகும். (எ.கா.) எட்வர்டு வந்தான். (எட்வர்டு – எழுவாய்)
பயனிலை	ஒரு தொடரில் பயன் நிலைத்து இருக்கும் இடம் பயனிலை ஆகும். (எ.கா.) கனகாம்பரம் பூத்தது. இதில் 'பூத்தது' எனும் வினைச்சொல்லே பயனிலை ஆகும்.

செயப்படுபொருள்	மீனா கனகாம்பரத்தைச் சூடினாள். மீனா – எழுவாய் ; சூடினாள் – பயனிலை ; கனகாம்பரம் – செயப்படுபொருள் எழுவாய் ஒரு வினையைச் செய்ய அதற்கு அடிப்படையாய் அமைந்த பொருளே செயப்படுபொருள் ஆகும்.
தோன்றா எழுவாய்	'படித்தாய்' என்ற சொல்லில் 'படித்தாய்' என்பது பயனிலை. 'நீ' என்னும் எழுவாய் வெளிப்படையாகத் தெரியவில்லை. இது தோன்றா எழுவாய் ஆகும்.
வினைப்பயனிலை	'நான் வந்தேன்' என்ற தொடரில் வினைமுற்று பயனிலையாக வந்தது. இது வினைப்பயனிலை ஆகும்.
பெயர்ப்பயனிலை	'சொன்னவள் கலா'. இங்கு கலா என்னும் பெயர்ச்சொல் பயனிலையாக வந்ததால் இது 'பெயர்ப்பயனிலை' எனப்படுகிறது.
வினாப்பயனிலை	'விளையாடுபவன் யார்?' இங்கு யார் என்னும் வினாச்சொல் பயனிலையாக அமைந்துள்ளதால் இது 'வினாப்பயனிலை' எனப்படுகிறது.
பெயரடை	'அன்பரசன் நல்ல பையன்'. இத்தொடரில் 'நல்ல' என்னும் சொல் எழுவாயாக வரும் பெயர்ச்சொல்லுக்கு அடையாக வருவதால், இது 'பெயரடை' எனப்படுகிறது.
வினையடை	'மகிழ்நன் மெல்ல வந்தான்'. இத்தொடரில் 'மெல்ல' என்னும் சொல் 'வந்தான்' என்னும் வினைப்பயனிலைக்கு அடையாக வருவதால், 'வினையடை' எனப்படுகிறது.

ஒரு தொடரில் எழுவாயும் செயப்படுபொருளும் பெயர்ச்சொல்லாகவும் பயனிலை வினைமுற்றாகவும் இருக்கும். ஒரு தொடரில் செயப்படுபொருள் இருக்க வேண்டும் என்கிற கட்டாயம் இல்லை.

வினை வகைகள் :

தன்வினை	எழுவாய் ஒரு வினையைச் செய்தால் அது தன்வினை எனப்படும். (எ.கா.) பந்து உருண்டது.
பிறவினை	எழுவாய் ஒரு வினையைச் செய்ய வைத்தால் அது பிறவினை எனப்படும். (எ.கா.) பந்தை உருட்டினான். பிறவினைகள் **வி, பி** போன்ற விகுதிகளைக் கொண்டும், **செய், வை, பண்ணு** போன்ற துணைவினைகளை இணைத்தும் உருவாக்கப்–படுகின்றன. (எ.கா) பந்தை உருட்ட வைத்தான்.
செய்வினை	குமரன் பாட்டு பாடினான் – செய்பவரை முதன்மைப் படுத்துவது செய்வினை
செயப்பாட்டு வினை	குமரனால் பாட்டு பாடப்பட்டது – செயப்படுபொருளை முதன்மைப்படுத்துவது செயப்பாட்டுவினை

'படு' என்னும் துணைவினை செயப்பாட்டு வினைத்தொடரில் சேர்கிறது. மேலும் **உண், பெறு** முதலான துணைவினைகளும் செயப்பாட்டுவினைகளாக அமைகின்றன. **'ஆயிற்று', 'போயிற்று', 'போனது'** போன்ற துணைவினைகள் செயப்பாட்டுவினைகளை உருவாக்குகின்றன.

தொடர் வகைகள் :

நட	ஒரு சொல் தொடர்
மன்னன் வந்தான்	எழுவாய்த்தொடர்
வந்தான் மன்னன்	வினைமுற்றுத் தொடர்
அண்ணனோடு வருவான்	வேற்றுமைத் தொடர் (ஒடு – வேற்றுமை உருபு)
நண்பா கேள்	விளித்தொடர்
உண்ணச்சென்றான்	தெரிநிலை வினையெச்சத் தொடர்
நன்கு பேசினான்	குறிப்பு வினையெச்சத்தொடர் (வினையடைத்தொடர்)
பாடும் குயில்	தெரிநிலைப் பெயரெச்சத் தொடர்
இனிய காட்சி	குறிப்புப் பெயரெச்சத் தொடர் (பெயரடைத் தொடர்)
பாம்பு பாம்பு வா வா வா	அடுக்குத் தொடர்

பயன்பாட்டுத் தொடர்கள் :

அப்துல் நேற்று வந்தான்	தன்வினைத்தொடர்
அப்துல் நேற்று வருவித்தான்	பிறவினைத் தொடர்
கவிதா உரை படித்தாள்	செய்வினைத் தொடர்
உரை கவிதாவால் படிக்கப்பட்டது	செயப்பாட்டுவினைத் தொடர்
குமரன் மழையில் நனைந்தான்	உடன்பாட்டுவினைத் தொடர்
குமரன் மழையில் நனையவில்லை	எதிர்மறைவினைத் தொடர்
என் அண்ணன் நாளை வருவான்	செய்தித் தொடர்
எவ்வளவு உயரமான மரம் !	உணர்ச்சித் தொடர்
உள்ளே பேசிக்கொண்டிருப்பவர் யார்?	வினாத் தொடர்
பூக்களைப் பறிக்காதீர்	கட்டளைத் தொடர்
இது நாற்காலி, அவன் மாணவன்	பெயர்ப் பயனிலைத் தொடர்

துணைவினைகள்

தனிவினை :

பகாபதமாக உள்ள தனி வினையடிகளைக் கொண்ட வினைச்சொற்கள் தனிவினை எனப்படும். (எ.கா.) படி, படியுங்கள், படிக்கிறார்கள். இவற்றில் ‘படி’ என்னும் வினையடி பகாப்பதம் ஆகும். இதை மேலும் பிரிக்க முடியாது.

கூட்டுவினை:

பகுபதமாக உள்ள கூட்டு வினையடிகளைக் கொண்ட வினைச்சொற்கள் கூட்டுவினை எனப்படும். (எ.கா.) ஆசைப்பட்டேன், கண்டுபிடித்தார்கள், தந்தியடித்தேன்,

முன்னேறினோம். இவற்றில் உள்ள ஆசைப்படு, கண்டுபிடி, தந்தியடி, முன்னேறு ஆகிய வினையடிகள் பகுபதங்கள் ஆகும்.

கூட்டுவினையின் மூன்று வகைகள் :

	1.	**பெயர்**	+	**வினை**	= **வினை**
(எ.கா.)		தந்தி	+	அடி	= தந்தியடி
		ஆணை	+	இடு	= ஆணையிடு
	2.	**வினை**	+	**வினை**	= **வினை**
(எ.கா.)		கண்டு	+	பிடி	= கண்டுபிடி
		சுட்டி	+	காட்டு	= சுட்டிக்காட்டு
	3.	**இடை**	+	**வினை**	= **வினை**
(எ.கா.)		முன்	+	ஏறு	= முன்னேறு
		பின்	+	பற்று	= பின்பற்று

முதல் வினை :

ஒரு கூட்டு வினையின் முதல் உறுப்பாக வந்து தன் அடிப்படைப் பொருளைத் தரும் வினை முதல் வினை எனப்படும். (எ.கா) ஓடப்பார்த்தேன், எழுதிப்பார்த்தேன். இவற்றில் ஓட, எழுதி என்பன முதல் உறுப்புகள். இவை அந்தந்த வினைகளின் அடிப்படைப் பொருளைத் தருகின்றன.

துணைவினை :

ஒரு கூட்டு வினையின் இரண்டாவது உறுப்பாக வந்து தன் அடிப்படைப் பொருளை விட்டு முதல் வினைக்குத் துணையாக வேறு இலக்கணப் பொருளைத் தரும் வினை துணைவினை எனப்படும். கூட்டு வினையின் முதல் வினை **செய்** அல்லது **செய்து** என்னும் வினையெச்ச வடிவில் இருக்கும்.

துணைவினை, வினையடி வடிவில் இருக்கும். தமிழில் ஏறத்தாழ 40 **துணைவினைகள்** உள்ளன. துணைவினையே திணை, பால், இடம், காலம் ஆகியவற்றைக் காட்டும் விகுதிகளைப் பெறும்.

இருவகை வினைகளாகவும் செயல்படுபவை :

பார், இரு, வை, கொள், போ, வா, முடி, விடு, தள்ளு, போடு, கொடு, காட்டு.

வினையடி	முதல் வினை	துணைவினை
இரு	புத்தகம் மேசையில் இருக்கிறது	நான் மதுரைக்குப் போயிருக்கிறேன்
	என்னிடம் பணம் இருக்கிறது	அப்பா வந்திருக்கிறார்
வை	அவள் நெற்றியில் பொட்டு வைத்தாள்	நீ என்னை அழ வைக்காதே
	அவன் வானொலியில் பாட்டு வைத்தான்	அவர் ஒருவரைப் பாடவைத்தார்
கொள்	பானை நான்கு படி அரிசி கொள்ளும்	நீ சொன்னால் அவன் கேட்டுக் கொள்வான்
	நான் சொன்னதை நீ கருத்தில் கொள்ளவில்லை	நோயாளியைப் பார்த்துக் கொள்கிறேன்
போ	அவன் எங்கே போகிறான் ?	மழை பெய்ய போகிறது.
	நான் கடைக்குப் போனேன்.	நான் பயந்து போனேன்.

வினையடி	முதல் வினை	துணைவினை
வா	நீ நாளைக்கு வீட்டுக்கு வா.	அந்நியர் நம்மை ஆண்டு வந்தனர்.
	எனக்கு இப்போது தான் புத்தி வந்தது.	வானம் இருண்டு வருகிறது.
விடு	யாரையும் உள்ளே விடாதே.	அடுத்த மாதம் நான் போய்விடுவேன்.
	மழை விட்டதும் போகலாம்.	அப்பா இனி வந்து விடுவார்.
தள்ளு	அவன் என்னைக் கீழே தள்ளினான்.	அவர் கதைக்கதையாக எழுதித்தள்ளுகிறார்.
	காய்கறி வண்டியைத் தள்ளிச் சென்றார்.	அவன் அனைத்தும் வாசித்து தள்ளுகிறான்.
போடு	புத்தகத்தை கீழே போடாதே	மலிவான விலையில் வாங்கிப் போட்டேன்
	தலையில் தொப்பி போடு	விழித்தவுடன் பாயைச்சுருட்டி போடவேண்டும்.
கொடு	நான் அவருக்குப் பணம் கொடுத்தேன்.	பசித்தவனுக்கு சோறு வாங்கிக் கொடுத்தான்
	அவன் உயிரைக் கொடுத்து வேலை செய்கிறான்.	பாடம் சொல்லிக் கொடுப்பேன்.
காட்டு	தாய் குழந்தைக்கு நிலவைக் காட்டினாள்.	ஆசிரியர் செய்யுளைப் பாடிக் காட்டினார்.
	சான்றோர் காட்டிய பாதையில் செல்.	படித்தபடி நடந்து காட்டவேண்டும்.

ஆங்கில மொழியில் துணை வினைகள், முதல் வினைகளுக்கு முன்பாக இடம் பெறும்.

(எ.கா.) I will go to school.

go – முதல் வினை ; will – துணைவினை

தமிழ் மற்றும் ஜப்பானிய மொழிகளில் துணைவினைகள் முதல் வினைகளுக்குப் பின்பே இடம் பெறும்.

(எ.கா.) கீழே விழப்பார்த்தான்.

விழ – முதல் வினை, பார்த்தான் – துணைவினை.

தற்காலத் தமிழில் ஆம், ஆயிற்று, இடு, ஒழி, காட்டு, கூடும், கூடாது, கொடு, கொண்டிரு, கொள், செய், தள்ளு, தா, தொலை, படு, பார், பொறு, போ, படு, வை, வந்து, விடு, வேண்டாம், முடியும், முடியாது, இயலும், இயலாது, வேண்டும், உள் போன்ற பல சொற்கள் துணைவினைகளாக வழங்கப்படுகின்றன.

வல்லினம் மிகும் இடங்கள்

வல்லெழுத்துகள் **க, ச, த,** ப ஆகிய நான்கும் மொழிக்கு முதலில் வரும். இவை **நிலைமொழியுடன் புணர்கையில்** அவற்றின் மெய்யெழுத்துகள் தோன்றிப் புணரும். இதை **வல்லினம் மிகுதல்** என்பர்.

தோன்றல், திரிதல், கெடுதல் என விகாரப் புணர்ச்சி மூன்று வகைப்படும். வல்லினம் மிகுந்து வருதல் தோன்றல் விகாரப் புணர்ச்சியின்பாற்படும்.

வ.எண்	விதிகள்	எடுத்துக்காட்டுகள்
1.	**அ, இ** என்னும் சுட்டெழுத்துகளுக்குப் பின்னும், **அந்த, இந்த** என்னும் சுட்டுப் பெயர்களின் பின்னும், **எ** என்னும் வினாவெழுத்தின் பின்னும், **எந்த** என்னும் வினாச் சொல்லின் பின்னும் வல்லினம் மிகும்.	அ**ச்** சட்டை இந்த**க்** காலம் எ**த்** திசை ? எந்த**ப்** பணம் ?
2.	**ஐ** என்னும் இரண்டாம் வேற்றுமை உருபு வெளிப்படும் தொடர்களில் வல்லினம் மிகும்.	கதவை**த்** திற தகவல்களை**த்** திரட்டு காட்சியை**ப்** பார்
3.	**கு** என்னும் நான்காம் வேற்றுமை உருபு வெளிப்படும் தொடர்களில் வல்லினம் மிகும்.	முதியவருக்கு**க்**கொடு மெட்டுக்கு**ப்** பாட்டு ஊருக்கு**ச்** செல்
4.	**என, ஆக** போன்ற சொல்லுருபுகளின் பின் வல்லினம் மிகும்.	என**க்** கேட்டார் வருவதாக**க்** கூறு
5.	**அதற்கு, இதற்கு, எதற்கு** என்னும் சொற்களின் பின் வல்லினம் மிகும்.	அதற்கு**ச்** சொன்னேன் இதற்கு**க்** கொடு எதற்கு**க்** கேட்கிறாய்?
6.	**இனி, தனி** ஆகிய சொற்களின் பின் வல்லினம் மிகும்.	இனி**க்** காண்போம் தனி**ச்** சிறப்பு
7.	**மிக** என்னும் சொல்லின் பின் வல்லினம் மிகும்.	மிக**ப்** பெரியவர்
8.	**எட்டு, பத்து** என்னும் எண்ணுப் பெயர்களின் பின் வல்லினம் மிகும்.	எட்டு**த்** தொகை பத்து**ப்** பாட்டு
9.	**ஓரெழுத்து ஒரு மொழிக்குப்** பின் வல்லினம் மிகும்.	தீ**ப்** பிடித்து பூ**ப்** பந்தல்
10.	**ஈறுகெட்ட எதிர்மறைப் பெயரெச்சத்தின்** பின் வல்லினம் மிகும்.	கூவா**க்** குயில் ஓடா**க்** குதிரை
11.	**வன்தொடர்க் குற்றியலுகரங்கள்** நிலைமொழியாக இருந்து புணர்கையில் வல்லினம் மிகும்.	கேட்டு**க்** கொண்டான் விற்று**ச்** சென்றான்
12.	**அகர, இகர ஈற்று** வினையெச்சங்களுடன் புணர்கையில் வல்லினம் மிகும்.	ஆட**ச்** சொன்னார் ஓடி**ப்** போனார்
13.	**ஆறாம் வேற்றுமைத் தொகையில்** வல்லினம் மிகும்.	புலி**த்** தோல்
14.	**திசைப் பெயர்களின்** பின் வல்லினம் மிகும்.	கிழக்கு**ப்** பகுதி வடக்கு**ப்** பக்கம்
15.	**இரு பெயரொட்டுப் பண்புத்தொகையில்** வல்லினம் மிகும்.	மல்லிகை**ப்** பூ சித்திரை**த்** திங்கள்

வ.எண்	விதிகள்	எடுத்துக்காட்டுகள்
16.	**உவமைத் தொகையில்** வல்லினம் மிகும்.	தாமரைப் பாதம்
17.	**சால, தவ, தட, குழ** என்னும் **உரிச்சொற்களின்** பின் வல்லினம் மிகும்.	சாலப் பேசினார் தவச் சிறிது
18.	**தனிக் குற்றெழுத்தை அடுத்துவரும் ஆகார எழுத்தின்** பின் வல்லினம் மிகும்.	நிலாச் சோறு கனாக் கண்டேன்
19.	சில **உருவகச் சொற்களில்** வல்லினம் மிகும்.	வாழ்க்கைப் படகு உலகப் பந்து

பொருள் வேறுபாடுகள்

1.	சின்னக்கொடி	சின்னத்தை உடைய கொடி
	சின்னகொடி	சிறிய கொடி
2.	தோப்புக்கள்	தோப்பிலிருந்து கிடைக்கும் கள்
	தோப்புகள்	பல மரங்கள்
3.	கடைப்பிடி	கொள்கையைப் பின்பற்று
	கடைபிடி	இறுதியானதைப் பிடி
4.	நடுக்கல்	நடுவில் வைக்கப்படும் கல்
	நடுகல்	வீரமரணம் அடைந்தோரின் நினைவாக வைக்கப்படும் கல்
5.	கைம்மாறு	பதிலுதவி செய்தல்
	கைமாறு	உன் கையில் உள்ள பொருளை பிறரிடத்தில் மாற்று
6.	பொய்ச்சொல்	பொய்யாகச் சொன்ன சொல்
	பொய்சொல்	பொய்யைச் சொல்

வல்லினம் மிகா இடங்கள்

தோப்புக்கள் – தோப்புகள்

கத்தி கொண்டு வந்தான் – கத்திக்கொண்டு வந்தான்

மேற்கண்ட சொற்களில் வல்லினம் மிகும்போது ஒரு பொருளும் மிகாதபோது வேறொரு பொருளும் அமைந்துள்ளன. எனவே நாம் பேசும்போதும் எழுதும்போதும் பொருள் மயக்கம் தராத வகையில் மொழியைப் பயன்படுத்துவதற்கு வல்லினம் மிகா இடங்களை அறிவது இன்றியமையாததாகும்.

வல்லினம் மிகா இடங்கள்

	விதிகள்	எடுத்துக்காட்டுகள்
1.	**அது, இது** என்னும் **சுட்டுப் பெயர்**களின் பின் வல்லினம் மிகாது.	அது செய் இது காண்
2.	**எது, எவை** போன்ற **வினாப் பெயர்**களின் பின் வல்லினம் மிகாது.	எது கண்டாய் ? எவை தவறுகள் ?

	விதிகள்	எடுத்துக்காட்டுகள்
3.	**எழுவாய்த் தொடரில்** வல்லினம் மிகாது.	குதிரை தாண்டியது. கிளி பேசும்.
4.	**மூன்றாம், ஆறாம் வேற்றுமை** விரிகளில் வல்லினம் மிகாது.	அண்ணனோடு போ. எனது சட்டை.
5.	**விளித் தொடர்களில்** வல்லினம் மிகாது.	தந்தையே பாருங்கள். மகளே தா.
6.	**பெயரெச்சத்தில்** வல்லினம் மிகாது.	வந்த சிரிப்பு பார்த்த பையன்
7.	**இரண்டாம் வேற்றுமைத்தொகையில்** வல்லினம் மிகாது.	நாடு கண்டான். கூடு கட்டு
8.	**படி** என்று முடியும் **வினையெச்சத்தில்** வல்லினம் மிகாது.	வரும்படி சொன்னார். பெறும்படி கூறினார்.
9.	**வியங்கோள் வினைமுற்றுத்** தொடரில் வல்லினம் மிகாது.	வாழ்க தமிழ் வருக தலைவா !
10.	**வினைத்தொகையில்** வல்லினம் மிகாது.	குடிதண்ணீர், வளர்பிறை, திருவளர்செல்வன்
11.	**எட்டு, பத்து** தவிர பிற எண்ணுப் பெயர்களுடன் புணரும் வல்லினம் மிகாது.	ஒரு புத்தகம், மூன்று கோடி
12.	**உம்மைத் தொகையில்** வல்லினம் மிகாது.	தாய்தந்தை, இரவுபகல்
13.	**அன்று, இன்று, என்று, ஆவது, அடா, அடி, போன்ற** என்னும் சொற்களின் பின் வல்லினம் மிகாது.	அன்று சொன்னார். என்று தருவார். அவராவது தருவதாவது யாரடா சொல். ஏனடி செல்கிறாய் ? கம்பரைப் போன்ற கவிஞர் யார் ?
14.	**மூன்று, ஐந்து, ஆறாம் வேற்றுமைத் தொடர்களில்** வல்லினம் மிகாது.	என்னோடு சேர். மரத்திலிருந்து பறி. குரங்கினது குட்டி
15.	அவ்வளவு, இவ்வளவு, எவ்வளவு, அத்தனை, இத்தனை, எத்தனை, அவ்வாறு, இவ்வாறு, எவ்வாறு, அத்தகைய, இத்தகைய, எத்தகைய, அப்போதைய, இப்போதைய, எப்போதைய, அப்படிப்பட்ட, இப்படிப்பட்ட, எப்படிப்பட்ட நேற்றைய, இன்றைய, நாளைய ஆகிய சொற்களின் பின் வல்லினம் மிகாது.	அவ்வளவு பெரியது, அத்தனை சிறியது, அவ்வாறு பேசினான், அத்தகைய பாடங்கள், அப்போதைய பேச்சு, அப்படிப்பட்ட காட்சி, நேற்றைய சண்டை.

	விதிகள்	எடுத்துக்காட்டுகள்
16.	இரண்டாம், மூன்றாம், நான்காம், ஐந்தாம் வேற்றுமைத் தொகைகளில் வல்லினம் மிகாது.	தமிழ் படி. (ஐ) கை தட்டு. (ஆல்) வீடு சென்றாள். (கு) கரை பாய்ந்தான். (இருந்து)
17.	நிலைமொழி உயர்திணையாய் அமையும் பெயர்த்தொகையில் வல்லினம் மிகாது.	தலைவி கூற்று. தொண்டர் படை
18.	சால, தவ, தட, குழ என்னும் உரிச்சொற்களைத் தவிர ஏனைய உரிச்சொற்களின் பின் வல்லினம் மிகாது.	உறு பொருள் நனி தின்றான். கடி காவல்
19.	அடுக்குத் தொடர், இரட்டைக் கிளவி ஆகியவற்றில் வல்லினம் மிகாது.	பார் பார் சல சல
20.	**கள்** என்னும் அஃறிணைப் பன்மை விகுதி சேரும்போது வல்லினம் மிகாது. (மிகும் என்பர் சிலர்)	கருத்துகள் பொருள்கள் வாழ்த்துகள்
21.	ஐகார வரிசை உயிர்மெய் ஓரெழுத்துச் சொற்களாய் வர, அவற்றோடு கள் விகுதி சேரும்போது வல்லினம் மிகாது.	பைகள், கைகள்

பகுபத உறுப்பிலக்கணம்

பதம் என்றால் 'சொல்' என்பது பொருளாகும். இலக்கண வகையில் சொற்கள் பெயர்ச்சொல், வினைச்சொல், இடைச்சொல், உரிச்சொல் என நான்கு வகைப்படும். பெயர்ச்சொல்லும் வினைச்சொல்லும் பிரித்துப் பொருள் தரும் நிலையில் இருப்பதால் அவை **பகுபதங்கள்** ஆகும். இடைச்சொல்லும் உரிச்சொல்லும் பிரிக்க இயலாதவை. எனவே அவை **பகாபதங்கள்** ஆகும். பெயர்ப்பகுபத சொற்களை விட வினைப்பகுதச் சொற்களே வழக்கில் மிகுதியாக உள்ளன.

ஒரு சொல்லிலுள்ள உறுப்புகளைப் பிரித்து எழுதும்போது அவை பகுபத உறுப்புகள் எனப்படும். **பகுதி, விகுதி, இடைநிலை, சந்தி, சாரியை, விகாரம்** என பகுபத உறுப்புகள் ஆறு வகைப்படும்.

ஒரு வினைப்பகுபதத்தில் பகுதியும் விகுதியும் அடிப்படை உறுப்புகளாகும். ஒரு சில சொற்களில் பகுபத உறுப்புகள் ஒன்றோ இரண்டோ குறைந்தும் வரலாம் **பகுதி, விகுதி, இடைநிலை** ஆகியவை பொருள்தரும் உறுப்புகளாகும்.

பகுதி **சொற்பொருளையும், விகுதி மற்றும் இடைநிலை ஆகியவை இலக்கணப் பொருண்மைகளையும்** தருகின்றன. இவை மூன்றும் இணையும் போது ஏற்படும் புணர்ச்சி மாற்றங்கள் **சந்தி, சாரியை, விகாரம்** ஆகும்.

பகுதி

- ஒரு சொல்லின் அடிச்சொல்லான பகுதி **முதனிலை** எனப்படுகிறது.
- விகுதி பெறாத ஏவல் வினையாக வரும்.
- மேலும் பகுதி விகுதி எனப் பிரிக்க இயலாததாய் இருக்கும்.

(எ.கா)

பாடினான் – பாடு + இன் + அன்
பாடு – பகுதி
இன் – இறந்தகால இடைநிலை
ஆன் – விகுதி

'பாடு' என்பது பகுதியாகவும் விகுதி பெறாத ஏவல் வினையாகவும் உள்ளது.

- பகுதி சில சொற்களில் ஒற்று இரட்டித்துக் காலம் காட்டும்.

விகுதி

- ஒரு வினைமுற்றின் இறுதியில் அமைத்து திணை, பால், எண், இடம் ஆகியவற்றை வெளிப்படுத்தும் உறுப்பு விகுதியாகும்.

கொடுத்தான் – கொடு + த் + த் + ஆன்
படித்தாள் – படி + த் + த் + ஆள்
நடந்தது – நட + த் (ந்) + த் + அ + து

இவற்றுள் இறுதியிலுள்ள ஆன், ஆல், து என்பவை விகுதிகளாகும்.

ஆன் – உயர்திணை ஆண்பால், ஒருமை, படர்க்கை இடம்
ஆள் – உயர்திணை பெண்பால், ஒருமை, படர்க்கை இடம்
து – அஃறிணை, ஒன்றன்பால், படர்க்கை இடம்

வியங்கோள், தொழிற்பெயர், பெயரெச்சம், வினையெச்சம் போன்ற பல்வேறு இலக்கணப் பொருண்மைகளை உணர்த்தவும் விகுதி பயன்படுகிறது.

(எ.கா) எழுதுக – எழுது + க (வியங்கோள்)
செய்தல் – செய் + தல் (தொழிற்பெயர்)
உரைத்த – உரை + த் + த் + அ (பெயரெச்சம்)
படித்து – படி + த் + த் + உ (வினையெச்சம்)

தன்மை ஒருமை வினைமுற்று விகுதிகள்	என், ஏன், அல், அன், கு, டு, து, று
தன்மைப் பன்மை வினைமுற்று விகுதிகள்	எம், ஏம், அம், ஆம், ஓம், கும், டும், தும், றும்
முன்னிலை ஒருமை வினைமுற்று விகுதிகள்	ஐ, ஆய், இ
முன்னிலைப் பன்மை வினைமுற்று விகுதிகள்	இர், ஈர், மின்
படர்க்கை ஆண்பால் வினைமுற்று விகுதிகள்	அன், ஆன்
படர்க்கைப் பெண்பால் வினைமுற்று விகுதிகள்	அள், ஆள்
படர்க்கைப் பலர்பால் வினைமுற்று விகுதிகள்	அர், ஆர், ப, மார், கள்
படர்க்கை ஒன்றன்பால் வினைமுற்று விகுதிகள்	து, று, டு
படர்க்கைப் பலவின்பால் வினைமுற்று விகுதிகள்	அ, ஆ
வியங்கோள் வினைமுற்று விகுதிகள்	க, இய, இயர்
தெரிநிலைப் பெயரெச்ச விகுதிகள்	அ, உம்
தெரிநிலை வினையெச்ச விகுதிகள்	உ, இ

இடைநிலை

- பகுதிக்கும் விகுதிக்கும் இடையில் தோன்றும் உறுப்பு இடைநிலை ஆகும்.
- வினைப் பகுபதத்தில் வரும் இடைநிலையானது கால இடைநிலை, எதிர்மறை இடைநிலை என இருவகைப்படும்.
- பெயர்ப் பகுபதத்தில் வரும் இடைநிலை பெயர் இடைநிலை ஆகும்.

கால இடைநிலைகள்

இறந்தகால இடைநிலைகள்	த், ட், ற், இன்
நிகழ்கால இடை நிலைகள்	கிறு, கின்று, ஆநின்று
எதிர்கால இடைநிலைகள்	ப், வ்

(எ.கா)

செய்தான் – செய் + த் + ஆன் (இறந்தகால இடைநிலை)
செய்கிறான் – செய் + கிறு + ஆன் (நிகழ்கால இடைநிலை)
செய்வான் – செய் + வ் + ஆன் (எதிர்கால இடைநிலை)

எதிர்மறை இடைநிலைகள்

ஆ, அல், இல் ஆகியவை எதிர்மறை இடைநிலைகளாகும்.

'ஆ' என்னும் எதிர்மறை இடைநிலைக்கு அடுத்து உயிர்மெய் வரின் கெடாமல் வரும். உயிரெழுத்து வரின் தன் பொருளை நிறுவிக் கெட்டு வரும்.

(எ.கா)

ஓடாது – ஓடு + ஆ + து (உயிர்மெய்)
பேசான் – பேசு + (ஆ) + ஆன் (உயிர்)
காணலன் – காண் + அல் + அன்
எழுதிலன் – எழுது + இல் + அன்

பெயர் இடைநிலைகள்

ஆக்கப் பெயர்ச்சொல்லின், பெயர்ப்பகுதியை விகுதியோடு இணைப்பதற்கு வரும் இடைநிலை பெயர் இடைநிலை ஆகும். ச், ஞ், ந், த், வ் ஆகிய மெய்கள் பெயர் இடைநிலைகளாகும்.

(எ.கா)

தமிழச்சி – தமிழ் + அ + ச் + ச் + இ
இளைஞர் – இளை + ஞ் + அர்
ஓட்டுநர் – ஓட்டு + ந் + அர்
ஒருத்தி – ஒரு + த் + த் + இ
மூவர் – மூன்று + வ் + அர்

சந்தி

- சந்தி என்பது **புணர்ச்சி** ஆகும்.
- பகுதி, விகுதி, இடைநிலை ஆகிய பகுபத உறுப்புகள் புணரும் போது இடையில் தோன்றும் உறுப்பு 'சந்தி' ஆகும்.
- பகுதிக்கும் இடைநிலைக்கும் இடையில் சந்தி வருவது பெருவழக்காகும்.
- புணர்ச்சியின் போது தோன்றும் விகாரங்கள் **தோன்றல், திரிதல், கெடுதல்** ஆகியனவாகும்.

- பெரும்பாலும் த், ப், க் ஆகியவற்றுள் ஏதேனும் ஒன்று சந்தியாக அமையும்.
- உடம்படுமெய்கள் (ய், வ்) சந்தியாக வருவதுண்டு.

(எ.கா)

அசைத்தான் – அசை + த் + த் + அன்
படிக்கிறார் – படி + க் + கிறு + ஆர்
காப்பார் – கா + ப் + ப் + ஆர்
வணங்கிய – வணங்கு இ(ன்) + ய் + அ.

சாரியை

- பகுதியோடு இடைநிலையும் இடைநிலையோடு விகுதியும் பொருத்தமாகச் சார்ந்து இயைய வரும் உறுப்பு சாரியை ஆகும்.
- பெரும்பாலும் சாரியை இடைநிலக்கும் விகுதிக்கும் இடையில் வரும்.

  (எ.கா) பார்த்தனன் – பார் + த் + த் + அன் + அன்
- சந்தி வரவேண்டிய இடத்தில் உயிர்மெய் எழுத்து வந்தால் அதனைச் சாரியை எனக் குறிப்பிட வேண்டும்.

  (எ.கா) தருகுவென் – தா(தரு) + கு + வ் + என்
- சாரியைக்குப் பொருள் இல்லை
- 'அன்' என்பது விகுதியாக வரும்போது 'அன்' என்பதே சாரியையாக வரும்.
- ஆன், ஆள், ஆர் ஆகிய விகுதிகள் வரும்போது 'அன்' சாரியையாக வராது.

விகாரம்

- பகுதி, விகுதி, இடைநிலை ஆகியவை புணரும் போது அவற்றின் வடிவத்தில் ஏற்படும் மாற்றம் விகாரம் ஆகும்.
- ஓர் எழுத்து மற்றோர் எழுத்தாகத் திரிந்தும் கெட்டும் நெடில் குறிலாகவும் மாற்றம் பெறும்.

(எ.கா)

நின்றான் – நில் (ன்) + ற் + ஆன் ('ல்' 'ன்' ஆகத் திரிந்தது).
வணங்கிய – வணங்கு + இ(ன்) + ய் + அ (இன்) என்னும் இடைநிலையில் னகரம் கெட்டது).
கண்டான் – காண் (கண்) + ட் + ஆன் (காண் என்னும் பகுதி 'கண்' எனக் குறுகியது).
எழுதினோர் – எழுது + இன் + ஓர் (ஆர்) ('ஆர்' எனும் விகுதி 'ஓர்' என நின்றது).

ஒட்டுநிலை மொழி

தமிழ் ஓர் ஒட்டுநிலை மொழி. ஓரெழுத்து ஒரு மொழிச் சொற்கள். இருப்பினும் தமிழில் உள்ள எல்லா எழுத்துகளும் சொல்லாவதில்லை. ஒன்றுக்கும் மேற்பட்ட எழுத்துகள் சேர்ந்தே சொல்லாகின்றன. அவ்வாறு புதிது புதிதாகச் சொற்கள் தோன்றுவதற்கு ஒரு மொழியியல் நுட்ப அடிப்படை உள்ளது. அம்மொழியியல் நுட்ப அடிப்படையே பகுபத உறுப்புகள் ஆகும். பகுதி ஒரு மொழியின் அடிப்படை வேர்ச்சொல்லாகும். புதிய சொல்லாக்கத்திற்கு வேர்ச்சொற்களின் வருகை மற்றும் அவற்றின் சேர்க்கை பற்றிய மொழியியல் நுட்ப அறிவு இன்றியமையாதது.

திணை, பால், எண், இடம் உணர்த்தும் சிறப்புள்ள மொழி தமிழ்மொழி. இச்சிறப்புக்குக் காரணம் சொல்லின் விகுதி ஆகும். இவ்வாறு வேறு வேறு உறுப்புகளை

இணைத்துச் சொற்களை உருவாக்க முடியும். இச்சொற்களை வேண்டும்போது பிரித்துக் கொள்ளலாம். மறுபடியும் சேர்த்துக் கொள்ளலாம். பிரித்தாலும் சேர்த்தாலும் பொருள் மாறாது.

எழுத்துப்பேறு

❒ பகுபத உறுப்புகளில் 'அடங்காமல் ஏழாவது உறுப்பாக அமையும்' புறத்துறுப்பு 'எழுத்துப்பேறு' எனப்படும்.

❒ சாரியை வரவேண்டிய இடத்தில் புள்ளி பெற்ற எழுத்து உயிர் ஏற இடமளித்து வந்தால் அஃது எழுத்துப் பேறு எனப்படும்.

❒ இதில் விகுதி தனியே வராமல் துணை எழுத்தைப் பெற்று வரும்.

❒ இது காலம் காட்டாது.

(எ.கா) பாடுதி – பாடு + த் + இ

மொழியாதான் – மொழி + ய் + ஆ + த் + ஆன்

பகுபத உறுப்பிலக்கணம்

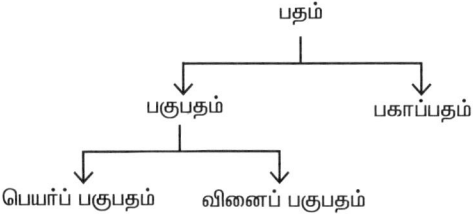

பகுபத உறுப்புகள் : (6)

1.	பகுதி (முதனிலை)	சொல்லின் முதலில் நிற்கும் ; பகாப்பதமாக அமையும் ; வினைச்சொல்லில் ஏவலாகவும் பெயர்ச்சொல்லில் அறுவகைப் பெயராகவும் அமையும்.
2.	விகுதி (இறுதிநிலை)	சொல்லின் இறுதியில் நின்று திணை, பால், எண், இடம் காட்டும்.
3.	இடைநிலை	பகுதிக்கும் விகுதிக்கும் இடையில் நின்று காலம் காட்டும்.
4.	சந்தி	பகுதியையும் பிற உறுப்புகளையும் இணைக்கும்; பெரும்பாலும் பகுதிக்கும் இடைநிலைக்கும் இடையில் வரும்.
5.	சாரியை	பகுதி, விகுதி, இடைநிலைகளைச் சார்ந்து வரும். பெரும்பாலும் இடைநிலைக்கும் விகுதிக்கும் இடையில் வரும்.
6.	விகாரம்	தனி உறுப்பு அன்று ; மேற்கண்ட 5 பகுபத உறுப்புகளில் ஏற்படும் மாற்றம்.

பகுதி

ஊரன்	ஊர்	**மடித்தார்**	மடி
நடிகன்	நடி	**பார்த்தான்**	பார்
வரைந்தான்	வரை	**மகிழ்ந்தாள்**	மகிழ்

விகுதி

படித்தான்	ஆன் – ஆண்பால் வினைமுற்று விகுதி	அன், ஆன்
பாடுகிறாள்	ஆள் – பெண்பால் வினைமுற்று விகுதி	அள், ஆள்
பெற்றார்	ஆர் – பலர்பால் வினைமுற்று விகுதி	அர், ஆர்
நீந்தியது	து – ஒன்றன்பால் வினைமுற்று விகுதி	து, று
ஓடின	அ – பலவின்பால் வினைமுற்று விகுதி	அ, ஆ
சிரிக்கிறேன்	ஏன் – தன்மை ஒருமை வினைமுற்று விகுதி	என், ஏன்
உண்டோம்	ஓம் – தன்மைப் பன்மை வினைமுற்று விகுதி	அம், ஆம், எம், ஏம், ஓம்
செய்தாய்	ஆய் – முன்னிலை ஒருமை வினைமுற்று விகுதி	ஐ, ஆய், இ
பாரீர்	ஈர் – முன்னிலைப் பன்மை வினைமுற்று விகுதி	இர், ஈர்
அழகிய, பேசும்	அ, உம் – பெயரெச்ச விகுதிகள்	அ, உம்
வந்து, தேடி	உ, இ – வினையெச்ச விகுதிகள்	உ, இ
வளர்க	க – வியங்கோள் வினைமுற்று விகுதி	க, இய, இயர்
முளைத்தல்	தல் – தொழிற்பெயர் விகுதி	தல், அல், ஐ, கை, சி, பு..........

இடைநிலைகள்

வென்றார்	ற் – இறந்தகால இடைநிலை	த், ட், ற், இன்
உயர்கிறான்	கிறு – நிகழ்கால இடைநிலை	கிறு, கின்று, ஆநின்று
புகுவான், செய்கேன்	வ், க் – எதிர்கால இடைநிலைகள்	ப், வ், க்
பறிக்காதீர்	ஆ – எதிர்மறை இடைநிலை	இல், அல், ஆ
மகிழ்ச்சி, அறிஞன்	ச், ஞ் – பெயர் இடைநிலைகள்	ஞ், ந், வ், ச், த்

சந்தி

உறுத்தும்	த் – சந்தி	த், ப், க்
பொருந்திய	ய் – உடம்படுமெய் சந்தி	ய், வ்

சாரியை

நடந்தனன்	அன் – சாரியை	அன், ஆன், இன், அல், அற்று, இற்று, அத்து, அம், தம், நம், நும், ஏ, அ, உ, ஐ, கு, ன்

எழுத்துப்பேறு

பகுபத உறுப்புகளுள் அடங்காமல் பகுதி, விகுதிக்கு நடுவில் காலத்தை உணர்த்தாமல் வரும் மெய்யெழுத்து எழுத்துப்பேறு ஆகும். பெரும்பாலும் 'த்' மட்டுமே வரும். சாரியை இடத்தில் 'த்' வந்தால் அது எழுத்துப்பேறு ஆகும்.

(எ.கா.) வந்தனன் – வா(வ) + த்(ந்) + த் + அன் + அன்

வா – பகுதி 'வ' எனக் குறுகியது விகாரம் ;

த் – சந்தி ('ந்' ஆனது விகாரம்) ;

த் – இறந்தகால இடைநிலை ;
அன் – சாரியை ;
அன் – ஆண்பால் வினைமுற்று விகுதி
செய்யாதே – செய் + ய் + ஆ + த் + ஏ
செய் – பகுதி ; ய் + சந்தி ;
ஆ – எதிர்மறை இடைநிலை ; த் – எழுத்துப்பேறு;
ஏ – முன்னிலை ஒருமை வினைமுற்று விகுதி

பொருள்கோள்

செய்யுளில் உள்ள சொற்களைப் பொருளுக்கு ஏற்றவாறு சேர்த்தோ மாற்றியோ பொருள் கொள்ளும் முறைக்குப் 'பொருள்கோள்' என்று பெயராகும். இது எட்டு வகைப்படும்.

1. ஆற்றுநீர்ப் பொருள்கோள், 2. மொழிமாற்றுப் பொருள்கோள், 3. நிரல்நிறைப் பொருள்கோள், 4. விற்பூட்டுப் பொருள்கோள், 5. தாப்பிசைப் பொருள்கோள், 6. அளைமறிபாப்புப் பொருள்கோள், 7. கொண்டுகூட்டுப் பொருள்கோள், 8. அடிமறிமாற்றுப் பொருள்கோள் ஆகியன.

1. ஆற்றுநீர்ப் பொருள்கோள்

"மற்றைய நோக்காது அடிதொறும் வான்பொருள்
அற்று அற்று ஒழுகும் அஃது யாற்றுப் புனலே"   –நன்னூல்:412

விளக்கம்: பாடலின் தொடக்கம் முதல் முடிவு வரை ஆற்றுநீரின் போக்கைப் போல் நேராகவே பொருள் கொள்ளுமாறு அமைந்தால் அது 'ஆற்றுநீர்ப் பொருள்கோள்' ஆகும்.

(எ.கா)

சொல்லரும் சூல்பசும் பாம்பின் தோற்றம் போல்
மெல்லவே கருஇருந்து ஈன்று மேலலார்
செல்வமே போல்தலை நிறுவித் தேர்ந்த நூல்
கல்விசேர் மாந்தரின் இறைஞ்சிக் காய்த்தவே   –சீவகசிந்தாமணி

'நெல்' என்னும் எழுவாய் அதன் தொழில்களான இருந்து, ஈன்று, நிறுவி, இறைஞ்சி என்னும் வினையெச்சங்களைப் பெற்றுக் 'காய்த்தவே' என்னும் பயனிலையைக் கொண்டு முடிந்தது.

2. நிரல்நிறைப் பொருள்கோள்

ஒரு செய்யுளில் சொற்கள் முறை பிறழாமல் நிரல் நிறையாக (வரிசையாக) அமைந்து வருவது 'நிரல்நிறைப் பொருள்கோள்' ஆகும்.

முறை நிரல்நிறைப் பொருள்கோள்

ஒரு செய்யுளில் எழுவாயாக அமையும் பெயர்ச்சொற்கள் அல்லது வினைச் சொற்களை வரிசையாக நிறுத்தி, அவை ஏற்கும் பயனிலைகளை அவ்வரிசைப்படியே நிறுத்திப் பொருள் கொள்ளுதல் ஆகும்.

(எ.கா) அன்பும் அறனும் உடைத்தாயின் இல்வாழ்க்கை
  பண்பும் பயனும் அது.   - குறள் : 45

அன்பும் → பண்பும்
அறனும் → பயனும்

அன்புக்குப் பண்பும் அறனுக்குப் பயனும் நிரல்நிறையாக அமைந்தன.

எதிர் நிரல்நிறைப் பொருள்கோள்

ஒரு செய்யுளில் எழுவாய்களை வரிசைப்படுத்தி அவை ஏற்கும் பயனிலைகளை எதிர் எதிராக நிறுத்தி பொருள்கொள்ளுதல் ஆகும்.

(எ.கா) விலங்கொடு மக்கள் அனையர் இலங்குநூல்
கற்றாரோடு ஏனை யவர். **- குறள் 410**

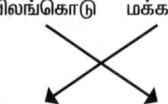

விலங்கொடு → ஏனையவர் (கல்லாதவர்)
மக்கள் → கற்றாரோடு

விலங்குக்கு கல்லாதவரும் மக்களுக்கு கற்றாரும் நிரல்நிறையாக அமைந்தன.

முறைநிரல்நிறைப் பொருள்கோள்
செய்யுளில் எழுவாயாக அமையும் பெயர்ச்சொற்கள் அல்லது வினைச் சொற்களை வரிசையாக நிறுத்தி அவை ஏற்கும் பயனிலைகளையும் அவ்வரிசைப்படியே நிறுத்தி பொருள் கொள்ளுதல் ஆகும்.
(எ.கா): அன்பும் அறனும் உடைத்தாயின் இல்வாழ்க்கை   ***பண்பும் பயனும் அது.***
அன்பு → பண்பு   அறன் — பயன்

எதிர்நிரல்நிறைப் பொருள்கோள்
செய்யுளில் எழுவாய்களை வரிசைப்படுத்தி அவை ஏற்கும் பயனிலைகளை எதிர் எதிராகக் கொண்டு பொருள் கொள்ளுதல் ஆகும்.
(எ.கா):   ***விலங்கொடு மக்கள் அனையர் இலங்குநூல்***   ***கற்றாரோடு ஏனை யவர்.***
விலங்கு → ஏனையோர்   மக்கள் → கற்றார்

3. கொண்டுகூட்டுப் பொருள்கோள்

யாப்படி பலவினுங் கோப்புடை மொழிகளை
ஏற்புழி இசைப்பது கொண்டு கூட்டே **- நன்னூல் 417**

விளக்கம் : ஒரு செய்யுளிள் பல அடிகளில் சிதறிக் கிடக்கும் சொற்களைப் பொருளுக்கு ஏற்றவாறு ஒன்றோடொன்று கூட்டிப் பொருள் கொள்வது ஆகும்.

(எ.கா) ஆலத்து மேல குவளை குளத்துள
வாலின் நெடிய குரங்கு **- மயிலைநாதர் உரை.**

"ஆலத்து மேல வாலின் நெடிய குரங்கு" எனவும் "குளத்துள குவளை" எனவும் பொருள் கொள்ள வேண்டும்.

மொழிமாற்றுப் பொருள்கோள்

ஏற்ற பொருளுக்கு இயைபு மொழிகளை
மாற்றி ஓரடியுள் வழங்கல் மொழிமாற்றே (நன். 413)

கருதிய பொருளுக்குப் பொருந்திய மொழிகளை ஓரடியுள்ளே மாற்றிச் சொல்வது மொழி மாற்றாகும்.

(எ.கா) **''சுரைஆழ அம்மி மிதப்ப வரையனைய**
யானைக்கு நீத்து முயற்கு நிலையென்ப
கானக நாடன் சுனை''

இப்பாட்டினுள் முதல் அடியில் 'சுரை' என்பதற்கு 'மிதப்ப' என்பதையும் 'அம்மி' என்பதற்கு 'ஆழ' என்பதையும் இரண்டாம் அடியுள் 'யானைக்கு' என்பதற்கு 'நிலை' என்பதையும் 'முயற்கு' என்பதற்கு நீத்து என்பதையும் கூட்டிப் பொருள் கொள்ள வேண்டும். இங்ஙனம் ஓரடியுள் உள்ள சொற்களை மாற்றிப் பொருள் கொள்வதால் இது மொழி மாற்றுப் பொருள்கோளாகும். இதனை 'சுண்ண மொழிமாற்று' எனவும் கூறுவர்.

பூட்டுவிற் பொருள்கோள்

எழுவா யிறுதி நிலைமொழி தம்முட்
பொருள் நோக்குடையது பூட்டு வில்லாகும் (நன். 415)

செய்யுளின் முதலினும் ஈற்றினும் நின்ற மொழிகள் தம்மிற் பொருள் நோக்கி நிற்பது பூட்டுவிற் பொருள்கோளாகும்.

வில்லின் இருமுனைகளையும் இணைத்துக் கட்டுதல் போலச் செய்யுளின் முதலில் அமைந்துள்ள சொல்லும், இறுதியில் அமைந்துள்ள சொல்லும் பொருள்படப் பொருத்துவது பூட்டுவிற் பொருள்கோள் ஆகும். இதனை 'விற்பூட்டுப் பொருள்கோள்' என்றும் கூறுவர்.

(எ.கா): **நெருநல் உளன்ஒருவன் இன்றில்லை என்னும்**
பெருமை உடைத்திவ் வுலகு

இக்குறளில் 'நெருநல்' என்னும் முதல் சொல் 'கதவு' என்னும் இறுதிச் சொல்லோடு பொருள் கொள்கிறது.

(எ.கா): **''திறந்திடுமின் தீயவை பிற்காண்டு மாதர்**
இறந்து படிற்பெரிதா மேதம் - உறந்தையர்கோன்
தண்ஆர மார்பின் தமிழர் பெருமானைக்
கண்ஆரக் காணக் கதவு''

இதில் முதற்கண் உள்ள திறந்திடுமின் என்பது இறுதியிலுள்ள கதவு என்ற சொல்லுடன் முடியும். அதாவது, கதவு திறந்திடுமின் என்று பொருள்படும். இங்ஙனம் வந்தமையால் இது பூட்டுவில் பொருள்கோளாகும்.

தாப்பிசைப் பொருள்கோள்

"இடைநிலை மொழியே யேனையீ ரிடத்தும்
நடந்து பொருளை நண்ணுதல் தாப்பிசை" (நன். 416)

ஒரு செய்யுளின் இடையில் நின்ற சொல் முதலினும் ஈற்றினும் சென்று பொருள் கொள்வது தாப்பிசைப் பொருள்கோளாகும்.

தாம்பு + இசை – தாப்பிசை. ஊஞ்சல் கயிறு அசைதல் போல செய்யுளின் நடுவில் அமைந்துள்ள சொல் செய்யுளின் முதலிலும் இறுதியிலும் அமைந்திருக்கும் சொற்களுடன் பொருந்திப் பொருளைத் தரும்.

(எ.கா): **இறந்தார் இறந்தார் அனையர் சினத்தைத்**
துறந்தார் துறந்தார் துணை

'சினத்தை' என்ற சொல்லை நடுவில் அமைத்து சினத்தை உடையவர் இறந்தார் அனையர் என்றும் சினத்தைத் துறந்தார் துணை என்றும் அமைத்துப் பொருள் கொள்ளுதல் வேண்டும்.

(எ.கா): **"உண்ணாமை உள்ளது உயிர்நிலை ஊன் உண்ண**
அண்ணாத்தல் செய்யாது அளறு"

இதில் 'ஊன்' என இடையில் நின்ற சொல் 'ஊன் உண்ணாமை' என முன்னும் 'ஊன் உண்ண' எனப் பின்னும் சென்று கூடுதலால் இது தாப்பிசைப் பொருள்கோளாகும்.

அளைமறி பாப்புப் பொருள்கோள்

"செய்யுள் இறுதி மொழியிடை முதலினும்
எய்திய பொருள்கோள் அளைமறி பாப்பே" (நன்- 417)

செய்யுளின் இறுதியில் நின்றதோர் சொல், அச்செய்யுளின் இடையிலும் பின்னர் முதலிலும் சென்று இயைந்து பொருள் தருவது அளைமறி பாப்புப் பொருள்கோளாகும்.

பாம்பு, புற்றில் தலைவைத்து நுழையும் போது, தலை மேலாகவும், உடல் அடுத்தும் செல்வது போலச் செய்யுளின் இறுதியிலிருந்து சொற்களை எடுத்து முதலில் வைத்துக் கூட்டிப் பொருள் கொள்வது அளைமறிப் பாப்புப் பொருள்கோளாகும்.

அளை – புற்று ; பாப்பு – பாம்பு

(எ.கா) : **தாழ்ந்த உணர்வினராய்த் தாள் உடைந்து**
தண்டூன்றித் தளர்வார் தாமும்
சூழ்ந்த வினையாக்கை சுடவிளிந்து
நாற்கதியில் சுழல்வார் தாமும்
மூழ்ந்த பிணிநலிய முன்செய்த
வினைஎன்றே முனிவார் தாமும்
வாழ்ந்த பொழுதினே வான்எய்து
நெறிமுன்னி முயலா தாரே

இதில் 'வாழ்ந்த பொழுதினே வான் எய்து நெறிமுன்னி முயலாதாரே' என்ற தொடர் மூழ்ந்த பிணி நலிய முன் செய்த வினையென்றே முனிவார், சூழ்ந்த வினையாக்கை சுடவிளிந்து நாற்கதியில் சுழல்வார், தாழ்ந்த உணர்வினராய்த் தாள் உடைந்து தண்டூன்றித் தளர்வார் என்று இறுதியில் நின்ற பொருள் தலைகீழாய் இடையிலும் முதலிலும் சென்று இயைந்தது. எனவே இஃது அளைமறிபாப்புப் பொருள்கோளாகும்.

யாப்பிலக்கணம்

கவிதை இயற்றும் முறைகளைக் கூறும் இலக்கணமே **யாப்பிலக்கணம்** ஆகும்.

யாப்பின் ஆறு உறுப்புகள் : எழுத்து, அசை, சீர், தளை, அடி, தொடை

எழுத்து : யாப்பிலக்கண அடிப்படையில் எழுத்துகள் **குறில், நெடில், ஒற்று** என மூன்று வகைப்படும்.

அசை : எழுத்துகளால் ஆனது **'அசை'** எனப்படும். ஓரெழுத்தோ, இரண்டெழுத்தோ நிற்பது அசை ஆகும். இது **நேரசை, நிரையசை** என இரு வகைப்படும். அசைப் பிரிப்பில் ஒற்றெழுத்தைக் கணக்கிடுவதில்லை.

நேரசை		நிரையசை	
தனிக்குறில்	ப	இரு குறில்	அணி
தனிக்குறில், ஒற்று	பல்	இரு குறில், ஒற்று	அணில்
தனிநெடில்	பா	குறில், நெடில்	விழா
தனிநெடில், ஒற்று	பால்	குறில், நெடில், ஒற்று	விழார்

சீர்

- ஒன்று அல்லது ஒன்றுக்கும் மேற்பட்ட அசைகளின் சேர்க்கை **சீர்** ஆகும். இது நான்கு வகைப்படும்.
- இதுவே **பாடலின் ஓசைக்கு** அடிப்படையாய் அமையும்.

நேர் என்பதோடு உகரம் சேர்ந்து **நேர்பு** என்னும் அசையும், நிரை என்பதோடு உகரம் சேர்ந்து **நிரைபு** என்னும் அசையும் வெண்பாவின் இறுதியில் அமையும்.

ஓரசைச் சீர்

அசை	வாய்பாடு
நேர்	நாள்
நிரை	மலர்
நேர்பு	காசு
நிரைபு	பிறப்பு

ஈரசைச் சீர்

அசை	வாய்பாடு	
நேர் நேர்	தேமா	மாச்சீர்
நிரை நேர்	புளிமா	
நேர் நிரை	கூவிளம்	விளச்சீர்
நிரை நிரை	கருவிளம்	

மூவசைச் சீர்

காய்ச்சீர்		கனிச்சீர்	
அசை	வாய்பாடு	அசை	வாய்பாடு
நேர் நேர் நேர்	தேமாங்காய்	**நேர் நேர் நிரை**	தேமாங்கனி
நிரை நேர் நேர்	புளிமாங்காய்	**நிரை நேர் நிரை**	புளிமாங்கனி
நேர் நிரை நேர்	கூவிளங்காய்	**நேர் நிரை நிரை**	கூவிளங்கனி
நிரை நிரை நேர்	கருவிளங்காய்	**நிரை நிரை நிரை**	கருவிளங்கனி

- ஈரசைச் சீர்களுக்கு '**இயற்சீர்**' '**ஆசிரிய உரிச்சீர்**' என்னும் வேறுபெயர்களும் உள்ளன.
- காய்ச் சீர்கள் '**வெண்சீர்கள்**' எனப்படும்.

நாலசைச் சீர்கள்

மூவகைச் சீர்களை அடுத்து நேரசையோ அல்லது நிரையசையோ சேர்கின்ற போது நாலசைச் சீர்கள் தோன்றும்.

தளை

பாடலில் நின்ற சீரின் ஈற்றசையும் அதனையடுத்து வரும் சீரின் முதல் அசையும் பொருந்துதல் '**தளை**' எனப்படும். இது ஒன்றியும் ஒன்றாமலும் வரும். இது ஏழுவகைப்படும்.

1.	மா முன் நேர்	நேரொன்றா ஆசிரியத்தளை
2.	விளம் முன் நிரை	நிரையொன்றா ஆசிரியத்தளை
3.	மா முன் நிரை விளம் முன் நேர்	இயற்சீர் வெண்டளை
4.	காய் முன் நேர்	வெண்சீர் வெண்டளை
5.	காய் முன் நிரை	கலித்தளை
6.	கனி முன் நிரை	ஒன்றிய வஞ்சித்தளை
7.	கனி முன் நேர்	ஒன்றா வஞ்சித்தளை

அடி

இரண்டும் இரண்டிற்கு மேற்பட்ட சீர்களும் தொடர்ந்து வருவது **அடி** எனப்படும்.

குறளடி	இரண்டு சீர்களைக் கொண்டது
சிந்தடி	மூன்று சீர்களைக் கொண்டது
அளவடி	நான்கு சீர்களைக் கொண்டது
நெடிலடி	ஐந்து சீர்களைக் கொண்டது
கழிநெடிலடி	ஆறு சீர்கள் அல்லது அதற்கு மேற்பட்ட சீர்களைக் கொண்டது.

தொடை

தொடை – தொடுத்தல். பாடலின் அடிகளிலோ, சீர்களிலோ எழுத்துகள் ஒன்றிவரத் தொடுப்பது **தொடை** ஆகும். மோனை, எதுகை, இயைபு, அளபெடை, முரண், இரட்டை, அந்தாதி, செந்தொடை என்று எட்டு வகைகளாகத் தொடை அமைகிறது.

1. மோனைத் தொடை

ஒரு பாடலில் அடிகளிலோ சீர்களிலோ **முதலெழுத்து** ஒன்றி வருவதாகும்.

(எ.கா.) ஒற்றொற்றித் தந்த பொருளையும் மற்றுமோர்
ஒற்றினால் ஒற்றிக் கொளல்.

2. எதுகைத் தொடை

அடிகளிலோ, சீர்களிலோ முதலெழுத்து அளவொத்து நிற்க, இரண்டாம் எழுத்து ஒன்றியமைவதாகும்.

(எ.கா.) திறனல்ல தற்பிறர் செய்யினும் நோநொந்து
அறனல்ல செய்யாமை நன்று.

3. இயைபுத் தொடை

அடிகள்தோறும் இறுதி **எழுத்தோ, அசையோ, சீரோ, அடியோ** ஒன்றியமைவதாகும்.

(எ.கா.) வானரங்கள் கனிகொடுத்து மந்தியொடு கொஞ்சும்
மந்தி சிந்து கனிகளுக்கு வான்கவிகள் கெஞ்சும்

பாவகை மற்றும் அலகிடுதல்

சங்கம் மருவிய காலத்திலிருந்து வெண்பா இலக்கியங்கள் பெருகத் தொடங்கின. நீதி இலக்கியங்கள் வெண்பா வடிவத்திலேயே பெரும்பாலும் தோன்றின. அறங்கள் மனிதர் மனத்தில் நின்று நிலைக்கவேண்டியவை. அறங்களை வெண்பாவில் தந்தால் மறந்துவிடாமல் நினைவில் வைக்க ஏதுவாக இருக்கும். அதனால் அறம் வலியுறுத்தப்பட்ட சங்கம் மருவிய காலத்தில் வெண்பா யாப்பு செல்வாக்கு பெற்றது. சொல்லுதலை (செப்பல்) அடிப்படையாகக் கொண்டு தோன்றியது வெண்பாவாகும். ஆகவே, இது செப்பலோசை உடையதாயிற்று.

வெண்பா எழுதும் முறை

வெண்பா எழுவதற்கென பொதுவான சில இலக்கணங்கள் உள்ளன. ஏனைய பாக்களைவிட வரையறுத்த இலக்கணக் கட்டுக்கோப்பு உடையது வெண்பா இதனாலேயே வெண்பாவை **வன்பா** என்பார்கள்.

வெண்பா வெண்டளையால் அமையவேண்டும் என்பது இன்றியமையாத விதி. வெண்பாவிற்கான தளையே வெண்டளை. இத்தளை இயற்சீர் வெண்டளை, வெண்சீர் வெண்டளை என இரண்டு வகைப்படும்.

தளைத்தல் என்பதற்குக் கட்டுதல், பிணித்தல் என்று பொருள். சீர்கள் வெண்டளையால் கட்டுக்குலையாதபடியாக்கப்படுவது வெண்பா. ம முன் நிரை – விளம் முன் நேர் – காய் முன் நேர் என்பது வெண்பாவிற்கான எளிய தளை இலக்கணம்.

வெண்பாவிற்கான இலக்கணம்

1. இயற்சீர் வெண்டளை வெண்சீர் வெண்டளை பிறழாது பா அமையவேண்டும்.
2. ஈற்றடி முச்சீராகவும் ஏனையவை நாற்சீராகவும் இருக்கும்.
3. ஈரசைச்சீர்கள் மாச்சீரும் விளச்சீரும் (தேமா, புளிமா, கூவிளம், கருவிளம்) மூவசைச்சீரில் காய்ச்சீரும் (தேமாங்காய், புளிமாங்காய், கூவிளங்காய், கருவிளங்காய்) வரும்.
4. ஈற்றுச்சீர் நாள், மலர், காசு, பிறப்பு ஆகிய வாய்பாடுகளுள் ஒன்றைக் கொண்டு முடியும்.

வெண்பாக்கள் குறல்வெண்பா, நேரிசைவெண்பா, இன்னிசை வெண்பா, நேரிசைச் சிந்தியல் வெண்பா, இன்னிசைச் சிந்தியல் வெண்பா, பஃறொடை வெண்பா, கலிவெண்பா என எழுவகைப்படும்.

நேரிசை வெண்பா – இன்னிசை வெண்பா

நாற்சீர் – முச்சீர் – இடையிலே தனிச்சீர் என்று இதன் இலக்கணத்தைச் சுருக்கமாகச் சொல்லலாம். இரண்டு நாற்சீர் முச்சீருக்கு இடையில், இரண்டாவது அடியின் ஈற்றுச் சீராகத் தனியே ஒரு சீர் ஒரு சிறு கோடிட்டு எழுதப்படும். இதனையே தனிச்சீர் என்பர். பாட்டின் முதற்சீருக்குரிய எதுகை இந்தத் தனிச்சீருக்கும் இருக்கும்.

எட்டெடை செம்பில் இரண்டெடை ஈயமிடில்
திட்டமாய் வெண்கலமாம் சேர்ந்துருக்கில் – இட்டமுடன்
ஓரேழு செம்பில் ஒருமூன்று துத்தமிடில்
பாரறியப் பித்தளையாம் பார்.

நான்கு – மூன்று – தனிச்சீர் – நான்கு – மூன்று சீர்கள் என்கிற முறையில் நேரிசை வெண்பா எழுதப்படும்.

கீழ்வரும் பாடலில் நேரிசை வெண்பா இலக்கணம் பொருந்துதலைக் காணலாம்.

"ஆழ வமுக்கி முகக்கினும் மாழ்கடனீர்	தேமா புளிமா கருவிளம் கூவிளங்காய்
நாழி முகவாது நானாழி–தோழி	தேமா புளிமாங்காய் தேமாங்காய் – தேமா
நிதியுங் கணவனும் நேர்படினுந் தந்தம்	புளிமா கருவிளம் கூவிளங்காய் தேமா
விதியின் பயனே பயன்"	புளிமா புளிமா மலர்

இந்த வெண்பாவில் முதல் இரண்டடியும் ஒரெதுகையாகவும் பின் இரண்டடியும் ஒரெதுகையாகவும் உள்ளன. இதுவும் நேரிசை வெண்பாவின் இலக்கணங்களில் ஒன்று. நான்கடியும் ஒரெதுகையாகவும் வரும்.

இன்னிசை வெண்பா

நேரிசை வெண்பாவில் இரண்டாமடியில் தனிச்சீர் வரும். தனிச்சீரில்லாமல் நான்கு சீரோடு அமைக்கப்படுபவை இன்னிசை வெண்பா.

இம்மை பயக்குமால் ஈயக் குறைவின்றால்
தம்மை விளக்குமால் தாமுளராக் கேடின்றால்
எம்மை உலகத்தும் யாம்காணேம் கல்விபோல்
மம்மர் அறுக்கும் மருந்து

எடுத்துக்காட்டப்பட்டுள்ள வெண்பாக்கள், வெண்டளை பிறழாமல் பாடப்பட்டுள்ளதைக் காணலாம். முதல் இரண்டு வெண்பாக்கள் இருவிகற்ப நேரிசை வெண்பாக்கள். (முதலிரு அடிகளும் ஈற்றிரு அடிகளும் வேறு வேறான எதுகை) மூன்றாவது வெண்பா ஒருவிகற்ப இன்னிசை வெண்பா (நான்கடிகளும் ஒரே எதுகை).

பா இயற்றப் பழகலாம்

பா, செய்யுள், தூக்கு, கவி, கவிதை, பாட்டு ஆகிய சொற்கள் ஒரு பொருளில் வருவனவாகும். பாக்களின் வகைகள், ஓசைகள், பாக்கள் இயற்றுவதற்குரிய விதிமுறைகள் முதலியவற்றை யாப்பருங்கலக்காரிகை என்னும் நூல் விளக்குகிறது.

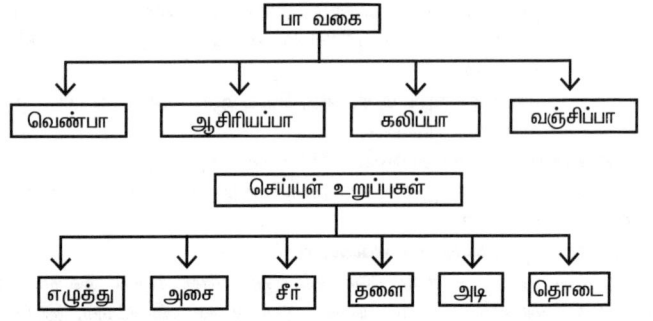

செய்யுள் ஓசைகள்

பாவகை	ஓசை
வெண்பா	செப்பலோசை
ஆசிரியப்பா	அகவலோசை
கலிப்பா	துள்ளலோசை
வஞ்சிப்பா	தூங்கலோசை

சீர் அடிப்படையில் அடிகள் வரையறை செய்யப்படுகின்றன.

சீர் எண்ணிக்கை	அடி வகை
இரண்டு சீர்கள்	குறளடி
மூன்று சீர்கள்	சிந்தடி
நான்கு சீர்கள்	அளவடி (நேரடி)
ஐந்து சீர்கள்	நெடிலடி
ஆறு அல்லது அதற்கு மேற்பட்ட சீர்கள்	கழிநெடிலடி

தமிழ்ச் செய்யுள் வடிவங்கள் பெரும்பாலும் இசையை அடிப்படையாகக் கொண்டவை. செய்யுளில் **மோனை, எதுகை, இயைபு** போன்றவை இசையைப் பிணைக்கின்றன.

பா இயற்றுவதற்குரிய எளிய வடிவமாக **ஆசிரியப்பா** உள்ளது. அகவல் ஓசையைப் பெற்றுள்ளதால் ஆசிரியப்பா '**அகவற்பா**' என்றும் அழைக்கப்படுகிறது. பெரும்பாலும் ஆசிரியப்பா, இரண்டு அசைகளால் அமையும். சங்ககாலத் தமிழில் **ஆசிரியப்பாக்களால்** ஆன பாடல்களே மிகுதியாக உள்ளன.

யாப்பில் **எழுத்து** அசையை அமைக்க உதவுகிறது. அசையானது **இசை** (மாத்திரை) சேர்ந்து வருவதாகும். அசையானது **நேர், நிரை** என இருவகைப்படும்.

நேரசை	**எடுத்துக் காட்டு**	**நிரையசை**	**எடுத்துக் காட்டு**
குறில் தனித்து வருதல்	க	இரு குறில் இணைந்து வருதல்	அக
குறில் ஒற்றுடன் வருதல்	கண்	இரு குறில் இணைந்து ஒற்றுடன் வருதல்	அகம்
நெடில் தனித்து வருதல்	பா	குறில் நெடில் இணைந்து வருதல்	கலா
நெடில் ஒற்றுடன் வருதல்	பார்	குறில்நெடில் இணைந்து ஒற்றுடன் வருதல்	கலாம்

சீர் ஒன்றின் அசைப் பிரிப்பில் தனி மெய்யெழுத்தோ அல்லது இரண்டு மெய்யெழுத்துகள் இணைந்து வந்தாலோ அவற்றை அசையாகக் கணக்கில் எடுத்துக் கொள்ளக் கூடாது.

சீரும் தளையும்

ஆசிரியப்பாவிற்கு உரிய சீர் "**இயற்சீர்**" ஆகும். இது '**ஆசிரிய உரிச்சீர்**' எனவும் அழைக்கப்படுகிறது. தேமா, புளிமா – நேரீற்று ஈரசைச் சீர்கள். கருவிளம், கூவிளம் – நிரையீற்று ஈரசைச் சீர்கள். எனவே ஆசிரிய உரிச்சீர் **நான்கு** வகைப்படும். வெண்பாவிற்குரிய தேமாங்காய், புளிமாங்காய், கருவிளங்காய், கூவிளங்காய் ஆகிய நேரீற்று மூவகைச் சீர்களால் அமைந்த '**காய்ச்சீர்**' கலந்தும் வரலாம்.

நேர் நேர்	– தேமா	– மாச்சீர்	– இயற்சீர்
நிரை நேர்	– புளிமா		
நிரை நிரை	– கருவிளம்	– விளச்சீர்	
நேர் நிரை	– கூவிளம்		

நேர் நேர் நேர் – தேமாங்காய்
நிரை நேர் நேர் – புளிமாங்காய்
நிரை நிரை நேர் – கருவிளங்காய்
நேர் நிரை நேர் – கூவிளங்காய்
} – காய்ச்சீர்

ஆசிரியத்தளை

மாமுன் நேர் ஒன்றி வந்தால் நேரொன்றாசிரியத் தளை ஆகும்.

(எ.கா) : நல்லார் சொல்லோ

நல் / லார் – நேர் நேர் – தே மா

சொல் / லோ – நேர் நேர் – தேமா

மா முன் நேர் ஒன்றி வந்துள்ளது. எனவே இது நேரொன்றாசிரியத் தளையாகும்.

விளம் முன் நிரை ஒன்றி வந்ததால் இது நேரொன்றாசிரியத் தளை ஆகும்.

(எ.கா) கருவினில் திருமுகம்.

கரு / வினில் – நிரை நிரை – கரு விளம்

திரு / முகம் – நிரை – கருவிளம்

விளம் முன் நிரை ஒன்றி வந்ததால் இது நிரையொன்றாசிரியத் தளை ஆகும். ஆசிரியப்பாவானது **இயற்சீரும் ஆசிரியத்தளையும்** பெற்று வரும்.

ஆசிரியப்பாவின் பொது இலக்கணம்

- அகவலோசை உடையது.
- எல்லா அடிகளும் நான்கு சீர்களைப் (அளவடி) பெற்று வரும்.
- இயற்சீர் மிகுந்தும் பிறசீர் கலந்தும் வரும்.
- ஆசிரியத்தளை மிகுந்தும் பிறதளை கலந்தும் வரும்.
- நிரை நடுவாகிய வஞ்சியுரிச் சீர் (கூவிளங்கனி, கருவிளங்கனி) வராமல் அமையும்.
- இறுதி அடியின் இறுதி எழுத்து பிற எழுத்துகளால் அமைந்தாலும் 'ஏ' என்ற எழுத்தில் முடிவது சிறப்பாகும். ஏகாரத்துடன் ஓ, ஈ, ஆய், என், ஐ ஆகிய ஈறுகளாலும் முடியும்.
- மூன்றடி சிற்றெல்லையாக அமையும்.
- பாடுவோர் எண்ணத்திற்கேற்ப பேரெல்லை அமையும்.

ஆசிரியப்பாவின் வகைகள்

நேரிசை ஆசிரியப்பா

இறுதியடிக்கு முந்தைய அடி மூன்று சீர்களைப் பெற்று வரும். ஏனைய அடிகள் நான்கு சீர்களைப் பெற்றுவரும்.

இணைக்குறள் ஆசிரியப்பா

முதலடியும் இறுதியடியும் நான்கு சீர்களாகவும் இடையில் உள்ள அடிகள் இரு சீர்கள் அல்லது மூன்று சீர்களாகவும் வரும்.

நிலைமண்டில ஆசிரியப்பா

எல்லா அடிகளும் நான்கு சீர்களைப் பெற்று வரும். இறுதிச் சீரின் இறுதி 'ஏ' என்ற எழுத்தாலும் 'என்' என்ற அசைச் சொல்லாலும் முடியும்.

(அசைச்சொல் – யாப்புக்காக ஆக்கப்படும் பொருளில்லாத சொல்)

அடிமறி மண்டில ஆசிரியப்பா

பாடலில் உள்ள அடிகளை மாற்றி மாற்றி அமைத்தாலும் ஓசையும் பொருளும் மாறாது அமைவதாகும்.

யாப்பருங்கலக் காரிகை

கடை அயற் பாதமும்முச் சீர்வரின் நேரிசை காமருசீர்
இடைபல குன்றின் இணைக்குறள், எல்லா அடியும் ஒத்து
நடைபெறு மாயின் நிலைமண்டிலம், நடு ஆதி அந்தத்து அடைதரு
பாதத்து அகவல் அடிமறி மண்டிலமே   – அமுதசாகரர்

பொருள் : ஈற்றயலடி முச்சீரடியாக வருவது நேரிசை ஆசிரியப்பா. இடையே அடிகள் குறளடியாகவும் சிந்தடியாகவும் குறுகி வருவது இணைக்குறள் ஆசிரியப்பா. எல்லா அடிகளும் அளவடிகளாக ஒத்துவருவது நிலைமண்டில ஆசிரியப்பா. நடுமுதல், இறுதி என அடிகளை முன்பின்னாக மாற்றி அமைத்து வாசித்தாலும் ஓசையோ பொருளோ கெடாதிருப்பது அடிமறிமண்டில ஆசிரியப்பா.

ஆசிரியப்பாவின் இனங்கள்

ஆசிரியத் தாழிசை, ஆசிரியத் துறை, ஆசிரிய விருத்தம்.

ஆசிரிய விருத்தம்

- ஆறு சீர்களால் அமைந்த பாடல் 'அறுசீர்க் கழிநெடிலடி ஆசிரியவிருத்தம்' ஆகும்.
- ஏழு சீர்களால் அமைந்த பாடல் 'எழுசீர்க் கழிநெடிலடி ஆசிரிய விருத்தம்' ஆகும்.
- எட்டுச் சீர்களால் அமைந்த பாடல் 'எண்சீர்க் கழிநெடிலடி–ஆசிரிய விருத்தம்' ஆகும்.

அறுசீர்க் கழிநெடிலடி ஆசிரிய விருத்தம்.

அறுசீர்க் கழிநெடிலடிகள் நான்கு கொண்டதாக அமைந்து, நான்கடியும் அளவொத்து வரவேண்டும். முதற்சீரிலும் நான்காம் சீரிலும் மோனை அமைத்தும் முதற் சீரிலும் ஐந்தாம் சீரிலும் மோனை அமைத்தும் அறுசீர்க் கழிநெடிலடி ஆசிரிய விருத்தம் எழுதலாம்.

சீர் அமைப்பை வைத்து அறுசீர்க் கழிநெடிலடி ஆசிரிய விருத்தங்கள் பல்வேறு வகையாக எழுதப்படுகின்றன.

- ஓரடியுள் அரை அடிக்கு **ஒரு விளச்சீரும் இருமாச்சீர்** வருவனவும், ஓரடியுள் அரை அடிக்கு **இருமாச்சீரும் ஒரு காய்ச்சீர்** வருவனவும், ஓரடியுள் **நான்கு காய்ச்சீரும் இருமாச்சீர்** வருவனவும் உண்டு.

ஆசிரியப்பா அமைந்த பாடல்

வாழியல	செந்தமிழ்	வாழ்கநற்	றமிழர்
வாழிய பாரத	மணித்திரு	நாடு	
இன்றெமை	வருத்தும்	இன்னல்கள்	மாய்க
நன்மைவந்	தெய்துக	தீதெலாம் நலிக....	– பாரதியார்

ஆசிரிய விருத்தங்கள் அமைந்த பாடல்கள்

பச்சைமா மலைபோல் மேனி
பவளவாய்க் கமலச் செங்கண்
அச்சுதா அமரர் ஏறே!
ஆயர்தம் கொழுந்தே என்னும்
இச்சுவை தவிர யான்போய்

இந்திர லோகம் ஆளும்
அச்சுவை பெறினும் வேண்டேன்!
அரங்கமா நகரு ளானே!   – தொண்டரடிப்பொடி ஆழ்வார்

சீரிய நெற்றி எங்கே?
சிவந்தநல் இதழ்கள் எங்கே?
கூரிய விழிகள் எங்கே?
குறுநகை போன தெங்கே?
நேரிய பார்வை எங்கே?
நிமிர்ந்தநன் னடைதான் எங்கே?
நிலமெலாம் வணங்கும் தோற்றம்
நெருப்பினில் வீழ்ந்த திங்கே!   – கண்ணதாசன்

பா வகைகள்

வெண்பா வகைகள்

குறள் வெண்பா	சிந்தியல் வெண்பா	நேரிசை வெண்பா	இன்னிசை வெண்பா	பஃறொடை வெண்பா

ஆசிரியப்பா வகைகள்

நேரிசை ஆசிரியப்பா	இணைக்குறள் ஆசிரியப்பா	நிலைமண்டில ஆசிரியப்பா	அடிமறி மண்டில ஆசிரியப்பா

	பொது இலக்கணம்	வெண்பா	ஆசிரியப்பா (அகவற்பா)
1.	ஓசை	செப்பலோசை	அகவல் ஓசை
2.	சீர்	ஈற்றடி – முச்சீர், ஏனைய அடிகள் – நாற்சீர்	மிகுதியாக வருவது – ஈரசைச்சீர், குறைவாக வருவது – காய்ச்சீர்
3.	தளை	இயற்சீர் வெண்டளை மற்றும் வெண்சீர் வெண்டளை	மிகுதியாக வருவது – ஆசிரியத்தளை விரவி வருவது – வெண்டளை மற்றும் கலித்தளை
4.	அடி	2 முதல் 12 அடிகள் வரை (கலிவெண்பா 13 அடிகளுக்கு மேற்பட்டு வரும்)	3 அடிகள் முதல் எழுதுபவர் மனநிலைக்கேற்ப அமையும்
5.	முடிப்பு	ஈற்றுச்சீர் தாள், மலர், காசு, பிறப்பு என்னும் வாய்பாட்டில் முடியும்	ஏகாரத்தில் முடிதல் சிறப்பு

ஓசை வகைகள் :

	ஓசை	ஓசைக்குரிய பாவகை	விளக்கம்
1.	செப்பலோசை	வெண்பா	இருவர் உரையாடுவது போன்ற ஓசை
2.	அகவல் ஓசை	ஆசிரியப்பா	ஒருவர் பேசுவது போன்ற ஓசை (சொற்பொழிவாற்றுதல்)

	ஓசை	ஓசைக்குரிய பாவகை	விளக்கம்
3.	துள்ளல் ஓசை	கலிப்பா	கன்று துள்ளுவது போன்று சீர்தோறும் துள்ளி வரும் ஓசை, தாழ்ந்து உயர்ந்து வருவது
4.	தூங்கல் ஓசை	வஞ்சிப்பா	சீர்தோறும் தூங்கி வரும் ஓசை, தாழ்ந்தே வருவது

செப்பலோசை பயின்று வந்துள்ள இலக்கியங்கள் : திருக்குறள், நாலடியார்.

அகவல்ஓசை பயின்று வந்துள்ள இலக்கியங்கள் : சங்க இலக்கியங்கள், சிலப்பதிகாரம், மணிமேகலை, பெருங்கதை.

அலகிடுதல்

எழுத்து – குறில், நெடில், ஒற்று

அசை – எழுத்தானது தனியாகவோ பல சேர்ந்தோ ஓசையுடன் பிரிந்து நிற்பது அசை எனப்படும். இது நேரசை, நிரையசை என இருவகைப்படும்.

நேரசை

குறில் தனித்து வரல்	க
குறில் ஒற்றுடன் வரல்	கல்
நெடில் தனித்து வரல்	கா
நெடில் ஒற்றுடன் வரல்	கால்

நிரையசை

குறில் இணைந்து வரல்	பட
குறிலுடன் ஒற்று இணைந்து வரல்	படம்
குறில் நெடில் இணைந்து வரல்	படா
குறில் நெடிலுடன் ஒற்று இணைந்து வரல்	படாம்

சீர் : அசைகள் தனித்தும் இணைந்தும் கூடி, அடிக்கு உறுப்பாக அமைவது சீர் எனப்படும். சீர் – ஓராசைச்சீர், ஈரசைச்சீர், மூவசைச்சீர், நாலசைச்சீர் என நான்கு வகைப்படும்.

ஓரசைச்சீர் : வெண்பாவின் ஈற்றுச்சீர் நாள், மலர், காசு, பிறப்பு என்பனவற்றுள் ஏதேனும் ஒன்றனைப் பெற்று வரும்.

(எ.கா)

சொல்	அசை	வாய்பாடு
என்	நேர்	நாள்
படும்	நிரை	மலர்
நாடு	நேர்பு	காசு
உலகு	நிரைபு	பிறப்பு

ஈரச்சைசீர் : ஈரசை சேர்ந்து ஒரு சீர் ஆவது ஈரசைச்சீர். அவை நான்கு.

அசை	வாய்பாடு
நேர் நேர்	தேமா
நிரை நேர்	புளிமா
நிரை நிரை	கருவிளம்
நேர் நிரை	கூவிளம்

மூவசைச்சீர் : மூன்று அசைகள் சேர்ந்து ஒரு சீர் ஆவது மூவசைச் சீர், அவை எட்டு.

காய்ச்சீர்கள் – நான்கு		கனிச்சீர்கள் – நான்கு	
அசை	**வாய்பாடு**	**அசை**	**வாய்பாடு**
நேர் நேர் நேர்	தேமாங்காய்	நேர் நேர் நிரை	தேமாங்கனி
நிரை நேர் நேர்	புளிமாங்காய்	நிரை நேர் நிரை	புளிமாங்கனி
நிரை நிரை நேர்	கருவிளங்காய்	நிரை நிரை நிரை	கருவிளங்கனி
நேர் நிரை நேர்	கூவிளங்காய்	நேர் நிரை நிரை	கூவிளங்கனி

நாலசைச்சீர் – பதினாறு : மூவசைச்சீர் எட்டுடன் நேரசை, நிரையசைகளைத் தனித்தனியாக சேர்த்தால் நாலசைச்சீர் பதினாறு. இதனைப் பொதுச்சீர் என்பர்.

1. **அரியவற்று ளெல்லாம் அரிதே பெரியாரைப்**
பேணித் தமராக் கொளல்

– இக்குறட்பாவினை அலகிட்டு வாய்பாடு தருக.

அரி / யவற் / றுள்	நிரை நிரை நேர்	கருவிளங்காய்
எல் / லாம்	நேர் நேர்	தேமா
அரி / தே	நிரை நேர்	புளிமா
பெரி / யா / ரைப்	நிரை நேர் நேர்	புளிமாங்காய்
பே / ணித்	நேர் நேர்	தேமா
தம / ராக்	நிரை நேர்	புளிமா
கொளல்	நிரை	மலர்

2. **உலகத்தோ டொட்ட வொழுகல் பலகற்றும்**
கல்லார் அறிவிலா தார்.

– இக்குறட்பாவினை அலகிட்டு வாய்பாடு தருக.

உல / கத் / தோ	நிரை நேர் நேர்	புளிமாங்காய்
டொட் / ட	நேர் நேர்	தேமா
வொழு / கல்	நிரை நேர்	புளிமா
பல / கற் / றும்	நிரை நேர் நேர்	புளிமாங்காய்
கல் / லார்	நேர் நேர்	தேமா
அறி / விலா	நிரை நிரை	கருவிளம்
தார்	நேர்	நாள்

புணர்ச்சி விதிகள்

புணர்ச்சி என்பது நிலைமொழி, வருமொழி என இரு மொழிகளுக்கு இடையே நிகழ்வதாகும். நிலைமொழியின் இறுதி எழுத்தைப் பொருத்து **உயிரீறு, மெய்யீறு** எனவும், வருமொழியின் முதல் எழுத்தைப் பொருத்து **உயிர்முதல், மெய்முதல்** எனவும் பிரிக்கப்படுகிறது.

❏ எழுத்து வகையால் சொற்கள் நான்கு வகைப்படும்.

கலை + அழகு	உயிரீறு
மண் + குடம்	மெய்யீறு
வாழை + இலை	உயிர் முதல்
வாழை + மரம்	மெய்ம்முதல்

❏ நிலைமொழி இறுதி எழுத்து, வருமொழி முதல் எழுத்து அடிப்படையில் நான்கு வகைப்படும்.

உயிர் முன் உயிர்	மணி (ண்+இ) + அடி = மணியடி
உயிர் முன் மெய்	பனி + காற்று = பனிக்காற்று
மெய்ம்முன் உயிர்	ஆல் + இலை = ஆலிலை
மெய்ம்முன் மெய்	மரம் + கிளை = மரக்கிளை

இயல்புப் புணர்ச்சி

புணர்ச்சியின் போது மாற்றங்கள் எதுவுமின்றி இயல்பாகப் புணர்வது இயல்புப் புணர்ச்சி எனப்படும்.

(எ.கா.)

வாழை + மரம்	=	வாழைமரம்
செடி + கொடி	=	செடிகொடி
மண் + மலை	=	மண்மலை

விகாரப் புணர்ச்சி

புணர்ச்சியின் போது ஏதேனும் மாற்றங்கள் நிகழ்ந்தால் அது விகாரப்புணர்ச்சி எனப்படும். இது மூன்று வகைப்படும்.

தோன்றல்	நுழைவு + தேர்வு	=	நுழைவுத்தேர்வு
திரிதல்	பல் + பசை	=	பற்பசை
கெடுதல்	புறம் + நானூறு	=	புறநானூறு

உயிரீற்றுப் புணர்ச்சி

உடம்படுமெய்

❏ நிலைமொழியின் ஈற்றில் '**இ, ஈ, ஐ**' என்னும் உயிரெழுத்துகள் அமைந்து, வருமொழியின் முதலில் பன்னிரண்டு உயிர் எழுத்துகளில் ஏதேனும் ஒன்று அமைந்தால் அந்நிலையில் **யகரம்** உடம்படுமெய்யாக அமையும்.

(எ.கா.)

மணி + அழகு – மணி + ய் + அழகு	=	மணியழகு
தீ + எரி – தீ + ய் + எரி	=	தீயெரி
ஓடை + ஓரம் – ஓடை + ய் + ஓரம்	=	ஓடையோரம்

"இ ஈ ஐவழி யவ்வும் ஏனை
உயிர்வழி வவ்வவும் ஏமுனிவ் விருமையும்
உயிர்வரின் உடம்படு மெய்யென் றாகும்"

– நன்னூல் : (162)

'இ, ஈ, ஐ' தவிர பிற உயிரெழுத்துகள் நிலைமொழி ஈறாக அமைந்து, வருமொழி முதலில் பன்னிரண்டு உயிர் எழுத்துகளில் ஏதேனும் ஒன்று அமைந்தால் **வகரம்** உடம்படுமெய்யாக வரும்.

(எ.கா.)

பல + உயிர் – பல + வ் + உயிர்	=	பலவுயிர்
பா + இனம் – பா + வ் + இனம்	=	பாவினம்

❐ நிலைமொழி ஈறாக ஏகாரம் அமைந்து, வருமொழி முதலில் பன்னிரண்டு உயிர் எழுத்துகளில் ஏதேனும் ஒன்று அமைந்தால் **யகரமோ வகரமோ** தோன்றும்.

(எ.கா.)

சே + அடி – சே + ய் + அடி	=	சேயடி
சே + வ் + அடி	=	சேவடி
தே + ஆரம் – தே + வ் + ஆரம்	=	தேவாரம்
இவனே + அவன் – இவனே + ய் + அவன்	=	இவனேயவன்

குற்றியலுகரப் புணர்ச்சி

நிலைமொழியில் குற்றியலுகரம் (கு, சு, டு, து, பு, று) அமைந்து வருமொழியில் உயிரெழுத்துகள் வந்தால் நிலைமொழியில் உள்ள உகரம் கெட்டு வருமொழியில் உள்ள உயிரெழுத்துடன் இணையும்.

(எ.கா.)

வட்டு + ஆடினான்	=	வட்டாடினான்
வட்டு + ஆடினான் (ட்+உ)	=	வட்ட் + ஆடினான்
வட்ட் + ஆடினான்	=	– வட்டாடினான்

முற்றியலுகரத்திற்கும் இவ்விரு விதிகளும் பொருந்தும்.

(எ.கா.)

உறவு + அழகு	=	உறவழகு
உறவு + அழகு – (வ்+உ)	=	உறவ் + அழகு
உறவ் + அழகு	=	– உறவழகு

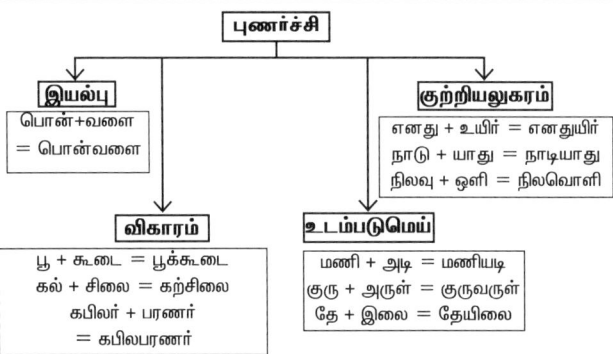

புணர்ச்சி

- **இயல்பு**
  - பொன்+வளை = பொன்வளை
- **விகாரம்**
  - பூ + கூடை = பூக்கூடை
  - கல் + சிலை = கற்சிலை
  - கபிலர் + பரணர் = கபிலபரணர்
- **உடம்படுமெய்**
  - மணி + அடி = மணியடி
  - குரு + அருள் = குருவருள்
  - தே + இலை = தேயிலை
- **குற்றியலுகரம்**
  - எனது + உயிர் = எனதுயிர்
  - நாடு + யாது = நாடியாது
  - நிலவு + ஒளி = நிலவொளி

குற்றியலுகரம்

தனிக்குறில் அல்லாமல், சொல்லுக்கு இறுதியில் வல்லின மெய்கள் ஏறிய உகரம் (கு, சு, டு, து, பு, று) தன் ஒரு மாத்திரை அளவிலிருந்து அரை மாத்திரை அளவாகக் குறைந்து ஒலிக்கும். இவ்வாறு குறைந்து ஒலிக்கும் உகரம் **குற்றியலுகரம்** ஆகும். குற்றியலுகரம் **ஆறு** வகைப்படும்.

நாக்கு, வகுப்பு	வன்தொடர்க் குற்றியலுகரம்
நெஞ்சு, இரும்பு	மென்தொடர்க் குற்றியலுகரம்
மார்பு, அமிழ்து	இடைத்தொடர்க் குற்றியலுகரம்
முதுகு, வரலாறு	உயிர்த்தொடர்க் குற்றியலுகரம்
எஃகு, அஃகு	ஆய்தத் தொடர்க் குற்றியலுகரம்
காது, பேசு	நெடில் தொடர்க் குற்றியலுகரம்

நிலைமொழியும் வருமொழியும் இணைவது புணர்ச்சி எனப்படுகிறது. நிலைமொழியின் இறுதி எழுத்தும் வருமொழியின் முதலெழுத்தும் புணர்ச்சிக்கு உரியன. **(எ.கா)** தமிழ் + அரசி – தமிழரசி. தமிழ் – நிலைமொழி, அரசி – வருமொழி.

புணர்ச்சி வகை	**விளக்கம்**	**எடுத்துக்காட்டு**
உயிரீறு	நிலைமொழியின் இறுதி எழுத்து உயிர்மெய்யாக இருந்தாலும் அதன் இறுதி வடிவம் உயிர் எழுத்தாக இருக்கும்.	மணி (ண்+இ) + மாலை = மணிமாலை
மெய்யீறு	நிலைமொழியின் இறுதி எழுத்து மெய்யெழுத்தாக இருக்கும்.	பொன் + வண்டு = பொன் வண்டு
உயிர்முதல்	வருமொழியின் முதலெழுத்து உயிரெழுத்தாக இருக்கும்.	வாழை + இலை = வாழையிலை

மெய்ம்முதல்	வருமொழியின் முதலெழுத்து உயிர்மெய்யாக இருந்தாலும் அதன்முதலில் நிற்கும் வடிவம் மெய்யெழுத்தாக இருக்கும்	தமிழ் + நிலம் (ந்+இ) = தமிழ்நிலம்

எழுத்துகளின் அடிப்படையில் புணர்ச்சி

சொற்புணர்ச்சியில் நிலைமொழி இறுதி எழுத்தாகவும் வருமொழி முதலெழுத்தாகவும் எழுத்துகள் சந்திக்கும் முறையை நான்கு விதமாகப் பிரிக்கலாம்.

வ. எண்	ஈற்றெழுத்து முதலெழுத்து	எ.கா	சந்திப்பு
1	உயிர் + உயிர்	மலை + அருவி	ஐ + அ
2	மெய் + உயிர்	தமிழ் + அன்னை	ழ் + அ
3	உயிர் + மெய்	தென்னை + மரம்	ஐ + ம்
4	மெய் + மெய்	தேன் + மழை	ன் + ம்

சொற்களின் அடிப்படையில் புணர்ச்சி

சொற்களின் இவ்வகைப் புணர்ச்சியில் **இடைச்சொல்லும் உரிச்சொல்லும்** பெயரையும் வினையையும் சார்ந்தே வருகின்றன.

வ.எண்	நிலைமொழி + உருமொழி	எடுத்துக்காட்டு
1	பெயர் + பெயர்	கனி + சாறு
2	பெயர் + வினை	தமிழ் + படி
3	வினை + வினை	நடந்து + செல்
4	வினை + பெயர்	படித்த + நூல்

எழுத்துகளும் சொற்களும் ஒலிக்கூறுகளாகவும் பொருள் கூறுகளாகவும் சந்திக்கும் நிகழ்வே புணர்ச்சி ஆகும்.

குற்றியலுகர ஈறு

சார்பெழுத்துகளுள் **ஆய்தம்** சொல்லின் முதலிலோ இறுதியிலோ வராது. **குற்றியலுகரமும்** ('நுந்தை'தவிர) **குற்றியலிகரமும்** இக்காலத்தில் சொல்லில் முதலில் வாரா. ஆயினும் குற்றியலுகரத்தின் ஆறு வகைகளும் சொல்லின் இறுதியில் வருகின்றன. குற்றியலுகர ஈற்றுடன் வரும் நிலைமொழி **குற்றியலுகர ஈறு** அல்லது **குற்றியலுகர நிலைமொழி** எனப்படுகிறது.

வீடு + இல்லை = வீடில்லை	நெடில் தொடர்க் குற்றியலுகரம்
முரடு + காளை = முரட்டுக்காளை	உயிர்த்தொடர்க் குற்றியலுகரம்
அச்சு + பலகை = அச்சுப்பலகை	வன்தொடர்க் குற்றியலுகரம்
பஞ்சு + பொதி = பஞ்சுப்பொதி	மென்தொடர்க் குற்றியலுகரம்
மார்பு + கூடு = மார்புக்கூடு	இடைத்தொடர்க் குற்றியலுகரம்
எஃகு + கம்பி = எஃகுக்கம்பி	ஆய்தத்தொடர்க் குற்றியலுகரம்

உடம்படுமெய்ப் புணர்ச்சி

நிலைமொழியின் இறுதி எழுத்தும் வருமொழியின் முதலெழுத்தும் உயிரெழுத்துகளாய் இருந்தால், உச்சரிப்பின் போது ஒலியை உடன்பட வைக்க ய், வ் ஆகிய இரண்டு உடம்படுமெய்கள் தோன்றும்.

இஈஐ வழி யவ்வும் ஏனை உயிர்வழி **வவ்வும் ஏமுன் இவ்விருமையும்** **உயிர்வரின் உடம்படு மெய்யென்றாகும்** (நன்னூல் 162)	இ, ஈ, ஐ – ய் பிற உயிர்கள் – வ் ஏ – ய், வ்

காட்சியழகு – காட்சி + ய் + அழகு (இகர ஈறு)

தீயைணப்பான் – தீ + ய் + அணைப்பான் (ஈகார ஈறு)

கலையறிவு – கலை + ய் + அறிவு (ஐகார ஈறு)

பூவழகு – பூ + வ் + அழகு (ஊகார ஈறு)

சேயிழை – சே + ய் + இழை

சேவடி – சே + வ் + அடி (ஏகார ஈறு யகர, வகர உடம்படு மெய்களைப் பெற்று வருகின்றன.)

குற்றியலுகரப் புணர்ச்சி

நிலைமொழியின் இறுதியில் உள்ள குற்றியலுகரம் வருமொழியின் முதலில் உள்ள உயிர் எழுத்துடன் புணரும்போது, நிலைமொழியின் இறுதியிலுள்ள உகரம் மறைந்து, அதிலுள்ள மெய் வருமொழிமுதலில் உள்ள உயிரெழுத்துடன் புணரும்.

❑ **உயிர்வரின் உக்குறள் மெய்விட்டு ஓடும் – (நன்னூல் – 164)**

மாசற்றார் – மாசு + அற்றார்

மாசு (ச் + உ) + அற்றார் – "உயிர் வரின் உக்குறள் மெய்விட்டு ஓடும்" என்ற விதிப்படி 'உ' மறைந்தது.

மாச் + அற்றார் – "உடல்மேல் உயிர்வந்து ஒன்றுவது இயல்பே" என்ற விதிப்படி 'மாசற்றார்' எனப் புணர்ந்தது.

❑ **உயிர்வரின் உக்குறள் மெய்விட்டு ஓடும் – (நன்னூல் – 164)**

2. ட், ற் ஆகிய இரு மெய்களோடு ஊர்ந்து வரும் **நெடில் தொடர், உயிர்த்தொடர்** குற்றியலுகரங்கள் வருமொழியோடு புணரும் போது ஒற்று இரட்டித்துப் புணரும்.

வீடு	+ தோட்டம்	– வீட்டுத் தோட்டம்
காடு	+ மரம்	– காட்டுமரம்
முரடு	+ காளை	– முரட்டுக்காளை
பகடு	+ வாழ்க்கை	– பகட்டு வாழ்க்கை
சோறு	+ பானை	– சோற்றுப்பானை
ஆறு	+ நீர்	– ஆற்றுநீர்
வயிறு	+ பசி	– வயிற்றுப்பசி
கயிறு	+ வண்டி	– கயிற்றுவண்டி

நெடிலோடு உயிர்த்தொடர்க் குற்றுகரங்களுள் டற ஒற்று இரட்டும் வேற்றுமை மிகவே (நன்னூல் 183)

முற்றியலுகரப் புணர்ச்சி

நிலைமொழியின் இறுதியில் உள்ள முற்றியலுகரமும் குற்றியலுகரத்தைப் போலவே தான் ஏறிய மெய்யை நிறுத்தி உகரம் மறையும். பின் நிலைமொழி இறுதியில் உள்ள மெய் வருமொழி முதலெழுத்தாகிய உயிரெழுத்துடன் புணரும்.

வரவறிந்தான் – வரவு + அறிந்தான்

வரவு (வ்+உ) + அறிந்தான் "முற்றும் அற்று ஒரோவழி" என்ற விதிப்படி உகரம் மறைந்து வரவ் + அறிந்தான் என்றானது. 'உடல்மேல் உயிர்வந்து ஒன்றுவது இயல்பே' என்ற விதிப்படி 'வரவறிந்தான்' எனப் புணர்ந்தது.

முற்றும் அற்று ஒரோவழி (நன்னூல் – 164)

இயல்பீறு, விதியீறு புணர்ச்சி

இயல்பீறாகவோ விதியீறாகவோ வரும் நிலைமொழியின் இறுதியில் நிற்கும் உயிரெழுத்துடன், க, ச, த, ப என்னும் மெய்களை முதலில் கொண்ட வரமொழிச்சொல் சேரும்போது அவற்றிடையே வல்லொற்று மிகுந்து புணரும்.

இயல்பீறு என்பது இயல்பாக நிற்கும் சொல்லின் வடிவம்
பள்ளி + தோழன் – பள்ளித்தோழன்
விதியீறு என்று புணர்ந்தபின் நிற்கும் சொல்லின் வடிவம்
நிலம் + தலைவர் – நில + தலைவர் (விதியீறு) – நிலத்தலைவர்

திரைப்படம் – திரை + படம்

திரை + ப் + படம் 'இயல்பினும் விதியினும் நின்ற உயிர்முன் கசதப மிகும்' என்ற விதிப்படி திரைப்படம் எனப் புணர்ந்தது.

மரக்கலம் – மரம் + கலம் 'மவ்வீறு ஒற்றழிந்து உயிரீறு ஒப்பவும்' என்ற விதிப்படி மர + கலம் என்றானது. 'இயல்பினும் விதியினும் நின்ற உயிர்முன் க ச த ப மிகும்' என்ற விதிப்படி 'மரக்கலம்' எனப் புணர்ந்தது.

இயல்பினும் விதியினும் நின்ற உயிர்முன் க ச த ப மிகும் : விதவாதன மன்னே (நன்னூல் – 165)

பூப்பெயர்ப் புணர்ச்சி

நிலைமொழியில் 'பூ' என்னும் சொல் அமைந்தது. வருமொழியின் முதலில் வல்லினம் வந்தால் வல்லின மெய் மிகுந்து புணர்வது மட்டுமன்றி, அவற்றிற்கு இனமான மெல்லின மெய் மிகுதலும் உண்டு.

பூ + கொடி – பூக்கொடி, பூங்கொடி
பூ + தொட்டி – பூத்தொட்டி, பூந்தொட்டி,
பூ + சோலை – பூச்சோலை, பூஞ்சோலை
பூ + பந்து, பூப்பந்து, பூம்பந்து

பூப்பெயர் முன் இனமென்மையுந் தோன்றும் (நன்னூல்–200)

மெய்யீற்றுப் புணர்ச்சி

நிலைமொழியின் இறுதியில் மெய்யெழுத்து அமைந்து, வருமொழியின் முதலில் உயிரெழுத்தோ, உயிர் மெய்யெழுத்தோ வந்தால் அது மெய்யீற்றுப் புணர்ச்சி எனப்படும்.

வாய் + ஒலி – வாயொலி – உடல்மேல் உயிர்வந்து ஒன்றுவது இயல்பே என்னும் விதிப்படி 'வாயொலி' எனப் புணர்ந்தது.

மண் + மகள் – மண்மகள் என்பதில் நிலைமொழி இருதியும் வருமொழி முதலும் மெய்யெழுத்தாக நிற்க இயல்பாக புணர்ந்தது.

உடல்மேல் உயிர்வந்து ஒன்றுவது இயல்பே (நன்னூல்–204)

தனிக்குறில் முன் ஒற்று புணர்ச்சி

நிலைமொழி தனிக்குறில் மெய்யெழுத்தாக நின்று, வருமொழியின் முதல் உயிரெழுத்தாக இருப்பின் நிலைமொழி ஒற்று இரட்டிக்கும்.

கல் + அதர் – கல்லதர்– தனிக்குறில்முன் ஒற்று உயிர்வரின் இரட்டும்.

கல்ல் + அதர் – உடல்மேல் உயிர்ந்து ஒன்றுவது இயல்பே என்னும் விதிப்படி கல்லதர் எனப் புணர்ந்தது.

தனிக்குறில்முன் ஒற்று உயிர்வரின் இரட்டும் (நன்னூல்–205)

மகர ஈற்றுப் புணர்ச்சி

நிலைமொழியின் இறுதியில் மகர மெய் இருந்தால், அச்சொல் மூன்று வகைகளில் புணரும்.

1. பாடம் + வேளை – பாடவேளை மகமெய்கெட்டுப் புணர்ந்தது.

2. பழம் + தோல் – பழத்தோல் மகரமெய் கெட்டு வல்லினம் மிக்குப் புணர்ந்தது. 3. காலம் + கடந்தவன் – காலங்கடந்தவன் மகரமெய் கெட்டு இன மெல்லெழுத்துத் தோன்றிப் புணரும்.

மவ்வீறு ஒற்றழிந்து உயிரீறு ஒப்பவும் வன்மைக்கு இனமாத் திரியவும் ஆகும் (நன்னூல் – 219)

பண்புப்பெயர்ப் புணர்ச்சி

பண்புப்பெயர்ச்சொல் நிலைமொழிச் சொல்லாக நின்று வருமொழிச் சொல்லுடன் புணரும்போது பின்வரும் மாற்றங்களை அடையும்.

1. நிலைமொழியின் இறுதியில் உள்ள **மை** கெட்டுப் புணரும்.

பெருவழி – பெருமை + வழி – 'ஈறுபோதல்' விதிப்படி 'மை' கெட்டு பெருவழி எனப் புணர்ந்தது.

2. மை விகுதி கெட்டு நிலைமொழிச் சொல்லின் இறுதியில் உள்ள உகரம் இகரமாகத் திரியும்.

பெரியன் – பெருமை + அன் – ஈறுபோதல்

பெரு + அன் – இடை உகரம் இய்யாதல்

பெரி + அன் – உடம்படுமெய் 'ய்' இடையில் தோன்றும்.

பெரி + ய் + ன் = உடல்மேல் உயிர்வந்து ஒன்றுவது இயல்பே 'பெரியன்' எனப் புணர்ந்தது.

3. மை விகுதி கெட்டு நிலைமொழிச் சொல்லின் முதலில் உள்ள குறில் எழுத்து நெடில் எழுத்தாய் மாறும்.

மூதூர் – முதுமை + ஊர் – ஈறுபோதல்

முது + ஊர் – ஆதிநீடல்

மூது + ஊர் – உயிர்வரின் உக்குறள் மெய்விட்டு ஓடும்.

மூத் + ஊர் – உடல்மேல் உயிர்வந்து ஒன்றுவது இயல்பே மூதூர் எனப் புணர்ந்தது.

4. மை விகுதி கெட்டு நிலைமொழிச் சொல்லின் முதலில் உள்ள அகரம் ஐகாரமாக மாறும்.

பைந்தமிழ் – பசுமை + தமிழ் – ஈறுபோதல்

பசு + தமிழ் – அடி அகரம் 'ஐ' ஆதல்.

பைசு + தமிழ் – இனமிகல் என்னும் விதிப்படி பைந்தமிழ் எனப் புணர்ந்தது.

5. மை விகுதி கெட்டு நிலைமொழிச் சொல் ஒற்று இரட்டிக்கும். நெட்டிலை – நெடுமை + இலை – ஈறுபோதல்.

நெடு + இலை – தன்னொற்றிரட்டல்

நெட்டு + இலை – உயிர்வரின் உக்குறள் மெய்விட்டு ஓடும்.

நெட்ட் + இலை – உடல்மேல் உயிர்வந்து ஒன்றுவது இயல்பே என்னும் விதிப்படி நெட்டிலை எனப் புணர்ந்தது.

பண்புப்பெயர்ப் புணர்ச்சியில் தன்னொற்றிரட்டல் என்னும் விதியைப் பயன்படுத்த வேண்டும்.

வெற்றிலை – வெறுமை + இலை – வெற்று+இலை – வெற்றிலை எனப் புணர்ந்தது.

6. ஈறுபோதல் விதியின்படி மை கெட்டு நிலைமொழியின் இறுதி எழுத்து மகர மெய்யாக இருந்தால் 'முன் நின்ற மெய் திரிதல்' விதியின்படி புணரும்.

செந்தமிழ் – செம்மை + தமிழ் – ஈறுபோதல்

செம் + தமிழ் – முன் நின்ற மெய் திரிதல் – செந்தமிழ் எனப் புணர்ந்தது.

7. ஈறுபோதல் விதியின்படி மை விகுதி கெட்டு, நிலைமொழியின் இறுதி எழுத்து உயிரெழுத்தாய் இருந்து வருமொழி வல்லின மெய்யாக இருப்பின் 'இனமிகல்' விதியின்படி புணரும்.

கருங்கடல் – கருமை + கடல் – ஈறுபோதல்

கரு – கடல் – இனமிகல் கருங்கடல் எனப் புணர்ந்தது.

பண்புப்பெயர்ப் புணர்ச்சியில் ஈறுபோதல் விதிப்படி மை விகுதி மறைந்த பிறகு, நிலைமொழியின் இறுதியில் மகர மெய் நின்று, வருமொழியில் முதல் எழுத்தாக க ச த ப வந்தால் 'முன் நின்ற மெய் திரிதல்' விதியைப் பயன்படுத்த வேண்டும்.

ஈறுபோதல் விதிப்படி மை விகுதி மறைந்த பிறகு, மகர மெய் வராத நிலையில் 'இனமிகல்' விதியைப் பயன்படுத்த வேண்டும்.

8. மை விகுதி கெட்டு நிற்கும் நிலைமொழியின் இறுதி எழுத்து மேற்சொன்ன எவ்விதியிலும் பொருந்தாதிருப்பின் இனையவும் என்னும் விதியைப் பயன்படுத்த வேண்டும்.

பசுமை + தளிர் – ஈறுபோதல்

பசு + தளிர் – அடி அகரம் 'ஐ' ஆதல்.

பைசு + தளிர் – இனையவும்

பை + தளிர் – இனமிகல் பைந்தளிர் எனப் புணர்ந்தது.

ஈறு போதல் இடைஉகரம் இய்யாதல்
ஆதி நீடல் அடிஅகரம் ஐ ஆதல்
தன்னொற்று இரட்டல் முன்நின்ற மெய்திரிதல்
இளம் மிகல் இணையவும் பண்பிற்கு இயல்பே – நன்னூல் 136

மெய்ம்மயக்கம்

புணர்ச்சியில் இரு சொற்கள் இணையும் போது வருமொழியில் **க, ச, த, ப** வந்தால் சில இடங்களில் மீண்டும் அதே எழுத்து தோன்றும். இதை **வலி மிகுதல்** என்பர். இதுபோன்று சில இடங்களில் **ங, ஞ, ந, ம** என்ற நான்கு எழுத்துகளும் மிகும் போது அவற்றை **'மெலி மிகுதல்'** என்பர்.

1. **'ய' கர** ஈற்றுச் சொற்கள் முன் **மெல்லினம்** மிகும்.

(எ.கா.) மெய் + மயக்கம் = மெய்ம்மயக்கம்
மெய் + ஞானம் = மெய்ஞ்ஞானம்
செய் + நன்றி = செய்ந்நன்றி

2. வேற்றுநிலை மெய்ம்மயக்கத்தில் **ய, ர, ழ** முன்னர் **மெல்லினம்** மிகும்.

(எ.கா.) வேய் + குழல் = வேய்ங்குழல்
கூர் + சிறை = கூர்ஞ்சிறை
பாழ் + கிணறு = பாழ்ங்கிணறு

3. 'புளி' என்னும் சுவைப் பெயர் முன்னர் வல்லெழுத்து மட்டுமின்றி மெல்லினமும் மிகும்.

(எ.கா) புளி + கறி = புளிங்கறி
புளி + சோறு = புளிஞ்சோறு

4. உயிரெழுத்தை இறுதியில் கொண்ட மரப்பெயர்களுக்கு முன்னர் **மெல்லினம்** மிகும்.

(எ.கா) மா + பழம் = மாம்பழம்
விள + காய் = விளங்காய்

5. 'பூ' என்னும் பெயர் முன்னர் வல்லினத்தோடு மெல்லினமும் மிகும்.

(எ.கா) பூ + கொடி = பூங்கொடி
பூ + சோலை = பூஞ்சோலை
பூ + தொட்டி = பூந்தொட்டி

கோர்வை / கோவை : 'கோ' என்பது வேர்ச்சொல். கோப்பு, கோவை, கோத்தல், கோத்தான், கோத்தாள் என்பதே சரியாகும்.
(எ.கா) ஆசாரக்கோவை, ஊசியில் நூலைக் கோத்தான்.

சொல்லின் இடையில் மெய்யெழுத்துகள் அடுத்தடுத்து வருவது மெய்ம்மயக்கம் ஆகும். இது உடனிலை மெய்ம்மயக்கம், வேற்றுநிலை மெய்ம்மயக்கம் என இரு வகைப்படும்.

உடனிலை மெய்ம்மயக்கம்.

சொற்களின் இடையில் ஒரே மெய்யெழுத்து அடுத்தடுத்து மெய்மயக்கம் எனப்படும். தமிழில் க், ச், த், ப் ஆகிய மெய்யெழுத்துகள் தம் எழுத்துகளுடன் மட்டுமே சேரும் உடனிலை மெய்ம்மயக்க எழுத்துகள் ஆகும். இந்த எழுத்துகளின் அருகில் அவற்றுக்குரிய எழுத்து வரிசை மட்டுமே வரும். பிற எழுத்துகள் வாரா. அவ்வாறு வந்தால் அச்சொல் தமிழ்ச்சொல்லாக இருக்காது.

(எ.கா) பக்கம் அச்சம், எச்சம், சாத்தன், மொத்தம் அப்பம், கப்பம் என்னும் மெய்யெழுத்து தொடர்ந்து இருமுறை வந்துள்ளது. இதுபோலவே ச், த், ப் ஆகிய எழுத்துகளும் வரும்.

வேற்றுநிலை மெய்ம்மயக்கம்

சொல்லின் இடையில் வெவ்வேறு மெய்யெழுத்துகள் தொடர்ந்து வருவது வேற்றுநிலை மெய்ம்மயக்கம் எனப்படும். தமிழில் ர், ழ் ஆகிய இரண்டு மெய்யெழுத்துகள் தம் வரிசை எழுத்துகளுடன் சேர்ந்து வராமல் பிற மெய்யெழுத்துகளும் மட்டுமே சேர்ந்து வரும். எனவே. இவ்விரு மெய்யெழுத்துகளும் வேற்றுநிலை மெய்ம்மயக்கத்திற்கு மட்டுமே உரியவையாகும்.

(எ.கா) தேர்தல், உயர்வு வாழ்பவன், சூழ்க.

க், ச், த், ப், ர், ழ் ஆகிய ஆறனையும் தவிர்த்த ஏனைய பன்னிரெண்டு மெய்களும் உடனிலை மெய்ம்மயக்கமாகவும், வேற்றுநிலை மெய்ம்மயக்கமாகவும் உள்ளன. இவற்றையும் மெய்ம்மயக்கம் என்றே கொள்ள வேண்டும்.

மெய்யெழுத்து	**உடனிலை மெய்ம்மயக்கம்**	**வேற்றுநிலை மெய்ம்மயக்கம்**
ட்	பட்டம்	காட்சி
ம்	அம்மா	அம்பு
ற்	வெற்றி	பயிற்சி
ங்	அங்ஙனம்	தங்கம்
ஞ்	விஞ்ஞானம்	மஞ்சள்
ண்	தண்ணீர்	நண்பகல்
ந்	செந்நெறி	தந்த
ன்	மன்னன்	இன்பம்
ய்	செய்யலாம்	வாய்மை
ல்	நல்லவன்	செல்வம்
வ்	இவ்விதம்	தெவ்யாது
ள்	உள்ளம்	கொள்கை

ஈரொற்று மெய்ம்மயக்கம்

தனிச் சொற்களிலோ கூட்டுச் சொற்களிலோ சொற்களின் இடையில் **ய், ர், ழ்** ஆகிய மெய்கள் ஈரொற்றாய் வரும்.

(எ.கா) ய் – காய்ச்சல், நாய்க்கால்

ர் – உயர்ச்சி, தேர்க்கால்

ழ் – வீழ்ச்சி, காழ்ப்புணர்ச்சி

அணியிலக்கணம்

செய்யுளின் கருத்தை அழகுபடுத்துவது ‘அணி’ எனப்படும்.

உவமையணி

அணிகளில் முதன்மையானது உவமையணி ஆகும். மற்ற அணிகள் உவமையிலிருந்து கிளைத்தவையாகவே உள்ளன.

(எ.கா.) **மலர்ப்பாதம் – மலர் போன்ற பாதம்**

மலர் – உவமை ; பாதம் – உவமேயம் ; போன்ற – உவம உருபு

இந்த அணியில் உவம உருபு மறைந்துவரும்.

"இனிய உளவாக இன்னாத கூறல்
கனியிருப்பக் காய்கவர்ந் தற்று"

இக்குறளில் உவமையணி பயின்று வந்துள்ளது.

உருவக அணி

கவிஞன், தான் ஒரு பொருளைச் சிறப்பிக்க எண்ணி, அதற்கு உவமையாகும் வேறொரு பொருளோடு ஒன்றுபடுத்திக் கூறவது உருவகம் எனப்படும்.

உவமை, உவமேயம் என்னும் இரண்டும் ஒன்றே என்று தோன்றக் கூறுவது உருவக அணி ஆகும்.

(எ.கா.) **இன்சொல் விளைநிலமா ஈதலே வித்தாக**
வன்சொற் களைகட்டு வாய்மை எருவட்டி
அன்புநீர் பாய்ச்சி அறக்கதிர் ஈன்றதோர்
பைங்கூழ் சிறுகாலைச் செய்.

இப்பாடலில் இன்சொல் – நிலமாகவும், வன்சொல் – களையாகவும், வாய்மை – எருவாகவும், அன்பு – நீராகவும், அறம் – கதிராகவும் உருவகப்படுத்தப்பட்டுள்ளன.

பின்வருநிலை அணிகள்

ஒரு செய்யுளின் முன்னர் வந்த சொல்லோ, பொருளோ மீண்டும் பல இடங்களில் வருதலே பின்வருநிலை அணியாகும். இது மூன்று வகைப்படும்.

சொல் பின்வருநிலையணி :ஒரு முறை வந்த சொல் மீண்டும் மீண்டும் பல இடங்களில் வந்து **வேறு வேறு பொருளை** உணர்த்துவது சொல்பின்வரு நிலையணி ஆகும்.

(எ.கா.) **துப்பார்க்குத் துப்பாய துப்பாக்கித் துப்பார்க்கு**
துப்பாய தூஉம் மழை

இக்குறளில் 'துப்பு' என்ற சொல் மீண்டும் மீண்டும் வந்து வேறுவேறு பொருளை உணர்த்துகிறது.

துப்பார்க்கு – உண்பவர்க்கு ; **துப்பு** – நல்ல ; **துப்பு** – உணவு

பொருள் பின்வருநிலையணி : செய்யுளில் வேறு வேறு சொற்கள் வந்து அவை **ஒரே பொருளை** உணர்த்துவது பொருள் பின்வருநிலையணி ஆகும்.

(எ.கா.) **அவிழ்ந்தன தோன்றி யலர்ந்தன காயா**
நெகிழ்ந்தன நேர்முகை முல்லை - மகிழ்ந்திதழ்
விண்டன கொன்றை விரிந்த கருவிளை
கொண்டன காந்தள் குலை

இப்பாடலில் அவிழ்ந்தன, அலர்ந்தன, நெகிழ்ந்தன, விண்டன, விரிந்தன, கொண்டன ஆகிய சொற்கள் '**மலர்ந்தன**' என்ற ஒரே பொருளையே தந்தன.

(எ.கா.) **கேடில் விழுச்செல்வம் கல்வி ஒருவற்கு**
மாடல்ல மற்றை யவை

இக்குறட்பாவில் செல்வம், மாடு ஆகிய இரு சொற்களுமே செல்வத்தையே குறிக்கின்றன.

சொற்பொருள் பின்வருநிலையணி : செய்யுளில் ஒரு சொல் மீண்டும் மீண்டும் வந்து ஒரே பொருளைத் தருமாயின் அது சொற்பொருள் பின்வருநிலையணி ஆகும்.

(எ.கா.)

எல்லா விளக்கும் விளக்கல்ல சான்றோர்க்குப்
பொய்யா விளக்கே விளக்கு.

இக்குறட்பாவில் 'விளக்கு' என்னும் ஒரேசொல் பலமுறை வந்து ஒரே பொருளைத் தந்தது.

சொல் பின்வருநிலையணி	ஒரே சொல் – பல பொருள்கள்
பொருள் பின்வருநிலையணி	பல சொற்கள் – ஒரே பொருள்
சொற்பொருள் பின்வருநிலையணி	ஒரே சொல் – ஒரே பொருள்

வஞ்சப்புகழ்ச்சி அணி

இது, புகழ்வது போலப் பழிப்பதும், பழிப்பது போலப் புகழ்வதும் ஆகும்.

(எ.கா.) **தேவ ரனையர் கயவர் அவருந்தாம்**
மேவன செய்தொழுக லான்

விளக்கம்

கயவர்கள் தேவர்களுக்கு ஒப்பானவர்கள் என்று புகழப்படுவது போலத் தோன்றினாலும், கயவர்கள் இழிந்த செயல்களையே செய்வர் என்னும் பொருளைக் குறிப்பால் உணர்த்துகிறது. எனவே இது புகழ்வது போலப் பழிப்பது ஆகும்.

(எ.கா.) **பாரி பாரி என்றுபல ஏத்தி**
ஒருவற் புகழ்வர், செந்நாப் புலவர்
பாரி ஒருவனும் அல்லன்,
மாரியும் உண்டு, ஈண்டு உலகுபுரப் பதுவே

விளக்கம்

புலவர் பலரும் பாரியைப் புகழ்கின்றனர். பாரி ஒருவன் மட்டுமா கைமாறு கருதாமல் கொடுக்கிறான் ? மழையும்தான் கைம்மாறு கருதாமல் கொடுத்து இவ்வுலகைக் காக்கிறது. இது பழிப்பது போலப் புகழ்வது ஆகும்.

அணிகள்

தற்குறிப்பேற்ற அணி : இயல்பாக நிகழும் ஒரு நிகழ்ச்சியின் மீது கவிஞன் தன் குறிப்பை ஏற்றிக் கூறுவது ஆகும்.

எடுத்துக்காட்டு :

போருழந் தெடுத்த ஆரெயில் நெடுங்கொடி
வாரல் என்பனபோல் மறித்துக்கை காட்ட – சிலப்பதிகாரம்

பொருள் : கோட்டை மதில் மேல் இருந்த கொடியானது வரவேண்டாம் எனத் தடுப்பதுபோல, கை காட்டியது என்பது பொருள்.

அணிப்பொருத்தம் : கோவலனும் கண்ணகியும் மதுரை மாநகருக்குள் செல்லும் போது இயற்கையாக கொடி அசைந்தது. 'இம்மதுரைக்குள் வரவேண்டா' என்று கொடி கூறியது போல இளங்கோவடிகள் தன் கருத்தை கொடியின் மீது ஏற்றிக் கூறுகிறார்.

தீவக அணி : 'தீவகம்' என்றால் 'விளக்கு' என்று பொருளாகும். செய்யுளில் ஓரிடத்திலுள்ள சொல் பல இடங்களில் பொருத்தி பொருளை விளக்குகிறது. இது முதல்நிலைத் தீவகம், இடைநிலைத் தீவகம், கடைநிலைத் தீவகம் என மூன்று வகைப்படும்.

எடுத்துக்காட்டு :

சேந்தன் வேந்தன் திருநெடுங்கண், தெவ்வேந்தர்
ஏந்து தடந்தோள், இழிகுருதி-பாய்ந்து
திசை அனைத்தும், வீரச் சிலைபொழிந்த அம்பும்,
மிசைஅனைத்தும் புள்குலமும் வீழ்ந்து

சேந்தன – சிவந்தன; தெவ் – பகைமை; சிலை – வில்; மிசை – மேலே; புள் – பறவை

பொருள் : அரசனுடைய கண்கள் கோபத்தால் சிவந்தன; அவை சிவந்த அளவில் பகை மன்னர்களுடைய பெரிய தோள்கள் சிவந்தன. குருதி பாய்ந்து திசைகள் அனைத்தும் சிவந்தன; வலிய வில்லால் எய்யப்பட்ட அம்புகளும் சிவந்தன; குருதி மேலே வீழ்தலால் பறவைக் கூட்டங்கள் யாவும் சிவந்தன.

அணிப்பொருத்தம் :

வேந்தன் கண் சேந்தன தெவ்வேந்தர் கண் சேந்தன
குருதி பாய்ந்து திசை அனைத்தும் சேந்தன
அம்பும் சேந்தன புல் குலம் வீழ்ந்து மிசைஅனைத்தும் சேந்தன

என்று சேந்தன என்ற ஒரு சொல் பல இடங்களில் பொருந்தி பொருளை விளக்குகின்றது.

நிரல்நிறை அணி : நிரல் = வரிசை, நிறை = நிறுத்துதல். சொல்லையும் பொருளையும் வரிசையாக நிறுத்தி பொருள் கொள்வதாகும்.

அன்பும் அறனும் உடைத்தாயின் இல்வாழ்க்கை
பண்பும் பயனும் அது.

பொருள் : இல்வாழ்க்கை அன்பும் அறமும் உடையதாக விளங்குமானால், அந்த வாழ்க்கையின் பண்பும் பயனும் அதுவே ஆகும்.

அணிப்பொருத்தம் : அன்பும் அறனும் என்ற சொற்களை வரிசையாக நிறுத்தி, பண்பும் பயனும் என்ற சொற்கள் முறைபடக் கூறப்பட்டுள்ளன.

தன்மையணி : எவ்வகைப்பட்ட பொருளாக இருந்தாலும் கேட்பவரின் மனம் மகிழுமாறு அதன் உண்மையான இயல்புத் தன்மையினை உரிய சொற்களை அமைத்துப் பாடுவதாகும்.

சிலப்பதிகாரம் - வழக்குரை காதை

மெய்யிற் பொடியும் விரித்த கருங்குழலும்
கையில் தனிச்சிலம்பும் கண்ணீரும் - வையைக்கோன்
கண்டளவே தோற்றான், அக்காரிகைதன் சொற்செவியில்
உண்டளவே தோற்றான் உயிர்

பொருள் : உடம்பு முழுக்கத் தூசியும் விரித்த கருமையான தலைமுடியும் கையில் ஒற்றைச் சிலம்போடு வந்த தோற்றமும் அவளது கண்ணீரும் கண்ட அளவிலேயே வையை நதி பாயும் கூடல் நகரத்து அரசனான பாண்டியன் தோற்றான். அவளது சொல், தன் செவியில் கேட்டவுடன் உயிரை நீத்தான்.

அணிப்பொருத்தம் : கண்ணகியின் துயர் நிறைந்த தோற்றத்தினை இயல்பாக உரிய சொற்களில் கூறியமையால் இது தன்மை நவிற்சி அணி ஆகும்.

படிமம்

'படிமம்' என்றால் காட்சி என்பது பொருள். விளக்க வந்த ஒரு காட்சியையோ, கருத்தையோ காட்சிப்படுத்தி காட்டுகிற உத்தி, படிமம் ஆகும். தொல்காப்பியர் உவமை ஒன்றையே அணியாகக் கூறினார். காட்சி தருகிற உவமைகள், காட்சி தரா வெறும் உவமைகள் என உவமைகளை இரு பிரிவுகளாகப் பிரிக்கலாம்.

சங்க இலக்கியங்கள் பெரும்பாலும் காட்சி தரும் உவமைகளையே கையாண்டுள்ளன. படிமம் காட்சிதரும் உத்தி என்பதால் காட்சிதரும் உவமைகளை மட்டுமே அது பயன்படுத்திக் கொள்கிறது. அந்த வகையில் உவமைக்கோட்பாடு, படிமத்திற்குத் தோற்றுவாயாக உள்ளது.

பாடல்
"வெயில் மழைக்குச் சொரணையற்ற எருமை குத்திட்ட பாறையாக நதிநீரில் கிடக்கும்" – தேவதேவன் **பொருள் :** எருமையின் சுரணையற்ற தன்மையைப் பாறையின் ஒப்பீட்டால் படிமப்படுத்தியதால், இது ஒரு காட்சியைப் படிமப்படுத்திய கவிதை.
கத்தல்களின் நெருக்கடியில் தத்துவங்கள் குழந்தைகள் போல் அடிக்கடி தொலைந்துபோகும் – ஆ.வே. முனுசாமி கூச்சல்களுக்கிடையில் நல்ல தத்துவங்கள் தெரியாமல் போய்விடுகின்றன என்ற கருத்தை 'குழந்தைகள் தொலைந்து போதல்' என்ற உவமை மூலம் படிமமாக ஆக்கியுள்ளார் கவிஞர்.
"அலைநீர்த் தாழை அன்னம் பூப்பவும் தலைநாள் செருந்தி தமனியம் மருட்டவும் கடுஞ்சூல் முண்டகம் கதிர்மணி கழாஅலவும் நெடுங்கால் புன்னை நித்திலம் வைப்பவும்" – சிறுபாணாற்றுப்படை நல்லியக்கோடன் ஆட்சி செய்த ஒய்மா நாட்டின்கண் உள்ள எயிற்பட்டினத்தில் தாழைமலர் அன்னம் போலவும் செருந்திமலர் பொன்னைப் போலவும், முள்ளிமலர் நீலமணியைப் போலவும், புன்னைமரத்தில் அரும்புகள் முத்துக்களைப் போலவும் இருப்பதாகக் காட்சிப்படுத்துவதால் இது படிவம் ஆயிற்று.
"மாந்தோப்பு வசந்தத்தின் பட்டாடை உடுத்தியிருக்கிறது" – ந. பிச்சமூர்த்தி பூக்களும் தளிர்களுமாகப் பட்டாடையைமரம் போர்த்தியிருப்பதாகக் காட்டி அதைப் பெண்ணாகக் காட்சிப்படுக்கிறது இக்கவிதை.
வினைப்படிமம்
"கட்டில் நிணக்கும் இழிசினன் கையது போழ்தூண்டு ஊசியின் விரைந்தன்று மாதோ ; ஊர்கொள வந்த பொருநனொடு ஆர்புனை தெரியல் நெடுந்தகை போரே! " – புறநானூறு கட்டிலைப் பின்னுகின்ற ஒருவனின் கை ஊசி எவ்வளவு வேகமாக வாரைச் செலுத்துமோ, அவ்வளவு விரைவானது, ஊரைக் கைப்பற்ற எண்ணி வந்த வீரனுடன், இந்நெடுந்தகை நடத்திய பெரும்போர்" என வினையைக் காட்சிப்படுத்துகிறது இப்பாடல்.

காலை இளம் வெயில் நன்றாக மேய
தும்பறுத்துத் துள்ளிவரும் புதுவெயில் – கல்யாண்ஜி

காலை இளம் வெயிலின் அழகை, கன்றின் செயலோடு ஒப்பிட்டுப் படிமப்படுத்துகிறது இக்கவிதை.

பயன்படிமம்

நோம்என் நெஞ்சே! நோம்என் நெஞ்சே
புன்புலத்து அமன்ற சிறியிலை நெருஞ்சிக்
கட்கின் புதுமலர் முட்பயந் தாஅங்கு
இனிய செய்தநம் காதலர்
இன்னா செய்தல் நோம்என் நெஞ்சே! – குறுந்தொகை

இனிய செய்தல், இன்னா செய்தல் என்ற பயன்களை (இனிய) நெருஞ்சிப்பூ, (இன்னா) முள் என்ற காட்சிப் பொருள்களால் படிமப்படுத்தியுள்ளது இக்கவிதை.

மெய்ப்படிமம் (வடிவப்படிமம்)

யானைதன் வாய்நிறை கொண்ட வலிதேம்பு தடக்கை
குன்றுபுகு பாம்பின் தோன்றும். – அகநானூறு

யானையின் வாய் மலைக்குகையின் வாயினைப் போலவும், உணவை எடுத்துச் செல்லும் துதிக்கை, மலைக்குகையில் நுழையும் பாம்பினைப் போலவும் உள்ளதாகக் காட்சிப்படுத்தியமை இங்கு படிமம் ஆகிறது.

கோவைப்பழ மூக்கும்
பாசிமணிக் கண்ணும்
சிவப்புக் கோட்டுக் கழுத்தும்
வேப்பிலை வாலும் – ந.பிச்சமூர்த்தி

இப்பாடலில் வடிவப் படிவம் அமைந்துள்ளது.

உருப்படிமம் (நிறப்படிமம்)

"வெந்தாறு பொன்னின் அந்தி பூப்ப – அகநானூறு

உலைக்களத்தில் நன்றாக வெந்து, பின் மெல்ல மெல்ல ஆறிக் கொண்டிருக்கும் பொன்னின் நிறம் போல அந்திவானம் விளங்கிய காட்சியைப் படிமப் படுத்துகிறது.

தொன்மம்

- தொன்மம் என்பதற்கு பழங்கதை, புராணம் போன்ற பொருள்கள் உள்ளன. தொல்காப்பியர் குறிப்பிடும் எண்வகை வனப்புகளுள் இதுவும் ஒன்றாகும்.
- கடவுளர்கள், தேவர்கள், மக்கள், விலங்குகள் ஆகிய பல்வகை உயிரினங்களை இணைத்து, நம்பமுடியாத செய்திகளைக் கூறுகின்ற பழங்கதைகளே தொன்மம் எனப்படுகிறது.
- அன்றாடப் பேச்சு வழக்கில் தொன்மங்கள் கலந்து மரபுத் தொடர்கள்:

  "கிழித்த கோட்டைத் தாண்ட மாட்டான்"
  "இந்தா போறான் சகுனி"
  "இவன் பெரிய அரிச்சந்திரன்"
  "கர்ணன் தோற்றான் போ"

பண்புக் குறியீடுகளாக விளங்கும் தொன்மக் கதை மாந்தர்கள் :

அறத்திற்குத் தருமன் ; வலிமைக்குப் பீமன்; நீதிக்கு மனுநீதிச் சோழன்; வள்ளல் தன்மைக்கு கர்ணன்.

தொன்மம் இலக்கிய உத்தியாக ஏற்கப்பட்டதன் காரணங்கள் :

தொன்மங்கள் மக்களின் மனத்திலும் பேச்சிலும் இடம்பெற்றிருப்பதால் அவற்றைப் பயன்படுத்திச் சில செய்திகளைச் சுவையாகக் கூறமுடியும்.

- விளங்காத கருத்துகளை எளிதில் விளங்க வைக்க முடியும்.

தொன்மங்கள் வெளிப்படும் வகைகள் :

- சமயநம்பிக்கைகளையும் சடங்குகளையும் வெளிப்படுத்துகின்றன.
- உவமைக் கதைகளாகவும் மெய்யியல் உருவங்களாகவும் வெளிப்படுத்தப்படுகின்றன.

வெப்ஸ்டார்ஸ் தேர்டு நியூ இன்டர்நேஷனல் அகராதியில் தொன்மம் குறித்த விளக்கம் :

"தொன்மங்களை அறிவியல் முறையில் ஆய்வு செய்யவோ புரிந்து கொள்ளவோ முடியாது. அவை சமுதாயத்தின் ஆழ்மனத்திலிருந்து வெளிப்படுகின்றன. மேலும் அவற்றினால் ஏற்படும் கூட்டமைப்பின் குறியீடுகளாகவும் விளங்குகின்றன."

புதினங்கள் மற்றும் சிறுகதைகளில் தொன்மைகள் :

ஆசிரியர்	படைப்பு	தொன்மம்
புதுமைப்பித்தன்	சாபவிமோசனம் மற்றும் அகலிகை	இராமாயணத்தின் பாத்திரமான அகலிகை
அழகிரிசாமி	விட்டகுறை மற்றும் வெந்தழல் வேகாது	திருவிளையாடற் புராணத்தின் சிவன்
ஜெயமோகன்	பத்மவியூகம்	மகாபாரதம்
எஸ். இராமகிருஷ்ணன்	அரவாணன்	மகாபாரதம்

தொன்மை குறித்த தொல்காப்பியர் கூற்றும் உரையாசிரியர்களின் விளக்கமும் :

"தொன்மை தானே சொல்லுங் காலை
உரையோடு புணர்ந்து பழமை மேற்றே" — செய்யுளியல்

இளம்பூரணர் உரை :

தொன்மையானது உரையொடு பொருந்தி வரும் பழைமைப் பொருளாகும். (எ.கா) இராமசரிதம் (இராமாயணம்), பாண்டவ சரிதம் (மகாபாரதம்)

பேராசிரியர் உரை :

தொன்மை எனப்படுவது பழைமையான கதைப் பொருளால் உருவாக்கப்படுவதாகும். (எ.கா) பெருந்தேவனார், பாரதம், தகடூர் யாத்திரை.

இந்தியத் தொன்மங்கள்	கிரேக்கத் தொன்மங்கள்
இந்திரன்	சீயஸ்பீடர்
வருணன்	ஊரானாஸ்

இந்தியத் தொன்மங்கள்	கிரேக்கத் தொன்மங்கள்
பலராமன்	டயானிசிஸ்
கார்த்திகேயன்	மார்ஸ்
சூரியன்	சோல்
சந்திரன்	லூனஸ்
விஸ்வகர்மன்	வன்கன்
கணேசன்	ஜோனஸ்
துர்க்கை	ஜீனோ
சரஸ்வதி	மினர்வா
காமன்	இராஸ்

சங்க இலக்கியங்களில் தொன்மம்

இலக்கியம்	ஆசிரியர்	பாடல்	பொருள்
அகநானூறு 70-ஆவது பாடல் (13-17 ஆவது அடிகள்)	மதுரை தமிழ்க் கூத்தனார் கடுவன் மள்ளனார்	"வெல்வேல் கவுரியர் தொன்முதுகோடி முழங்கிரும் பௌவம் இரங்கும் முன்றுறை வெல்போர் இராமன் அருமறைக் கவித்த பல்வீழ் ஆலம் போல ஒலியவிந் தன்றிவ் வழுங்கல் ஊரே"	தமிழகத்தின் தென் எல்லையின் ஆலமரத்தடியில் நின்று இராமன் சீதையை மீட்பது குறித்து ஆலோசனை செய்தபோது, மரத்திலிருந்த பறவைகளின் ஒலி இடையூறாக இருந்தது. இராமன் சைகை செய்தவுடன் அவை அடங்கின. அது போல தலைவியின் திருமணச் செய்தியை அறிந்தவுடன் அலர் தூற்றிய ஊரார் அடங்கினர்.
நற்றிணை 225-ஆவது பாடல் (1-2 ஆவது அடிகள்)	கபிலர்	"முருகு உறழ் முன்பொடு கடுஞ்சினம் செருக்கிப் பொருத யானை"	முருகனின் வீரத்தை ஒத்த வலிமையோடு சினங்கொண்டு பேராற்றலுடன் போர் செய்த யானை.

புதுக்கவிதைகளில் தொன்மம்

ஆசிரியர்	கவிதை	தொன்மம்
அப்துல் ரகுமான்	உன்மனம் ஒரு பாற்கடல் அதைக் கடைந்தால் அமுதல் மட்டுமல்ல, ஆலகாலமும் வெளிப்படும் என்பதை நீ அறிவாய் அல்லவா?	பாற்கடல், அமுதம், ஆலகாலம் **மையக்கருத்து :** முரண்பாடு

நற்றிணை 225–ஆவது பாடல் (1–2 ஆவது அடிகள்)	**மதுரை எரிக்கக் கண்ணகியாயும் மீண்டும் எழுந்திடச் சீதையாயும் எப்பவும் எரிதழல் மடிசுமப்பது இனி எங்கள் வேலையல்ல.**	கண்ணகி, மதுரையை எரித்த நிகழ்வு **மையக்கருத்து** : பெண்ணியப் போராட்டம்

குறியீடு

பாடச் சுருக்கம்

- கவிதைத் துறையில் வழங்கி வரும் குறியீடு என்ற உத்தி ஆங்கிலத்தில் 'Symbol' எனப்படுகிறது. இதற்கு 'ஒன்றுசேர்' என்பது பொருளாகும்.
- இரண்டு பொருள்களுக்கு இடையேயுள்ள உருவ ஒற்றுமை, அருவமான பண்பு போன்ற உறவுகள் குறியீடுகளாகக் கருதப்படுகின்றன. **எ.கா.**

பொருள்	குறியீடு
பெண்	விளக்கு
வெண்புறா	சமாதானம்
தராசு	நீதி
சிங்கம்	வீரம்

- ஒரு பொருளை குறிப்பால் உணர்த்தும் மற்றொரு பொருள் குறியீடு ஆகும்.
- குறியீட்டால் பொருளை உணர்த்துவது குறியீட்டியம் (Symbolism) ஆகும்.
- 19–ஆம் நூற்றாண்டில் குறியீட்டியம் ஓர் இலக்கியக் கோட்பாடாக உருப்பெற்றது.
- இக்கோட்பாட்டை விளக்கி வளர்த்தவர்கள் : பொதலேர், ரைம்போ, ரைம்போ, வெர்லேன், மல்லார்மே.
- தமிழ் மொழியில் தொல்காப்பியர் காலம் முதலே இக்கோட்பாடு இருந்து வந்துள்ளது.
- சங்க இலக்கியத்தில் குறியீடுகள் '**உள்ளுறை உவமம்**' என்ற உத்தியில் இடம்பெற்றுள்ளன.
- "தமிழின் செல்வாக்கினால் வடமொழியில் குறிப்புப் பொருள் கோட்பாடு உருவானது" **– ஹார்ட்டின்**
- உவமையை மட்டும் கூறி, உவமேயத்தைக் கேட்போர் ஊகித்துக் கொள்ளுமாறு விட்டுவிடுவது உள்ளுறை உவமத்தின் அடிப்படையாகும். இதுவே குறியீட்டின் அடிப்படையும் ஆகும்.

(எ.கா)

கலித்தொகை

"உறுபுலி உருஏய்ப்பப் பூத்த வேங்கையைக்
கறுவு கொண்டு, அதன் முதல் குத்திய மதயானை
நீடு இரு விடர் அகம் சிலம்பக் கூய்த் தன்
கோடு புய்க்கல்லாது, உழக்கும் நாட! கேள்"

– கபிலர்

பொருளுரை :

"பூத்திருந்த வேங்கை மரமானது. புலியைப் போல் காட்சியளித்ததால், அதனைப் புலி என்று எண்ணிய யானை, கோபத்தால் அந்த மரத்தைக் குத்தியது. அதனுடைய தந்தம் மரத்தில் ஆழப் பதிந்து விட்டது. தந்தத்தை எடுக்கமுடியாமல் மலைக்குகைளில் எதிரொலிக்கும்படி யானை முழங்கியது. அத்தகைய நாட்டை உடையவனே! கேள்" என்று தோழி தலைவனிடம் கூறுகிறாள்.

உள்ளுறை உவமம் பயின்று வந்துள்ள முறை :

நிகழ்வு	குறியீடு
'தலைவியை திருமணம் செய்க' என்ற தோழியின் கூற்றை தலைவன் மறுத்தல்	யானை வேங்கை மரத்தை குத்தியது.
தோழியின் கூற்றை வேண்டாததாக எண்ணி தலைவன் வருந்துதல்	தந்தத்தை எடுக்க இயலாமல் யானை தவிப்பது.

அகநானூறு

"கோழிலை வாழைக் கோள்முதிர் பெருங்குலை
ஊழுறு தீங்கனி, உண்ணுநர்த் தடுத்த
சாரற் பலவின் சுளையோடு ஊழ்படுபு
பாறை நெடுஞ்சுனை, விளைந்த தேறல்
அறியாது உண்ட கடுவன் அயலது
கறிவளர் சாந்தம் ஏறல் செல்லாது
நறுவீ அடுக்கத்து மகிழ்ந்து கண்படுக்கும்
குறியா இன்பம், எளிதின் நின்மலைப்
பல்வேறு விலங்கும் எய்தும் நாட!" **– கபிலர்**

பொருளுரை :

"தாமாகவே முதிர்ந்து பழுத்த இனிமையான வாழைக்கனிகள், உண்ணத் திகட்டும் பலாச் சுளைகள், நன்கு விளைந்த நறுந்தேன் ஆகிய மூன்றும் பாறையில் இருந்த சுனைநீரில் விழுந்ததால் அந்நீர் தேறலாக (மயக்கம் தரு கள்) மாறியுள்ளது. அந்நீரை அருந்திய ஆண் குரங்கு மயங்கிப் போய், மிளகுக் கொடிகள் படர்ந்துள்ள சந்தன மரத்தில் ஏறமுடியாமல் கீழே உள்ள மலர்படுக்கையில் விழுந்து உறங்கிவிட்டது. இவ்வாறு நின் மலை நாட்டிலுள்ள விலங்குகளும் இன்பத்தை எளிதாகப் பெறுகின்றன". என்று தோழி தலைவனிடம் கூறுகிறாள்.

உள்ளுறை உவமம் பயின்று வந்துள்ள முறை :

நிகழ்வு	குறியீடு
தலைவனின் செயல்	ஆண் குரங்கின் செயல்
தலைவன் கொண்டுள்ள இன்பந்தரும் மயக்கம்	சுனைநீர்த் தேறல்

நிகழ்வு	குறியீடு
திருமணம் செய்து கொள்ளாமல் இன்பத்தை மட்டும் நுகர நினைக்கும் தலைவனின் செயல்	சந்தன மரத்தில் ஏற முடியாமல் பூக்களாகிய படுக்கையில் குரங்கு விழுந்து கிடக்கும் செயல்

புதுக் கவிதைகளில் தொன்மங்கள் குறியீடாக அமைந்து கருத்துகளை அழுத்தமாக உணர்த்த உதவுகின்றன.

(எ.கா)

புதுக்கவிதை	பொருள்	குறியீடு
வியர்வை இந்த ஆதிரைப் பருக்கைகள் வீழ்ந்ததும் பூமிப்பாத்திரம் அமுத சுரபி – அப்துல் ரகுமான்	ஆதிரையிட்ட பருக்கையினால் அமுதசுரபியில் உணவு பெருகிக் கொண்டே இருந்ததைப் போல் உழைப்பால் உலகம் செழித்து வளர்கிறது	வியர்வைத் துளிக்குக் குறியீடு **ஆதிரை பருக்கை** செழிப்புக்குக் குறியீடு **அமுதசுரபி.**
திட்டம் வரங்கள் சாபங்கள் ஆகுமென்றால் இங்கே தவங்கள் எதற்காக ? – அப்துல் ரகுமான்	திட்டங்கள் தீட்டினாலும் அவை நாட்டு நலனுக்குப் பயன்படாமல் எதிர் வினையாகப் போய் விடுகிறது.	திட்டத்திற்குக் குறியீடு **வரம்.** பயனற்ற விளைவுக்குக் குறியீடு **சாபம்.**

குறியீடு என்பது ஒரு புதிய வடிவமன்று. சங்க இலக்கியங்களில் காணப்படும் உள்ளுறை உவமமே குறியீடாகும். அக இலக்கியங்களில் உரைக்க முடியாதவை. மறைக்க வேண்டுபவை ஆகியவற்றைத் குறிப்பாக உணர்த்துவதற்கு உள்ளுறை உவமம் பயன்பட்டது. அகம், புறம் என அனைத்து வகைக் கவிதைகளிலும் குறியீடு பயன்படுகிறது.

படைப்பாக்க உத்திகள்

உவமை

வினை (தொழில்), பயன், வடிவம் (மெய்) உரு (நிறம்) ஆகிய நான்கின் அடிப்படையில் உவமை தோன்றுகிறது என்று தொல்காப்பியர் கூறியுள்ளார்.

“வினை பயன் மெய் உரு என்ற நான்கே
வகைபெற வந்த உவமத் தோற்றம்” – **தொல்காப்பியம்**

(எ.கா) புலி போலப் பாய்ந்தான் – வினை (தொழில்)
மழை போலக் கொடுக்கும் கை – பயன்

துடி போலும் இடை – வடிவம் (மெய்)
தளிர் போலும் மேனி – உரு (நிறம்)
கண்ணன் புலி போலப் பாய்ந்தான்.
கண்ணன் – உவமேயம் (பொருள்)
புலி – உவமானம் (உவமை)
போல – உவம உருபு
பாய்தல் – பொதுத்தன்மை

உவமேயம், உவமானம், உவம உருபு, பொதுத்தன்மை ஆகிய நான்கு உறுப்புகள் உவமையை அமைக்கின்றன.

சங்க இலக்கியங்களில் உவமை

சங்கப்பாடல்களில் பெரும்பாலும் உவமை அணியே அதிகமாக இடம் பெற்றுள்ளது. சங்க இலக்கியத்தைத் தொகுத்தவர்கள் பாடல் ஆசிரியர்களின் பெயர் தெரியாதபோது, அப்பாடலில் உள்ள உவமையைக் கொண்டே பெயர் சூட்டினர்.

(எ.கா) செம்புலப் பெயல் நீரார், தேய்புரி பழங்கயிற்றினார், அணிலாடு முன்றிலார்.

புறநானூறு - 94-ஆவது பாடல்

ஊர்க் குறுமாக்கள் வெண்கோடு கழாஅலின்
நீர்த்துறை படியும் பெருங்களிறு போல
இனியை பெரும எமக்கே மற்றதன்
துன்னரும் கடாஅம் போல
இன்னாய் பெரும! நின் ஒன்னா தோர்க்கே   – ஔவையார்

பொருள்:

குளத்தில் ஊர்ச்சிறு பிள்ளைகள் யானைமீது நீரை இறைத்தும் வெண்கொம்புகளைக் கழுவியும் விளையாடுவர். அந்த யானைக்கு மதம் பிடித்துவிட்டால், யாரும் பக்கத்தில் அணுக முடியாது. அதியமானும் அப்படிப்பட்டவன்தான். பரிசிலர்க்கு இனியன். பகைவர்க்கு இன்னாதவன்.

இப்பாடலில், அதியமானுக்கு உவமையாக யானை கூறப்பட்டுள்ளது.

புதுக்கவிதைகளில் உவமை நயம்

1. **கண்ணீரை நீ துடைத்த போது**
   நட்சத்திரங்கள் துடைக்கப்பட்ட
   வானம் போல் உன்முகம்
   இருண்டு போயிருந்தது   – (மௌன மயக்கங்கள்)

2. **வினை உவமை**
   அவர்கள் மூளையில்
   விதையைப் போல்
   தூவப்பட வேண்டிய அறிவு
   ஆணியைப் போல்
   அறையப்படுகின்றது.

3. **பயன் உவமை**
   வறண்ட வாழ்வு
   துளிர்க்க
   மழைபோல் வந்தாய் நீ!

4. **மெய் உவமை (வடிவம்)**
   சுருக்கிய
   குடையை போலத்
   தோன்றும்
   அசோக மரம்

5. **உரு உவமை (நிறம்)**
   சோடிய விளக்காய்
   மாலைநேரச் சூரியனின்
   மஞ்சள் வெளிச்சம்
   தெருவில் நிரம்பி வழிந்தது.

உருவகம்

உவமையையும் உவமிக்கப்படும் பொருளையும் வேறுபடுத்தாமல் இரண்டும் ஒன்றே எனக் கூறுவது 'உருவகம்' ஆகும். உருவகத் தொடரில் உவமேயம் (உவமிக்கப்படும் பொருள்) முன்னும், உவமை (ஒப்பாகக் காட்டப்படும் பொருள்) பின்னுமாக அமையும். உவமையின் செறிவார்ந்த வடிவமே உருவகம் ஆகும்.

(எ.கா)
தாமரை போலும் முகம்   – உவமை
முகத்தாமரை   – உருவகம்
தீ போல் சினம்   – உவமை
சினத் தீ   – உருவகம்

முழுவதுமே உருவகமாக அமைந்துள்ள பாரதியாரின் பாடல்

கண்ணம்மா என் காதலி

சுட்டும் விழிச்சுடர்தான் - கண்ணம்மா
    சூரிய சந்திரரோ ?
வட்டக் கரியவிழி - கண்ணம்மா
    வானக் கருமை கொல்லோ?
பட்டுக் கருநீலப் புடவை
    பதித்த நல்வயிரம்
நட்ட நடுநிசியில் - தெரியும்
    நட்சத்திரங்களடி ....

பாஞ்சாலி சபதத்தில் உருவகங்கள் கையாளப்பட்டுள்ள விதம்

கதிரவன் ஒளிபட்ட மேகங்கள் எவ்வாறு உள்ளன என்று அர்ச்சுனன் பாஞ்சாலியிடம் கூறுவது போல் இந்த உருவகங்கள் அமைந்துள்ளன.

தீயின் குழம்புகள், செழும்பொன் காய்ச்சிவிட்ட ஓடைகள், தங்கத் தீவுகள், நீலப் பொய்கைகள், தங்கத்தோணிகள், கருஞ்சிகரங்கள், தங்கத் திமிலங்கள் என்றெல்லாம் கதிரவன் ஒளிபட்ட மேகங்கள் உருவகிக்கப்பட்டுள்ளன.

உருவகத்தின் வகைகள்

வகை	எடுத்துக்காட்டு
வினை உருவகம்	எண்ணவலை பின்னும் மூளைச் சிலந்தி (சிலந்தி)
பயன் உருவகம்	ஆவேசப் புயல்களாலும் அசைக்க முடியாத ஆகாசப் பூ (கதிரவன்)

மெய் உருவகம் (வடிவம்)	நீல வயலின் நட்சத்திர மணிகள் (வானமும் விண்மீன்களும்)
உரு உருவகம் (நிறம்)	மலைக் கிழவியின் நரைத்த கூந்தல் (அருவி)

உள்ளுறை உவமம்

கவிஞர் தான் கூறக் கருதிய பொருளை வெளிப்படையாகக் கூறாமல், அகமாந்தர்களின் மன உணர்வுகளைக் கருப்பொருள்கள் மூலம் உவமைப் படுத்துவது "உள்ளுறை உவமம்" ஆகும்.

வினை, பயன் போன்ற அடிப்படைகளில் உள்ளுறை உவமம் தோன்றும் ; மேலும் குறியீடுகளைக் கொண்டு உருவாக்கப்படும்.

உள்ளுறை உவமத்தின் பண்புகள்

தமிழ் இலக்கியத்திற்கே உரிய ஒப்பற்ற நெறியாக விளங்கும் உள்ளுறை உவமம் தலைவன் தலைவியரின் எண்ணங்களைச் சொற்களால் வெளிப்படுத்தாமல், நாகரிகமாக மறைத்துக் கூறும் வடிவமாகும்.

இலக்கியங்களில் காணப்படும் கருப்பொருள்களின் காட்சியானது, பாடல்களில் இடம்பெறும் மாந்தர்களின் மனத்தில் தோன்றும் உணர்வுகளின் குறிப்புப் பொருளாக அமையும்.

(எ.கா) தோழியிடம் கூறுவது போல், மறைந்து நிற்கும் தலைவனிடம் தலைவி கூறும் அகநானூற்றுப் பாடல்,

ஈயல் புற்றத்து ஈர்ம்புறத்து இறுத்த
குறும்பி வல்சிப் பெருங்கை ஏற்றை
தூங்குதோல் துதிய வள்ளுகிர் கதுவலின்
பாம்புமதன் அழியும் பானாட் கங்குல் - பெருங்குன்றூர் கிழார்

பொருள்:

தலைவன் பிறர் அறியாமல் தலைவியைச் சந்திக்க இரவு நேரத்தில் வருகிறான். அவ்வேளையில் பசியுடன் அலையும் கரடியொன்று ஈசல்கள் நிறைந்த புற்றில் கையை விட்டுப் பார்க்கிறது. அந்தப் புற்றில் சுருண்டு படுத்திருந்த பாம்பினைக் கரடி அறியவில்லை. கரடியின் நகங்கள் பட்டு, பாம்பானது வலியால் துடிக்கிறது.

இப்பாடலில் கரடியின் செயலும் அதனால் பாம்பிற்கு ஏற்பட்ட துன்பமும் வெளிப்படுத்தப்படுகின்றன.

உள்ளே உறைந்திருக்கும் செய்தி

இரவு நேரத்தில் காட்டைக் கடந்து வரும் தலைவன் செயலால் தலைவி அஞ்சி வருந்துகிறாள்.

கரடி தலைவனுக்கும் பாம்பு தலைவிக்கும் குறியீடுகளாய் அமைந்து உள்ளுறை உவமம் உருவாகிறது. மேலும் இப்பாடலில் இறைச்சிப் பொருளும் அமைந்துள்ளது.

இறைச்சி

இறைச்சியில் பிறக்கும் பொருளுமா ருளவே
திறத்தியல் மருங்கின் தெரியு மோர்க்கே

(தொல் பொருளதிகாரம்)

'இறுத்தல்' என்றால் 'தங்குதல்' எனப் பொருளாகும். உரிப் பொருளோடு நேரிடைத் தொடர்பில்லாத குறிப்புப் பொருளே 'இறைச்சி' ஆகும்.

இது வடமொழியினர் குறிப்பிடும் **தொனிக்கு** இணையானது. தொனியானது

அகம், புறம் ஆகிய இருவகைப் பாடல்களிலும் அமையும். ஆனால் இறைச்சி அகப்பாடலில் மட்டுமே வரும். உரிப்பொருளின் புறத்தே நின்று அதன் கருத்தை மேலும் சிறப்பிக்கப் பயன்படுவது இறைச்சி ஆகும்.

(எ.கா-1)
நசைபெரிது உடையர் நல்கலும் நல்குவர்
பிடிபசி களைஇய பெருங்கை வேழம்
மென்சினை யாஅம் பொளிக்கும்
அன்பின தோழிஅவர் சென்ற ஆறே — (குறுந்தொகை - 37)

பாடலின் பொருள்

தலைவன் செல்லும் வழியில் ஆண் யானையானது தன் பெண்யானையின் பசியைப் போக்குவதற்காக யா மரத்தின் பட்டையை உரித்து அதிலுள்ள ஈரச்சுவையைப் பருகச்செய்யும்.

இறைச்சி (பாடலின் மறைந்துள்ள குறிப்பு)

அந்த அன்புக் காட்சியைப் பார்க்கும் தலைவன், விரைவில் திரும்பி வந்து தலைவியின் துயரத்தைப் போக்குவான்.

(எ.கா. 2)
நும்மினும் சிறந்தது நுவ்வை ஆகுமென்று
அன்னை கூறினள் புன்னையது சிறப்பே
அம்ம நாணுதும் நும்மொடு நகையே — (நற்றிணை - 172)

பாடலின் பொருள் :

"நீ விளையாடி மகிழும் இடத்திலுள்ள இப்புன்னை மரம் உன்னைவிடச் சிறந்தது என்றும், அம்மரம் உன் தங்கையாவாள் என்றும் நற்றாய் என்னிடம் கூறினாள். அதனால், இம்மரத்தடியில் உம்முடன் விளையாட நாணுகிறேன். ஏனெனில் தங்கை அருகிருக்க தலைவனுடன் பழகுவது முறையா?" என்று தலைவனிடம் தலைவி கூறினாள்.

இறைச்சி

"நாம் வேறு இடத்தில் சந்திக்கலாம்" என்ற குறிப்புப் பொருளும் தலைவன் தன்னை விரைவில் மணந்து கொள்ள வேண்டும் என்ற தலைவியின் கோரிக்கையும் மறைந்து வந்துள்ளன.

உவமை, உள்ளுறை உவமை, இறைச்சி - வேறுபாடு

உவமை	உள்ளுறை உவமை	இறைச்சி
தெரியாத பொருள் ஒன்றை விளக்குவதற்காகத் தெரிந்த பொருளை வெளிப்படையாகக் கூறுவதாகும்.	உவமைக்குள் மற்றொரு பொருளைக் குறிப்பாக உணர்த்திக் கூறுவதாகும்.	குறிப்புப் பொருளுக்குள் மேலும் ஒரு குறிப்புப் பொருள் அமையுமாறு கூறுவதாகும்.

கலைச் சொல்லாக்கம்

கலைச்சொற்கள் - விளக்கம்

ஒரு மொழியில் காலத்திற்கேற்ப துறை சார்ந்த புதிய கண்டுபிடிப்புகளுக்காக, உருவாக்கிப் பயன்படுத்தப்படும் சொற்கள் 'கலைச்சொற்கள்' ஆகும்.

(எ.கா)

website	இணையம்
blog	வலைப்பூ
Clinic	மருத்துவமனை
Blood group	குருதிப் பிரிவு
Pharmacist	மருந்தாளுநர்
Typhoid	குடற்காய்ச்சல்
X-Ray	ஊடுகதிர்
Ointment	களிம்பு
Notebook	எழுதுசுவடி
Answer book	விடைச்சுவடி
Rough Notebook	பொதுக்குறிப்புச் சுவடி
Prospectus	விளக்கச் சுவடி

தமிழில் கலைச் சொல்லாக்கப் பணியில் பின்பற்ற வேண்டிய விதிகள்:

- ஆக்கப்பெறும் சொல் தமிழ்ச்சொல்லாக இருத்தல் வேண்டும்.
- பொருள் பொருத்தமுடையதாக, அதே நேரத்தில் செயலைக் குறிப்பதாக அமைதல் வேண்டும்.
- வடிவில் சிறியதாக, எளிமையாக இருத்தல் வேண்டும்.
- ஓசை நயமுடையதாக இருத்தல் வேண்டும்.
- தமிழிலக்கண மரபுக்கு உட்பட்டதாக இருத்தல் வேண்டும்.
- நல்லவை அல்லாதவற்றைக் குறிக்கக்கூடாது.

(எ.கா)

இ – மெயில்	– மின்னஞ்சல்
ஸ்மார்ட்போன்	– திறன்பேசி
விண்டோஸ் 10	– பலகணி 10
8 G	– 8-ஆம் தலைமுறை

கலைச்சொல்லாக்கத்தின் இன்றியமையாமை

உலகின் தொன்மையான மொழிகளுள் இன்றும் நிலைத்து நிற்கின்ற தமிழ்மொழியானது காலத்திற்கேற்ப தன்னைப் புதுப்பித்துக் கொள்ளும் தன்மையுடையது. மருத்துவம், பொறியியல், தொழில்நுட்ப அறிவியல், ஆகியவற்றைத் தமிழ் வழியில் பயில கலைச் சொல்லாக்கம் இன்றியமையாதது. கலைச் சொல்லாக்கம் இல்லையென்றால் அவற்றை நாம் ஒலிபெயர்ப்புச் சொல்லாக மட்டுமே பயன்படுத்த முடியும்.

உலகின் எந்த மூலையில் எவ்வகையான கண்டுபிடிப்பு நிகழ்ந்தாலும் ஜப்பானியர்கள் உடனுக்குடன் தங்கள் மொழியில் புதிய சொல்லை உருவாக்கி விடுவர். தாய்மொழி வழியில் அவர்கள் அறிவியல் தொழில்நுட்ப பாடங்களைக் கற்பதால் அங்கே நாள்தோறும் புதிய கண்டுபிடிப்புகள் நிகழ்கின்றன.

அறிவியல் கலைச்சொற்களைத் தமிழாக்கம் செய்வதில் உள்ள முறைகள் குறித்து அறிவியல் அறிஞர் **வா.செ. குழந்தைசாமி** பின்வருமாறு குறிப்பிடுகிறார்.

பழந்தமிழிலக்கியச் சொல்லைப் பயன்படுத்துதல்	வலவன் (Pilot)
பேச்சுமொழிச் சொல்லைப் பயன்படுத்துதல்	அம்மை
பிறமொழிச் சொல்லினைக் கடன்பெறல்	தசம முறை (Decimal)
புதுச்சொல் படைத்தல்	மூலக்கூறு (Molecule)
உலக வழக்கை ஏற்றுக் கொள்ளல்	எக்ஸ் கதிர் (X-ray)
பிறமொழித்துறைச் சொற்களை மொழிபெயர்த்தல்	ஒளிச்சேர்க்கை (Photosynthesis)
ஒலிபெயர்த்துப் பயன்படுத்தும் சொற்கள்	மீட்டர், ஓம் (Meter, Ohm)
உலக அளவிலான குறியீடுகள், சூத்திரங்கள்	$\Sigma \sqrt{a} = \Pi r^2$ H_2O, Ca

ஆங்கிலச் சொற்களுக்கு இணையான தமிழ்க் கலைச்சொற்கள்

Smartphone	திறன்பேசி
Touch Screen	தொடுதிரை
Bug	பிழை
Gazette	அரசிதழ்
Despatch	அனுப்புகை
Subsidy	நல்கை
Ceiling	உச்சவரம்பு
Circular	சுற்றறிக்கை
Sub Junior	மிக இளையோர்
Super Senior	மீ மூத்தோர்
Carrom	நாலாங்குழி ஆட்டம்
Sales Tax	விற்பனை வரி
Customer	நுகர்வோர்
Account	பற்று வரவு கணக்கு
Referee	நடுவர்
Library	நூலகம்
Liberian	நூலகர்
Library Science	நூலக இயல்
Antibiotics	எதிர் உயிர்ப்பொருள், நுண்ணுயிர்க் கொல்லிகள், உயிர் எதிர் நச்சுகள், கேடுயிர்க் கொல்லிகள், நச்சுயிர்க் கொல்லிகள்

Personality	ஆளுமை
Emotion	உணர்ச்சிவயப்படுதல்
Plastic	நெகிழி
Escalator	நகரும் படிக்கட்டு
Apartment	அடுக்குமாடி குடியிருப்பு
Straw	உறிஞ்சு குழல்
Mass Drill	கூட்டு உடற்பயிற்சி
Horticulture	தோட்டக்கலை
Average	சராசரி
Ship	நாவாய்

ஆக்கப்பெயர்கள்

பெயர் அல்லது வினைச்சொற்களுடன் விகுதிகளைச் சேர்த்து ஆக்கப்படும் பெயர்ச்சொற்கள் **'ஆக்கப்பெயர்கள்'** (Derivative noun) எனப்படுகின்றன. இவ்வாறு பெயர்ச்சொற்களை ஆக்கப் பயன்படும் விகுதிகள் **'ஆக்கப்பெயர் விகுதிகள்'** எனப்படுகின்றன.

ஆக்கப்பெயர் விகுதிகள் : காரன், காரர், காரி, ஆள், ஆளர், ஆளி, தாரர், மானம் **(எ.கா)** பூக்காரி, நெசவாளி, நெசவாளர், உழைப்பாளி, உழைப்பாளர், வண்டிக்காரன், மாட்டுக்காரன் போன்றவை.

ஆக்கப்பெயர்களில் **விகுதிகளே** தனிச்சிறப்பு உடையன. தமிழ்மொழியில் **ஆக்கப்பெயர்கள்** பேச்சு வழக்கிலேயே மிகுதியாக உள்ளன. **அறிவியல், திறமைசாலி, கோழைத்தனம், சமத்துவம், பெண்ணியம், பேச்சாளன், ஏற்றுமதி** முதலானவை ஆக்கப்பெயர்ச் சொற்களாகும். இச்சொற்களில் இயல், சாலி, தனம், துவம், இயம், ஆளன், மதி ஆகிய விகுதிகள் சேர்ந்து ஆக்கப் பெயராக்கப்பட்டுள்ளன.

1. ஆக்கப் பெயர்களின் விகுதிகள்

ஈற்றில் நிற்கும் விகுதிகளைக் கொண்டு ஆக்கப்பெயர்ச் சொற்களை மூன்று வகையாகப் பிரிக்கலாம்.

1. பெயருடன் சேரும் விகுதிகள்.
2. வினையுடனும் எச்சத்துடனும் சேரும் விகுதிகள்.
3. பெயருடனும் வினையுடனும் சேரும் விகுதிகள்.

1. பெயருடன் சேரும் விகுதிகள்

பெயர் + விகுதி	ஆக்கப்பெயர்
வண்டி + காரன்	வண்டிக்காரன்
சமையல் + காரர்	சமையல்காரர்
வேலை + காரி	வேலைக்காரி

பணி + ஆள்	பணியாள்
ஆணை + ஆளர்	ஆணையாளர்
குற்றம் + ஆளி	குற்றவாளி
விண்ணப்பம் + தாரர்	விண்ணப்பத்தாரர்

காரன், காரி, காரர், ஆகிய ஆக்கப்பெயர் விகுதிகள் **உடைமை**, **உரிமை**, **உறவு** அல்லது **தொடர்பு**, **தொழில்** அல்லது **ஆளுதல்** என்னும் நான்கு பொருள்களில் வரும்.

(எ.கா)

வீடு + காரன்	வீட்டுக்காரன்	உடைமை
தமிழ்நாடு + காரி	தமிழ்நாட்டுக்காரி	உரிமை
உறவு + காரர்	உறவுக்காரர்	உறவு
தோட்டம் + காரர்	தோட்டக்காரர்	தொழில்

தொழிற்பெயர் விகுதிகளுடன் **'ஆளர்'** என்னும் ஆக்கப்பெயர் விகுதி சேர்ந்து சொற்கள் உருவாகின்றன.

(எ. கா)

தொழிற்பெயர் விகுதி	தொழிற்பெயர்	ஆக்கப்பெயர்
சி	ஆட்சி	ஆட்சியாளர்
அல்	செயல்	செயலாளர்
தி	செய்தி	செய்தியாளர்
மதி	இறக்குமதி	இறக்குமதியாளர்
வை	பார்வை	பார்வையாளர்
வு	தேர்வு	தேர்வாளர்
பு	அழைப்பு	அழைப்பாளர்

(எ.கா) 'ஆளர்', 'ஆளி' முதலான விகுதிகள் இருபாற் பொதுப்பெயர்களை உருவாக்கத் துணை நிற்கின்றன.

உதவி + ஆளர்	உதவியாளர்
காப்பு + ஆளர்	காப்பாளர்
மேல் + ஆளர்	மேலாளர்
கண்காணிப்பு + ஆளர்	கண்காணிப்பாளர்
தயாரிப்பு + ஆளர்	தயாரிப்பாளர்
நெசவு + ஆளி	நெசவாளி
முதல் + ஆளி	முதலாளி
தொழில் + ஆளி	தொழிலாளி
பயன் + ஆளி	பயனாளி
கூட்டு + ஆளி	கூட்டாளி

வினையுடனும் எச்சத்துடனும் சேரும் விகுதிகள்

வினையடியுடன் **'மானம்'** என்னும் விகுதி சேர்ந்து புதிய சொற்கள் உருவாகின்றன. **(எ.கா)**

வினை	விகுதி	ஆக்கப்பெயர்
அடை	மானம்	அடைமானம்
கட்டு	மானம்	கட்டுமானம்
தேய்	மானம்	தேய்மானம்

பெயருடனும் வினையுடனும் சேரும் விகுதிகள்

பெயர்	விகுதி	ஆக்கப்பெயர்
அச்சு (பெயர்)	அகம்	அச்சகம்
பயில் (வினை)	அகம்	பயிலகம்

நிறுத்தற்குறிகள்

காற்புள்ளி (,)

பொருள்களைத் தனித்தனியாகக் குறிப்பிடும் இடங்கள், எச்சச் சொற்றொடர்கள், எடுத்துக்காட்டுகள், இணைப்புச் சொற்கள், திருமுகவிளி, இணைமொழிகள் முதலிய இடங்களில் காற்புள்ளி வருதல் வேண்டும்.

(எ.கா)

- அறம், பொருள், இன்பம், வீடு என வாழ்க்கைப் பேறு நான்கு.
- நாம் எழுதும் போது, பிழையற எழுத வேண்டும்.
- இனியன் நன்கு படித்தான் ; அதனால் தேர்ச்சி பெற்றான்.
- ஐயா ; அம்மையீர்,
- சிறியவன் பெரியவன், செல்வன் ஏழை.

அரைப்புள்ளி (;)

- தொடர்நிலைத் தொடர்களிலும் ஒரு சொல்லுக்கு வேறுபட்ட பொருள் கூறும் இடங்களிலும் அரைப்புள்ளி வருதல் வேண்டும். (எ.கா)
- வேலன் கடைக்குச் சென்றான் ; பொருள்களை வாங்கினான் ; வீடு திரும்பினான்.
- சீர் – மாறுபாடு இல்லாதது ; அளவு ; இயல்பான தன்மை ; ஒழுங்கு ; சமம் ; நேர்த்தி ; அழகு ; சீதனம் ; செய்யுளின் உறுப்பு.

முக்காற்புள்ளி (:)

(எ.கா) சிறுதலைப்பு, நூற்பகுதி எண், பெருங்கூட்டுத் தொடர் முதலிய இடங்களில் முக்காற்புள்ளி வருதல் வேண்டும்.

- சார்பெழுத்து
- பத்துப்பாட்டு 2 : 246
- எட்டுத்தொகை என்பன வருமாறு :

முற்றுப்புள்ளி (.)

தொடரின் இறுதி, முகவரி இறுதி, சொற்குறுக்கம், நாள் முதலிய இடங்களில் முற்றுப்புள்ளி வருதல் வேண்டும். (எ.கா)

- ❐ உருவுகண்டு எள்ளாமை வேண்டும்.
- ❐ தலைமையாசிரியர், அரசு மேனிலைப் பள்ளி, காஞ்சிபுரம்.
- ❐ தொல். சொல். 58
- ❐ 18 / 02 / 2018

வினாக்குறி (?)

ஒரு வினாத் தொடர், முற்றுத் தொடராகவும் நேர்கூற்றுத் தொடராகவும், இருப்பின், இறுதியில் வினாக்குறி வருதல் வேண்டும்.

(எ.கா)

- ❐ அது என்ன ? (முற்று)
- ❐ "நீ வருகிறாயா ?" என்று கேட்டான். (நேர்கூற்றுத் தொடர்).

வியப்புக்குறி (!)

வியப்புக் குறி, வியப்பிடைச் சொல்லுக்கும் பின்பும் நேர்கூற்று வியப்புத் தொடர் இறுதியிலும் அடுக்குச் சொற்களின் பின்னும் வருதல் வேண்டும். (எ.கா)

- ❐ எவ்வளவு உயரமானது !
- ❐ என்னே தமிழின் பெருமை ! என்றார் கவிஞர்
- ❐ வா! வா! வா! போ! போ! போ!

விளிக்குறி (!)

அண்மையில் இருப்பாரை அழைப்பதற்கும், தொலைவில் இருப்பாரை அழைப்பதற்கும் விளிக்குறியைப் பயன்படுத்த வேண்டும். வியப்புக்குறியும் விளிக்குறியும் ஒரே அடையாளக்குறி உடையன.

- ❐ (எ.கா) அவையீர் !
- ❐ அவைத் தலைவீர் !

மேற்கோள் குறி (' ', " ")

ஒற்றை மேற்கோள் குறி, இரட்டை மேற்கோள் குறி என இருவகைப்படும்.

ஒற்றை மேற்கோள் குறி வரும் இடங்கள்

ஓர் எழுத்தேனும் சொல்லேனும் சொற்றொடரேனும் தன்னையே குறிக்கும் இடம், கட்டுரைப் பெயர், நூற்பெயர் குறிக்கும் இடம் பிறர் கூற்றுப் பகுதிகள் முதலான இடங்களில் ஒற்றைக்குறி வருதல் வேண்டும்.

- ❐ 'ஏ' என்றும் ஏளனம் செய்தான்.
- ❐ பேரறிஞர் அண்ணா 'செவ்வாழை' என்ற சிறுகதையை எழுதினார்.
- ❐ 'கம்பனும் மில்டனும்' என்னும் நூல் சிறந்த ஒப்பீட்டு நூல் ஆகும்.
- ❐ 'செவிச்செல்வம் சிறந்த செல்வம்' என்பர்.

இரட்டை மேற்கோள்குறி வருமிடங்கள்

(எ.கா) நேர்கூற்றுகளிலும் மேற்கோள்களிலும் இரட்டைக் குறி வருதல் வேண்டும்.

- ❐ "நான் படிக்கிறேன்" என்றான்.
- ❐ "ஒழுக்கமுடைமை குடிமை" என்றார்.

மெய்ப்புத் திருத்தக் குறியீடுகள்

நூல்கள் அல்லது இதழ்களை அச்சிடுவதற்கு முன்னர் அச்சுப்படி திருத்துபவர் அப்பணியின் போது பிழைகளைத் திருத்துவதற்கும் பின்பற்றும் முறைகளையும் திருத்தக் குறியீடுகளையும் அறிந்திருக்க வேண்டும்.

அச்சுப்படி திருத்துபவரின் பணிகள்

- ❒ மூலப்படியில் (Original Copy) உள்ளபடியே செய்திகள் அச்சடிக்கப்பட்டுள்ளனவா என ஒவ்வொரு வரியையும் படித்துக் கவனிக்க வேண்டும்.
- ❒ செய்தியின் உள்ளடக்கம், புள்ளி விவரங்கள், எண்கள், அட்டவணைகள் முதலியன விடுபட்டுள்ளனவா என்பதை மூலப்படியோடு ஒப்பிட்டுக் கவனித்தல் வேண்டும். ஏனெனில் புள்ளி விவரங்கள் மாறினால், செய்தியின் பொருளில் முரண்பாடு ஏற்படும்.
- ❒ அச்சுப்படி திருத்துவோர் செய்தியின் உருவையோ உள்ளடக்கத்தையோ மாற்றுதல் கூடாது.
- ❒ பிழை ஏற்பட்ட சொல்லின் மீது எழுதக் கூடாது. ஒரு வரியின் இடப்பக்கப் பாதியில் பிழையிருந்தால், இடப்பக்க ஓரமும் வலப்பக்கப் பாதியில் பிழையிருந்தால் வலப்பக்க ஓரமும் திருத்தம் தருதல் அச்சிடுவோர்க்கும் பயனுடையதாக அமையும்.
- ❒ பிழைகளை ஓரம்வரை கோடிழுத்துக் காட்டும்போது, மேலும் கீழும் உள்ள வரிகள் பாதிக்கப்படக் கூடாது.
- ❒ ஒரு வரியில் ஒன்றுக்கும் மேற்பட்ட பிழைகள் இருந்தால், பிழைகளைக் குறிக்கும் கோடுகளைத் தெளிவாகக் காட்ட வேண்டும்.
- ❒ ஒரு சொல்லில், பிழைகள் அதிகமாக இருப்பின், அச்சொல்லையே நீக்கிவிட்டு, சரியான சொல்லைத் தெளிவாகப் பக்க ஓரத்தில் தருதல் வேண்டும்.
- ❒ எண்ணின் (Number) இடையில் பிழையிருந்தால் அந்தத் தொகையை முழுவதுமாகக் பிழையின்றி எழுத வேண்டும்.
- ❒ அச்சுப்படியில் இருக்கும் வண்ணத்திற்கு மாறான, வண்ணமுடைய மையால் திருத்த வேண்டும்.

திருத்தல் குறியீடுகளின் பிரிவுகள்

1. பொதுவானவை

குறியீடு	குறியீட்டுப் பொருள்
Dt	அச்சடித்திருக்கும் சொல்லையோ எழுத்தையோ நீக்குக
^	சொல்லையோ எழுத்தையோ இந்தக் குறிப்பிட்ட இடத்தில் சேர்த்துக் கொள்க.
[	புதிய பத்தி (New Paragraph) தொடங்குக.

2. நிறுத்தக் குறியீடுகள்

குறியீடு	குறியீட்டுப் பொருள்
, /	காற்புள்ளியைச் சேர்க்கவும்
; /	அரைப்புள்ளியைச் சேர்க்கவும்.

. /	முற்றுப்புள்ளி இடவும்.
? /	வினாக்குறி இடவும்
! /	வியப்புக்குறி இடவும்
: /	முக்காற்புள்ளியைச் சேர்க்கவும்

3. இடைவெளி தரவேண்டியவை

குறியீடு	குறியீட்டுப் பொருள்
⁀	சொற்களை அல்லது எழுத்துகளைச் சேர்க்கவும். இடைவெளி விட வேண்டாம்.
#	பத்திகள் (அ) வரிகள் (அ) சொற்களுக்கிடையில் இடைவெளி விடவேண்டும்.

4. இணைக்க வேண்டியவை

குறியீடு	குறியீட்டுப் பொருள்
⊐	இடப்பக்கம் தள்ளவும்
⊏	வலப்பக்கம் தள்ளவும்
∽	பத்திகளை இணைக்கவும்
⋎’	ஒற்றை மேற்கோள் இடுக
⋎”	இரட்டை மேற்கோள் இடுக.

5. எழுத்து வடிவம்

குறியீடு	குறியீட்டுப் பொருள்
unbold	வழக்கமான எழுத்தில் மாற்றுக
Bold	தடித்த எழுத்தில் மாற்றுக.
Trs	சொற்கள் (அ) எழுத்துகளை இடம் மாற்றுக.
l.c.	எழுத்துருவைச் சிறியதாக ஆக்குக.

திருத்தக் குறியீடுகளின் தமிழ்ப் பெயர்கள்

Apostrophe	(’)	எழுத்துக்குறை
Semicolon	(;)	அரைப்புள்ளி
Colon	(:)	முக்காற்புள்ளி
colondash	(:–)	வரலாற்றுக் குறி

Ditto mark	(")	மேற்படிக் குறி
Bar	(/)	வெட்டுக்கோடு
Brackets	( )	பிறைக்கோடு
Double brackets	{ }	இரட்டைப் பிறைக்கோடு
Large brackets	[ ]	பகர அடைப்பு
Dash	(–)	இடைக்கோடு

தமிழாய் எழுதுவோம்

எழுத்துப்பிழை

எல்லா இடங்களிலும் பேச்சுத் தமிழை எழுத முடியாது. பேசுவதைப் போலவே எழுத எண்ணுவதே எழுத்துப் பிழைக்கு முதன்மையான காரணம் எனலாம். குறில், நெடில் வேறுபாடு அறியாதிருப்பதும் எழுத்துகள் வரும்முறையில் தெளிவற்றிருப்பதும் பிழைகள் மலியக் காரணமாய் அமைகின்றன.

எழுத்துகளின் ஒலிப்புமுறை, அவற்றுக்கான வரிவடிவ வேறுபாடு, அவை சொல்லில் வரும் இடங்களையும் (முதல்,இடை, கடை) தெள்ளத் தெளிவாய் மனத்துள் பதித்துக் கொள்வதைக் கடமையாகக்கொள்ள வேண்டும். ந, ண, ன/ ற, ர / ல, ள, ழ இவற்றின் வேறுபாடு அறிந்து வாய்விட்டு ஒலித்துப் பழகுவது சாலச் சிறந்தது. இவ்வெழுத்துகளுக்கான சில அடிப்படை இலக்கணத்தையும் கசடறக் கற்றல் இன்றியமையாத கற்றல் பணியாகும்.

மேலுள்ள எட்டு எழுத்துகளில் நகரம் மட்டுமே சொல்லின் தொடக்கமாக வரும். **றகர மெய்** சொல்லின் இறுதியில் வராது. மற்றவை சொல்லுக்கு இடையிலும் இறுதியிலும் வரும்.

ந, ண, ன, ற, ர, ல, ள, ழ		
முதல்	**இடை**	**கடை**
நண்டு, நாடகம்	பந்து, கண்டு, கன்று, கற்று, பார்த்து, கால்கள், கொள்வது, புகழ்வது	கண், அவன், பார், கால், கொள், புகழ்

- தமிழில் சொல்லின் தொடக்கமாக மெய்யெழுத்துகள் வருவதில்லை. வரின் தமிழில்லை. க்ரீடம், ப்ரியா–வடமொழி ; க்ளிஷே–ஆங்கிலம்.
- வல்லின மெய்யோடு சொல் முடியாது. அப்படி முடிந்தால் தமிழ்ச் சொல்லன்று என்றுணர்க. பார்க், பன்ச், பட், போத், டப் போன்றவை தமிழில்லை.
- வல்லின மெய்கள் ஈரொற்றாய் வாரா. ட், ற் என்னும் மெய்களை அடுத்து மெய்கள் வருவதில்லை. காட்ச்சி, முயற்ச்சி என்றெழுதுவது பிழை.
- க், ச், த், ப் ஆகியவற்றின்பின் அவற்றின் அவ்வெழுத்து வரிசைகளே வரும். பிற மெய்கள் வாரா. காக்கை, பச்சை, பத்து, உப்பு.
- ட், ற் என்னும் மெய்களுக்குப் பிறகு அவ்வெழுத்து வரிசைகளும் க,ச,ப என்னும் வரிசைகளுமே வரும். பாட்டு, வெட்கம், காட்சி, திட்பம், காற்று, கற்க, கற்சிலை, கற்பவை.

- ட, ற என்னும் எழுத்துகள் சொல்லின் முதலில் வாரா. டமாரம், றப்பர் ஆகியவை தமிழ் இல்லை.
- ஆய்த எழுத்து சொல்லின் இடையில் மட்டுமே வரும். தனிச்சொல்லாயின் மூவெழுத்தாகவும், தனிக்குறிலை அடுத்தும் வரும். (அஃது, எஃகு, கஃசு).
- மெல்லின எழுத்துகளில் ண, ன சொல்லின் தொடக்கமாக வாரா.
- தனிச்சொல்லின் இடையில் வல்லினத்துக்குமுன் அவ்வல்லின மெய்யோ அவற்றின் இன மெல்லின மெய்யோ வரும். பிற மெய்கள் வருவதில்லை (தக்கை, தங்கை, பச்சை, இஞ்சி, பண்டு, பட்டம், பத்து, பந்து, தப்பு, பாம்பு, கற்று, கன்று).
- ய், ர், ல், ழ், ள் என்னும் எழுத்துகளுக்குப் பின் வியங்கோள் வினைமுற்று / கள் விகுதி / வல்லினத்தில் தொடங்கும் சொற்கள் வரும்போது இயல்பாய் நிற்கும் (தேய்க, நாய்கள், தாய்சேய், ஊர்க, ஊர்கள், ஊர்சூழ், செல்க, கால்கள், செல்கணம், வாழ்க, வாழ்தல், தோள்கள்)
- ணகர ஒற்றினை அடுத்து றகரமும் னகர ஒற்றினை அடுத்து டகரமும் வருவதில்லை. (கண்டு என்று வரும், கன்டு என்று வருவதில்லை. மன்றம் என்று வரும் மண்றம் என்று வருவதில்லை.
- ஞ், ந், வ் என்னும் எழுத்துகளில் முடியக்கூடிய சொற்கள் அரிதாக உள்ளன. (உரிஞ், வெரிந், பொருந்த, தெவ்)
- ய, ர, ழ ஒற்றுகள் மட்டுமே ஈரொற்றாய் வரும். மற்றவை அளபெடுத்தால் மட்டுமே வரும் (பாய்ச்சு, பார்க்கும், வாழ்க்கை.)
- தனிக்குறிலை அடுத்து ரகர, ழகர ஒற்றுகள் வாரா.
- தனிக்குறிலையடுத்து ரகர ஒற்று வரின் அதனைத் தமிழ் இயல்புக்கேற்பத் திருத்தி எழுதவேண்டும். (நிர்வாகம் – நிருவாகம்; கர்மம் – கருமம், கன்மம்)
- ரகரத்தை அடுத்து ரகர வரிசை எழுத்துகளும், ழகரத்தை அடுத்து ழகர வரிசை எழுத்துகளும் வாரா.
- உயிர் வரின் ஒரு, இரு முறையே ஓர், ஈர் என்று மாறும்.
- உயிர் வரின் அது, இது, எது முறையே அஃது, இஃது, எஃது என்பதாக மாறும்.

லகர, ளகர விதிகள்

- வேற்றுமைப்புணர்ச்சியில் லகரத்தைத் தொடர்ந்து வல்லினம் வரின் லகரம் றகரமாய்த் திரிவதுண்டு, கல் + சிலை = கற்சிலை, கடல் + கரை = கடற்கரை
- லகரத்தைத் தொடர்ந்து மெல்லினம் வரின் லகரம் னகரமாய்த் திரிவதுண்டு, பல்+ முகம் = பன்முகம்.
- ளகரத்தைத் தொடர்ந்து வல்லினம் வரின் ளகரம் டகரமாய்த் திரிவதுண்டு. மக்கள் + பேறு = மக்கட்பேறு
- ளகரத்தைத் தொடர்ந்து மெல்லினம் வரின் ளகரம் ணகரமாய்த் திரிவதுண்டு. நாள் + மீன் = நாண்மீன்.
- வருமொழி தகரமாயின் லகரம் றகரமாக மாறுவதோடு தகரமும் றகரமாக மாறும். சொல் + துணை = சொற்றுணை.
- வருமொழி நகரமாயின் லகரம் னகரமாக மாறுவதோடு நகரமும் னகரமாக மாறும். பல் + நூல் = பன்னூல்.
- அல்வழியில், தனிக்குறிலை அடுத்து லகரம் தகரமும் வரும்போது ஆய்தமாக மாறும், தகரமும் றகரமாகும். அல் + திணை = அஃறிணை ; பல் + துளி = பஃறுளி.

இயக்குநர் என்பதே சரி. இயக்குனர் என்று எழுதுவது தவறு. இயக்கு, ஓட்டு, அனுப்பு, பெறு முதலான வினைகள் பெயரிடை நிலையான 'ந்' என்பதைப் பெற்று (ந்+அர்=நர்), ஓட்டுநர், அனுப்புநர், பெறுநர் என்று பெயர்ச்சொற்களாகின்றன. உறுப்பினர். குழுவினர், ஊரினர் முதலானவை (உறுப்பு, குழு, ஊர்) பெயர்ச்சொற்கள். அதனால், அவை இன் என்னும் சாரியைப் பெற்று முடிந்துள்ளன.

சொல் உருவாகும் முறையை அறிந்தும், பொருள் வேறுபாட்டினை உணர்ந்தும் எழுதுகிறபோது பிழைகளைத் தவிர்க்க முடியும்.

அறம்–அரம் ; குறை – குரை ; வளம் – வலம் ; களம் – கலம்; கிளி – கிலி ; என்றாள் – என்றால் ; போனாள் – போனால்; ஆணை – ஆனை; மழை – மலை முதலிய சொற்களின் பொருள் வேறுபாட்டினைக் கற்றுணர்தல் மாணவர்களின் இன்றியமையாத பணியாகும்.

திணை, பால், எண், இடம்

மொழியின் அடிப்படைப் பண்புகளான **திணை, பால், எண், இடம்** ஆகியவை சொற்றொடர் அமைப்பை விளங்கிக் கொள்வதற்கும் பயன்படுத்துவதற்கும் உதவுகின்றன. தமிழ்மொழியின் **பெயர்ச்சொற்களும் வினைச்சொற்களும்** திணை, பால், எண் ஆகியவற்றை உணர்த்துகின்றன. **எழுவாய்** உள்ள தொடர்களில் அதன் **வினைமுற்றானது** எழுவாயுடன் திணை, பால், எண், இடம் ஆகிய நால்வகைப் பொருத்தங்கள் உடையதாய் அமைகிறது.

(எ.கா) முருகன் நூலகம் சென்றான். இத்தொடரில், முருகன் என்னும் எழுவாய் – அதன் திணை, பால், எண் ஆகியவற்றை உணர்த்துகிறது.

திணைப் பாகுபாடு

உலக மொழிகள் அனைத்திலும் மிகுதியாக உள்ள பெயர்ச்சொற்கள் **உயர்திணை, அஃறிணை** என இருவகைப்படும். தமிழில் திணைப் பாகுபாடு பொருட்குறிப்பை அடிப்படையாகக் கொண்டு அமைந்துள்ளது.

"**உயர்திணை என்மனார் மக்கட் சுட்டே**

அஃறிணை என்மனார் அவரல பிறவே" – (தொல். சொல்)

மக்கள் என்று சுட்டப்படுவோர் உயர்திணை அவரல்லாத பிற அஃறிணை என்று தொல்காப்பிய நூற்பா கூறுகிறது. இவ்வகைப் பாகுபாடு ஆங்கிலம் முதலிய பிறமொழிகளில் இல்லை.

இன்றைய தமிழில் வினாச்சொற்களைப் பயனிலையாக அமைத்து திணை வேறுபாடு அறியப்படுகிறது.

(எ.கா) அங்கே நடப்பது யார் ? (உயர்திணை)

அங்கே நடப்பது எது ? (அஃறிணை)

குழந்தை, கதிரவன் போன்றவை இரு திணைக்கும் பொதுவாக அமையும் பெயர்களாகும்.

(எ.கா) குழந்தை சிரித்தான் – குழந்தை சிரித்தது.

கதிரவன் உதித்தான் – கதிரவன் உதித்தது. பேச்சுவழக்கில் **அஃறிணை முடியே** பெருவழக்காக உள்ளது.

பால் பாகுபாடு

தமிழில் பால்பகுப்பு **இலக்கண அடிப்படையில்** அமைந்துள்ளது. தன்மை, முன்னிலை இடத்தைத் தவிர, படர்க்கை இடத்திலும் தமிழிலுள்ள பெயர்கள் அமையும். பயனிலை விகுதிகளான **ஆன், ஆள், ஆர், அது, அன்** ஆகியவை பால் பகுப்பைக் காட்டுகின்றன.

பழந்தமிழில் ஐம்பால்களுள் பலர்பால் சொல்லானது, பன்மையிலும் உயர்வு கருதிச் சிலவேளைகளில் ஒருமையிலும் வந்துள்ளன.

மாணவர் வந்தனர். (பன்மை)

ஆசிரியர் வந்தார் (ஒருமை)

இக்காலத் தமிழில் பலர்பாலை உணர்த்தும் சொல்லானது பன்மைப் பொருளை உணர்த்தாமல் ஒருமைப்பொருளை மட்டுமே உணர்த்துகிறது. (எ.கா) அவர் வந்தார். (ஒருமை)

பன்மைப் பொருளை உணர்த்துவதற்குக் '**கள்**' என்ற விகுதி பயன்படுகிறது. (எ.கா) அவர்கள் வந்தார்கள். பன்மை உயர்திணையில் ஆண்பாலுக்கும் பெண்பாலுக்கும் உரிய பொதுப்பெயர்கள், வினைமுற்றைப் பொருத்தே பால் அறியப்படுகிறது.

(எ.கா) தங்கமணி பாடினான் (ஆண்பால்)

தங்கமணி பாடினாள் (பெண்பால்)

பால் காட்டும் விகுதிகள் இன்றி உயர்திணைப் பெயர்ச்சொற்கள்

ஆண் – பெண் ; அப்பா – அம்மா
தம்பி – தங்கை ; தந்தை – தாய்

அஃறிணை எழுவாயில் ஆண், பெண் பகுப்புமுறை மரபில் இருந்தாலும் வினைமுற்றில், அவற்றை வேறுபடுத்தும் பால்காட்டும் விகுதிகள் இல்லை. எனவே ஒருமை, பன்மை அடிப்படையிலேயே ஒன்றன்பால், பலவின்பால் என்பன அறியப்படுகின்றன. (எ.கா) காளை உழுதது (ஆண்பால்), பசு பால் தந்தது. (பெண்பால்)

தற்காலத் தமிழில் அஃறிணை எழுவாய் மாற்றமடைந்து, பெண்பாலைக் குறிக்க **பசுமாடு** எனவும் ஆண்பாலைக் குறிக்க **காளைமாடு** (எருது) எனவும் வழங்கப்படுகின்றன.

எண் பாகுபாடு

தற்காலத் தமிழில் உயர்திணைப் பன்மைப் பெயர்கள் பன்மை விகுதி பெற்று வருகின்றன. (எ.கா) இரண்டு மனிதர்கள்.

அஃறிணைப் பன்மைப் பெயர்கள் பன்மை விகுதி பெறுவது கட்டாயமில்லை. 'பத்துத் தேங்காய்' பத்துத் தேங்காய்கள் என்று எழுதுவதில்லை.

தற்காலத்தில் தமிழில் அஃறிணைப் பன்மைக்கென தனி வினைமுற்றுகள் இல்லை. ஒருமை, பன்மை வேறுபாடு எழுவாயில் வெளிப்படுகின்றன.

(எ.கா) ஒரு மரம் வீழ்ந்தது, பத்து மரம் வீழ்ந்தது.

'ஒவ்வொரு' என்ற சொல்லைப் பயன்படுத்தும் முறை

ஒவ்வொரு வீடுகளிலும் நூலகம் உள்ளது (தவறு). ஒவ்வொரு **வீட்டிலும்** நூலகம் உள்ளது (சரி) ஒவ்வொரு **பள்ளியும்** சுற்றுச்சூழல் பாதுகாப்பு விழிப்புணர்வை ஏற்படுத்தி வருகிறது (சரி).

இடப்பாகுபாடு

- தன்மை, முன்னிலை, படர்க்கை என இடம் மூன்று வகைப்படும்.
- பெயர்ச் சொற்களில் இடப்பாகுபாடு வெளிப்படாது.

அவன், அவள், அவர், அது, அவை முதலான பதிலீடு பெயர்களிலும் வினைமுற்றுகளிலுமே வெளிப்படும்.

தன்மையிலோ முன்னிலையிலோ ஒருமை பன்மை பாகுபாடு உண்டு: ஆண்பால், பெண்பால் பாகுபாடு இல்லை.

(எ.கா) நான் புத்தகம் கொடுத்தேன். இத்தொடரில் பேசியவர் ஒருவர் என்று மட்டுமே குறிப்பிட முடியும். ஆணா பெண்ணா என்று குறிப்பிட முடியாது.

உளப்பாட்டுத் தன்மைப் பன்மை

பேசுபவர், முன்னிலையாரையும் தன்னுடன் சேர்த்துக் கொண்டு பேசுவதாகும். (எ.கா) நாம் முயற்சி செய்வோம்.

உளப்படுத்தாத் தன்மைப் பன்மை

பேசுபவர், முன்னிலையாரைத் தவிர்த்துப் பேசுவதாகும். (எ.கா) நாங்கள் முயற்சி செய்வோம்.

ஒரு மொழியில் அடிப்படை அறிவு என்பது அந்தந்த மொழியிலுள்ள எழுத்துகளையும் சொற்களையும் அவற்றின் பொருளையும் வாக்கிய அமைப்புகளையும் தெரிந்திருப்பதே மேற்கண்ட நான்கையும் உள்ளடக்கியது. ஒரு மொழியின் இலக்கணம். **– தமிழ்நடைக் கையேடு**

பொருள் மயக்கம்

எழுதும்போதோ பேசும்போதோ தேவையான இடங்களில் இடைவெளி விடாததும் தேவையற்ற இடங்களில் இடைவெளி விடுவதும் படிப்போர்க்கும் கேட்போருக்கும் பொருள் மயக்கத்தை ஏற்படுத்திவிடும்.

இடைவெளியும் பொருள் வேறுபாடும்

எம் மொழி யார்க்கும் எளிது	எம்மொழியார்க்கும் எளிது
அப் பாவின் நலங் காண்க	அப்பாவின் நலங்காண்க
ஐந்து மாடிவீடு	ஐந்துமாடி வீடு
அன்றுமுதல் பாடம் கற்றோம்	அன்று முதல்பாடம் கற்றோம்

இவ்வாறு சொற்களைச் சேர்த்தும் பிரித்தும் எழுதுவதால் பொருள் மாறுபாடுகள் ஏற்படுகின்றன.

எம் மொழி யார்க்கும் எளிது – எந்த மொழி அனைவருக்கும் எளிது.

எம்மொழியார்க்கும் எளிது – எந்த மொழியைப் பேசுபவர்க்கும் எளிது.

அப் பாவின் நலங் காண்க. அந்தப் பாடலின் இனிமை காண்க.

அப்பாவின் நலங்காண்க – தந்தையின் உடல்நலனைப் பேணுக.

ஐந்து மாடி வீடு – தனித்தனியாக மாடி வீடுகள் ஐந்து உள்ளன.

ஐந்துமாடி வீடு – ஒரு வீட்டில் ஐந்து மாடிகள் உள்ளன.

அன்றுமுதல் பாடம் கற்றோம் – அன்றிலிருந்து பாடம் கற்றோம்.

அன்று முதல் பாடம் கற்றோம் – அன்று முதலாவது பாடத்தைக் கற்றோம்.

வல்லின மெய்களும் பொருள் வேறுபாடும்

பிட்டுத் தின்றான்	பிட்டு தின்றான்
உள்ளக் கருத்து	உள்ள கருத்து
ஈட்டிக் கொண்டு	ஈட்டி கொண்டு வந்தான்

போன்ற தொடர்களில் வல்லின மெய்களால் ஏற்படும் பொருள் வேறுபாடுகளை அறிந்து பயன்படுத்த வேண்டும்.

பிட்டுத் தின்றான் – உணவைப் பிய்த்து தின்றான்.

பிட்டு தின்றான் – பிட்டு என்னும் உணவைத் தின்றான்.

உள்ளக் கருத்து – மனதில் இருக்கும் கருத்து

உள்ள கருத்து – உண்மையாக இருக்கும் கருத்து

ஈட்டிக் கொண்டு வந்தான் – உழைத்துப் பொருளை ஈட்டி (சம்பாதித்து) வந்தான்.

ஈட்டி கொண்டு வந்தான் – ஈட்டி எனும் ஆயுதத்தைக் கொண்டு வந்தான்.

காற்புள்ளியும் பொருள் மயக்கமும்

இயல்பாக உரையாடும்போது பொருள்நிலையில் பெரும்பாலும் எந்தக் குழப்பமும் ஏற்படுவதில்லை. குரலில் ஏற்றம் – இறக்கம், சொற்களில் அழுத்தம் – குழைவு. இறுதிச் சொல் மூலம் வினாவா உணர்ச்சியா என்பதையெல்லாம் உணர்ந்து பொருளை நாம் சரியாக விளங்கிக் கொள்கிறோம். எழுதும்போது காற்புள்ளியிடாமல் எழுதினாலோ இடம் மாற்றிக் காற்புள்ளி இட்டாலோ தொடரில் உள்ள சொற்கள், அத்தொடருக்குரிய முழுமையான பொருளைத் தராமல் வேறுபொருளைத் தந்துவிடும்.

அவள், அக்காள் வீட்டிற்குச் சென்றாள்.

இப்படிக் காற்புள்ளியிட்டு எழுதும்போது அந்தப் பெண் தன் அக்காள் வீட்டிற்குச் சென்றாள் எனப் பொருள்படுகிறது.

அவள் அக்காள், வீட்டிற்குச் சென்றாள்.

இத்தொடரில் அந்தப் பெண்ணின் அக்காள் தனது வீட்டிற்குச் சென்றாள் எனப் பொருள் வேறுபடுகிறது.

எனவே நிறுத்தக்குறிகளை உரிய இடங்களில் இட்டும் இடாமலும் எழுதிப் பொருள்மயக்கம் ஏற்படாமல் பார்த்துக்கொள்ள வேண்டும்.

இடைச்சொற்களும் விகுதிகளும் சொல்லுருபுகளும்

தமிழில் உள்ள சில இடைச்சொற்கள், சொல்லுருபுகள், விகுதிகள் ஆகியவற்றைத் தொடர்புகளில், சொற்களில் சேர்த்தும் பிரித்தும் எழுதுவதால் பொருள் வேறுபாடு தோன்றுகிறது.

விடும்	தன் தவற்றினை உணர்ந்துவிடுவானாயின் நன்று
	தன் தவற்றினை உணர்ந்து விடுவானாயின் நன்று
தன்	பாண்டியன்தன் கவிதையைப் படித்தான்
	பாண்டியன் தன் கவிதையைப் படித்தான்
தான்	கண்ணன்தான் எழுதுவதாகச் சொன்னான்
	கண்ணன் தான் எழுதுவதாகச் சொன்னான்
பற்றி	குகன் இராமனைப்பற்றிக் கூறினான்
	குகன் இராமனைப் பற்றிக் கூறினான்

முன்	சில குறைகளை மக்கள் முன்வைத்தனர்
	சில குறைகளை மக்கள்முன் வைத்தனர்
முதல்	அன்றுமுதல் அமைச்சர் வந்தார்
	அன்று முதல் அமைச்சர் வந்தார்
பால்	அவன்கண் பெற்று மகிழ்ந்தான்
	அவன் கண்பெற்று மகிழ்ந்தான்
படி	அளக்கும்படி வேண்டினான்
	அளக்கும் படி வேண்டினான்
மூலம்	அதன்மூலம் கண்டுபிடிக்கப்பட்டது.
	அதன் மூலம் கண்டுபிடிக்கப்பட்டது
கூட	அவன்கூடக் கொடுத்தான்
	அவன் கூடக் கொடுத்தான்

சொல்லுருபுகள்

வீட்டிலிருந்து சென்றான் – வீட்டில் இருந்து புறப்பட்டுச் சென்றான்

வீட்டில் இருந்து சென்றான் – வீட்டில் தங்கிவிட்டுச் சென்றான்.

பொருட்பிழை

ஆண்டுதோறும் மறைந்த தி. ஜானகிராமன் நினைவாகக் கூட்டம் நடைபெறும்.

இத்தொடரானது தி. ஜானகிராமன் ஆண்டுதோறும் மறைந்தார் என்னும் தவறான பொருள் அமையும்படி வந்துள்ளது.

சரியான சொற்றொடர்

மறைந்த தி. ஜானகிராமன் நினைவாக ஆண்டுதோறும் கூட்டம் நடைபெறும்.

எழுவாய், பயனிலை, செயப்பாடுபொருள் மாற்றத்தால் ஏற்படும் பொருள்மயக்கம்

இராமனுடன் இலக்குவனும் காட்டிற்குப் பணிவிடை செய்யப் புறப்பட்டான்.

இத்தொடர் **காட்டிற்குப்** பணிவிடை செய்ய இராமனுடன் இலக்குவனும் சென்றான் என்ற பொருளைத் தருவதால் பொருள் முழுமையாக வெளிப்படவில்லை.

பணிவிடை செய்ய இராமனும் இலக்குவனும் காட்டிற்குப் புறப்பட்டான்.

இத்தொடர் **யாரோ ஒருவருக்குப்** பணிவிடை செய்ய இராமனுடன் இலக்குவனும் சென்றான் என்ற பொருளைத் தருவதால், பொருள் முழுமையாக வெளிப்படவில்லை.

காட்டில் இராமனுக்குப் பணிவிடை செய்ய இலக்குவனும் புறப்பட்டான்.

இத்தொடர் **காட்டில் உள்ள** இராமனுக்குப் பணிவிடை செய்ய இலக்குவனும் காட்டிற்குப் புறப்பட்டான் என்ற பொருளைத் தருவதால், பொருள் முழுமையாக வெளிப்படவில்லை.

இராமனுக்குப் பணிவிடை செய்ய இலக்குவனும் காட்டிற்குப் புறப்பட்டான்.

இத்தொடர் இராமனுக்குப் பணிவிடை செய்வதற்காக **இராமன் புறப்பட்டபோதே இலக்குவனும் உடன் புறப்பட்டான்** என்ற சரியான பொருளைத் தருகிறது.

முக்கிய விதிகள்

1. பண்புத்தொகை, வினைத்தொகையாக வரும் சொற்கள் ஒருசொல் என்னும் தன்மை கொண்டவை. எனவே அவற்றைப் பிரித்து எழுதக்கூடாது.

செங்கடல் (சரி) – செங் கடல் (தவறு)
கத்துகடல் (சரி) – கத்து கடல் (தவறு)

2. பெயர்ச்சொல் வினைச்சொல் ஆகியவற்றிற்கு இடையில் நின்று பொருளைத் தெளிவாக உணர்த்தி நிற்கும் **இடைச்சொற்களைச் சேர்த்து எழுத** வேண்டும்.
அணங்குகொல் (சரி) அணங்கு கொல் (தவறு)

3. இடைச்சொல்லுடன் சொற்களைச் சேர்த்தே எழுத வேண்டும்.
பேசியபடி பணம் கொடுத்தான் (பேசியவாறு)
பேசிய படி பணம் கொடுத்தான் (படியளவு)

4. உடம்படுமெய்கள் அமைந்த சொற்களில் உடம்படுமெய்களைச் சேர்த்துத்தான் எழுத வேண்டும்.
மணியடித்துச் சென்றான் (ஒலி எழும்புதல்)
மணி அடித்துச் சென்றான் (மணி என்பவன் யாரையோ அறைதல்)

5. பன்மையை உணர்த்தும் 'கள்' விகுதி சேர்ந்த சொற்களைப் பிரிக்காமல் எழுத வேண்டும்.
ஈக்கள் மொய்த்தன (சரி) – ஈக் கள் மொய்த்தன. (தவறு)
குரங்குகள் உண்டன (சரி) – குரங்கு கள் உண்டன. (தவறு)

6. இரட்டைக்கிளவிச் சொற்களைச் சேர்த்து எழுத வேண்டும்.
படபடவெனச் சிறகை அடித்தது (சரி)
பட பட எனச் சிறகை அடித்தது (தவறு)

7. சொற்புணர்ச்சியில் நிலைமொழியின் ஈற்றெழுத்து மெய்யெழுத்தாகவும் வருமொழி முதலெழுத்து உயிரெழுத்தாகவும் இருந்தால் அவற்றைச் சேர்த்தே எழுத வேண்டும்.
சுடராழி – சுடர் + ஆழி

8. உரிச்சொற்களைப் பெயருடனும் வினையுடனும் பயன்படுத்தும்போது சேர்த்தே எழுத வேண்டும்.
கடிமணம் – கடி மணம்

9. உம்மைத்தொகைச் சொற்களையும் நேரிணைச் சொற்களையும் எதிரிணைச் சொற்களையும் சேர்த்தே எழுத வேண்டும்.
உற்றாருறவினர் (சரி) – உம்மைத்தொகை
உற்றார் உறவினர் (தவறு)
சீரும்சிறப்பும் – (சரி) – நேரிணைச்சொற்கள்.
சீரும் சிறப்பும் (தவறு)
மேடுபள்ளம் (சரி) – எதிரிணைச்சொற்கள்
மேடு பள்ளம் (தவறு)

சொற்றொடர்ப்பிழை

திணை, பால், எண், இடம், காலம் முதலிய பிழைகள் ஏற்படாவண்ணம் தொடர்களை எழுதவேண்டும்.

கோவலன் மதுரைக்குச் சென்றது. (தவறு)
கோவலன் மதுரைக்குச் சென்றான். (சரி)
பறவைகள் நெல்மணிகளை வேகமாகக் கொத்தித் தின்றது. (தவறு)
பறவைகள் நெல்மணிகளை வேகமாகக் கொத்தித் தின்றன. (சரி)
குதிரையும் யானையும் வேகமாக ஓடியது. (தவறு)

குதிரையும் யானையும் வேகமாக ஓடின. (சரி)

அவன் வெண்மதியிடம் பேசினாய். (தவறு)

அவன் வெண்மதியிடம் பேசினான். (சரி)

சென்னையிலிருந்து நேற்று வருகிறான். (தவறு)

சென்னையிலிருந்து நேற்று வந்தான் (சரி)

சென்னையிலிருந்து நாளை வருவான் (சரி)

அல்லன், அல்லள், அல்லர், அன்று, அல்ல என்பனவற்றைத் திணை, பால் எண், இடம் அறிந்து ஆளுதல் வேண்டும். (எ.கா) அவன் அல்லன், அவள் அல்லள், அவர் அல்லர், நாய் அன்று, நாய்கள் அல்ல.

அது என்னும் வேற்றுமை உருபு அஃறிணைக்கு உரியது. வரும் சொல் உயர்திணையாயின் அது என்னும் உருபினைப் பயன்படுத்துதல் கூடாது. எனது வீடு, அரசரது மாளிகை என்று எழுதலாம். ஆனால், எனது மனைவி, அரசரது மகன் என்றெழுதுதல் பிழையாகும். (மனைவி, மகன் – உயர்திணை)

என் மனைவி, அரசர் மகன் என்று குறிப்பிட வேண்டும்.

இரண்டாவது குழந்தையிடம் கேள்வி கேட்டான் ; குழந்தையிடம் இரண்டாவது கேள்வி கேட்டான் என்ற தொடர்களில் முதலிரண்டு சொற்கள் இடம் மாறியதால் பொருள் மாறுபடுகிறது.

அவன் **அருகில்** இருந்தான் ; அவன் **அருகாமையில்** இருந்தான், இரண்டு வெவ்வேறு பொருளுடையவை. அருகில் என்பதன் எதிர்ச்சொல் அருகாமை.

'பேருந்து மோதி மிதிவண்டியில் சென்றவர் காயம்' இத்தொடர் தவறானது. மிதிவண்டியில் சென்றவர் பேருந்து மோதி காயம். இத்தொடர் சரியானது.

பொதுவான பிழைகள்

சுடு தண்ணீர் – தவறு ; சுடுநீர் – சரி

(தண்ணீர் – குளிர்ந்த நீர். சூடும் குளுரும் சேர்ந்து நீர் இருக்க முடியாது)

ஒருவரியில் இறுதியிலுள்ள சொல்லைப் பொருள் கெடாதவாறு பிரித்து எழுத வேண்டும். இல்லையென்றால் பொருள் மாறுபடும்.

(எ.கா) : நம்பியார் கூடச் சென்றார்.

நம்பி யார் கூடச் சென்றார்.

இவ்வாறு பிரித்து எழுதும்போது உடன்பாட்டுச் வாக்கியம் வினா வாக்கியமாக மாறுபடுகிறது.

சரி	தவறு
திருவளர்செல்வன் / செல்வி	திருவளர்ச்செல்வன் / செல்வி
திருநிறைசெல்வன் / செல்வி	திருநிறைச்செல்வன் / செல்வி

பிழை தவிர்க்கச் சில குறிப்புகள்

- ஒருவர் சொல்லச் சொல்லக் கேட்டு எழுதிப் பழகுதல் உதவும்.
- சொல்லுக்கான பொருளை நினைவில் கொள்ளுதல்.
- மரபுச்சொற்களைக் கற்றல் இன்றியமையாத ஒன்றாகும்.
  (யானை–கன்று ; குதிரை – கனைக்கும்)
- இலக்கண விதிகளை மறக்காமல் இருப்பது.
- எழுதியதை மீளப் படித்துப் பார்த்துப் பிழையிருப்பின் திருத்துதலும் கடமையாகும்.

தொடை வகைகள்

1. மோனைத் தொடை
2. எதுகைத் தொடை
3. முரண் தொடை
4. இயைபுத் தொடை
5. அளபெடைத் தொடை

1. மோனைத் தொடை

முதற்சீரில் வந்த முதல் எழுத்தே அடுத்து வரும் சீர்களில் வந்தால் அது மோனைத் தொடையாகும்.

அடிமோனை

அடிதோறும் முதலெழுத்து ஒன்றி வருவது அடிமோனை ஆகும்.

"அளவில்லாத பெருமையராகிய
அளவி லாஅடி யார்புகழ் கூறுகேன்
அளவு கூட உரைப்பரி யதாயினும்
அளவி லாசை துரப்ப அறைகுவேன்"

இணை மோனை 1-2

1	2		
கோடி	**கோடி**	குறட்சிறு	பூதங்கள்

பொழிப்பு மோனை 1-3

1		3	
கருத்தொன்று	காதலினார்	**கனகமதில்**	திருவாரூர்

ஒரூஉ மோனை 1-4

1			4
அந்நாளில்	ஆளுடைய	பிள்ளையார்	**அருளாலே**

கூழை மோனை 1-2-3

1	2	3	
அந்தணர்கள்	**அதிசயித்தார்**	**அருமுனிவர்**	துதிசெய்தார்

மேற்கதுவாய் மோனை 1-3-4

1		3	4
அந்தணரின்	மேம்பட்ட	**அப்பூதி**	**அடிகளார்**

கீழ்க்கதுவாய் மோனை 1-2-4

1	2		4
அன்னம்	**அன்னவள்**	செய்கை	**அறைகுவாம்**

முற்று மோனை 1-2-3-4

1	2	3	4
அப்பதியில்	**அன்பருடன்**	**அமர்ந்தகல்வார்**	**அகலிடத்தில்**

2. எதுகைத் தொடை

அடிதோறும் இரண்டாம் எழுத்து ஒன்றிவருவது எதுகைத் தொடையாகும்.

அடி எதுகை

"பஞ்சின் மெல்லடிப் பாவையர் உள்ளமும்
வஞ்ச மாக்கள்தம் வல்லினையும் அரன்
அஞ்சசெ ழுத்தும் உணரா அறிவிலோர்
நெஞ்சும் என்ன இருண்டது நீண்டவான்"

இணை எதுகை 1-2

1	2		
அன்னம்	அன்னவள்	செய்கை	அறைகுவாம்

பொழிப்பு எதுகை 1-3

1		3	
மன்னவனார்	அதுமொழிய	வன்றொண்டர்	எதிர்மொழிவார்

ஒரூஉ எதுகை 1-4

1			4
முன்மால்	அயன்அறியா	மூர்த்தியார்	முன்னிலை

கூழை எதுகை 1-2-3

1	2	3	
இன்ன	தன்மைய	பின்னும்	இயம்புவான்

மேற்கதுவாய் எதுகை 1-3-4

1		3	4
மன்னுபூ	சனைமகிழ்ந்த	மன்னர்கோயில்	முன்னினார்

கீழ்க்கதுவாய் எதுகை 1-2-4

1	2		4
நன்மைக்கண்	நின்ற	நலம்என்றுங்	குன்றாதனம்

முற்று எதுகை 1-2-3-4

1	2	3	4
துப்பார்க்குத்	துப்பாய	துப்பாக்கித்	துப்பார்க்குத்

3. முரண்தொடை

முரண் என்றால் மாறுபாடு. பாட்டின் அடிகளில் சொற்கள் முரணாக அமைந்து வருவது முரண் தொடையாகும்.

அடிமுரண்

இப்பந்தர் இப்பெயரிட் டிங்கமைத்தார் யார் என்றார்க்கு
அப்பந்தர் "அறிந்தார்கள் ஆண்டஅர செனும் பெயரல்
செப்பருஞ்சீர் அப்பூதி அடிகளார் செய்தமைத்தார்
தப்பின்றி எங்குமுள சாலை குளங் கா" என்றார்

இணை முரண் 1-2

1	2		
ஆதி	**அந்தம்**	இலாமை	அடைந்தவன்

பொழிப்பு முரண் 1-3

1		3	
மேலுற	எழுந்துமிகு	**கீழுற**	அகழ்ந்து

ஒரூஉ முரண் 1-4

1			4
புலிவாயின்	மருங்கணையும்	புல்வாய	**புல்வாயும்**

(புல்வாய் – புல்லைத் தின்னும் இனங்கள்)

கூழை முரண் 1-2-3

1	2	3	
கேடும்	**ஆக்கமும்**	**கெட்ட**	திருவினார்

மேற்கதுவாய் முரண் 1-3-4

1		3	4
வானவர்கள்	மலர்மாரி	**மண்ணிறைய**	**விண்ணுலகின்**

கீழ்க்கதுவாய் முரண் 1-2-4

1	2		4
மாலை	**யாமம்**	புலர்வறும்	**வைகறை**

முற்று முரண் 1-2-3-4

1	2	3	4
நின்றாலும்	**இருந்தாலும்**	**கிடந்தாலும்**	**நடந்தாலும்**

4. இயைபுத் தொடை

இறுதிச் சீர் ஒன்றிவருவது இயைபுத் தொடை ஆகும்.

அடி இயைபு

"எண்ணிய முடிதல் வேண்டும்
நல்லவை எண்ணல் வேண்டும்
திண்ணிய நெஞ்சம் வேண்டும்
தெளிந்த நல்லறிவு வேண்டும்"

இயைபுக்கு இறுதிச் சீரை ஒன்று என எடுத்துக்கொண்டு மற்ற சீர்களை 2, 3 என்று கணக்கிட வேண்டும்.

இணை இயைபு 2-1

		2	1
தெய்வநெறிச்	சிவம்பெருக்குந்	**திருவாமூர்**	**திருவாமூர்**

பொழிப்பு இயைபு 3-1

	3		1
கரும்பல்ல	**நெல்லென்ன**	கமுகல்ல	**கரும்பென்ன**

ஒரூஉ இயைபு 4-1

4			1
ஆர்பரவை	அணிதிகழும்	மணிமுறுவல்	**அரும்பரவை**

கூழை இயைபு 3-2-1

	3	2	1
சீர்பெருகு	**நீலநக்கர்**	**திருமுருகர்**	**முதந்தொண்டர்**

மேற்கதுவாய் இயைபு 4-3-1

4	3		1
முன்றில்தொறும்	**வீதிதொறும்**	முகநெடுவாயில்கள்	**தொறும்**

கீழ்க்கதுவாய் இயைபு 4-2-1

4		2	1
தேடினார்	இருவருக்குந்	**தெரிவரியார்**	**திருமகனார்**

முற்றியைபு 4-3-2-1

4	3	2	1
புல்லோடும்	**கல்லோடும்**	**பொன்னோடும்**	**மணியோடும்**

5. அளபெடைத் தொடை

அடி அளபெடை

"நல்லோஓர் உளத்தைப் புண்படுத் துகின்ற
பொல்லாஅப் புல்லனை ஒழித்திட அவன்போல்
கல்லாஅ ஒருவனை அனுப்பச் செயல் புரிந்திடும்
எல்லாஅம் வல்ல இறைவனை ஏத்துவோம்"

இணை அளபெடை 1-2

1	2		
அறமேஎ	**அறமேஎ**	வெல்லும்	அறிவீர்

பொழிப்பு அளபெடை 1-3

1		3	
சூஉழ்ச்சியால்	வந்தவை	நில்லாஅ	நினமின்

ஒரூஉ அளபெடை 1-4

1			4
நல்லோஒர்	கவலை	ஒழியும்	சின்னாஅள்

கூழை அளபெடை 1-2-3

1	2	3	
தீயோஒர்	என்னாஅளும்	ஆஅளார்	தெரிவீர்

மேற்கதுவாய் அளபெடை 1-3-4

1		3	4
கொடியோஒர்	சொற்களைச்	சான்றோஒர்	கொள்ளாஅவர்

கீழ்க்கதுவாய் அளபெடை 1-2-4

1	2		4
உயர்ந்தோஒர்	சேஎரின்	உண்டாகும்	நலனேஎ

முற்று அளபெடை 1-2-3-4

1	2	3	4
கீழோஒர்	செயலோஒ	கீழோஅம்	அழிவாஅம்

பிற தொடை வகைகள்

செந்தொடை

எதுகை, மோனைத் தொடைவகைகள் இன்றி வரும் பாடல் செந்தொடை வகை எனப்படும்.

(எ.கா) **''பூத்த வேங்கை வியன்சினை யேறி**
மயிலினம் அகவு நாடன்
நன்னுதற் கொடிச்சி மனத்தகத் தோனே''

அந்தாதித் தொடை

அந்தம் – கடைசி ; ஆதி – முதல்

பாடலுள் அடிதோறும் இறுதியில் வரும் எழுத்தோ, அசையோ, சீரோ, அடுத்த அடியில் முதலாவதாக வந்தால் அது அந்தாதித் தொடை எனப்படும்.

(எ.கா): **''உலகுடன் விளக்கும் ஒளிதிகழ் அவிர்மதி**
மதி நலன் அழிக்கும் வளங்கெழு முக்குடை
முக்குடை நீழற் பொற்புடை யாசனம்
ஆசனத் திருந்த திருந்தொளி அறிவன்''

இரட்டைத் தொடை

பாடலுள் ஓரடி முழுவதும் முதலில் வந்த சொல்லே மீண்டும் மீண்டும் வருவது இரட்டைத் தொடையாகும்.

(எ.கா):

''ஒக்குமே ஒக்குமே ஒக்குமே ஒக்கும்
விளக்கினிற் சீறெரி ஒக்குமே ஒக்கும்
குளக்கொட்டிப் பூவின் நிறம்''

பத்தி மற்றும் பாடல்களிலிருந்து விடையளித்தல்

கடைப்பிடிக்கும் நெறிகள்

கொடுக்கப்பட்டிருக்கும் பாடலிலிருந்துதான் வினாவானது கேட்கப்படும். ஆதலால் பாடலைப் பலமுறை படித்தால் பொருள் விளங்கும். பின்பு வினாவிற்கு விடை எழுதுங்கள். வினாவிற்கு ஓரிரு வரிகளில் விடையளித்தால் போதும். வினாக்களில் இறுதி வினாவில் மொத்தப் பாடலின் நோக்கத்தினையும் கேட்டிருப்பர் அல்லது பாடலுக்கான ஒரு தலைப்பினைத் தரும்படி கேட்டிருப்பர் அல்லது மற்ற வினாக்களைப்போல பாடலிலிருந்தே கேட்கப்படலாம்.

செய்யுளின் பொருளுணர்ந்து வினாக்களுக்கு விடை தருக.

சாதிப்பிரிவுகள் சொல்லி – அதில்
    தாழ்வென்றும் மேலென்றும் கொள்வார்
நீதிப்பிரிவுகள் செய்வார் – அங்கு
    நித்தமும் சண்டைகள் செய்வார்.
சாதிக்கொடுமைகள் வேண்டாம் – அன்பு
    தன்னில் செழித்திடும் வையம்
ஆதரவுற்றிங்கு வாழ்வோம் – தொழில்
    ஆயிரம் மாண்புறச் செய்வோம்.
பெண்ணுக்கு ஞானத்தை வைத்தான் – புவி
    பேணி வளர்த்திடும் ஈசன்
மண்ணுக்குள்ளேசில மூடர் – நல்ல
    மாத ரறிவைக் கெடுத்தார்.
கண்கள்இரண்டினில் ஒன்றைக் – குத்திக்
    காட்சி கெடுத்திட லாமோ?
பெண்கள்அறிவை வளர்த்தால் – வையம்
    பேதமை யற்றிடுங் காணீர்.

வினாக்கள்:
1. எதனைச் சொல்லி தாழ்வென, மேலெனக் கொள்வார்?
2. சாதிக் கொடுமைகள் நீங்க வழி யாது?
3. எவரை மூடர் என்கிறார்?
4. வையத்தில் பேதமை நீங்கிட வழி என்ன?
5. மேலுள்ள பாடல்கள் எந்த இரு கருத்துகளை அடிப்படையாய்க் கொண்டுள்ளது?

விடைகள்:
1. உலகத்தவர் சாதிப் பிரிவுகளைச் சுட்டிக்காட்டி தாழ்வு, மேல் எனக் கொள்வார்கள்.
2. இவ்வையம் அன்பு தன்னைக் கொள்ளுமாயின் சாதிக் கொடுமைகள் நீங்கும்.
3. மாதர் அறிவைக் கெடுத்தவரை மூடர் என்கிறார்.
4. பெண்கள் அறிவை வளர்ப்போமாயின் இவ்வுலகில் பேதமையானது நீங்கும்.
5. இப்பாடலானது சாதிக் கொடுமை, பெண்கள் இழிவு – இவ்விரு கருத்துகளை அடிப்படையாய்க் கொண்டு விளங்குகிறது.

★★★

பாடலைப் படித்து கீழுள்ள வினாக்களுக்கு விடை தருக.

பொய் சொல்லக் கூடாது பாப்பா – என்றும்
புறஞ் சொல்ல லாகாது பாப்பா!
தெய்வம் நமக்குத் துணை பாப்பா – ஒரு
தீங்குவர மாட்டாது பாப்பா!

பாதகஞ் செய்பவரைக் கண்டால் – நாம்
பயங்கொள்ள லாகாது பாப்பா!
மோதி மிதித்துவிடு பாப்பா! – அவர்
முகத்தில் உமிழ்ந்துவிடு பாப்பா!

தமிழ்த்திரு நாடுதன்னைப் பெற்ற – எங்கள்
தாயென்று கும்பிடடி பாப்பா!
அமிழ்தில் இனியதடி பாப்பா! நம்
ஆன்றோர்கள் தேசமடி பாப்பா!

வினாக்கள்:

1. எது சொல்லுதல் ஆகாது?
2. பாதகம் செய்பவரை என்ன செய்ய வேண்டும்?
3. ஆசிரியர் எதனைக் கும்பிடச் சொல்கிறார்?
4. எதனைப் பாப்பாவிற்குத் துணை என்று ஆசிரியர் கூறுகிறார்?
5. இப்பாடல் கூறும் கருத்துகள் யாது?

விடைகள்:

1. பொய், புறம் கூறுதல் இவை சொல்லுதல் கூடாது என்கிறார்.
2. பாதகம் செய்பவரைக் கண்டு பயம் கொள்ளாது முகத்தில் உமிழ்ந்து, மோதி மிதித்திட வேண்டும்.
3. அமிழ்தின் இனிய தேசமான தமிழகத்தைப் பெற்ற தாயென்று கும்பிடச் சொல்கிறார்.
4. தீங்கு எதுவும் வாராத வண்ணம் தெய்வம் துணை நிற்பதாகக் கூறுகிறார்.
5. பொய், புறம் சொல்லாமல் இருக்க வேண்டும். தமிழகத்தைப் பெற்ற தாயென வணங்குதல் வேண்டும். பாதகம் செய்பவரைக் கண்டால் மிதித்திட வேண்டும். நல்லபடியாக நடக்கும் உனக்கு தெய்வம் எப்போதும் துணையிருக்கும் எனும் கருத்துகளை இச்செய்யுள் அறிவுறுத்துகிறது.

★★★

பாடலைப் படித்து கீழுள்ள வினாக்களுக்கு விடை தருக.

சென்றதினி மீளாது மூடரே! நீர்
எப்போதும் சென்றதையே சிந்தை செய்து
கொன்றழிக்கும் கவலையெனும் குழியில் வீழ்ந்து
குமையாதீர்! சென்றதனைக் குறித்தல் வேண்டாம்

இன்று புதிதாய்ப் பிறந்தோம் என்று நீவிர்
எண்ணமதைத் திண்ணமுற இசைத்துக் கொண்டு
தின்றுவிளையாடி இன்புற்று இருந்து வாழ்வீர்
தீமைஎலாம் அழிந்துபோம், திரும்பி வாரா.

வினாக்கள்:

1. மீளாதது எது?
2. எக்குழியில் வீழாதே என்கிறார்?
3. எவ்வாறு எண்ண வேண்டும்?
4. எவற்றைத் திரும்பி வாரா எனக் கூறுகிறார்?
5. இப்பாடலுக்கு பொருத்தமான ஒரு தலைப்பு தருக.

விடைகள்:

1. சென்றது இனி மீண்டும் வராது.
2. நடந்து முடிந்ததை நினைத்து கவலை என்னும் குழியில் வீழாதே என்கிறார்.
3. இன்று புதிதாய்ப் பிறந்தோம் என்று எண்ணினால் புத்துணர்ச்சி பெறுவீர்.
4. இன்புற்று இருப்பீராயின், தீமைகள் திரும்பவும் வராது எனக் கூறுகிறார்.
5. கவலையில் மூழ்காதே (அல்லது) சென்றதைச் சிந்தை செய்யாதே.

பாடலைப் படித்து கீழுள்ள வினாக்களுக்கு விடை தருக.

எளிய நடையில் தமிழ் நூல் எழுதிடவும் வேண்டும்;
    இலக்கண நூல் புதிதாக இயற்றுதலும் வேண்டும்.
வெளியுலகில், சிந்தனையில் புதிது புதிதாக
    விளைந்துள்ள வெற்றியினுக்கும் பெயர்களெல்லாம் கண்டு
தெளிவுறுத்தும் படங்களோடு சுவடி யெல்லாம் செய்து
    செந்தமிழைச் செந்தமிழாய்ச் செய்வதும் வேண்டும்.
எளிமையினால் ஒரு தமிழன் படிப்பில்லையென்றால்
    இங்குள்ள எல்லோரும் நாணிடவும் வேண்டும்

வினாக்கள்:

1. இப்பாடலுக்கு ஏற்ற தலைப்பொன்று தருக.
2. எத்தகைய நடையில் தமிழ் நூல் எழுத வேண்டும்?
3. புதிதாக இயற்றுவதற்குரிய நூல் எனக் கவிஞர் குறிப்பிடுவது எதனை?
4. எவற்றினுக்கு புதிய புதிய பெயர்களைக் காண வேண்டும் எனக் கவிஞர் சுட்டிக் காட்டுகிறார்?
5. எல்லோரும் நாணம் கொள்ள வேண்டிய சூழ்நிலையாக கவிஞர் எதனைக் குறிப்பிடுகிறார்?

விடைகள்:

1. 'தமிழ் மொழி வளர்ச்சி' என்பது இப்பாடலுக்கு ஏற்ற தலைப்பாகும்.
2. எளிமையான நடையில் தமிழ் நூல் எழுதிட வேண்டும்.
3. இலக்கண நூல் புதிதாக இயற்றப்பட வேண்டிய நூலாகும்.
4. மேனாட்டார் ஆராய்ச்சியில் விளைந்துள்ள பல பொருள்களுக்கு ஏற்ற தமிழ்ப் பெயரினைக் காண வேண்டும் என கவிஞர் குறிப்பிடுகிறார்.
5. வறுமை காரணமாக ஒரு தமிழன் கல்வியறிவு பெற முடியவில்லை என்றால், இங்கு வாழும் தமிழர்கள் வெட்கித் தலைகுனிய வேண்டும் என்று குறிப்பிடுகிறார்.

பாடலைப் படித்து கீழுள்ள வினாக்களுக்கு விடை தருக.

நாடும் மொழியும் நமதிரு கண்கள்
    நாம் தினம் போற்றி வணங்கிடுவோமே;
கூடும் அன்பினில் வேற்றுமை மறந்தே
    குலவிடுவோமே இந்தியர் என்றே
தேடிய சுதந்திரப் பயிரின் வேலி
    தூயநல் ஒருமைப் பாடே யாகும்
ஓடிடும் வேற்றுமை நோயே உரிய
    ஒருமைப் பாடெனும் மாமருந்தாலே.

வினாக்கள்:
1. நம் இரு கண்களாகப் போற்றத்தக்கன யாவை?
2. கூடும் அன்பினில் குலவுதல் எவ்வாறு?
3. சுதந்திரப் பயிருக்கு வேலியாக அமைவது எது?
4. ஒருமைப்பாடெனும் மாமருந்தின் பயன் யாது?
5. பாடலுக்கேற்ற தலைப்பு ஒன்று தருக.

விடைகள்:
1. நாடும், மொழியும் நமது இரு கண்களாகப் போற்றத் தக்கனவாகும்.
2. அன்போடு 'அனைவரும் இந்தியர்' என்னும் ஒற்றுமை உணர்வோடு கூடிமகிழ்தலே அன்பினில் குலவுதல் ஆகும்.
3. இனம், மொழி, சாதி, சமயம் என்ற வேறுபாடற்ற ஒருமைப்பாடே சுதந்திரப் பயிரின் வேலியாகும்.
4. சாதி, சமயம், இனம், மொழி முதலிய வேற்றுமைகளை எல்லாம் ஒழித்து ஒற்றுமை காண்பதே ஒருமைப்பாடு என்னும் மாமருந்தின் பயனாகும். வேற்றுமை நோயை விரட்ட வல்லது.
5. 'ஒருமைப்பாடு' என்பது பாடலுக்கேற்ற தலைப்பாகும்.

பாடலைப் படித்து கீழுள்ள வினாக்களுக்கு விடை தருக.

தலைவாரிப் பூச்சூடி உன்னைப் – பாட
    சாலைக்குப்போ என்று சொன்னாள் உன் அன்னை
சிலைபோல ஏன் அங்கு நின்றாய்? நீ
    சிந்தாத கண்ணீரை ஏன் சிந்துகின்றாய்?
விலை போட்டு வாங்கவா முடியும்? – கல்வி
    வேளை தோறும் கற்று வருவதால் படியும்
மலை வாழை அல்லவோ கல்வி – நீ
    வாயார உண்ணுவாய் போ என் புதல்வி!

வினாக்கள்:
1. யார் யாரைப் பள்ளிக்குப் போ என்று சொன்னாள்?
2. பாப்பா ஏன் கண்ணீர் சிந்தினாள்?

3. எதனை விலை கொடுத்து வாங்க முடியாது?
4. கல்வி எவ்வாறு படியும்?
5. கல்வி எதற்கு ஒப்பாக கூறப்படுகிறது?

விடைகள்:

1. தாய் தன் மகளைப் பள்ளிக்குப்போ என்று சொன்னாள்.
2. பாப்பா பள்ளி செல்ல மறுத்துக் கண்ணீர் சிந்தினாள்.
3. கல்வியை விலை கொடுத்து வாங்க முடியாது.
4. இடைவிடாமல் வேளை தோறும் தவறாமல் நூல்களைப் படித்து வந்தால் கல்வி அமையும்.
5. கல்வி மலை வாழைக்கு ஒப்பாகக் கூறப்படுகிறது.

★★★

ஆறுமுக நாவலர்

வழக்கு ஒன்றில் சாட்சி அளிக்க நீதிமன்றத்திற்குத் தமது மாணவர்களுடன் வந்திருந்தார் தமிழறிஞர் ஒருவர். அக்கால ஆங்கிலேய நீதிபதிகளுக்கு மொழிபெயர்த்துச் சொல்ல அதிகாரிகள் இருப்பார்கள். தமிழறிஞர், சாட்சியத்தை ஆங்கிலத்திலேயே சொல்ல ஆரம்பிக்க, குறுகிய மனம் கொண்ட நீதிபதி அதை ஏற்றுக்கொள்ள மனம் ஒப்பாமல் தமிழில் கூறச் சொல்லி உத்தரவிட்டார். அவர் உடனே '**அஞ்ஞான்று எல்லி எழ நானாழிப் போதின்வாய் ஆழிவரம் பனைத்தே காலேற்றுக் காலோட்டப் புக்குழி**' என்று துவங்கினார். மொழிபெயர்ப்பாளர் திணறிப் போனார். கோபமுற்ற நீதிபதி ஆங்கிலத்தில் பேசக் கூறி உத்தரவிட அவர் மறுத்துத் தமிழிலேயே கூறினார். அவரது மாணவர் மற்றவர்களுக்குப் புரியும்படி விளக்கினார். 'சூரியன் தோன்றுவதற்கு நான்கு நாழிகை முன்னர்க் கடற்கரை ஓரம் காற்று வாங்கச் சிறுநடைக்குப் புறப்பட்ட போது' என்பது அவர் கூறியதற்குப் பொருள். இத்தகைய மொழித்திறன் கைவரப்பெற்றவர்தான் ஆறுமுக நாவலர்.

"**வசனநடை கைவந்த வல்லாளர்**" எனப் புகழப்படும் ஆறுமுக நாவலர் யாழ்ப்பாணம் நல்லூரில் பிறந்தவர். தமிழ், வடமொழி, ஆங்கிலம் எனும் மும்மொழிப் புலமை பெற்றவர். தமிழ்நூல் பதிப்பு, உரைநடை ஆக்கம், பாடசாலை நிறுவுதல், அச்சுக்கூடம் நிறுவுதல், கண்டன நூல்கள் படைத்தல், சைவ சமயச் சொற்பொழிவு எனப் பன்முக ஆளுமை பெற்றவர்.

திருக்குறள் பரிமேலழகர் உரை, சூடாமணி நிகண்டு, நன்னூல் – சங்கர நமச்சிவாயர் விருத்தியுரை என்று பல நூல்களைப் பதிப்பித்தார். இலக்கண நூல்கள், பூமி சாஸ்திரம் முதலான பாட நூல்கள் அவரால் ஆக்கப்பட்டன. புராண நூல்களை வசனமாக எழுதி அதனை அனைவரும் படிக்கும் எளிய வடிவில் மாற்றினார். தமது இல்லத்தில் அச்சுக்கூடம் நிறுவிப் பல நூல்களை அச்சிட்டார். திருவாவடுதுறை ஆதினம் இவருக்கு 'நாவலர்' பட்டம் வழங்கியது. பெர்சிவல் பாதிரியார் விவிலியத்தை தமிழில் மொழிபெயர்க்கவும் இவர் உதவினார்.

வினாக்கள் :

1. **ஆறுமுக நாவலர் அறிந்திருந்த மொழிகள் யாவை ?**
2. **ஆறுமுக நாவலரின் பன்முகச் சிறப்புகள் யாவை ?**

3. **ஆறுமுக நாவலர் பதிப்பித்த நூல்கள் சிலவற்றை எழுதுக.**
4. **ஆறுமுக நாவலரால் ஆக்கப்பட்ட பாட நூல்கள் யாவை ?**
5. **"அஞ்ஞான்றுஎல்லி எழ நானாழிப் போதின் வாய் ஆழிவரம் பனைத்தே காலேற்றுக் காலோட்டப்புக்குழி" அடிக்கோடிட்ட சொற்களுக்கான பொருளை எழுதுக?**

விடைகள் :

1. தமிழ், வடமொழி, ஆங்கிலம் ஆகிய மும்மொழிகளை ஆறுமுகநாவலர் அறிந்திருந்தார்.
2. ★ தமிழ்நூல் பதிப்பு ★ உரைநடை ஆக்கம்
 ★ பாடசாலை நிறுவுதல் ★ அச்சுக்கூடம் நிறுவுதல்
 ★ கண்டக நூல்கள் படைத்தல்
 ★ சைவசமயச் சொற்பொழிவு ஆற்றுதல்
3. திறக்குறள் பரிமேலழகர் உரை, சூடாமணி நிகண்டு, நன்னூல் – சங்கர நமச்சிவாயர் விருத்தியுரை.
4. இலக்கண நூல்கள், பூமி சாஸ்திரம் முதலான பாடநூல்கள் ஆறுமுக நாவலரால் ஆக்கப்பட்டன.
5. எல்லி – சூரியன் ; நானாழி – நான்கு நாழிகை ; ஆழிவரம் – கடற்கறை ஓரம்.

★★★

மாயூரம் வேதநாயகம்

பத்தொன்பதாம் நூற்றாண்டில் தென்னிந்தியப் பகுதியில் ஏற்பட்ட மிகக் கொடிய பஞ்சத்தைத் தாது வருடப் பஞ்சம் (Great Famine 1876-1878) என்று, இன்றும் நினைவுகூர்வர். ஒரு கோடி மக்கள் பஞ்சத்தின் பிடியில் சிக்கி இறந்திருக்கலாம் எனப் பதிவுகள் கூறுகின்றன. இதைக் கண்டு மனம் பொறுக்காத தமிழர் ஒருவர் மனமுவந்து தமது சொத்துகள் அனைத்தையும் கொடையளித்தார். இதனைப் போற்றும் விதமாகக் **கோபாலகிருஷ்ண பாரதியார்**, 'நீயே புருஷ மேரு....' என்ற பாடலை இயற்றி அவரைப் பெருமைப்படுத்தினார். அவர்தான் நீதிபதி மாயூரம் வேதநாயகம். அவர் மொழிபெயர்ப்பாளராகவும் நாவலாசிரியராகவும் பெயர் பெற்றவர்; தமிழின் முதல் நாவலான **பிரதாப முதலியார் சரித்திரத்தை** இயற்றியவர். மாயவரத்தின் நகர்மன்றத் தலைவராகவும் பணியாற்றிய அவர், தமது சமகாலத் தமிழறிஞர்களான மகாவித்வான் மீனாட்சி சுந்தரனார், இராமலிங்க வள்ளலார், சுப்பிரமணிய தேசிகர் போன்றோரிடம் நட்பு பாராட்டி நெருங்கியிருந்தார்.

கி.பி. 1805 முதல் கி.பி. 1861–ஆம் ஆண்டு வரை ஆங்கிலத்தில் இருந்த நீதிமன்றத் தீர்ப்புகளை முதன் முதலில் தமிழில் மொழிபெயர்த்து '**சித்தாந்த சங்கிரகம்**' என்ற நூலாக வெளியிட்டார்; மேலும் **பெண்மதி மாலை, திருவருள் அந்தாதி, சர்வ சமய சமரசக் கீர்த்தனை, சுகுண சுந்தரி** முதலிய நூல்களையும் பல தனிப்பாடல்களையும் இயற்றியுள்ளார். இசையிலும் வீணை வாசிப்பதிலும் வல்லவராகத் திகழ்ந்த இவர், ஆயிரத்திற்கும் மேற்பட்ட கீர்த்தனைகளை இயற்றியிருக்கிறார் ; வடமொழி, பிரெஞ்சு, இலத்தீன் ஆகிய மொழிகளைக் கற்றறிந்திருந்தார். அவர், பெண்கல்விக்குக் குரல் கொடுத்த மிக முக்கிய ஆளுமையாக அறியப்படுகிறார். அவருடைய மொழியாட்சிக்குச் சான்றாக, பிரதாப முதலியார் சரித்திரத்திலிருந்து ஒரு பத்தி :

"கல்வி விஷயத்தைப் பற்றி உன் பாலன் சொல்வதைக் கேள்" என்று என் பிதா ஆக்ஞாபித்தார். உடனே என் தாயார் என் முகத்தைப் பார்த்தாள். நான் முன் சொன்னபடி என் பாட்டியாரிடத்திலே கற்றுக்கொண்ட பாடத்தை என் தாயாருக்குச் சொன்னேன். அதைக் கேட்டவுடனே என் தாயாருக்கு முகம் மாறிவிட்டது. பிறகு சற்று நேரம் பொறுத்து, என் தாயார் என்னை நோக்கி, "என் கண்மணியே, நீ சொல்வது எள்ளளவுஞ் சரியல்ல. கல்வி என்கிற பிரசக்தியே இல்லாதவர்களான சாமானிய பாமர ஜனங்களைப் பார். அவர்களுடைய செய்கைகளுக்கும் மிருகங்களுடைய செய்கைகளுக்கும் என்ன பேதமிருக்கிறது ? நமக்கு முகக் கண்ணிருந்தும் சூரியப் பிரகாசம் இல்லாவிட்டால் என்ன பிரயோஜனம்" என்றார்.

வினாக்கள் :

1. **தாதுவருடப் பஞ்சம் – குறிப்பு வரைக.**
2. **கோபால கிருஷ்ண பாரதியார் "நீயே புருஷமேரு" என்று எதற்காக மாயூரம் வேதநாயகத்தைப் பாராட்டினார் ?**
3. **மாயூரம் வேதநாயகத்தின் பன்முகச் சிறப்புகள் யாவை ?**
4. **மாயூரம் வேதநாயகம் கற்றறிந்த பிற மொழிகள் யாவை ?**
5. **மாயூரம் வேதநாயகம் அவர்களின் படைப்புகள் குறித்து எழுதுக.**

விடைகள் :

1. பத்தொன்பதாம் நூற்றாண்டில் தென்னிந்தியப் பகுதிகளில் ஏற்பட்ட மிகக் கொடிய பஞ்சம் தாதுவருடப் பஞ்சம் எனப்படுகிறது. இப்பஞ்சத்தின் காலம் 1896 முதல் 1878 வரையாகும்.
2. 19–ஆம் நூற்றாண்டில் தாதுவருடப் பஞ்சம் ஏற்பட்டபோது. மாயூர வேதநாயகம் அவர்கள் தமது சொத்துக்கள் அனைத்தையும் மக்களுக்கு கொடையாக அளித்துவிட்டார். அதனால் கோபால கிருஷ்ண பாரதியார் மாயூரம் வேதநாயகத்தைப் பாராட்டி "நீயே புருஷமேரு" என்ற பாடலை இயற்றி அவரைப் பாராட்டினார்.
3. சிறந்த மொழிப்பெயர்ப்பாளர், சிறந்த நாவலாசிரியர், சிறந்த கொடை வள்ளல், பெண்கல்விக்கு குரல் கொடுத்த முக்கிய ஆளுமை. இசையிலும், வீணை வாசிப்பதிலும் வல்லவர். மாயவரத்தின் நகரமன்றத் தலைவராகப் பணியாற்றியுள்ளார்.
4. வடமொழி, பிரெஞ்சு, இலத்தீன் ஆகிய பிறமொழிகளை மாயூரம் வேதநாயகம் கற்றறிந்தார்.
5. தமிழின் முதன் நாவலான "பிரதாப முதலியார் சரித்திரத்தை எழுதியவர்". பெண்மதிமாலை, திருவருள் அந்தாதி, சர்வசமய சமரசக் கீர்த்தனை முதலிய நூல்களை எழுதியுள்ளார். பல தனிப்பாடல்களையும், ஆயிரத்திற்கும் மேற்பட்ட கீர்த்தனைகளையும் இயற்றியுள்ளார்.

★★★

பரிதிமாற் கலைஞர்

வகுப்பறையில் பாடம் நடத்திக் கொண்டிருந்தார் பேராசிரியர். பாடத்தில் மனம் ஒட்டாது கவனமின்றி இருந்த மாணவர் ஒருவரிடம், "நமது சொற்பொழிவைப் பொருட்படுத்த விரும்பாத நீ இங்கிருந்து **எழுவாய்**, நீ இங்கிருப்பதால் உனக்கோ பிறர்க்கோ **பயனிலை,** இங்கிருந்து உன்னால் **செயப்படுபொருள்** இல்லை, ஆதலால் வகுப்பில் இருந்து வெளியேறுக" என நயம்பட உரைத்து வெளியேற்றினார். அவர்தான்

'திராவிட சாஸ்திரி' என்று **சி.வை. தாமோதரனாரால்** போற்றப்பட்ட பரிதிமாற் கலைஞர். அவர் தந்தையாரிடம் வடமொழியையும் மகாவித்துவான் சபாபதியாரிடம் தமிழும் பயின்றார் : எப். ஏ. (F.A - First Examination in Arts) தேர்வில் முதல் மாணவராகத் தேர்ச்சி பெற்று **பாஸ்கர சேதுபதி மன்னரிடம்** உதவித்தொகை பெற்றார். சென்னைக் கிறித்துவக் கல்லூரியில் பி.ஏ. பயின்று, தமிழிலும் வேதாந்த தத்துவ சாத்திரத்திலும் பல்கலைக்கழக அளவில் முதல் மாணவராகத் தேர்ச்சி பெற்றுத் தங்கப் பதக்கத்தைப் பரிசாகப் பெற்றார். 1893–ஆம் ஆண்டு சென்னைக் கிறித்துவக் கல்லூரியில் உதவித் தமிழாசிரியராகப் பணியாற்றத் தொடங்கி, பின்பு தலைமைத் தமிழாசிரியராகப் பதவி உயர்வு பெற்றார்.

ரூபாவதி, கலாவதி ஆகிய நாடக நூல்களையும் **களவழி நாற்பது** நூலைத் தழுவி **மான விஜயம்** என்னும் நூலையும் இயற்றியுள்ளார். ஆங்கில நாடக இலக்கணத்தை அடிப்படையாகக் கொண்டு **நாடகவியல்** என்னும் நாடக இலக்கண நூலையும் இயற்றினார். இவரது **தனிப்பாசுரத் தொகை** என்னும் நூல் ஜி.யூ. போப் அவர்களால் ஆங்கிலத்தில் மொழிபெயர்க்கப்பட்டது. மு.சி. பூர்ணலிங்கனாருடன் இணைந்து இவர் நடத்திய **ஞானபோதினி** அக்காலத்தில் குறிப்பிடத்தகுந்த அறிவியல் இதழாகத் திகழ்ந்தது. தமிழை உயர்தனிச் செம்மொழி என்று தன் பேச்சின்மூலம் முதன்முதலில் மெய்ப்பித்தவர் இவரே. பின்னாளில் 2004–ஆம் ஆண்டு நடுவண் அரசு தமிழ்மொழியை உயர்தனிச் செம்மொழியாக அறிவித்தது. பெற்றோர் தனக்கு இட்ட பெயரான சூரியநாராயணர் என்ற வடமொழிப் பெயரைத் தமிழில் பரிதிமாற் கலைஞர் என்று பெயர்மாற்றம் செய்து கொண்டார். தமிழ், தமிழர் முன்னேற்றம் பற்றிச் சிந்தித்துச் செயலாற்றுவதைத் தம் வாழ்நாள் கடமையாகக் கொண்டிருந்த இவர் தம் 33–ஆவது வயதில் இவ்வுலக வாழ்வை நீத்தார்.

தமிழைச் செம்மொழியென்று நிறுவி, அவர் எழுதிய கட்டுரையின் கீழ்வரும் சில வரிகள் அவருடைய உரைநடை ஆற்றலைத் தெரிவிக்கும்.

உயர்தனிச் செம்மொழி என்னும் கட்டுரையிலிருந்து

"பலமொழிகட்குத் தலைமையும், மிக்க மேதமையும் உடைய மொழி, உயர்மொழி, தனித்து இயங்க வல்ல ஆற்றல் சார்ந்தது தனிமொழி. திருந்திய பண்பும், சீர்த்த நாகரிகமும் பொருந்திய தூயமொழி செம்மொழி, ஆயின் தமிழ் உயர் தனிச் செம்மொழியாம்."

வினாக்கள் :

1. **பரிதிமாற் கலைஞரின் கல்வி குறித்து எழதுக.**
2. **பரிதிமாற் கலைஞர் ஆற்றிய பணி குறித்து எழுதுக.**
3. **பரிதிமாற் கலைஞரின் படைப்புகள் குறித்து எழுதுக.**
4. **பரிதிமாற் கலைஞரின் இயற்பெயர் யாது ? பெயர் மாற்றத்திற்கான காரணத்தைக் கூறுக.**
5. **நாடகவியல்– நூற்குறிப்பு தருக.**

விடைகள் :

1. பரிதிமாற் கலைஞர் தன் தந்தையிடம் வடமொழியைக் பயின்றார். மகாவித்துவான் சபாபதியாரிடம் தமிழ் பயின்றார். எப்.ஏ. தேர்வில் முதல் மாணவராக வெற்றி பெற்று பாஸ்கர சேதுபதி மன்னரிடம் உதவித்தொகை பெற்றார். சென்னைக் கிறித்துவக் கல்லூரியில் பி.ஏ. பயின்றார். தமிழிலும் வேதாந்த தத்துவ சாத்திரத்திலும் பல்கலைக்கழக அளவில் முதல் மாணவராகத் தேர்ச்சி பெற்று தங்கப்பதக்கத்தை பரிசாகப் பெற்றார்.

2. 1893–ஆம் ஆண்டு சென்னைக் கிறித்துவக் கல்லூரியில் உதவித் தமிழாசிரியராகப் பணியாற்றினார். பின்னர் தலைமைத் தமிழாசிரியராகப் பதவி உயர்வு பெற்றார்.
3. ரூபாவதி, கலாவதி ஆகிய நாடக நூல்களை எழுதியுள்ளார். பதினெண் கீழ்க்கணக்கு, நூல்களுள் ஒன்றான 'களவழி நாற்பது' என்ற நூலைத் தழுவி 'மானவிஜயம்' என்ற நூலை எழுதினார். இவர் இயற்றிய '**தனிப்பாசுரத் தொகை**' என்ற நூலை ஜி.யூ. போப் ஆங்கிலத்தில் மொழி பெயர்த்துள்ளார். 'நாடகவியல்' என்னும் நாடக இலக்கண நூலை எழுதியுள்ளார்.
4. பரிதிமாற் கலைஞரின் இயற்பெயர் சூரியநாராயணர் ஆகும். தமிழ் மீது கொண்ட பற்றின் காரணமாக தூய தமிழில் தன் பெயரை 'பரிதிமாற் கலைஞர்' என மாற்றிக் கொண்டார். சூரியன் – பரிதி ; நாராயணர் – மால்.
5. 'நாடகவியில்' என்பது பரிதிமாற் கலைஞரால் இயற்றப்பட்ட நாடக இலக்கண நூலாகும். ஆங்கில நாடக இலக்கணத்தை அடிப்படையாகக் கொண்டு இந்நூல் இயற்றப்பட்டது.

★ ★ ★

மறைமலைஅடிகள்

சென்னைக் கிறித்துவக் கல்லூரியில் தமிழாசிரியர் பணிக்கு நேர்காணலுக்குச் சென்றார் ஒருவர். அந்தக் கல்லூரியின் பேராசிரியர் பரிதிமாற்கலைஞர், "குற்றியலுகரத்திற்கு எடுத்துக்காட்டுச் சொல்லுங்கள்" – என்று கேட்டார். அவர் "அஃது எனக்குத் தெரியாது" என்று பதிலளித்தார். 'நீங்கள் தேர்வு செய்யப்பட்டுவிட்டீர்கள்' என்றார் பரிதிமாற்கலைஞர். 'தெரியாது' என்று சொன்னவரை "எப்படித் தேர்வு செய்யலாம்?" என்று பிறர் கேட்டபோது, 'அஃது என்பது ஆய்தத் தொடர் குற்றியலுகரம், 'எனக்கு' என்பது வன்தொடர்க் குற்றியலுகரம், 'தெரியாது' என்பது உயிர்த்தொடர் குற்றியலுகரம் என்று விளக்கினார் பரிதிமாற்கலைஞர், இந்நிகழ்வில் பரிதிமாற்கலைஞரையே வியக்க வைத்தவர் மறைமலையடிகள்.

பரிதிமாற்கலைஞருடனான அவருடனான நட்பு 'தனித்தமிழ்' மீதான அடிகளாரின் பற்றை மிகுதியாக்கியது. பிறமொழிக் கலப்பு இன்றி இனிய, எளிய தமிழ்ச் சொற்களைக் கொண்டே பேசவும் எழுதவும் இயலும் என்று நடைமுறைப்படுத்தினார். 'சுவாமி வேதாசலம்' எனும் தன்பெயரை 'மறைமலையடிகள்' என மாற்றிக்கொண்டதோடு தம் மக்களின் பெயரையும் தூய தமிழ்ப் பெயர்களாக மாற்றினார். இளம்வயதில் பல்வேறு இதழ்களில் கட்டுரைகள் எழுதிவந்த அடிகளார் ஞானசாகரம் (1902) Oriental Mystic Myna (1908), Ocean of Wisdom (1935) முதலான இதழ்களை நடத்திச் சிறந்த இதழாளராகத் திகழ்ந்தார். முல்லைப்பாட்டு ஆராய்ச்சியுரை, பட்டினப்பாலை ஆராய்ச்சியுரை, சாகுந்தல நாடகம், மாணிக்கவாசகர் வரலாறும் காலமும் முதலான பல நூல்களை எழுதியுள்ளார். முறையான பள்ளிக்கல்வியை முடித்திராத மறைமலையடிகள் ஆக்கிய நூல்களும் ஆற்றிய சொற்பொழிவுகளும் அவர் ஓர் அறிவுக்கடல் என்பதை நமக்கு உணர்த்தும்.

வினாக்கள் :

1. **மறைமலையடிகள் நடத்தி வந்த இதழ்கள் குறித்து எழுதுக.**
2. **மறைமலையடிகள் இயற்பெயர் யாது ? பெயர் மாற்றத்திற்கான காரணத்தைக் கூறுக.**
3. **மறைமலையடிகள் சென்னை கிறித்துவக் கல்லூரியில் தமிழாசிரியர் பணிக்காக நேர்காணலுக்கு சென்ற போது, அங்கு நிகழ்ந்தவற்றை எழுதுக.**
4. **மறைமலையடிகள் எழுதிய நூல்களுள் ஒருசிலவற்றைக் குறிப்பிடுக.**

விடைகள் :

1. ஞான சாகரம், Oriental Mystic Myna, Ocean of Wisdom ஆகிய இதழ்களை நடத்தி வந்தார்.

2. மறைமலையடிகளின் இயற்பெயர் சுவாமி வேதாசலம், அவரிடம் இருந்த தமிழ்பற்றானது. பரிதிமாற் கலைஞரை சந்தித்த பின் மிகுதியானது. எனவே தன் பெயரையும் தன் குழந்தைகள் பெயரையும் தனித்தமிழில் மாற்றிக் கொண்டார். வேதம் – மறை : சலம் – மலை ; சுவாமி – அடிகள்

3. மறைமலையடிகள் நேர்காணுக்குச் சென்றபோது அவரிடம் நேர்காணலை நடத்திய பரிதிமாற் கலைஞர், குற்றியலுகரத்திற்கு எடுத்துக்காட்டு கூறுமாறு கேட்டார். மறைமலையடிகள் "அஃது எனக்குத் தெரியாது" என்று பதிலளித்தார். பரிதிமாற் கலைஞர் உடனே அவரைத் தேர்வு செய்துவிட்டார்.

   அஃது – ஆய்தத் தொடர்க் குற்றியலுகரம்

   எனக்கு – வன்தொடர்க் குற்றியலுகரம்

   தெரியாது – உயிர்த்தொடர்க் குற்றியலுகரம்

4. முல்லைப்பாட்டு ஆராய்ச்சியுரை, பட்டினப்பாலை ஆராய்ச்சியுரை, சாகுந்தல நாடகம், மாணிக்கவாசகர் வரலாறும் காலமும்.

★★★

சோமசுந்தர பாரதியார்

ஒருமுறை எட்டயபுரம் அரண்மனைக்கு யாழ்ப்பாணத்திலிருந்து ஒரு புலவர் வந்திருந்தார். அரண்மனை அவையில் நடந்த புலவர் கூட்டத்தில் ஈற்றடி ஒன்றைக் கொடுத்துப் பாடல் ஒன்றை இயற்றித் தருமாறு வேண்டினார். அக்கூட்டத்திற்கு இரண்டு நண்பர்கள் சென்றிருந்தனர். பலரும் பாடல் இயற்றிக் கொடுக்க அனைத்துப் பாடல்களிலும் நண்பர்கள் இருவரின் பாடல்களே சிறந்ததெனத் தேர்ந்தெடுத்த அப்புலவர், இருவருக்கும் 'பாரதி' என்ற பட்டத்தையும் வழங்கி சிறப்பித்தார். அவ்விருவரில் ஒருவர் சுப்பிரமணிய பாரதியார், மற்றொருவர் சோமசுந்தர பாரதியார்.

பேச்சாளர், சமூக சீர்திருத்தவாதி, விடுதலைப் போராட்ட வீரர், இலக்கிய ஆய்வாளர் எனப் பன்முக ஆளுமை கொண்ட நாவலர் சோமசுந்தர பாரதியார் வழக்கறிஞராகவும் திகழ்ந்தார். வழக்கறிஞர் தொழிலை விட்டுவிட்டு வ.உ.சி. யின் அழைப்பை ஏற்று ₹100 சம்பளத்தில் சுதேசி கப்பல் நிறுவனத்தின் நிர்வாகப் பொறுப்பை ஏற்றார். 'என்னிடம் இரண்டு சரக்குக் கப்பலோடு மூன்றாவதாக ஒரு தமிழ்க் கப்பலும் உள்ளது' என்று வ.உ.சி. பெருமிதத்துடன் இவரைக் குறிப்பிடுவார். இவர் தமிழ் இலக்கண, இலக்கிய ஆய்வுகளில் ஈடுபட்டவர். அண்ணாமலைப் பல்கலைக்கழகத்தில் தமிழ்த்துறைத் தலைவராகப் பணியாற்றியுள்ளார். இந்தி எதிர்ப்புப் போராட்டத்தில் முன்னின்று செயலாற்றியவர். தசரதன் குறையும் கைகேயி நிறையும், திருவள்ளுவர், சேரர் தாயமுறை, தமிழும் தமிழரும் முதலிய பல நூல்களை இவர் இயற்றியுள்ளார். தொல்காப்பியப் பொருளதிகார அகத்திணையியல், புறத்திணையியல், மெய்ப்பாட்டியல் ஆகியவற்றுக்கு உரை எழுதியுள்ளார். இவர் சமூக சீர்திருத்தங்களில் ஈடுபாடுகொண்டு சடங்குகள் இல்லாத திருமண விழாக்களை முன்னின்று நடத்தினார். வ.உ.சி., சுப்பிரமணிய சிவா ஆகியோர் மீதான வழக்குகளில் அவர்களுக்காக இவர் வாதாடியது குறிப்பிடத்தகுந்தது.

இவருடைய தீந்தமிழுக்குச் சான்று "கட்டளை அல்லது நல்ல தமிழ் நடைக்கு எளிதில் பொருள் விளங்கும் தெளிவு இன்றியமையாதது. இயல் வழக்கில்லா அருஞ்சொற்களும் பொருள் பல குறித்து மருளவைக்கும் பொதுச்சொற்களும் விரவும் நடையைச் செய்யுள் வழக்கில் ஒருவரும் விரும்பார். எளிமையும் தெளிவும் எழுத்திலும் பேச்சிலும் எம்மொழி நடைக்கும் இனிமையும் எழிலும் என்றும் உதவும் என்பது எல்லார்க்கும் உடன்பாடு".

வினாக்கள் :

1. **சோமசுந்தர பாரதியாருக்கு 'பாரதி' என்ற பட்டம் கிடைத்த நிகழ்வை விளக்குக.**
2. **சோமசுந்தர பாரதியாரின் பன்முக சிறப்புகளைக் கூறுக.**
3. **வ.உ. சிதம்பரனார் மீது சோமசுந்தர பாரதியார் கொண்டிருந்த பற்றிற்கு சான்றுகள் தருக.**
4. **சோமசுந்தர பாரதியார் குறித்து வ.உ.சி. அவர்கள் கூறியதை எழுதுக.**
5. **சோமசுந்தர பாரதியாரின் படைப்புகளில் ஒரு சிலவற்றை எழுதுக.**
6. **சோமசுந்தர பாரதியார் ஒரு சமூக சீர்திருத்தவாதி – நிறுவுக.**

விடைகள் :

1. எட்டையபுர அரண்மனைக்கு வந்திருந்த யாழ்ப்பாண புலவர் ஒருவர் நடத்திய பாடல் இயற்றும் போட்டியில் இருவருடைய பாடல்கள் மட்டுமே சிறந்தவை எனத் தேர்ந்தெடுக்கப்பட்டன. அந்த இரண்டு பாடல்களையும் எழுதியவர்களுக்கு 'பாரதி' என்ற பட்டம் வழங்கப்பட்டது. அந்த இரண்டு பேரில் ஒருவர் சுப்பிரமணிய பாரதியார், மற்றொருவர் சோமசுந்தர பாரதியார்.
2. பேச்சாளர், சமூக, சீர்திருத்தவாதி, விடுதலைப் போராட்ட வீரர், இலக்கிய ஆய்வாளர், எழுத்தாளர், தமிழ்த்துறைத் தலைவர், வழக்கறிஞர், இந்தி எதிர்ப்பு போராட்ட வீரர்.
3. வ.உ. சிதம்பரனாரின் அழைப்பை ஏற்று தன்னுடைய வழக்கறிஞர் தொழிலை விட்டுவிட்டு சுதேசிக் கப்பல் நிறுவனத்தின் நிர்வாகப் பொறுப்பை ஏற்றார். வ.உ.சி. மற்றும் சுப்பிரமணிய சிவா ஆகியோர் மீதான வழக்குகளில் அவர்களுக்காக சோம சுந்தரபாரதியார் வாதாடினார்.
4. "என்னிடம் இரண்டு சரக்குக் கப்பல்களோடு, மூன்றாவதாக ஒரு தமிழ்க் கப்பலும் உள்ளது" என்று வ.உ.சி. அவர்கள் பெருமிதத்துடன் சோமசுந்தர பாரதியார் பற்றி கூறியுள்ளார்.
5. தசரதன் குறையும் கைகேயி நிறையும், திருவள்ளுவர், சேரர் தாயமுறை, தமிழும் தமிழரும் போன்ற பல நூல்களை எழுதியுள்ளார்.

   தொல்காப்பியப் பொருளதிகாரத்தில் அகத்திணையியல், புறத்திணையியல், மெய்ப்பாட்டியல் ஆகியவற்றிற்கு உரை எழுதியுள்ளார்.
6. சமூக சீர்த்திருத்தங்களில் ஈடுபாடு கொண்டிருந்த சோமசுந்தர பாரதியார் சடங்குகள் இல்லாத திருமண விழாக்களை முன்னின்று நடத்தி வைத்தார்.

★★★

வை.மு. கோதைநாயகி

ஐந்தரை வயதில் திருமணம் செய்து கொடுக்கப்பட்ட பெண் ஒருவர், தன் குடும்பத்தாரிடமே கல்வி கற்றார். கதை கூறுவதில் ஆர்வம் கொண்டிருந்த அவர் தன் கற்பனை ஆற்றலால் தோழியர்களுக்கும் புதிய கதைகளை உருவாக்கிக் கூறினார்.

அதைக் கண்ட அவரது கணவர் அப்பெண்ணின் படைப்பாற்றலை ஊக்குவிக்கப் பல நாடகங்களுக்கு அழைத்துச் சென்றார். அப்பெண்ணுக்கு நாடகம் எழுத வேண்டும் என்ற ஆர்வம் ஏற்பட்டது. ஆனால் ஓரளவு மட்டும் எழுதத் தெரிந்த தன்னால் நாடகம் எப்படி எழுத முடியும் என்று வருந்தியபோது, அவரது தோழி, நாடகத்தை அவர் சொல்லச் சொல்லத் தான் எழுதுவதாகக் கூறி ஊக்கப்படுத்தினார். இப்படித்தான் அப்பெண் தன்னுடைய முதல் நூலான 'இந்திர மோகனா' என்ற நாடக நூலை வெளியிட்டார். அவர்தான் 'நாவல் ராணி', 'கதா மோகினி', 'ஏக அரசி' என்று தம் சமகால எழுத்தாளர்களால் அழைக்கப்பட்ட வை.மு.கோ. ('வைத்தமாநிதி முடும்பை கோதைநாயகி அம்மாள்') ஆவார்.

இவர் 'ஜகன் மோகினி' என்ற இதழை முப்பத்தைந்து ஆண்டுகள் தொடர்ந்து நடத்தினார். பெண் எழுத்தாளர்களையும், வாசகர் வட்டத்தையும் உருவாக்கினார். காந்தியத்தின் மீது பற்றும் உறுதியும் கொண்டிருந்த இவர் தம் எழுத்துகளால் மட்டுமின்றி மேடைப் பேச்சின் மூலமும் காந்தியக் கொள்கைகளைப் பரப்புரை செய்ததோடு விடுதலைப் போராட்டத்தில் பங்கேற்றுச் சிறைக்கும் சென்றார். தமிழகப் பெண் வரலாற்றில் தனித்து அடையாளம் காட்டப்பட வேண்டிய சிறப்புக்குரியவரான வை.மு.கோ அவர்கள் 115 நாவல்களை எழுதியுள்ளார் என்பது குறிப்பிடத்தக்கது. 'குடும்பமே உலகம்' என்று பெண்கள் வாழ்ந்த காலகட்டத்தில், வீட்டிற்கு வெளியே உலகம் உண்டு என்பதைப் பெண்களுக்குத் தன் வாழ்வின்மூலம் இனம் காட்டிய பெருமைக்கு உரியவர் வை.மு.கோ. அம்மையார்.

அவருடைய எழுத்தாற்றலுக்கொரு சான்று :

"என்ன வேடிக்கை! அடிக்கடி பாட்டி 'உலகானுபவம்.....' உலகம் பலவிதம்.... என்றெல்லாம் சொன்னதைக் கேட்டபோது எனக்கு ஒண்ணுமே புரியாது விழித்தேனே, பாட்டி சொல்லிய வசனங்களை விடக் கடிதங்கள் பலவற்றைப் படித்தால் அதுவே மகத்தான லோகானுபவங்களை உண்டாக்கிவிடும் போலிருக்கிறதே! பாவம்! பேசுவது போலவே தன்னுடைய மனத்தினுள்ளதைக் கொட்டி அளந்துவிட்டாள்...... நான் கிராமத்தை வெறுத்துச் சண்டையிட்டு வீணாக அவர் மனதை நோவடிக்கிறேன். இவள் பட்டணத்தை வெறுத்துத் தன் கொச்சை பாஷையில் அதன் உண்மை ஸ்வரூபத்தை படம் பிடித்துக் காட்டி விட்டாளே.... என்ன உலக விசித்திரம்!... என்று கட்டுமீறிய வியப்பில் சித்ரா மூழ்கினாள்." ('தபால் வினோதம்' குறுநாவலில் இருந்து)

வினாக்கள் :

1. வை.மு. கோதை நாயகி அவர்களின் படைப்பாற்றலை ஊக்குவித்தவர்கள் யாவர்? எவ்வாறு ஊக்குவித்தனர் ?

2. வை.மு. கோதை நாயகி தம் சமகால எழுத்தாளர்களால் எவ்வாறு அழைக்கப்பட்டார்?

3. 'ஜகன் மோகினி' இதழ் குறித்து எழுதுக.

4. வை.மு. கோதை நாயகி அவர்களின் விடுதலைப் போராட்டம் குறித்து எழுதுக.

5. வை.மு. கோதை நாயகியின் படைப்பில் உள்ள கீழ்க்கண்ட சொற்களுக்கு இணையான தமிழ் சொற்களை எழுதுக.

    லோகானுபவங்கள், பாஷை , ஸ்வரூபம், விசித்திரம்

6. வை.மு. கோதை நாயகி என்ற பெயரின் விரிவாக்கம் யாது ?

7. பெண்கள் முன்னேற்றத்திற்கு வை.மு. கோதை நாயகி அவர்களின் பங்களிப்பு குறித்து எழுதுக.

8. வை.மு. கோதை நாயகி அவர்களின் எத்தனை நாவல்கள் எழுதியுள்ளார்?

9. வை.மு. கோதை நாயகி யாரிடம் கல்வி கற்றார் ?

விடைகள் :

1. வை.மு. கோதைநாயகி அவர்களின் படைப்பாற்றலை அவரது கணவரும், தோழியும் ஊக்குவித்தனர். அவரது கணவர் படைப்பாற்றலை ஊக்குவிக்க பல நாடகங்களுக்கு அழைத்துச் சென்றார். எழுதப்படிக்கத் தெரியாதவர் வை.மு. கோதைநாயகி. அவர் சொல்லச் சொல்ல அவரது தோழி கதைகளை எழுதித் தந்து ஊக்கப்படுத்தினார்.

2. 'நாவல் ராணி', 'கதா மோகினி', 'ஏக அரசி' என்றெல்லாம் தம் சமகால எழுத்தாளர்களால் வை.மு. கோதை நாயகி அழைக்கப்பட்டார்.

3. வை.மு. கோதை நாயகி அவர்கள் 'ஜகன் மோகினி' என்ற இதழை 35 ஆண்டுகள் தொடர்ந்து நடத்தினார். இந்த இதழின் மூலம் பெண் எழுத்தாளர்கள் பலரையும் வாசகர் வட்டத்தையும் உருவாக்கினார்.

4. காந்தியத்தின் மீது பற்றும் உறுதியும் கொண்டிருந்த வை.மு. கோதைநாயகி தம் எழுத்துகள் மற்றும் மேடைப் பேச்சுகள் மூலம் காந்தியக் கொள்கைகளைப் பரப்பினார். விடுதலைப் போராட்டத்தில் பங்கேற்றுச் சிறைக்குள் சென்றார்.

5. **லோகானுபவங்கள், பாஷை, ஸ்வரூபம், விசித்திரம்.**

   லோகானுபவங்கள் – உலக அனுபவங்கள் ; பாஷை – மொழி ; ஸ்வரூபம் – உண்மை அடையாளம் : விசித்திரம் – வியப்பு.

6. "வைத்தமாநிதி முடும்பை கோதைநாயகி அம்மாள்" என்பதாகும்.

7. 'குடும்பமே உலகம்' என்று பெண்கள் வாழ்ந்த காலகட்டத்தில், வீட்டிற்கு வெளியே உலகம் உண்டு என்பதை தன் வாழ்வின் மூலம் பெண்களுக்கு உணர்த்தினார். பெண் எழுத்தாளர்கள் பலரை உருவாக்கினார்.

8. வை.மு. கோதைநாயகி அவர்கள் 115 நாவல்கள் எழுதியுள்ளார்.

9. முதலில் எழுதப்படிக்கத் தெரியாமலிருந்த வை.மு. கோதை நாயகி அவர்கள் தன் குடும்பத்தாரிடம் கல்வி கற்றார். பின்னாளில் அவரே கதைகளை, தோழியின் உதவியின்றி எழுதினார்.

★★★

மா. இராசமாணிக்கனார்

இவரின் தந்தை அரசுப் பணியாளர் என்பதால் பல ஊர்களில் பணியாற்ற வேண்டியிருந்தது. எனவே தற்போதைய ஆந்திர மாநிலம் கர்நூல், சித்தூர் முதலிய ஊர்களில் நான்காம் வகுப்புவரை தெலுங்கு மொழியையே பயின்றார். இளம் வயதில் தந்தையை இழந்து தமையனாரால் வளர்க்கப்பட்டார். பதினைந்து வயதை அடைந்த நிலையில் 'இனி இவன் எங்கே படிக்கப் போகிறான்' என்று முடிவெடுத்து ஒரு தையல் கடையில் அவரது தமையனாரால் வேலைக்குச் சேர்க்கப்பட்டார். 'நான் பதினைந்து நாட்கள் வேலை கற்றுக்கொண்டேன் ; காஜா எடுக்கக் கற்றுக்கொண்டேன். சிறிய பைகளைத் தையல் இயந்திரத்தில் தைக்கக் கற்றுக்கொண்டேன். நாள்தோறும் இரவில்

வீடு திரும்புகையில் கடை உரிமையாளர் எனக்குக் காலணா கொடுப்பார்' என்று பின்னாளில் பதிவு செய்த அவரால் அத்தொழிலில் தொடர்ந்து ஈடுபட முடியவில்லை.

தஞ்சாவூர் செயின்ட் பீட்டர்ஸ் பள்ளித் தலைமையாசிரியரின் பேருதவியால் தனது பதினைந்தாவது வயதில் ஆறாம் வகுப்பு சேர்ந்து படிப்பைத் தொடர்ந்தார். மிகுந்த பொருளாதார நெருக்கடியில் கல்வி பயின்ற அவர் தொடர்ந்து ஆறு ஆண்டுகள் பள்ளியிலேயே முதல் மாணவராகத் தேர்ச்சி பெற்றதோடு மதுரைத் தமிழ்ச் சங்கத்தார் நடத்திய பள்ளி இறுதித் தமிழ்த்தேர்விலும் முதல் மாணவராகத் தேர்ச்சியடைந்து அனைவரின் பாராட்டையும் பெற்றார். பின்பு எழுத்தர், பள்ளி ஆசிரியர், பல்கலைக்கழக ஆசிரியர் என வளர்ந்தார். அவர்தான் இலக்கியம், சமயம். வரலாறு, கல்வெட்டு போன்ற துறைகளில் மிளிர்ந்த தமிழறிஞர் மா. இராசமாணிக்கனார்.

ஆய்வு நெறிமுறைகளிலும் அணுகுமுறைகளிலும் புதிய சிந்தனைகளைக் கையாண்ட இவர், சங்ககாலம் தொடங்கிப் பிற்காலம் வரையில் ஆண்ட சோழர் வரலாற்றை முழுமையாக ஆராய்ந்தவர் ; சிந்துவெளி நாகரிகம் பற்றித் தமிழில் முதன்முதலில் **'மொஹெஞ்சொ–தரோ அல்லது சிந்துவெளி நாகரிகம்'** என்ற நூலை இயற்றியவர். கரந்தைத் தமிழ்ச் சங்கத்தினர்களான வே. உமாமகேசுவரன் ந.மு. வேங்கடசாமி, ஆகியோராலும் உ.வே. சாமிநாதர் போன்ற தமிழறிஞர்களாலும் நெறிப்படுத்தப்பட்ட இவர் **சோழர் வரலாறு, பல்லவர் வரலாறு, பெரியபுராண ஆராய்ச்சி, தமிழ்நாட்டு வட எல்லை, பத்துப்பாட்டு ஆராய்ச்சி** போன்ற நூற்றுக்கும் மேற்பட்ட நூல்களை இயற்றிய பெருமைக்குரியவராகத் திகழ்ந்தார். 2006–2007–ஆம் ஆண்டு இவருடைய நூல்கள் தமிழக அரசால் நாட்டுடைமையாக்கப்பட்டன என்பது குறிப்பிடத்தக்கது.

அவருடைய சொல்லாற்றலுக்கொரு சான்று :

"அடுத்த ஆண்டு புதிய தமிழகம் உருவாகிச் செயலாற்றவிருக்கும் நிலையில் அப்புதிய தமிழகம் எவ்வாறு அமைக்கப்பட வேண்டும் என்று எண்ணுவதும் புதிய தமிழகத்தில் செய்ய வேண்டுவன எவை என்பதைக் கூறத் தமிழன் விரும்புதலும் இயல்புதானே! முதலில் புதிய தமிழகம் எதனை வட எல்லையாகப் பெற்றிருத்தல் வேண்டும் என்பதைக் காய்தல் உவத்தலின்றிக் காண வேண்டும்." (மா. இராசமாணிக்கனார் எழுதிய புதிய தமிழகம் நூலில் இருந்து).

வினாக்கள் :

1. **மா. இராசமாணிக்கனாரின் கல்வி தடைப்பட்ட போது அவர் எங்கு வேலைக்குச் சேர்ந்தார் ?**
2. **மா. இராசமாணிக்கனார் ஆற்றிய பணிகள் குறித்து எழுதுக.**
3. **மா. இராசமாணிக்கனார் எந்தெந்த துறைகளில் ஆய்வு செய்துள்ளார் ?**
4. **சிந்துவெளி நாகரிகம் பற்றி முதன் முதலில் தமிழில் வெளிவந்த நூல் எது ? அதனை எழுதியவர் யார் ?**
5. **மா. இராசமாணிக்கனாரின் நூல்கள் எப்போது நாட்டுடைமை யாக்கப்பட்டன ?**
6. **மா. இராசமாணிக்கனாரை நெறிபடுத்திய தமிழறிஞர்கள் யாவர்?**

விடைகள் :

1. மிகுந்த பொருளாதார நெருக்கடியிலும் மா. இராசமாணிக்கனார் தொடர்ந்து ஆறு ஆண்டுகள் பள்ளியிலேயே முதல் மாணவராகத் தேர்ச்சி பெற்றார். மதுரைத் தமிழ்ச் சங்கத்தார் நடத்திய பள்ளி இறுதித் தேர்விலும் முதல் மாணவராகத் தேர்ச்சியடைந்தார்.

2. எழுத்தர், பள்ளி ஆசிரியர், பல்கலைக்கழக ஆசிரியர் என்ற பல்வேறு பணிகளை ஆற்றியுள்ளார்.

3. இலக்கியம், சமயம், வரலாறு, கல்வெட்டு போன்ற துறைகளில் ஆய்வு செய்துள்ளார். சங்ககாலம் தொடங்கிப் பிற்காலம் வரையில் ஆட்சி செய்த சோழர் வரலாற்றை முழுமையாக ஆராய்ந்தார்.

4. சிந்துவெளி நாகரிகம் பற்றி முதன்முதலில் தமிழில் வெளிவந்த நூல் "மொஹெஞ்சொ–தரோ அல்லது சிந்துவெளி நாகரிகம்" ஆகும். இந்நூலை எழுதியவர் மா. இராசமாணிக்கனார்.

5. மா. இராசமாணிக்கனாரின் நூல்கள் 2006–2007 ஆம் ஆண்டு தமிழக அரசால் நாட்டுடைமையாக்கப்பட்டன.

6. கரந்தைத் தமிழ்ச் சங்கத்தினர்களான வே. உமாமகேசுவரன், ந.மு. வேங்கடசாமி மற்றும் உ.வே. சாமிநாதர் போன்றோர் மா. இராசமாணிக்கனாரை நெறிப்படுத்தினார்.

★★★

வ. சுப. மாணிக்கம்

பர்மாவில் ரங்கூன் நகரில் இருந்த ஒரு கடையில் அடிப்பையனாகப் (உதவியாள்) பணியாற்றினான் ஒரு சிறுவன். அவனிடம், கடை முதலாளி ஒரு பெயரைக் குறிப்பிட்டு, அந்த நபர் வந்து தன்னை எங்கே என்று கேட்டால், 'முதலாளி இல்லை' என்று சொல்லுமாறு வற்புறுத்தினார். அந்தச் சிறுவனோ, "நீங்கள் வெளியிலிருந்தால் அவ்வாறு கூறலாம். இல்லாதபோது எப்படிப் பொய் சொல்வது? சொல்ல மாட்டேன்" என்று பிடிவாதமாகக் கூறினார். அவர், வ. சுப. மாணிக்கம்.

தமிழின் சிறப்புகளைப் பற்றி ஆய்வுகள் பல செய்தமையால் 'தமிழ் இமயம்' என்று தமிழ் அறிஞர்களால் போற்றப்பட்டவர் வ. சுப. மாணிக்கம், 'எங்கும் தமிழ் எதிலும் தமிழ்' என்ற கொள்கையைப் பறைசாற்றுவதற்காகத் **'தமிழ்வழிக் கல்வி இயக்கம்'** என்ற அமைப்பை நிறுவித் தமிழ்ச்சுற்றுலா மேற்கொண்டவர். அழகப்பா கல்லூரியில் தமிழ்ப்பேராசிரியராகவும் முதல்வராகவும் அண்ணாமலைப் பல்கலைக்கழகத்தில் தமிழ்த்துறைத் தலைவராகவும் பணியாற்றினார். மதுரை காமராசர் பல்கலைக்கழகத் துணைவேந்தராகச் சிறப்புடன் செயலாற்றியபோது பல்கலைக்கழக நடைமுறைகள் தமிழில் இருக்கவேண்டும் என ஆணை பிறப்பித்ததுடன் அங்கு தமிழாய்வு நடைபெறவும் வழிவகுத்தார். திருவனந்தபுரத்தின் திராவிட மொழியியல் கழகத்தில் முதுப்பேராய்வாளராகப் பணிபுரிந்தபோது **தமிழ் யாப்பியல் வரலாறும் வளர்ச்சியும்** என்ற தலைப்பில் ஆங்கிலத்தில் ஆய்வு மேற்கொண்டார்.

சங்கப் பாடல்களின் நுட்பங்களைக் கட்டுரைகளாக எழுதுவதில் ஆற்றல் மிக்கவரான இவர் **தமிழ்க்காதல், வள்ளுவம், கம்பர், சங்கநெறி** உள்ளிட்ட பல நூல்களை இயற்றியவர். தமிழுக்குப் புதிய சொல்லாக்கங்களையும் உவமைகளையும் உருவாக்கித் தருவதில் தனி ஈடுபாடு கொண்டவராகத் திகழ்ந்தவர். ஆராய்ச்சி, கட்டுரை, நாடகம், கவிதை, உரை, கடித இலக்கியம், பதிப்பு எனப் பல்துறை ஆளுமையான அவருக்குத் தமிழக அரசு அவருடைய மறைவிற்குப் பிறகு, **திருவள்ளுவர் விருது** வழங்கியதுடன் 2006–ஆம் ஆண்டு அவருடைய நூல்களை நாட்டுடமையாக்கிச் சிறப்புச் செய்தது.

அவருடைய தமிழ்த்திறத்துக்கு ஒரு பதம்

"ஐந்து கோடித் தமிழர் தொகை இருந்தும், ஆயிரம் படிகள் விற்பதற்கு மாமாங்கம் ஆகின்றது. வாங்காற்றல் மக்களிடம் இல்லை என்று சொல்லுதற்கில்லை. எத்துணையோ புதுக்கோலங்கட்கும் கேளிக்கைகட்கும் தலைகால் தெரியாமல் செலவு செய்து கொண்டுதான் இருக்கின்றார்கள், நூல்கள் வாங்கும் அறிவுப் பழக்கத்தை மக்களிடம் பரப்ப வேண்டும்."

வினாக்கள் :

1. **வ.சுப. மாணிக்கம் அவர்கள், 'தமிழ் வழிக் கல்வி இயக்கம்' என்ற அமைப்பை எதற்காக நிறுவினார் ?**
2. **வ.சுப. மாணிக்கம் முதுப்பேராய்வாளராக எங்கு பணிபுரிந்தார் ? அவர் மேற்கொண்ட ஆய்வின் தலைப்பு யாது ?**
3. **வ.சுப. மாணிக்கனாரின் சிறப்பாற்றல் குறித்து எழுதுக.**
4. **தமிழக அரசு வ.சுப. மாணிக்கத்திற்குச் செய்த சிறப்புகள் யாவை?**
5. **"ஐந்துகோடித் தமிழர் தொகை இருந்தும், ஆயிரம் படிகள் விற்பதற்கு மாமாங்கம் ஆகிறது" என்ற வ.சுப. மாணிக்கனாரின் கூற்றில் அடிக்கோடிட்ட சொற்களின் பொருள் கூறுக.**

விடைகள் :

1. 'எங்கும் தமிழ் எதிலும் தமிழ்' என்ற கொள்கையைப் பறை சாற்றுவதற்காக நிறுவினார்.
2. வ.சுப. மாணிக்கம் திருவனந்தபுரத்தின் திராவிட மொழியியல் கழகத்தில் முதுப்பேராய்வாளராகப் பணிபுரிந்தார். 'தமிழ் யாப்பியல் வரலாறும் வளர்ச்சியும்' என்ற தலைப்பில் ஆங்கிலத்தில் ஆய்வு மேற்கொண்டார்.
3. சங்கப்பாடல்களின் நுட்பங்களைக் கட்டுரைகளாக எழுதுவதில் ஆற்றல் மிக்கவர். தமிழுக்குப் புதிய சொல்லாக்கங்களையும் உவமைகளையும் உருவாக்கித் தருவதில் தனி ஈடுபாடு கொண்டவர். ஆராய்ச்சி, கட்டுரை, நாடகம், கவிதை, உரை, கடித இலக்கியம், பதிப்பு என்று பல்துறை ஆளுமையாகத் திகழ்ந்தார்.
4. தமிழக அரசு வ.சுப. மாணிக்கத்தின் மறைவிற்குப் பிறகு, திருவள்ளுவர் விருதினை வழங்கியது. 2006–ஆம் ஆண்டு அவருடைய நூல்களை நாட்டுடமையாக்கிச் சிறப்பு செய்தது.
5. **படிகள்** – பிரதிகள் ; **மாமாங்கம்** – 12 ஆண்டுகள்.

★★★

பத்தியைப் படித்து வினாக்களுக்கு விடையளிக்க

தென்னிந்தியாவின் அடையாளச் சின்னமாகக் காங்கேயம் மாடுகள் போற்றப்படுகின்றன. தமிழக மாட்டினங்களின் தாய் இனம் என்று 'காங்கேயம்' கருதப்படுகிறது. பிறக்கும்போது சிவப்பு நிறத்தில் இருக்கும் காங்கேயம் மாடுகள், ஆறுமாதம் வளர்ந்த பிறகு சாம்பல் நிறத்துக்கு மாறிவிடுகின்றன. பசுக்கள் சாம்பல் அல்லது வெள்ளை நிறத்தில் இருக்கின்றன. மிடுக்கான தோற்றத்துக்குப் பெயர் பெற்ற காங்கேயம் இனக் காளைகள் ஏறுதழுவுதல் நிகழ்விற்கும் பெயர் பெற்றுள்ளன. அத்துடன், ஏர் உழுவதற்கும் வண்டி இழுப்பதற்கும் அதிகம் பயன்படுத்தப்படுகின்றன.

கடுமையாக உழைக்கக்கூடிய காங்கேயம் மாடுகள் கேரளம், கர்நாடகம், ஆந்திரம் ஆகிய மாநிலத்தவரால் விரும்பி வாங்கிச் செல்லப்படுகின்றன. இலங்கை, பிரேசில், பிலிப்பைன்ஸ், மலேசியா ஆகிய நாடுகளுக்கும் ஏற்றுமதி செய்யப்படுகின்றன. கரூர் அமராவதி ஆற்றுத் துறையில் காங்கேய மாடுகளின் உருவம் பொறித்த கி.மு. முதல் நூற்றாண்டைச் சேர்ந்த சேரர் கால நாணயங்கள் கண்டெடுக்கப்பட்டுள்ளன.

வினா-விடைகள் :

1. **காங்கேயம் மாடுகள் எந்தப் பகுதியின் அடையாளச் சின்னமாகக் கருதப்படுகின்றன?**

   A) தென்னிந்தியா **B)** வட இந்தியா

   C) மத்திய இந்தியப் பகுதி **D)** கிழக்கிந்தியப் பகுதி **விடை : (A)**

2. **கரூர் அமராவதி ஆற்றங்கரையில் கண்டெடுக்கப்பட்ட நாணயங்கள் எந்த மன்னரைக் சேர்ந்தது ?**

   A) சோழர் **B)** பாண்டியர்

   B) சேரர் **D)** பல்லவர் **விடை : (C)**

3. **பிரித்து எழுதுக. கண்டெடுக்கப்பட்டுள்ளன.**

   A) கண்டு + எடுக்கப்பட்டு + உள்ளன

   B) கண்டு + எடுக்க + பட்டுள்ளன

   C) கண்டெடுக்க + பட்டு + உள்ளன

   D) கண் + டெடுக்க + பட்டு + உள்ளன **விடை : (B)**

4. **தென்னிந்தியாவின் அடையாளச் சின்னமாகக் காங்கேயம் மாடுகள் போற்றப்படுகின்றன – இது எவ்வகைத் தொடர் ?**

   A) வினாத்தொடர் **B)** கட்டளைத்தொடர்

   C) செய்தித்தொடர் **D)** உணர்ச்சித்தொடர் **விடை : (C)**

★★★

பத்தியைப் படித்துப் பதில் தருக.

பருப்பொருள்கள் சிதறும்படியாகப் பல ஊழிக் காலங்கள் கடந்து சென்றன. புவி உருவானபோது நெருப்புப் பந்துபோல் விளங்கிய ஊழிக்காலம் தோன்றியது. பின்னர்ப் புவி குளிரும்படியாகத் தொடர்ந்து மழை பொழிந்த ஊழிக்காலம் கடந்தது. அவ்வாறு தொடர்ந்து பெய்த மழையால் புவி வெள்ளத்தில் மூழ்கியது. இப்படி மீண்டும் மீண்டும் சிறப்பாகிய ஆற்றல் மிகுந்து செறிந்து திரண்டு இப்படியாக (வெள்ளத்தில் மூழ்குதல்) நடந்த இந்தப் பெரிய உலகத்தில், உயிர்கள் வாழ்வதற்கு ஏற்ற சூழலாகிய உள்ளீடு தோன்றியது. உயிர்கள் தோன்றி நிலைபெறும்படியாக இப்பெரிய புவியில் ஊழிக்காலம் கடந்தது.

வினா-விடைகள் :

1. **பத்தியில் உள்ள அடுக்குத்தொடர்களை எடுத்து எழுதுக.**

   மீண்டும், மீண்டும்

2. புவி ஏன் வெள்ளத்தில் மூழ்கியது ?
   தொடர்ந்து பெய்த மழையால் புவி வெள்ளத்தால் மூழ்கியது.

3. **பெய்த மழை** – இத்தொடரை வினைத்தொகையாக மாற்றுக.
   பெய்மழை.

4. இப்பத்தி உணர்த்தும் அறிவியல் கொள்கை யாது ?
   பெரு வெடிப்பு கோட்பாடு (கொள்கை) (Big Bank Theory)

5. உயிர்கள் வாழ்வதற்கு ஏற்ற சூழலாக நீவிர் கருதுவன யாவை ?
   மழை, காற்று, மரம், செடி, கொடி, நெருப்பு, நீர், விலங்கினம் போன்றவை இருந்தால்தான் உயிர்கள் வாழ்வதற்கு ஏற்ற சூழல் காணப்படும்.

★ ★ ★

மூன்றில் ஒரு பங்காகச் சுருக்கி வரைதல்

கவனிக்க வேண்டியன

கொடுக்கப்பட்ட வார்த்தைகளை மூன்றில் ஒரு பங்காக மாற்றுவதற்கே உரைநடைகள் தரப்பட்டுள்ளது என்பதை அறிந்து கொள்ளுங்கள். உதாரணமாக 90 வார்த்தைகள் தரப்பட்டிருந்தால் அதனை 30 வார்த்தைகளாகச் சுருக்கி எழுதுதல் வேண்டும்.

கொடுக்கப்பட்ட உரைநடையை ஒருமுறைக்கு இருமுறை படித்துக் கொள்ளவும். உரைநடையில் வரும் உவமைகள், வர்ணனைகள், வினாக்கள் முதலியவற்றைத் திரும்பவும் எழுதுவதைத் தவிர்க்கலாம். முக்கியமானவை எனில் ஓரிரு வார்த்தைகளில் குறிப்பிடலாம்.

எக்காரணம் கொண்டும் மூன்றில் ஒரு பங்காகச் சுருக்குதல் என்ற காரணத்தால் உரைநடையில் இடையிடையே வார்த்தைகளை விட்டுவிட்டு எழுதக் கூடாது. சுருக்கி எழுதும்போது பொருள் மாறாமல் எழுதுதல் அவசியம்.

எழுதும் முறை

கொடுக்கப்பட்டுள்ள வார்த்தைகளை எண்ணித் தனியே குறித்துக் கொள்ளுங்கள்.

திருந்தாப் படிவம் அல்லது முதற்படி என்று தலைப்பிட்டுத் தந்திருப்பதை அப்படியே எழுதிக் குறுக்கே ஒரு கோடிட்டுவிடலாம் அல்லது கோடிடாமல் விட்டும்விடலாம்.

அதன்பின் திருந்திய படிவம் அல்லது திருத்தப்படி எனத் தலைப்பிட்டு அதன்கீழ் உரைநடைக்கு ஒரு தலைப்புக் கொடுத்து அதனை எழுதவும். பின்பு நீங்கள் மூன்றில் ஒரு பங்காகச் சுருக்கியுள்ள பகுதியை எழுத வேண்டும்.

சுருக்கி எழுதிய உரைநடையின்கீழ்க் கொடுக்கப்பட்டுள்ள வார்த்தைகளையும், சுருக்கப்பட்டுள்ள வார்த்தைகளையும் எழுத வேண்டும்.

அமைப்பு

1. திருந்தாப் படிவம் (அல்லது) முதற்படி என்ற தலைப்பிட்டு அதன்கீழ் உரைநடையை எழுதிக் குறுக்கே கோடிட வேண்டும். (ஒரே ஒரு கோடு).
2. திருந்திய படிவம் (அல்லது) திருத்தப்படி எனும் தலைப்பிடுக.
3. திருந்திய படிவத்தின்கீழ் மூன்றில் ஒரு பங்காகச் சுருக்கி எழுதும் உரைநடைக்கு ஒரு தலைப்பு தருக.
4. தலைப்பின்கீழ் மூன்றில் ஒரு பங்காகச் சுருக்கிய உரைநடையை எழுதி முற்றுப்புள்ளி இடுதல்.
5. உரைநடையின்கீழ் கொடுக்கப்பட்ட வார்த்தைகள் சுருக்கப்பட்ட வார்த்தைகள் என எழுதி அதற்குரிய எண்களை இட வேண்டும்.

★ ★ ★

வினா எண்.1

மனிதன் தன் எண்ணங்களையும், உணர்ச்சிகளையும் வெளிப்படுத்தக் கையாண்ட கருவியே மொழி. இம்மொழியிலும் முதன் முதலில் கவிதை அல்லது செய்யுள்நடையே பயன்படுத்தப்பட்டு வந்தது. மொழி நூலறிஞர்களான ஜெஃபர்சன், எமர்சன் போன்றோரும் இலக்கிய வரலாற்றில் கவிதை நடையே உரைநடைக்கும் முற்பட்ட காலத்ததாகும் எனும் கருத்துடையவர்களாவர்.

காலப்போக்கில் உரைநடையையும், செய்யுளையும் கலந்து கதை நூல்களை ஆக்கத் தொடங்கினர். இவற்றை **உரையிடையிட்ட பாட்டுடைச் செய்யுள்** என்று குறித்தனர். இவ்வகையில் பெருந்தேவனார் பாரதம், தகடூர் யாத்திரை, சிலப்பதிகாரம் ஆகியவை உரையிடையிட்ட பாட்டுடைச் செய்யுள் எனப்படுகின்றன. பின்னர் பல்லவர் காலத்தில் வாழ்ந்த சில சமண முனிவர்கள் சரிக்குச்சரி அளவினதாக வடமொழியும், தமிழும் கலந்து எழுதப்படும் ஒரு புதிய உத்தியைக் கையாண்டனர். இது **மணிப்பிரவாள நடை** எனப்பட்டது.

இம் மணிப்பிரவாள நடையில் ஸ்ரீபுராணம், சத்திய சிந்தாமணி போன்ற வசன நூல்களை எழுதினர். இம் முறை வெற்றி பெறாது அழிந்ததாயினும் தமிழில் ஜ, ஸ, ஷ, க்ஷ, ஹ எனும் 5 சிறந்த எழுத்துகளின் ஓசை புகுந்து கலப்பதையும், மிகுதியான வடசொற்கள் கலப்பதையும் இது இயல்பாக்கிவிட்டது. இக்காலத்து தோன்றியதாகக் கருதப்படும் இறையனார் களவியல் உரையில் சிறிது கடினமான நடையில் அமைந்த உரைநடை அமைந்திருக்கக் காணலாம். இதன் அமைப்பு பொருளுணரக் கடினமாக இருந்தமையின், நக்கீரர் இதற்கு எளியதோர் உரை வகுத்தார். இதுவே காலத்தால் முந்திய உரை.

திருத்திய படிவம்

உரைநடையின் வளர்ச்சி

மொழியென்பது எண்ணங்களை வெளிப்படுத்த உதவும் ஓர் கருவி. இலக்கியத்தில் செய்யுள்நடையே முதலில் பயன்படுத்தப்பட்டது என்பதை மொழியறிஞர்களான ஜெஃப்பர்சனும், எமர்சனும் ஆமோதிக்கின்றனர். பிற்காலத்தில் உரைநடையும் செய்யுளும் கலந்து பாட்டுடைச் செய்யுளாகவும், உரையிடையிட்ட பாட்டுடைச் செய்யுளாகவும் மலர்ந்தன. பல்லவர் காலத்தில் வடமொழி, தமிழ் இரண்டும் கலந்து மணிப்பிரவாள நடை எழுதப்பட்டது. இலக்கிய உரையினில் காலத்தால் முந்தியதாக இறையனார் களவியல் உரையைச் சொல்லலாம். இது நக்கீரரால் வகுக்கப்பட்ட உரையாகும்.

கொடுக்கப்பட்ட சொற்கள் – 125.

சுருக்கிய பின்சொற்கள் – 41.

★★★

வினா எண்.2

காந்தியடிகள் காஷ்மீருக்குச் சென்று திரும்பும்போது இரயிலில் மூன்றாம் வகுப்புப் பெட்டியில் அமர்ந்து பயணம் செய்தார். அப்போது பலத்த மழை பெய்ததால், காந்தியடிகள் பயணம் செய்யும் மூன்றாவது வகுப்பில் மழைத் தண்ணீர் ஒழுகி அறை முழுவதும் நிரம்பிவிட்டது.

இந்த நிலையில் அடுத்த ரயில் நிலையத்தில் ரயில் நின்றபோது, கார்டு காந்தியிடம் வந்து, "தாங்கள் வசதியாக வர வேறு பெட்டிக்கு மாற்றம் செய்திருக்கிறேன். ஆகையால் நீங்கள் மாறிக்கொள்ளுங்கள்" என்றார்.

காந்தியடிகள் கேட்டார், "அப்படியானால் இந்தப் பெட்டியை என்ன செய்வது?" அதற்கு கார்டு, "தங்களுக்காக வேறு பெட்டியைக் காலி செய்யச் சொல்லி இருக்கிறேன். அந்தப் பெட்டியில் உள்ளவர்கள் இங்கு உட்காருவார்கள். நீங்கள் போய் அங்கே வசதியாக உட்கார்ந்து பிரயாணம் செய்யலாமே" என்றார்.

அதற்கு காந்தியடிகள், "நான் வரும் பெட்டியில் மற்றவர் பயணம் செய்யலாம் என்றால் நான் இதிலேயே வருகின்றேன். மற்றவர்கள் உட்கார்ந்து வரும்பொழுது நான் ஏன் உட்கார்ந்து வரக்கூடாது? எனக்காக மற்றவருக்குச் சிரமம் கொடுப்பதில் எனக்கு விருப்பமில்லை" என்றார்.

இதனைக்கேட்ட கார்டு வாயடைத்துப் போனார். இவரது சொல்லும், செயலும், சிந்தனையும் கண்டு ஆச்சரியத்தோடு அமைதியாக திரும்பிச் சென்றுவிட்டார்.

திருத்திய படிவம்

மகாத்மாவின் மனிதநேயம்

காந்தியடிகள் காஷ்மீரத்திலிருந்து இரயிலில் வரும்போது மூன்றாம் வகுப்பில் மக்களோடு பயணம் செய்தார். மழை பெய்ததால் தண்ணீர் ஒழுகலாயிற்று. அடுத்த நிறுத்தத்தில் ரயிலின் கார்டு அடிகளிடம் வந்து, "தாங்கள் வேறு பெட்டிக்கு மாறினால் அவர்களை இங்கு வரச்சொல்கிறேன்" எனக்கூற, காந்தியடிகள் "எல்லோரும் நனையும்போது நான் நனைவதில் தவறில்லை" என்றார். அடிகளின் உயரிய பண்பு கருதி வாயடைத்துப் போனார்.
கொடுக்கப்பட்ட வார்த்தைகள் – 117.
சுருக்கியபின் வார்த்தைகள் – 40.

★★★

வினா எண்.3

பழையசோறு

பச்சை நெல் வயலைக் கண்கள் முழுவதும் சுமந்து , இளநெல்லை நுகர்ந்து, அதன் பாலை ருசித்து, நீராவியில் அந்த நெல் அவியும் கதகதப்பான புழுங்கல் மணம்வரை சுவைத்தவள் நான், அவித்து, காய்ந்து, குத்திய அந்த புழுங்கல் அரிசியை, அதன் வழவழப்பை, கடுப்பு மணத்தை, சோறாகு முன் கைநிறைய அள்ளி வாயில் போட்டு நெரித்து மென்றவள் சொல்கிறேன். பகலெல்லாம் உச்சி வெயிலுக்கு அது சுடச்சுடப் புழுங்கலரிசிச் சோறு, இரவு முழுவதும் அந்தச் சோறு நீரில் ஊறும். விடிந்தவுடன் காலையில் அதன் பெயர் பழையசோறு அல்லது பழையது. காத்திருந்து சின்ன வெங்காயம், பச்சை மிளகாய் கடித்து நீராகாரம்போல் குடிப்பது ஒரு வகை. வாழை இலையில் அந்தப் பழைய சோற்றை பிழிந்து போட்டால், வடுமாங்காய் அல்லது உப்பு நாரத்தாங்காய் அதனுடன் சேர்ந்துகொள்ளத் துடிப்பது இன்னொரு வகை, சுண்ட வைத்த முதல்நாள் குழம்பு இன்னும் உச்சம்! நல்ல பழையது மாம்பழ வாசம் வீசுமாம். பழைய சோறு – அது கிராமத்து உன்னதம்.

"மைக்கடல் முத்துக்கு ஈடாய் மிக்க நெல்முத்து" ..... முக்கூடற்பள்ளு

திருத்திய படிவம்

நெல், வயலில் இருந்ததிலிருந்து, நீராவியில் வேகும் மணம் வரை புலன்களால் சுவைப்பது இன்பம், நெல்லை அவித்து காயவைத்துக் குத்திய புழுங்கல் அரிசியைச் சோறாகுமுன் மென்று தின்பதும் சுவையானது. பகலில் புழுங்கலரிசிச் சோறு. இரவு முழுவதும் நீரில் ஊறிய பின் அதன் பெயர் பழையசோறு அல்லது பழையது. சின்னவெங்காயம், பச்சை மிளகாயுடன் நீராகரம் போல் குடிக்கலாம். அச்சோற்றுடன் வடுமாங்காய் அல்லது உப்பு நாரத்தங்காயுடன் உண்ணலாம். சுண்ட வைத்துக் குழம்புடன் உண்பதின் சுவையே தனி. நல்ல பழையது மாம்பழ வாசம் வீசும் என்பார்கள்.

★★★

வினா எண்.4

கல்வி என்றால் என்ன? அது நூல்களைப் படிப்பதா ? அல்லது அது பலவகையானதைக் குறித்த அறிவா? அதுவும் இல்லை. எத்தகைய பயிற்சியின்மூலம் மனத்தின் ஆற்றலும் அது வெளிப்படும் தன்மையும் கட்டுப்பாட்டிற்கு உட்படுத்தப்பட்டுப் பயன்தரும் வகையில் அமைகிறதோ, அந்தப் பயிற்சிதான் கல்வியாகும். அக்கல்வி வளர்ச்சிக்கு ஒரே ஒரு வழிதான் உண்டு. அதுதான் மனத்தை ஒருமுகப்படுத்தும் முயற்சி. கல்வியின் நோக்கம் செய்திகளைப் பற்றிய அறிவைச் சேமிப்பதன்று. கல்வியின் நோக்கமே மனத்தை ஒருமுகப்படுத்துவதுதான். மனவொருமைப்பாடே கல்வியின் அடிப்படை.

எல்லோரும் தங்கள் அறிவு வளர்ச்சிக்கு அம்முறையைத்தான் பின்பற்றியாக வேண்டும். மனத்தை ஒருமுகப்படுத்தும் அளவுக்கு அறிவும் வளரும். இயற்கையால் மூடப்பட்டிருக்கும் அறிவுச்சுடரைத் திறப்பதற்கு இதுவொன்றே சிறந்த வழியாகும். மனிதன் தன் சக்தியை நூற்றுக்குத் தொண்ணூறு விழுக்காடு வீண் செய்து விடுகிறான். இதனால்தான், அவன் அடிக்கடி தவறுகள் செய்கிறான். பண்புடைய மனத்தைப் பெற்றவன் ஒரு தவற்றையும் செய்ய மாட்டான்.

மனிதனுக்கும் விலங்குக்கும் உள்ள முக்கிய வேறுபாடு மனத்தை ஒருமுகப்படுத்துவதில்தான் இருக்கிறது. எத்துறையிலும் வெற்றி பெறுவது, இதைப் பொருத்துத்தான் அமைகிறது. இசை, ஓவியம் சிற்பம் முதலிய எல்லாக் கலைகளிலும் சிறப்பாகத் தேர்ச்சி பெறச் செய்வது மன ஒருமைப்பாடுதான். மேலும், உலகத்தின் புதிர்களை மூடி வைத்திருக்கும் கதவுகளைத் திறக்கக்கூடிய வலிமையை நாம் பெற வேண்டும். இவ்வலிமையை நமக்கு அளிக்கக்கூடியது மன ஒருமைப்பாடுதான். அதுவே கல்விக்கு அடிப்படையாகும்.

– கல்வி – சுவாமி விவேகானந்தா

திருந்தாப் படிவம்:

எத்தகைய பயிற்சியின் மூலம் மனவுறுதியின் வேகமும் அதன் வெளிப்படும் தன்மையும் கட்டுப்பாட்டிற்கு உட்பட்டுப் பயன்தரும் வகையில் அமைகிறதோ, அந்தப் பயிற்சிதான் கல்வியாகும். மனதை ஒருமுகப்படுத்துதல் மூலம் கல்வி வளர்ச்சி பெறும். கல்வியின் நோக்கமே மனத்தை ஒருமுகப்படுத்துவதுதான். மனவொருமைப்பாடே கல்வியின் அடிப்படை.

மனத்தை ஒருமுகப்படுத்தும் அளவுக்கு அறிவு வளரும். அறிவுச் சுடரைப் பெறுவதற்கு இதுவே சிறந்த வழியாகும். மனிதன் தன் சக்தியை நூற்றுக்குத் தொண்ணூறு விழுக்காடு வீண் செய்வதால்தான் தவறுகள் செய்கிறான். பண்புடைய மனத்தைப் பெற்றவன் ஒரு தவறையும் செய்ய மாட்டான்.

மனத்தை ஒருமுகப்படுத்தினால்தான் எத்துறையிலும் வெற்றிபெற முடியும். இசை, ஓவியம், சிற்பம் முதலிய எல்லாக் கலைகளிலும் சிறப்பாகத் தேர்ச்சி பெறச் செய்வது மன ஒருமைப்பாடுதான். உலகப் புதிர்களுக்கான விடையை நாம் அறிவதற்கான வலிமையைத் தருவது மன ஒருமைப்பாடுதான். உலகப் புதிர்களுக்கான விடையை நாம் அறிவதற்கான வலிமையைத் தருவது மன ஒருமைப்பாடுதான். அதுவே கல்விக்கு அடிப்படையாகும்.

திருத்திய படிவம்:

மனவுறுதியின் வேகத்தையும் அதன் வெளிப்படும் தன்மையையும் கட்டுப்படுத்தும் பயிற்சிதான் கல்வியாகும். மன ஒருமைப்பாடே கல்வியின் அடிப்படை. மனிதன்

தன்சக்தியில் தொண்ணூறு விழுக்காடு வீண் செய்வதனால்தான் தவறுகள் செய்கிறான். பண்புடைய மனத்தைப் பெற்றவன் தவறு செய்யமாட்டான். மனத்தை ஒருமுகப்படுத்தினால்தான் இசை, ஓவியம், சிற்பம் முதலிய எல்லாக் கலைகளிலும் தேர்ச்சி பெற முடியும். உலகப் புதிர்களுக்கான விடையை நாம் அறிவதற்கான வலிமையைத் தருவது மனஒருமைப்பாடுதான். அதுவே கல்விக்கு அடிப்படையாகும்.

கொடுக்கப்பட்ட சொற்கள் - 135

சுருக்கிய சொர்கள் - 45

★★★

வினா எண்.5

இன்றைய வாழ்க்கைச் சூழலில் ஓய்வின்மை, காலம் தவறிய உணவு, உணவுப் பழக்கவழக்க மாற்றம் உள்ளிட்டவையே பல்வேறு உடல்நலப் பாதிப்புகளுக்கு மூல காரணமாகின்றன. மருத்துவம் சார்ந்த தேவைகளுக்கென்று குறிப்பிட்ட தொகையை ஒதுக்கும் அளவிற்கு உடல்நிலையைக் கவனத்தில் கொள்ளாமல், ஓர் இயந்திர வாழ்க்கையை வாழ்ந்து கொண்டிருக்கிறோம்.

உணவே மருந்து, மருந்தே உணவு என்று வாழ்ந்தவர்கள் நம் முன்னோர்கள், ஒருவர் உட்கொள்ளும் உணவில் புரதம், கொழுப்பு, மாவுச்சத்து, கனிமங்கள், நுண்ணூட்டச் சத்துகள் சேர்ந்ததே சமச்சீர் உணவு. எனவே அளவறிந்து உண்ண வேண்டியது அவசியமாகும்.

ருசிக்காக, சாப்பிடக் கூடாத பொருள்களைச் சாப்பிடுவதும், பசிக்காக அளவுக்கு மீறிச் சாப்பிடுவதும்தான் பிணிகளுக்குக் காரணம். சாதாரணமாக உண்ட உணவு செரிமானமாவதற்கு 4 மணி நேரம் ஆகிறது. பொதுவாகவே உணவை நன்றாக மென்று விழுங்க வேண்டும். இதனால் மாவுப் பொருள் செரிமானத்திற்குக் காரணமான உமிழ்நீர் சுரந்து உணவுடன் உட்செல்லும்.

உணவுப் பொருட்களில் அடங்கியுள்ள சத்துகள், அவற்றின் பயன்கள் ஆகியவற்றைப் பற்றிய தெளிந்த அறிவு, ஆரோக்கிய உணவினைத் தேர்வு செய்ய மிகவும் உதவியாக இருக்கும்.

நமது எடை மற்றும் உயரத்தினை அவ்வப்போது சோதித்து நினைவில் வைத்துக் கொள்ள வேண்டும். இது மிகவும் முக்கியமானது. பிறகு தங்களது எடை மற்றும் உயரத்தினைப் பொருத்து ஆரோக்கியமான உணவு முறையைத் தேர்ந்தெடுக்கவும், உடற்பயிற்சி செய்யவும், முடிவெடுக்க வேண்டும்.

ஒவ்வொரு மனிதருக்கும் அவரது வயது, பாலினம், உடல் உழைப்பு, உடல்நிலை, வாழும் இடம், பருவ நிலை ஆகியவற்றின் அடிப்படையில் ஊட்டச்சத்துக்களின் தேவை மாறுபடும்.

தேவையான தானியங்களுடன் பருப்பு மற்றும் வகைகளைச் சேர்த்து, அதிக காய்கறிகளுடன் பழங்களுடனும் கூடிய உணவு முறையே நம் ஆரோக்கியத்திற்கான சரியான தீர்வு.

திருந்தாப் படிவம் :

இன்றைய வாழ்க்கைச் சூழலில் ஓய்வின்மை, காலம் தவறிய உணவு, உணவுப் பழக்க வழக்க மாற்றம் ஆகியவை உடல்நலம் பாதிப்புகளுக்கு மூலகாரணமாகின்றன. உடல்நலத்தைக் கவனத்தில் கொள்ளாமல் இயந்திர வாழ்க்கை வாழ்கிறோம். உணவே மருந்து, மருந்தே உணவு என்று வாழ்ந்தவர்கள் நம் முன்னோர். அவ்வழியில் நாமும் சமச்சீர் உணவை அளவறிந்து உண்ண வேண்டும். ருசிக்காக தேவையானவற்றைச்

சாப்பிடுவதும் அளவுக்கு மீறிச் சாப்பிடுவதும் பிணிகளுக்குக் காரணமாகும். உணவை மென்று விழுங்குவதனால் உமிழ்நீர் சுரந்து உணவுடன் உட்செல்லும்.

உணவுப் பொருட்களில் உள்ள சத்துகள், பயன் அறிந்து ஆரோக்கிய உணவினைத் தேர்வு செய்ய வேண்டும். நமது எடை மற்றும் உயரத்திற்கேற்ற உணவை உண்ணவும் உடற்பயிற்சி செய்யவும் முடிவெடுக்க வேண்டும்.

வயது பாலினம், உடல் உழைப்பு, உடல் நிலை, வாழும் இடம், பருவநிலை இவற்றின் அடிப்படையில் ஊட்டச்சத்துகளின் தேவை மாறுபடும். தானியம், பருப்பு, காய் மற்றும் பழங்களை உட்கொள்வது ஆரோக்கியத்திற்கான சரியான தீர்வு ஆகும்.

திருத்தியப் படிவம் :

இன்றைய வாழ்க்கைச் சூழலில் ஓய்வின்மை, காலம் தவறிய உணவு, உணவுப் பழக்கவழக்க மாற்றம் இவை உடல் நலம் பாதிப்புகளுக்கு மூலகாரணமாகின்றன. உடல்நலத்தைக் கவனத்தில் கொள்ளாமல் வாழ்கிறோம்.

உணவே மருந்து, மருந்தே உணவு என்பதை உணர்ந்து சமச்சீர் உணவை உண்ண வேண்டும். ருசிக்காகத் தேவையற்றதை சாப்பிடுவதும், அளவுக்கு மீறிச் சாப்பிடுவதும் பிணிகளுக்குக் காரணம். உணவை மென்று விழுங்க வேண்டும்.

உணவுப் பொருட்களில் உள்ள சத்துகள், பயன்களை அறிந்து எடை மற்றும் உயரத்திற்கேற்ப ஆரோக்கிய உணவை உண்ண வேண்டும். உடற்பயிற்சி செய்ய வேண்டும்.

வயது, பாலினம், உடல் உழைப்பு, உடல் நிலை, வாழும் இடம், பருவ நிலை இவற்றின் அடிப்படையில் ஊட்டச்சத்துகளின் தேவை மாறுபடும். ஆரோக்கியமாக வாழ தானியம், பருப்பு, பயறு, காய் மற்றும் பழங்களை உட்கொள்ள வேண்டும்.

★★★

சுருக்கக் குறிப்பிலிருந்து விரிவாக்கம் செய்தல்

1. மனித நாகரிகத்தின் வளர்ச்சி

நாடோடிகள் – வேளாண் சமூகம் – நிலையான மனிதக் குடியிருப்புகள் – ஆற்றங்கரை – கிராமம் – நகரம் – நாடு – சக்கரம், படகு – இனக் குழுக்கள் – தனிமனிதன் – தலைவர்கள் – நெறிமுறைகள்.

விடை :

நிலையான இருப்பிடமின்றி நாடோடிகளாகத் திரிந்த மனித இனம், தாம் வாழ்ந்த இடத்திற்கு அருகிலேயே விலங்குகளை வளர்த்து, நிலங்களை உழுது, பயிரிடும் வேளாண் சமூகமாக உருமாறியது. வேட்டைச் சமூகமாகத் திகழ்ந்தபோதும் வேளாண் சமூகமாக மாற்றம் பெற்றபோதும் மனித இனம் குடும்பமாகவும் சமூகமாகவும் சேர்ந்து வாழத்தொடங்கியது. அதற்கேற்பப் பல அகப்புற மாற்றங்களை அது சந்திக்க வேண்டியிருந்தது.

இத்தகைய மாற்றங்களுக்கேற்ப மனிதன் தன்னைச் சுற்றியுள்ள புறச்சூழல்களை மாற்றியமைக்க வேண்டிய நிலை ஏற்பட்டது. மேய்ச்சல் நிலங்களைத் தேடிப்போவதற்கு மாறாக நிலையான குடியிருப்பை மனிதன் ஏற்படுத்திக் கொண்டான்; உணவுக்காக விளைநிலங்களை உருவாக்கினான். ஆற்றங்கரை ஓரங்களிலும் சமவெளிப்பகுதிகளிலும் கிராமங்களாகவும் நகரங்களாகவும் அமைந்த குடியிருப்புகள் நாளடைவில் நாடுகளாக வளர்ச்சி பெற்றன. இவ்வளர்ச்சிக்கு மனிதனால் கண்டுபிடிக்கப்பட்ட பல்வேறு உற்பத்திக் கருவிகள் உறுதுணையாக இருந்தன.

சக்கரம், படகு போன்ற கருவிகள் நிலத்திலும் நீரிலும் மனிதனின் போக்குவரத்திற்குப் பயன்பட்டன. இப்போக்குவரத்துக் கருவிகள் கிராமம், நகரம், நாடுகளுக்கிடையேயான உற்பத்திப் பொருளைப் பரிமாற்றம் செய்து வணிகத்தை வளரச்செய்தன. இவ்வாறாகப் புறநிலையில் வேட்டைச் சமூகத்திலிருந்து வேளாண் சமூகமாகவும் வணிகச் சமூகமாகவும் மாற்றம் பெறுவதற்கு மனித இனம் தனக்குள்ளாகவே உறவுநிலைகளை மேம்படுத்திக்கொண்டது. அதே நேரத்தில் ஒன்றுபட்டு வாழ, பல்வேறு நெறிமுறைகளையும் அது உருவாக்கிக்கொள்ள வேண்டியிருந்தது.

புறவளர்ச்சிக்கு உற்பத்திக் கருவிகள் எவ்வளவு முதன்மையானவையோ அது போலவே உறவு மேம்பாட்டிற்கு மனிதர்கள் தமக்குள் வகுத்துக்கொண்ட நெறிமுறைகள் தவிர்க்க முடியாதவையாக விளங்கின. பல்வேறு இனக்குழுக்களாக வாழ்ந்துகொண்டிருந்த மனித இனம் ஒன்று சேர்ந்து வாழ உதவிய இந்நெறிமுறைகளை அடிப்படையாகக் கொண்டே குடும்பம், சமூகம், நாடு போன்ற நிறுவனங்கள் தோன்றின. இந்நிறுவனங்களைச் செழுமைப்படுத்துவதற்குத் தனிமனிதன், குடும்பத்தினர், சமூகத்தினர் அதற்குத் தலைமை தாங்கிய தலைவர்கள் ஆகியோர் தமது விருப்பு வெறுப்புகளை நெறிப்படுத்திக்கொள்ள வேண்டியிருந்தது. இந்நெறிமுறைகளுக்குத் தன்னல மறுப்பும் பொதுநல விருப்புமே அடிப்படையாக இருந்தன. இத்தகைய விழுமியங்களைப் பேணிக்காத்துச் செழுமைப்படுத்துவதன் மூலமே மனித இனம் ஒற்றுமையாகவும் அமைதியாகவும் வாழமுடியும் என்ற சூழல் உருவானது.

★★★

2. அறிவும் ஒழுக்கமும்

நிலையில்லா வாழ்க்கை, செல்வம் – நட்பு – அடிக் கரும்பு – நுனிக் கரும்பு – களர் நிலம் – விளை நிலம் – உப்பு – நெல் – நாலடியார் அறிவுத் தெளிவற்றவர் – புகழ்தலை விட இகழ்தல் மேல்.

விடை :

வாழ்க்கை நிலையில்லாதது, செல்வமும் நிலையில்லாதது. எனவே, அறச்செயல்களைக் காலம், இடம் கருதாமல் தொடர்ந்து செய்துகொண்டே இருக்க வேண்டும். கரும்பின் சாற்றைப்போல மற்றவர்க்குப் பயன்படும்படி வாழ்க்கையை அமைத்துக்கொள்ள வேண்டும். அச்செல்வத்தைப் பலருக்கும் பகிர்ந்தளிக்க வேண்டும். கற்றறிந்தவர்களுடைய நட்பு, அடிகரும்பை உண்பது போலாகும், நற்பண்பும் அன்பும் இல்லாதவர் நட்பு, நுனிகரும்பை உண்பது போலாகும்.

களர் நிலத்திலே விளைந்தாலும் உப்பை, நல்ல விளைநிலத்தில் பிறந்த நெல்லுக்கு இணையாகவே கருதுவர். பிறப்பைக்கொண்டு மட்டும் ஒருவரை உயர்ந்தவராகவோ, தாழ்ந்தவராகவோ கருதிவிடக்கூடாது. எங்கு பிறந்தவராயினும் கற்றறிந்தவரே சிறந்தவர். அறிவும் ஒழுக்கமுமே மக்களுக்கு மதிப்பைத் தருவன என்ற சிறந்த கொள்கைகளை நாலடியார் எடுத்துரைக்கின்றது.

அறிவுத்தெளிவில்லாதவர்களுடைய நட்பை விட, அவர்களின் பகையே நல்லது. ஒருவரிடம் இல்லாத பெருமைகளைக் கூறிப் புகழ்வதை விட, அவரைப் பழித்தலே நல்லது போன்ற எளிய கருத்துகள் வாயிலாக நாலடியார் மனிதர்களின் மனத்தை பண்படுத்துகிறது.

★★★

3. பாறை ஓவியங்கள்

தொன்மை – கலை – சமூகம் – குகைச் சுவர்கள் – சுதைப் பூச்சு – மகேந்திரவர்மன் – சித்திரக்காரப் புலி.

விடை :

தமிழகத்தில் கண்டறியப்பட்ட பாறை ஓவியங்கள், இந்நிலப்பகுதியின் தொன்மையைக் குறிக்கும் சான்றுகளாக அமைகின்றன. இவை மக்களின் கலை ஈடுபாடு, சமூக வாழ்க்கை போன்றவற்றை அறிந்துகொள்ள உறுதுணையாக உள்ளன. மலைப்பாறைகளைக் குடைந்து அமைத்த குகைச்சுவர்களின் மேல் ஓவியங்கள் வரையப்பட்டன. இக்குகைகளின் சுவர்கள் கரடு முரடாக இருந்தபடியால் உமி, சாணம், களிமண் முதலான பொருள்களைக் கொண்டு பதப்படுத்திய சுதையைச் சுவர்களின் மேல் பூசினார்கள். பின்னர் அச்சுதைப் பூச்சின் மேல் ஓவியங்கள் வரையப்பட்டன. பல்லவ மன்னன் மகேந்திரவர்மன் பல குகைக் கோயில்களை அமைத்தான். அக்குகைக்கோயில் சுவர்களில் சித்திரங்களை எழுதுவித்தான். அவனே ஓவியக் கலையைப் பயின்றவன் என்பதை "சித்திரக்காரப்புலி" என்ற அவன் பட்டப்பெயரின் மூலம் அறியலாம்.

★★★

4. ஏறு தழுவுதல்

மஞ்சு விரட்டு – முல்லைக்கலி – காளையின் திமில் – சங்க காலம் – சல்லிக்கட்டு – வாடிவாசல் – சிறுதெய்வ வழிபாடு – வேண்டுதல் – சல்லிமாடு – உர்ரி காட்டுதல் – காளைகளுக்கு ஒப்பனை

விடை :

மஞ்சு விரட்டு அல்லது ஏறுதழுவுதல் என்பது தமிழர்களின் வீர விளையாட்டுகளுள் ஒன்றாகும். முல்லைக் கலியில் ஏறுதழுவுதல் பற்றிய குறிப்புகள் காணப்படுகின்றன. அதனால் இவ்விளையாட்டு பண்டைக் காலம் முதல் உள்ளது என்பதை அறியலாம். காளையின் திமிலைப் பிடித்து அடக்குவது சங்ககால முறையாகும். நாணயங்கள் அடங்கிய பையைக் காளையின் கொம்பில் வைத்துக் கட்டிவிட்டு, அதனை எடுப்பது பிற்கால முறையாகும். நாணயத்தின் மற்றொரு பெயர் 'சல்லி'. எனவே இவ்விளையாட்டு 'சல்லிக்கட்டு' என அழைக்கப்பட்டது. வாடிவாசல் என்பது காளைகளை மைதானத்திற்குள் திறந்து விடும் பகுதியாகும்.

அம்மை, வைசூரி போன்ற கொடிய நோய்கள், மழையின்மை போன்றவற்றை நீக்குவதற்காக, கிராமப்புறங்களில் பொங்கலன்று சல்லிக்கட்டு நடத்துவதாக சிறுதெய்வ வழிபாட்டில் வேண்டுதல் செய்து கொள்ளும் பழக்கம் தற்போதும் நடைமுறையில் உள்ளது. இவ்வீர விளையாட்டில் கலந்து கொள்ளும் காளையினைக் கன்றுப் பருவத்திலிருந்தே பழக்குவர். இச்செயல் 'உர்ரி காட்டுதல்' எனப்படுகிறது.

ஏறுதழுவுதல் விளையாட்டிற்காக காளைகளைப் பலவகைகளில் ஒப்பனை செய்வர். கால், கழுத்து ஆகியவற்றில் சலங்கைகள் கட்டுவர். நெற்றியில் காசுமாலையும், திமில் பகுதியில் வண்ணப் பொட்டு இட்டும் ஒப்பனை செய்வர். ஒப்பனை செய்யப்பட்ட காளையின் கொம்பில் கட்டப்பட்டிருக்கும் சல்லிக்கட்டுத் துணியை எடுப்பவரே வெற்றி பெற்றவராவர்.

★★★

5. திருவிழாக்கள்

திருவிழா – கூட்டுச் செயல்பாடு – பண்பாடு – பாரம்பரியம் – ஒற்றுமை – இயற்கை – சமயம் – இனம் – நாகரிகம் – ஆனந்தம்

விடை :

விழாக்கள் என்பவை, சமுதாயத்தின் கூட்டுச் செயல்பாட்டை விளக்கும் குறியீடாகும். தமிழரின் விழாக்கள் பலவகையாகக் கொண்டாடப் படுகின்றன. இவ்விழாக்கள் பண்பாட்டு மரபுகளையும் பாரம்பரிய அடையாளங்களையும் வெளிப்படுத்துகின்றன. திருவிழாக்கள் பல்வேறு காரணங்களுக்காக கொண்டாடப்பட்டாலும், மக்களிடையே ஒற்றுமையை உண்டாக்குவதே முதன்மை நோக்கமாகும். பருவகால மாறுபாடுகளுக்கேற்ப கொண்டாடப்பட்ட விழாக்கள் இயற்கை சார்ந்தவையாகும். ஓர் இனத்தின் அடையாளம் மற்றும் வழிபாட்டு நெறிமுறைகளுடன் குறிப்பிட்ட பகுதியில் மட்டுமே கொண்டாடப்படும் விழாக்கள். இனம் சார்ந்தவையாகும். ஒவ்வொரு சமயத்தவரும் தங்கள் சமய நம்பிக்கைகளுக்கு ஏற்ப கொண்டாடுவது சமயத் திருவிழா ஆகும். திருவிழாக்கள் ஓர் இடத்தில் வாழும் மக்களின் நாகரிகம், பண்பாடு, பாரம்பரியம் ஆகியவற்றை வெளிப்படுத்துவதாகவும் ஒருமைப்பாட்டு உணர்வினை வளர்ப்பதாகவும் உதவுகின்றன. ஆண்டு முழுவதும் உழைக்கும் மக்கள் தங்கள் குடும்பத்தார், உற்றார், உறவினர், நண்பர்கள் முதலியோருடன் கூடி மகிழ்ந்து கவலையனைத்தையும் மறந்து ஆனந்தமாக இருக்க திருவிழாக்கள் காரணமாகின்றன.

★★★

6. மெய்க்கீர்த்தி

மெய்க்கீர்த்தி – மன்னர் சிறப்புகள் – அகவற்பா – அரசன் புகழ் – தேவியுடன் வாழ்க – இயற்பெயர் – ஆட்சி ஆண்டு – முதலாம் இராஜராஜன் – கல்வெட்டுகள் – காலம் கடந்த புகழ் – புலவர்கள் – கல்தச்சர்கள்

விடை :

மெய்க்கீர்த்தி என்பது அரசர்களின் புகழ், கொடை மற்றும் போர்ச் சிறப்புகள் பற்றிக் கூறும் பாடல் வகையாகும். பெரும்பாலும் அகவற்பாவில் அமைந்திருக்கும். "அரசனது புகழ் வரலாறுகளைக் கூறி அவன் தேவியுடன் வாழ்க என்று வாழ்த்தி அவன் இயற்பெயருடன் ஆட்சி ஆண்டைக் கூறும் பாடல் வகை" மெயக்கீர்த்தியாகும். சோழ மன்னன் முதலாம் இராஜராஜன் காலத்தில் கல்வெட்டுகளில் மெய்க்கீர்த்திகள் இடம்பெற ஆரம்பித்தன. தன் நாட்டின் வளத்தையும் ஆட்சிச் சிறப்பையும் காலம் கடந்தும் உணர்த்த வேண்டும் என்ற நோக்கத்திற்காக புகழும் பெருமையும் அழியாத வகையில் அவை அனைத்தையும் கல்லில் செதுக்கினார்கள். மெய்க்கீர்த்தியானது புலவர்களால் பாடப்பட்டு அவை கல்தச்சர்களால் கல்வெட்டுகளில் பொறிக்கப்பட்டன.

★★★

7. மாமல்லபுரம்

கடற்கரைக் கோயில் – இராஜசிம்மன் – செதுக்கு வேலைப்பாடுகள் – தென்னிந்தியக் கட்டுமானம், முதன்மை – பாறை – ஐந்தடுக்கு – ஒரே கல்லாலான விமானம் – ஒற்றைக்கல் தேர்கள் – பஞ்ச பாண்டவர் ரதம் – தர்மராஜா ரதம், பெரியது – ஆகாய கங்கை – கிருஷ்ண மண்டபம் – பசுக்கள் – குடைவரைக் கோயில் – ஒற்றைக்கல் கோயில் – கட்டுமானக் கோயில் – புடைப்புச் சிற்பங்கள் – யுனெஸ்கோவின் அறிவிப்பு.

விடை :

பல்லவர்களின் அடையாளமாகக் கருதப்படும் மாமல்லபுரம் (மகாபலிபுரம்) கடற்கரைக் கோயில் ராஜசிம்மனின் ஆட்சிக் காலத்தில் எழுப்பப் பட்டதாகும். சுவர்களில் விரிவான செதுக்கு வேலைப்பாடுகளையும் சிற்பங்களையும் கொண்டுள்ளது. தென்னிந்தியாவில் கட்டுமானக் கோயில்களில் இது முதன்மையானதாகும். இப்பகுதியிலுள்ள ஏனைய கோயில் கட்டடங்களைப் போல் அல்லாமல் இக்கடற்கரைக் கோயில் பாறையில் செதுக்கப்பட்ட ஐந்து அடுக்குகளைக் கொண்ட கோயிலாகும். ஒரே கல்லில் செதுக்கப்பட்ட விமானங்கள் மாமல்லபுர பல்லவர் கோயில்களின் சிறப்புப் பண்பாகும்.

இங்குள்ள ஒற்றைக்கல் தேர்கள் பஞ்சபாண்டவர் ரதம் என அறியப்படுகின்றன. இவ்வைந்து ரதங்களில் மிகப் பெரியது தர்மராஜ ரதமாகும். மாமல்லபுரத்தில் செதுக்கப்பட்டுள்ள கலை வெளிப்பாட்டில் மிக முக்கியமானது கங்கை நதி ஆகாயத்திலிருந்து இறங்கிவரும் ஆகாய கங்கை காட்சியாகும். கிருஷ்ண மண்டபச் சுவர்களில் மிக அழகாகவும் கலை நுணுக்கத்தோடும் செதுக்கப்பட்டுள்ள பசுக்கள், பசுக் கூட்டங்கள் போன்ற கிராமத்துக் காட்சிகள் ரசிப்பதற்கான மற்றுமொரு கலை அதிசயமாகும்.

மாமல்லபுரத்தில் உள்ள கட்டடங்களை மூன்று வகைகளாகப் பிரிக்கலாம். குடைவரைக் கோயில்கள், ஒற்றைக்கல் கோயில்கள் மற்றும் கட்டுமானக் கோயில்கள். இவை தவிர புடைப்புச் சிற்பத் தொகுதிகள் கோயில்களின் வெளிப்புறத்திலும் உட்புறத்திலும் காணப்படுகின்றன. மாமல்லபுரம் கடற்கரைக்கோயில் யுனெஸ்கோ நிறுவனத்தால் உலகப் பாரம்பரியச் சின்னங்களுள் ஒன்றாக அறிவிக்கப்பட்டுள்ளது.

★★★

குறிப்புகளைக் கொண்டு கட்டுரை எழுதுக.

அமைதி – வனம் – மனத்தைத் தொட்டது – கொஞ்சம் அச்சம் – ஆனால் பிடித்திருந்தது – இரவில் வீட்டின் அமைதியை விட – வனத்தின் அமைதி – புதுமை – கால்கள் தரையில் – இலைகளின் சலசலப்பு – பறவைகள் மரங்களின் மேல் – சிறகடிப்பு – அருகில் திரும்பியவுடன் – திடீரென ஆரவார ஓசை – தண்ணீரின் ஓட்டம் – அழகான ஆறு – உருண்டை சிறுகூழாங்கற்கள் – இயற்கையின் கண்காட்சி.

இயற்கையின் காட்சி

அமைதியான வனம் :

அடர்ந்த மரங்கள், வண்ண வண்ண மலர்களைத் தாங்கி எண்ணத்தைக் கொள்ளை கொள்ளும் எண்ணற்ற செடி, கொடிகள் நிறைந்த வனத்திற்குச் சென்றேன். அங்குள்ள வனத்தாவரங்கள் மற்றும் மலர்களின் நறுமணம் என் மனதைத் தொட்டது. அச்சூழலைப் பார்ப்பதற்குப் பிடித்திருந்தது. இரவில் வீட்டில் இருக்கும் அமைதியைவிட வனத்தின் அமைதி என்னை ஆர்ப்பரித்தன.

வலவிலங்குகள் :

புதுமையான ஓர் அனுபவத்தைப் பெற்றேன். என் கால்கள் தரையில் இருப்பதாய் தெரியவில்லை. இலைகளின் சலசலப்பு கேட்டு ஓசை வந்த திசையை நோக்கித் திரும்பினேன். மரங்களின் மேல் இருந்த பறவைகள் தங்கள் சிறகுகளை அடித்து சோம்பலைப் போக்கிக் கொண்டிருந்தன. திடீரென ஆரவார ஓசையைக் கேட்டு திரும்பிப் பார்த்தேன். குரங்குகள் தண்ணீரின் ஓட்டத்தில் தங்கள் முகங்களின் அழகைக் கண்டு ஆரவாரம் செய்து கொண்டிருந்தன.

அழகான ஆறு :

தெளிவான நீரோடையில் உள்ளே, உருண்டை வடிவில் சிறு சிறு கூழாங்கற்கள் பார்ப்பதற்கு விலை உயர்ந்த கற்களைப் போலவும், கண்ணாடியால் செய்யப்பட்ட உருண்டைகள் போலவும் தோற்றமளித்தன. இத்தகைய இயற்கையின் கண்காட்சி என் மனதை விட்டு என்றுமே அகலாமல் நிலைத்திருக்கும்.

★★★

எண்ணத்தை வெளியிடுவதற்கும், சிந்தனையாற்றல் பெருகுவதற்கும் தாய்மொழியே துணை நிற்கும் – இதனை வலியுறுத்தும் கீழ்வரும் குறிப்புகளைக் கொண்டு கட்டுரை எழுதுக.

தாய்மொழிக் கல்வியின் தேவை – தாய்மொழிச் சிந்தனை – அறிஞர்களின் பார்வை – கற்கும் திறன் – பயன் – இன்றைய நிலை.

தாய்மொழிவழிக் கல்வியின் சிறப்புகள்

முன்னுரை

கல்வி என்பது நம் அறியாமையைப் போக்கும் கருவி ஆகும். இதன் இன்றியமையாமையை உணர்த்துவதற்கு நம் தமிழ்ச் சான்றோர்கள் 'இளமையில் கல்' என்றும் 'கற்க கசடற' என்றும் கூறியுள்ளனர். அப்படிப்பட்ட கல்வியை நாம் நம் தாய்மொழியில் கற்பது சிறந்தது என்பதை இக்கட்டுரையின் மூலம் அறியலாம்.

தாய்மொழிக் கல்வியின் தேவை

தாய்மொழியில் கல்வி கற்பதனால் மாணவர்களால் உண்மையான அறிவைப் பெற முடிகிறது. சிறப்பாக சிந்திக்க முடிகிறது. அவர்கள் கற்றதை சமுதாயத்துடன் ஒப்பிட்டுக் பார்க்க முடிகிறது. தாய்மொழியில் கற்பதால் இவர்களுக்குக் கற்கும் திறன் நாளடைவில் வளர்ச்சி பெறுகிறது. இம்முறையால் மாணவர்கள் தன்னம்பிக்கை பெறுகிறார்கள். எளிதில் உரையாடும் ஆற்றலும் சிறந்த பேச்சாற்றலும் வளர்கிறது.

தாய்மொழியில் கற்றவர்கள் சிறந்த படைப்பாளராக இயலும். தாய்மொழியை நன்கு அறிந்த மாணவர்களால் பிற மொழியை எளிதாகப் புரிந்து கொள்ள இயலும். பிறமொழியைச் சரளமாகப் பேச இயலும். தாய்மொழியை அறியாமல் பிற மொழியில் புலமை பெற விரும்புவது 'முடவன் கொம்புத்தேனுக்கு ஆசைப்படும்' கதைதான்.

தாய்மொழிச் சிந்தனை :

தாய்மொழிக் கல்வியே சிந்தனைத் திறன், ஆராய்ச்சிப் புலமை ஆகியவற்றை வளர்க்கும். மொழிக்கும் மனதிற்கும் நெருங்கிய தொடர்பு உள்ளது. குழந்தையின் மூளைக்கு மற்ற மொழிகளைவிட தாய்மொழியை உள்வாங்கிக் கொள்ளும் திறன் அதிகம். ஏனென்றால் குழந்தை தாயின் கருவறைக்குள்ளேயே தனது மொழியைத் தெரிந்து கொள்கிறது. தாய்மொழியில் கல்வி கற்பதன் மூலம் குழந்தைகள், கற்பதைத் தாங்கள் பேசுவதுடனும் சமுதாயத்துடனும் ஒப்பிட்டுப் பார்க்க முடிகிறது. அதனால் அவர்கள் ஒரு விஷயத்தை நோக்கும் விதம் வேறுமொழியில் கற்பவர்களை விட மாறுபடுகிறது. இவை கற்கும் திறனை நாளடைவில் அதிகரிக்கச் செய்கிறது.

அறிஞர்களின் பார்வை

"தாய்மொழியில் அறிவியல் கல்வியைக் கொடுப்பதன் மூலம் ஆக்கப்பூர்வ சிந்தனையைக் குழந்தைகள் மத்தியில் கொண்டு வர முடியும்" என்று முன்னாள் ஜனாதிபதி அப்துல்கலாம் கூறியுள்ளார். ஒருவனது இதயத்தைத் தொடுவதற்கு அவனது தாய்மொழியில் பேசவேண்டும் என்றும் ; பொதுமொழியில் பேசினால் அவனது எண்ணத்தை மட்டுமே அறிய முடியும் என்றும் நெல்சன் மண்டேலா தாய்மொழிக் கல்வி பற்றிக் கூறியுள்ளார். யுனெஸ்கோ (UNESCO) அமைப்பு தாய்மொழிக் கல்வி பயிலும் குழந்தைகளே மிகவும் ஆழ்ந்து கல்வி கற்கின்றனர் எனக் கூறியுள்ளது. இது அனைத்து வயதினருக்கும் அளிக்கப்படுகிற கல்விக்கும் பொருந்து. 'பள்ளிகளில் பயிற்று மொழியாகத் தாய்மொழிதான் இருக்க வேண்டும்' என்பது மகாத்மா காந்தியடிகளின் கருத்து.

கற்கும் திறன் - பயன் :

மாணவர்களின் ஆற்றலை தாய்மொழிக் கல்வி வளப்படுத்துகிறது. அவர்களின் படைப்பாற்றலை அதிகப்படுத்துகிறது. தாய்மொழிதான் சிந்திக்கும் திறனின் திறவுகோலாக இருக்கிறது, எந்த மொழியைக் கற்றாலும் ஒருவரின் சிந்தனை உருவெடுப்பது தாய்மொழியில்தான். எளிதாகப் பாடங்களைப் புரிந்து கொள்ள முடிகிறது. அதனால் ஆசிரியர்கள் எளிதில் கலந்துரையாடலில் ஈடுபட முடியும். இதனால் மாணவர்களின் பங்களிப்பு உள்ள ஒரு கல்வி முறை உருவாகிறது.

இன்றைய நிலை :

தாய்மொழிக் கல்வி கற்றால் முன்னேற முடியாது. ஆங்கிலவழி கல்வி மட்டுமே உயர்ந்தது என்ற கருத்து பெற்றோர்களிடையே நிலவி வருகிறது. இது முற்றிலும் தவறான கருத்தாகும். முன்னாள் குடியரசுத் தலைவர் அப்துல்கலாம். இஸ்ரோ அறிவியல் அறிஞர் மயில்சாமி அண்ணாதுரை, இஸ்ரோவின் தலைவர் சிவன் ஆகியோர் தமிழ் வழிக்கல்வி கற்றவர்கள்தாம். கல்வியும் மொழியும் நமது இரு கண்கள் ஆகும்.

முடிவுரை

"எங்கள் வாழ்வும் எங்கள் வளமும்
மங்காத தமிழ் என்று சங்கே முழங்கு"

என்றார் பாரதிதாசன். அப்புகழுக்கெல்லாம் சொந்தமான தமிழ்மொழியைத் தாய்மொழியாகக் கொண்ட நாம் தாய்மொழியில் கல்வி பயின்று மொழியைச் சிறப்பிப்போம்.

★★★

கடிதம் வரைதல்

I. அழைப்புக் கடிதம்

1. உன் ஊர் கோயில் திருவிழாவிற்கு நண்பனை அழைத்து கடிதம் வரைக.

25.05.2011
திருச்சி.

அன்பு நண்பன் யோகேஷூக்கு,

நலம். நலமறிய ஆவல். நீ எழுதிய கடிதம் கிடைத்தது. மிக்க மகிழ்ச்சி. நிற்க. வரும் 16–6–2011 அன்று எங்கள் ஊர் தம்பிராட்டி அம்பாள் கோயிலின் கொடைத் திருவிழா விமரிசையாக நடக்க உள்ளது. அதில் நீயும், உன் குடும்பத்தாரும் மிக அவசியம் கலந்து சிறப்பிக்க அன்புடன் வேண்டி விரும்பி கேட்டுக்கொள்கிறேன்.

நிச்சயம் உன் வரவையும், உன் குடும்பத்தாரையும் ஆவலுடன் எதிர்பார்த்து உள்ளேன். மறந்துவிடாதே.

நன்றி!

அன்பு நண்பன்,
ஆர். ரமேஷ்

பெறுநர்

திரு. பி. யோகேஷ்,
345, பி.டி. காலனி,
12–ஆவது தெரு, அயனாவரம்,
சென்னை –23.

★★★

2. பள்ளி ஆண்டு விழாவிற்கு அழைப்பு விடுத்து நண்பனுக்கு எழுதும் கடிதம்

25.5.2011
சென்னை – 28.

பேரன்புள்ள நண்பனுக்கு,

நலம், உன் நலம் அறிய ஆவல். நான் இங்கு நன்றாகப் படித்து வருகின்றேன். நீ எவ்வாறு படிக்கின்றாய்? உனது பள்ளியில் ஆண்டு விழா எப்போது? இங்கு எனது பள்ளியான '**செட்டிநாடு வித்யாலயா**'வில் 28.5.2011 அன்று ஆண்டு விழா நடைபெற உள்ளது. இந்த வருடத்து ஆண்டு விழாவினை மிகுந்த சிறப்புடன் நடத்த உள்ளனர். ஆண்டு விழாவில் பல்வேறு போட்டிகளுக்கான பரிசு எனக்குக் கிடைக்கவிருக்கிறது. அது மட்டுமல்லாது ஆண்டு விழா அன்று நடைபெறும் '**கட்டபொம்மன்**' நாடகத்தில் நான் கட்டபொம்மனாக நடிக்கின்றேன்.

ஆண்டு விழாவிற்கு நீ வந்தால் எனக்கு மிகவும் மகிழ்ச்சியாக இருக்கும். ஆதலால் கண்டிப்பாக உன் வருகையை எதிர்பார்த்துக் காத்திருப்பேன்.

இவண்,
உன் அன்பார்ந்த நண்பன்,
கே. கபிலன்.

பெறுநர் முகவரி

குு. செந்தில்,
52, தெற்குத் தெரு,
டோல்கேட், திருச்சி.

★★★

3. இலக்கிய மன்றத்திற்கு தலைமை தாங்க அழைப்பு விடுக்கும் கடிதம்

21–5–2011
கோயம்புத்தூர்

அனுப்புநர்

ம. செந்தமிழ்ச்செல்வி,
செயலாளர்,
அவிநாசிலிங்கம் பள்ளி இலக்கிய மன்றம்,
கோயம்புத்தூர்.

பெறுநர்

உயர்திரு இரா. சந்திரசேகர், எம்.ஏ., பி.எச்.டி.,
பேராசிரியர்,
பாரதியார் பல்கலைக்கழகம்,
கோயம்புத்தூர்.

பெருந்தகையீர்,

வணக்கம். வளர்க தமிழ். எங்கள் பள்ளியானது மாதந்தோறும் இலக்கிய மன்றங்களைக் கூட்டி சிறப்புடன் நடைபெற்று வருகின்றது. சிறப்பு விருந்தினர்களின் சொற்பொழிவினை ஆண்டின் இறுதியில் அச்சிட்டு வெளியிடுகிறோம். இலக்கிய மன்றங்களை நடத்துவதில் எங்கள் பள்ளிக்கு இணையாக எந்தப் பள்ளியும் இல்லை என்று சொல்லும் அளவில் சிறப்புடன் செயலாற்றி வருகின்றோம்.

25–5–2011 நாளன்று நடைபெறவிருக்கின்ற இலக்கிய மன்ற விழாவிற்கு நுண்மாண் நுழைபுலமிக்க சான்றோராகிய தாங்கள் தலைமை ஏற்க வேண்டும் என விரும்புகின்றோம். தங்களின் இலக்கியப் பேருரை யாவரும் விரும்புவதே. இருப்பினும் எங்கள் பள்ளி மாணவர்கள் தங்களின் சொற்பொழிவினைக் கேட்க பேரவா கொண்டவர்களாக உள்ளனர். தாங்கள் எங்கள் அழைப்பினை மறுக்காது ஏற்று வருகை புரிந்திட அன்புடன் வேண்டுகின்றேன்.

மிக்க நன்றி.

இங்ஙனம்,
தங்கள் உண்மையுள்ள,
ம. செந்தமிழ்ச்செல்வி,
(செயலாளர்)

★★★

II. அனுமதிக் கடிதம்

4. காப்பகத்தில் சேவை செய்ய அனுமதிக் கடிதம்

25–06–2011

சென்னை –101

அனுப்புநர்

ஒன்பதாம் வகுப்பு மாணவர்கள்,

அரசு மேல்நிலைப் பள்ளி,

அண்ணா நகர் மேற்கு,

சென்னை – 101.

பெறுநர்

உயர்திரு மேலாளர் அவர்கள்,

அன்னை தெரஸா காப்பகம்,

மயிலாப்பூர், சென்னை – 4.

பெருமதிப்பிற்குரிய ஐயா!

வணக்கம்! அண்ணா நகர் அரசு மேல்நிலைப்பள்ளியில் பயின்றுவரும் நாங்கள் இதுநாள் வரை விடுமுறை நாட்களை வீணடித்துவிட்டோம். இனிமேலாவது பயனுள்ள முறையில் பயன்படுத்த வேண்டி தீர்மானம் செய்துள்ளோம்.

தங்கள் காப்பகத்தில் பெற்றோரால் கைவிடப்பட்ட அனாதைக் குழந்தைகள், பிள்ளைகளால் கைவிடப்பட்ட பெற்றோர்கள் தங்களால் ஆதரிக்கப்பட்டு வருவதாக அறிந்தோம். தங்கள் சேவையில் எங்களையும் இணைத்துக்கொள்ள தீர்மானித்துள்ளோம்.

அதன்படி விடுமுறை நாட்களில் தங்கள் காப்பகத்திற்கு வந்து சேவை புரிய தாங்கள் அனுமதிக்க வேண்டும். இதனால் விடுமுறை நாட்களை பயனுள்ள முறையில் பயன்படுத்துகின்ற அதே சமயம் அங்குள்ள பெரியோர்களின் அனுபவ அறிவு எங்களுக்கு பெரிதும் உதவும்.

தயைக்கூர்ந்து எங்களின் தீர்மானத்திற்கு அனுமதி அளிக்குமாறு தாழ்மையுடன் கேட்டுகொள்கிறோம்.

நன்றி!

தங்கள் உண்மையுள்ள,
மாணவர்கள்,
அரசு மேல்நிலைப்பள்ளி.

★★★

5. சுற்றுலாச் சென்றிட ஒப்புதல் கடிதம்

13.5.2011
சென்னை

அனுப்புநர்
    ஒன்பதாம் வகுப்பு மாணவர்கள்,
    எஸ்.பி.ஓ.ஏ. மெட்ரிகுலேசன் பள்ளி,
    அண்ணா நகர்,
    சென்னை–101.

பெறுநர்:
    உயர்திரு தலைமையாசிரியர் அவர்கள்,
    எஸ்.பி.ஓ.ஏ. மெட்ரிகுலேசன் பள்ளி,
    அண்ணா நகர்,
    சென்னை–101.

பெருமதிப்பிற்குரிய ஐயா,

    வணக்கம். நாங்கள் அனைவரும் இம்மாதத்தில் பள்ளி விடுமுறை நாட்களாகிய சனி, ஞாயிறு ஆகிய இரண்டு நாட்கள் சுற்றுலாச் செல்ல விரும்புகின்றோம். சுற்றுலாவிற்குரிய இடங்களாக, கோவை, மேட்டுப்பாளையம், ஊட்டி, கொடைக்கானல், மதுரை, கன்னியாகுமரி, திருவனந்தபுரம் ஆகிய இடங்களைத் தேர்ந்தெடுத்துள்ளோம்.

    பள்ளி விடுமுறை நாளில் சுற்றுலா செல்வதினாலும், சென்ற வருடத்தில் சுற்றுலா செல்ல இயலாமல் போனதினாலும் இந்த வருடம் எங்களுக்கு சுற்றுலா சென்றிட அனுமதி தருவீர்கள் என உறுதியாக நம்புகிறோம்.

    மேலும் சுற்றுலாவின் போது எந்தவித இடையூறு செய்யாமல் ஒழுக்கமுடன் வழி நடப்போம் என உறுதி கூறுகின்றோம்.

இப்படிக்கு,
தங்கள் கீழ்ப்படிந்துள்ள,
ஒன்பதாம் வகுப்பு மாணவர்கள்

6. விடுப்புக் கடிதம்

8.6.2011
கோவில்பட்டி

அனுப்புநர்
    ம. பார்த்தசாரதி,
    எட்டாம் வகுப்பு "ஆ" பிரிவு,
    பாரதி மெட்ரிகுலேஷன் பள்ளி,
    கோவில்பட்டி.

பெறுநர்
    உயர்திரு வகுப்பாசிரியர் அவர்கள்,
    எட்டாம் வகுப்பு "ஆ" பிரிவு,
    பாரதி மெட்ரிகுலேஷன் பள்ளி,
    கோவில்பட்டி.

பெருமதிப்பிற்குரிய ஐயா,

வணக்கம், என்னுடைய தந்தையார் 9-6-2011 அன்று திருநெல்வேலியில் புதிய தொழில் தொடங்க இருப்பதால், அன்று ஒருநாள் மட்டும் விடுப்பு தரும்படி தாழ்மையுடன் கேட்டுக் கொள்கின்றேன்.

இப்படிக்கு
தங்கள் கீழ்ப்படிந்துள்ள மாணவன்,
ம. பார்த்தசாரதி.

III. பாராட்டுக் கடிதம்

7. முதலமைச்சரிடம் விருது பெறும் நண்பனுக்கு எழுதும் பாராட்டுக் கடிதம்

09-08-2011
சென்னை –40

பாசமுள்ள நண்பனுக்கு,

இங்கு நான், பெற்றோர், தங்கை அனைவரும் நலமாக உள்ளோம். அங்கு நீயும், பெற்றோரும், பெரிய சகோதரனும் நலமுடன் வாழ இறைவனைப் பிரார்த்திக்கின்றேன்.

கடந்த இரண்டு நாட்களாக வெளிவந்த பத்திரிகைகளின் மூலமாக உன் துணிகரச் செயலை படித்து அறிந்தோம். தீயவர்களின் செயலால் சீர்குலைந்திருந்த தண்டவாளத்தைக் கண்டு உடனடியாக நீ உயரதிகாரிகளிடம் தெரிவித்ததால், நடக்கவிருந்த மாபெரும் இரயில் விபத்து தடுத்து நிறுத்தப்பட்டதை அறிந்து மகிழ்வுற்றோம்.

வரும் சுதந்திர தின விழாவில் முதலமைச்சர் உன்னை வாழ்த்தி, பரிசளிக்கப் போவதை அறிந்து நம் மாணவர் சமுதாயமே பெருமையடைகிறது. அந்த விழாவிற்கு நாங்கள் அனைவரும் கண்டிப்பாக வந்து உன்னை வாழ்த்துகிறோம்.

வாழ்க! வளர்க!

உன் அன்பு நண்பன்,
ந. சிவா

பெறுநர் முகவரி

செ. பாரதி
எண். 8, மேல மாசி வீதி,
மதுரை –1

8. ஜனாதிபதியிடம் விருது பெறும் நண்பனுக்கு எழுதும் பாராட்டுக் கடிதம்

14.5.2011
சிதம்பரம்.

பாசத்திற்குரிய நண்பனுக்கு,

நலம். உன் நலமும், தாய், தந்தையருடைய நலமும் அறிய ஆவல். சின்னஞ்சிறு வயதில்

நீ செய்த பொதுத் தொண்டு பாராட்டிற்குரியது. பெருமளவில் பரவ இருந்த தீ விபத்தினை, தீயணைப்புத் துறையினருக்குத் தெரியப்படுத்தியதோடு நில்லாது, ஏழெட்டு நபர்களைக் காப்பாற்றியதும் சிறப்பிற்குரியது.

ஒவ்வொரு பத்திரிகையிலும் உனது பேட்டியைப் பார்க்கப் பார்க்க பெரு மகிழ்ச்சி ஏற்பட்டது. இளம் வயதில் ரத்த தானம் செய்துள்ளமையும், கண் தானத்திற்காக எழுதிக் கொடுத்துள்ளமையும் என்னைப் பெரு வியப்படையச் செய்தது.

ஜனாதிபதியிடம் நீ விருது வாங்கும் நாளை ஆவலுடன் எதிர்பார்க்கிறேன். உனது பணி தொடரட்டும்! உனது புகழ் வளரட்டும்!

இப்படிக்கு,
உன் உயிர் நண்பன்,
கு. செல்வகணபதி.

பெறுநர் முகவரி
முல்லைவேந்தன்,
10, பிரையந்த் நகர்,
தூத்துக்குடி.

9. மேல்நிலைப்பள்ளி ஏற்படுத்தித் தந்ததற்கான மாணவர்களின் பாராட்டுக் கடிதம்

14. 6. 2011
முதுகுளத்தூர்,

அனுப்புநர்
ந. மணவாளன்,
மாணவர் தலைவர்,
அரசு மேல்நிலைப்பள்ளி,
முதுகுளத்தூர்,
இராமநாதபுரம்.

பெறுநர்
உயர்திரு மாவட்ட ஆட்சியர் அவர்கள்,
மாவட்ட ஆட்சியர் அலுவலகம்,
இராமநாதபுரம்.

பெருமதிப்பிற்குரிய ஐயா,

பொருள்: உயர்நிலைப் பள்ளியை மேல்நிலைப் பள்ளியாக மாற்றியதற்கு நன்றி அறிவித்தல்

வணக்கம். எங்கள் கோரிக்கைக்குச் செவிசாய்த்து உயர்நிலைப் பள்ளியை மேல்நிலைப்பள்ளியாக விரிவுபடுத்திக் கொடுத்தமைக்கு மிக்க நன்றி. எங்கள் ஊரின் அருகில் அரசு மேல்நிலைப்பள்ளி இல்லாததால் நெடுந்தொலைவு நடந்து சென்று படித்து வந்தனர். அதுவும் ஒற்றையடிப்பாதையில் சென்றுவர வேண்டுமாதலால் மாணவிகளுக்கு மிகுந்த சிரமமாக இருந்தது. எங்கள் குறை நீங்கும் வண்ணம் தாங்கள் மேல்நிலைப்பள்ளியாக ஏற்படுத்திக் கொடுத்தமையை எங்கள் வாழ்நாளில் மறக்க இயலாது.

மாணவர்கள் சார்பாகவும், என் சார்பாகவும் எங்களது நன்றியைத் தெரிவித்துக் கொள்கின்றேன்.

இப்படிக்கு,
தங்கள் உண்மையுள்ள,
ந. மணவாளன்.
(மாணவர் தலைவர்)

★★★

IV. வேண்டுதல் கடிதம்

10. நூலகத்தில் உறுப்பினராகச் சேர்ந்துக் கொள்ள வேண்டுதல் கடிதம்

16. 06. 2011
திருச்சி – 2,

அனுப்புநர்

க. இளங்கோவன்
201, ராஜகோபுர வீதி,
திருச்சி – 2.

பெறுநர்

உயர்திரு மேலாளர் அவர்கள்
தேவநேயப் பாவாணர் நூலகம்,
திருச்சி – 2.

மதிப்பிற்குரிய ஐயா!

பொருள்: நூலக உறுப்பினராவது தொடர்பாக.

வணக்கம்! நான் மேல்நிலை முதலாம் ஆண்டு படித்து வருகின்றேன். பள்ளிப் பாடங்களை படித்த நேரம் போக ஓய்வு நேரங்களில் பொது அறிவை வளர்த்துக் கொள்ளும் நூல்களை படிக்க ஆசைப்படுகிறேன். விலையுயர்ந்த பல நூல்களை என்னால் வாங்க இயலாது. ஆகவே தங்கள் நூலகத்தில் உறுப்பினராகச் சேர்ந்து படிக்க விரும்புகிறேன்.

உறுப்பினராவதற்கு உரிய கட்டணத்தைச் செலுத்தி உறுப்பினராகச் சம்மதிக்கின்றேன். எனவே தங்கள் நூலகத்தில் உறுப்பினராவதற்கு தங்கள் கையொப்பமிட்ட சம்மதக் கடிதம் ஒன்றை தரும்படி தாழ்மையுடன் கேட்டுக்கொள்கிறேன்.

நன்றி!

இப்படிக்கு,
தங்கள் உண்மையுள்ள,
க. இளங்கோவன்.

★★★

11. புத்தகம் அனுப்பித் தருமாறு பதிப்பகத்தாருக்கு எழுதும் மடல்

15. 5. 2011
திட்டக்குடி,

அனுப்புநர்
    நா. வெற்றிவேலன்,
    13, சுப்ரமணியர் கோயில் தெரு,
    திட்டக்குடி.

பெறுநர்
    பதிப்பாசிரியர்,
    சுரா புத்தக நிலையம்,
    16–ஆவது தெரு,
    அண்ணா நகர்,
    சென்னை–40.

பெருந்தகையீர்,

        பொருள்: '**சுராஸ் இயர்புக்**' நூல் அனுப்புதல் தொடர்பாக.

    ஐயா, நான் பள்ளிப் பாடங்களை மட்டுமல்லாது பல்வேறு நூல்களையும் படிக்கும் இயல்புடையவன் ஆவேன். தங்களின் '**சுராஸ் இயர்புக்**' பொது அறிவுக் களஞ்சியமாகத் திகழ்வதால் அதனை எனக்குப் பதிவஞ்சலில் அனுப்பித் தருமாறு கேட்டுக் கொள்கிறேன். அதற்குரிய பணத்தினை பண விடைத்தாள் மூலம் 120 ரூபாய் அனுப்பியுள்ளேன். விரைவில் இப்புத்தகத்தை அனுப்பித் தருமாறு தாழ்மையுடன் வேண்டுகின்றேன்.

        நன்றி!

இப்படிக்கு,
தங்களன்புள்ள,
நா. வெற்றிவேலன்.

12. பள்ளியில் புதிய கட்டடத் திறப்பு விழா நிகழ்ச்சியைத் தொகுத்து செய்தித்தாளுக்கு அனுப்புதல்

20. 5. 2011
தஞ்சாவூர்

அனுப்புநர்
    கு. சட்டநாதன்,
    மாணவர் தலைவர்,
    தூய பீட்டர் மேல்நிலைப்பள்ளி,
    தஞ்சாவூர்.

பெறுநர்

பொறுப்பாசிரியர்,

'தினமலர்' நாளிதழ்,

தினமலர் அலுவலகம்,

திருச்சி.

பெருமதிப்பிற்குரிய ஐயா,

பொருள்: பள்ளி விழா நிகழ்ச்சியினை பத்திரிகையில் வெளியிடுவது தொடர்பாக

வணக்கம். எங்கள் பள்ளி வளாகத்தில் புதிய கட்டடத் திறப்பு விழா இனிது நடந்து முடிந்தது. விழா அழைப்பிதழை தங்களுக்கும் அனுப்பியிருந்தேன். விழா நிகழ்ச்சி பற்றிய செய்தியினைத் தொகுத்து இக்கடிதத்துடன் இணைத்து அனுப்பி வைத்துள்ளேன். அதனைத் தங்கள் பத்திரிகையில் வெளியிடுமாறு தாழ்மையுடன் கேட்டுக் கொள்கின்றேன்.

இப்படிக்கு,

தங்கள் உண்மையுள்ள,

கு. சட்டநாதன்.

<u>விழாச் செய்தி:</u>

தஞ்சாவூர் தூய பீட்டர் மேல்நிலைப்பள்ளி
கட்டடத் திறப்பு விழா

எங்கள் பள்ளியின் வளர்ச்சிக்கு ஈடுகொடுக்கும் வண்ணம் புதிய கட்டடத் திறப்பு விழா **12.6.2011** அன்று உயர்திரு. கல்வியமைச்சர் அவர்களால் இனிது நடந்தேறியது. விழா மாலை **3** மணி முதல் **6** மணி வரை நடைபெற்றது. உயர்திரு. மாவட்ட ஆட்சியர் சிறப்பு விருந்தினராக வருகை புரிந்திருந்தார். உயர்திரு. சிலம்பொலி செல்லப்பன் அவர்கள் அனைவரையும் வரவேற்றுப் பேசினார்.

கல்வியமைச்சர் எங்கள் பள்ளியைப்பற்றிக் குறிப்பிடும் பொழுது மாணவர்கள் வளர்ச்சிக்கென கட்டப்பட்ட ஆய்வுக்கூடம், மற்ற பள்ளிகளுக்கு ஓர் உதாரணம் எனக் கூறினார். மாவட்ட ஆட்சியர் தமது உரையில், "புதிய கட்டடத்தில் மாணவர் கல்விக்கென வைக்கப்பட்ட 40 கணிப்பொறிகள் வருங்காலத்தில் மாணவர்களை வல்லுநர்களாக உருவாக்கும்" எனக் குறிப்பிட்டார். இவர்கள் பேசியபின்பு மாணவர்களின் கலை நிகழ்ச்சிகள் நடைபெற்றன. இறுதியில் தலைமையாசிரியர் யாவருக்கும் நன்றியுரை கூற விழா நிறைவு பெற்றது.

★ ★ ★

13. தெரு விளக்கு அமைத்துத் தருமாறு நகரமன்ற ஆணையாளருக்கு எழுதும் மடல்

28. 6. 2011.

தூத்துக்குடி,

அனுப்புநர்

ப. சீனிவாசன்,

18, வ.உ.சி. தெரு,

தூத்துக்குடி.

பெறுநர்

ஆணையாளர்,

தூத்துக்குடி நகராட்சி,

தூத்துக்குடி.

பெருமதிப்பிற்குரிய ஐயா,

பொருள்: தெரு விளக்கு அமைத்துத் தருதல் தொடர்பாக.

வணக்கம். எங்கள் தெருவில் வசிக்கும் மக்கள் தெரு விளக்கு வசதி இல்லாமல் மிகவும் சிரமப்படுகின்றனர். நகர எல்லையின் கடைசியில் எங்கள் தெருவானது அமைந்துள்ளதால் பஸ் நிறுத்தத்திற்குச் செல்ல வேண்டுமானால்கூட, இந்த இருளிற்கு நடுவில்தான் செல்ல வேண்டியுள்ளது.

மேலும் இங்கு அடிக்கடி திருட்டுகள் நடைபெறுகிறது. அதுவும் சாலையில் வழிப்பறிகள் மிகுதியாக உள்ளது. விளக்குகள் இல்லாத குறைபாடுதான் இதற்குக் காரணம். ஆதலால், தாங்கள் தயைகூர்ந்து ஒருமுறை நேரில் வந்து பார்த்து எங்கள் தெருவில் விளக்கு வசதி அமைத்துத்தர தாழ்மையுடன் கேட்டுக் கொள்கின்றேன்.

இப்படிக்கு,
தங்களன்புள்ள,
ப. சீனிவாசன்.

★★★

14. நூலகம் அமைத்துக் கொடுத்தல் தொடர்பாக மடல் எழுதுதல்

6. 6. 2011.
திருவாரூர்,

அனுப்புநர்

அ. இறையரசன்,

30, தியாகராஜர் தெரு,

திருவாரூர்.

பெறுநர்

ஆணையர் அவர்கள்,

நகராட்சி,

திருவாரூர்.

பெருமதிப்பிற்குரிய ஐயா,

பொருள்: நூலகம் ஏற்படுத்தித் தருதல் தொடர்பாக.

வணக்கம்.

எங்கள் பகுதியில் வசிப்பவர்கள் பல்வேறு இடங்களில் சென்று பல்வகைக் கல்வியைக் கற்று வருகின்றனர். தாங்கள் கற்கும் கல்வியறிவை விரிவுபடுத்தும் விதத்தில் மேலும் பல புத்தகங்கள் வாங்கிட நிதி வசதியில்லாததினாலும், அருகில் நூல் நிலையம் இல்லாததாலும் மிகவும் சிரமப்படுகின்றோம். இளைஞர் மன்றம் ஒன்றை அமைத்து நாளிதழ், வார இதழ் வரவழைத்து ஒரு படிப்பகம் அமைத்துள்ளோம். ஆனால் கல்விக்காக அதிக விலை கொடுத்து புத்தகங்கள் வாங்கி வைத்திட இயலாத நிலையில் எங்கள் பொருளாதாரம் உள்ளது.

ஓய்வுநேரத்தைப் பயனுள்ள முறையில் பல அரிய நூல்களைப் படித்துச் செலவிட எண்ணுகின்றோம். எங்கள் முயற்சிக்கு ஆக்கம் சேர்க்கும் வகையில் எங்கள் பகுதியில் நூலகம் ஒன்றை அமைத்துக் கொடுத்தால் அது பேருதவியாக இருக்கும். உங்கள் உதவியால் எங்கள் கல்வியும், பொது அறிவும் உயர்வு பெறும். ஆதலால், எங்கள் முன்னேற்றத்திற்கு உறுதுணையாக நூலகத்தினை அமைத்துத் தருமாறு தாழ்மையுடன் வேண்டுகின்றேன்.

இப்படிக்கு,
தங்கள் அன்புள்ள,
அ. இறையரசன்.

★★★

15. வங்கி ஒன்றில் சேமிப்புக் கணக்கு ஆரம்பித்தல் தொடர்பாக வரையும் வேண்டுதல் கடிதம்

11. 5. 2011
புதுக்கோட்டை,

அனுப்புநர்

யு. கணேஷ்,
212, ராஜகோபாலபுரம்,
புதுக்கோட்டை.

பெறுநர்

உயர்திரு மேலாளர் அவர்கள்,
ஸ்டேட் பாங்க் ஆஃப் இந்தியா,
புதுக்கோட்டை.

மதிப்பிற்குரிய ஐயா,

பொருள்: வங்கியில் சேமிப்புக் கணக்கு தொடங்குதல் தொடர்பாக.

வணக்கம், நான் ஒன்பதாம் வகுப்பு படித்து வருகின்றேன். ராஜகோபாலபுரத்தில் வசிக்கின்றேன். தங்கள் வங்கியில் சேமிப்புக் கணக்கு ஆரம்பிக்க விரும்புகின்றேன். எனக்குக் கிடைக்கும் தொகையை செலவு செய்யாமல் சேமித்து வருகின்றேன். வருங்காலங்களில் நான் கற்கும் கல்விக்கு சேமிப்புப் பணம் மிகவும் உதவியாக இருக்கும் என நம்புகின்றேன். பல்வேறு மோசடி நிறுவனங்களுக்கு மத்தியில் நம்பிக்கைக்குரிய வங்கியாகத் திகழ்வது தங்கள் அரசு வங்கிதான். ஆகவே தங்கள் வங்கியில் தனியார் சேமிப்புக் கணக்கு தொடங்கிட விரும்புகின்றேன்.

என் விருப்பத்தை நிறைவேற்றும் வகையில் சேமிப்புக் கணக்கு ஆரம்பித்திட வழிவகை செய்யுமாறு பணிவன்புடன் கேட்டுக்கொள்கின்றேன்.

நன்றி.

இப்படிக்கு,
தங்கள் உண்மையுள்ள,
யு. கணேஷ்.

★★★

16. சிறுதொழில் செய்திட நிதி உதவி வேண்டுதல்

24. 5. 2011.
வேதாரண்யம்,

அனுப்புநர்

தொ. வளவன்,
25, இந்திரா காந்தி நகர்,
வேதாரண்யம்,
நாகை மாவட்டம்.

பெறுநர்

உயர்திரு. இயக்குநர் அவர்கள்,
தமிழ்நாடு தொழில் முதலீட்டுக் கழகம்,
அண்ணா சாலை,
சென்னை-2.

மதிப்பிற்குரிய ஐயா,

பொருள்: மீன் வலை பின்னுதல் தொழிலுக்கு நிதி உதவி தொடர்பாக.

நான் பல வருடங்கள் மீன் வலை பின்னும் தொழிலில் ஈடுபட்டு தகுந்த பயிற்சியைப் பெற்றுள்ளேன். தமிழக அரசின் தொழில் முனைவோர் மையத்தின் மூலம் தொழில் தொடங்கினால் ஏற்படும் சிக்கல்கள் குறித்தும் அதனைத் தீர்க்கும் முறை குறித்தும் முற்றிலும் அறிந்துள்ளேன்.

வேதாரண்யம் பகுதியில் இயந்திர மீன் வலை பின்னுதல் தொழில் நடத்தினால் சிறப்புடன் நடத்த முடியும். மேலும் எங்கள் பகுதியில் மீன் பிடித்தல் தொழில் மிகுதியாக நடப்பதால் வலை பின்னுதல் தொழிலானது வருமானமுள்ளதாக அமையும்.

இயந்திர மீன் வலை பின்னுதல் தொழில் அமைப்பதற்குரிய இடத்தின் வரைபடமும், தொழில் திட்ட முறைகளைப் பற்றிய நகலையும் இக்கடிதத்துடன் இணைத்துள்ளேன்.

இச் சிறுதொழில் ஆரம்பித்தலுக்கு எனது பங்காக ரூ.60,000 முதலீடு செய்கின்றேன். தாங்கள் திருப்பிச் செலுத்தச் சொல்லும் முன்பணத்தினையும் செலுத்துகின்றேன். மாதந்தோறும் நீங்கள் செலுத்தச்சொல்லும் பணத்தை தவறாமல் செலுத்துவேன் என உறுதியளிக்கின்றேன். தாங்கள் எனக்கு நிதி உதவியளித்து தொழில் தொடங்க அதற்குரிய சலுகைகளையும் அளித்து உதவுமாறு கேட்டுக் கொள்கிறேன்.

நன்றி.

இப்படிக்கு,
தங்கள் உண்மையுள்ள,
தொ. வளவன்.

V. புகார்க் கடிதம்

17. சாலைகளைச் சீர்ப்படுத்துதல் தொடர்பாக மடல் எழுதுதல்

26 .6. 2011
திண்டுக்கல் – 2

அனுப்புநர்
    மாணவர் மன்றம்
    பாரதி குடியிருப்பு,
    அம்பேத்கர் நகர்,
    திண்டுக்கல் – 2.

பெறுநர்
    ஆணையர் அவர்கள்,
    திண்டுக்கல் நகராட்சி,
    திண்டுக்கல்.

பெருந்தகையீர்,

பொருள்:   சாலைகள் சீர்ப்படுத்துதல் தொடர்பாக.

வணக்கம்!

    ஐயா, நாங்கள் வசிக்கும் குடியிருப்புப் பகுதியானது திண்டுக்கல் நகரிலிருந்து சற்று தொலைவில் உள்ளது. எங்கள் இருப்பிடத்திலிருந்து முக்கியச் சந்திப்புகள் வரை உள்ள சாலைகள் மிகவும் மோசமான நிலையில் பழுதடைந்து உள்ளன. இதனால் அடிக்கடி விபத்துகள் நடைபெறுகின்றன. இதனால் மாணவர்களாகிய நாங்களும், மருத்துவமனை செல்லும் நோயாளிகளும் அதிகமாகப் பாதிக்கப்படுகின்றோம். அதனால் எங்கள் துன்பம் தீரும் வகையில் விரைவில் சாலைகளை சீரமைத்துத் தரும்படி கேட்டுக் கொள்கின்றோம். நன்றி!

இப்படிக்கு,
தங்கள் உண்மையுள்ள,
மாணவர்கள்

18. இரயில் நிலையத்தில் பொருளொன்றைப் பறிகொடுத்ததாக இரயில்வே நிலைய கண்காணிப்பாளருக்கு எழுதும் புகார்க் கடிதம்

19. 5. 2011
பெசன்ட் நகர்.

அனுப்புநர்
    மு. சைலேஷ்,
    14-ஆம் குறுக்குத் தெரு,
    பெசன்ட் நகர்,
    சென்னை.

பெறுநர்
    உயர்திரு நிலையக் கண்காணிப்பாளர் அவர்கள்,
    சென்ட்ரல் ரயில்வே நிலையம்,
    சென்னை–2.

மதிப்பிற்குரிய ஐயா,

பொருள்: பெட்டி ஒன்றை பொருளுடன் தவறவிட்டது தொடர்பாக எழுதப்படும் விண்ணப்பம்.

வணக்கம், நான் என் பாட்டியை அழைத்துக்கொண்டு **18.5.2011** அன்று இரவு **9** மணிக்கான இரயிலில் கும்மிடிப்பூண்டியிலிருந்து சென்ட்ரலுக்கு வந்தேன். இறங்கும்பொழுது அவசரத்தில் எனது பெட்டியை எடுக்கத் தவறிவிட்டேன். வீட்டிற்குச் சென்ற பின்புதான் பெட்டியை எடுத்துவர மறந்ததை அறிந்தேன். உடனடியாக எனக்கு இரயில் நிலையம் வர இயலவில்லை. தங்களையும் தொடர்பு கொள்ள முடியவில்லை.

எனது பெட்டியானது **20**க்கு **18** என்ற அளவில் அமைந்த சாம்பல் நிற வி.ஐ.பி. பெட்டியாகும். அதற்கு பச்சை நிற உறையும் போட்டிருந்தேன். பெட்டியினுள் பாட்டிக்குரிய உடைகளும், ரூ.**500** பணமும் வைத்திருந்தேன். தங்கள் அலுவலகப் பணியாளர்கள் யாராவது எடுத்து அலுவலகத்தில் ஒப்படைத்திருந்தாலோ அல்லது பயணிகள் எவராவது தங்களிடம் ஒப்படைத்திருந்தாலோ அப்பெட்டியை எனக்குத் தரும்படி தாழ்மையுடன் கேட்டுக் கொள்கின்றேன். நேரில் வந்து சந்திக்கிறேன்.

மிக்க நன்றி.

இப்படிக்கு,
தங்கள் உண்மையுள்ள,
மு. சைலேஷ்.

★★★

19. சுற்றுப்புறச் சீர்கேடு குறித்து நகராட்சிக்கு அறிவுறுத்தும் மடல்

8. 5. 2011
விருத்தாசலம்.

அனுப்புநர்

சு. ரவீந்திரன்,
10, கொளஞ்சியப்பர் தெரு,
விருத்தாசலம்.

பெறுநர்

உயர்திரு ஆணையாளர் அவர்கள்,
நகராட்சி அலுவலகம்,
விருத்தாசலம்.

பெருமதிப்பிற்குரிய ஐயா,

பொருள்: சுற்றுப்புறச் சீர்கேடு தொடர்பாக.

நாங்கள் இங்கு பல வருடங்களாக வசித்து வருகின்றோம். எங்கள் தெரு தூய்மையாக இருந்து வந்தது. தற்போதோ, எங்கள் தெரு மிகவும் மோசமான நிலையில் காணப்படுகிறது. இரண்டு மாதங்களாக எங்கள் பகுதியில் துப்புரவு செய்யாததால் குப்பைக் கழிவுகள் மிகுதியாகி இங்கு வசிக்கும் மக்கள் காலரா, யானைக்கால் போன்ற வியாதிகளால் தாக்கப்பட்டு அவதிப்படுகின்றனர். மழைக்காலமாதலால் ஆங்காங்கே கழிவு

நீரும் தேங்கிவிட்டது. இப்பகுதியைச் சுத்தம் செய்யாவிட்டால் மேலும் பல்வேறு நோய்கள் பரவும் அபாயம் உள்ளது. ஆகவே, தாங்கள் விரைவில் இப்பகுதியில் கழிவுகளை அகற்றி, தூய்மைப்படுத்திட ஆவன செய்யுமாறு பணிவன்புடன் கேட்டுக் கொள்கின்றேன்.

இப்படிக்கு,
தங்கள் உண்மையுள்ள,
சு. ரவீந்திரன்.

★★★

20. கிராமத்தில் குடிநீர் வசதி செய்து தர ஒன்றியத் தலைவருக்கு ஊர் மக்கள் விண்ணப்பம்

21. 05. 2011.
கருப்பூர்.

அனுப்புநர்
ஊர்ப் பொதுமக்கள்,
கருப்பூர்,
சோழபுர ஒன்றியம்,
கும்பகோணம் வட்டம்,
தஞ்சாவூர் மாவட்டம்.

பெறுநர்
ஊராட்சி ஒன்றியத் தலைவர்,
சோழபுர ஒன்றியம்,
கும்பகோணம் வட்டம்,
தஞ்சாவூர் மாவட்டம்.

மதிப்பிற்குரிய ஐயா,

பொருள்: குடிநீர் வசதி ஏற்படுத்திக் கொடுத்தல் தொடர்பாக.

வணக்கம். ஏறத்தாழ ஆயிரத்து ஐநூறு மக்கள் வசிக்கும் கருப்பூர் கிராமத்தவராகிய நாங்கள் தண்ணீர் வசதி இல்லாமல் மிகவும் கஷ்டப்படுகின்றோம். எங்கள் கிராமத்தில் உள்ள மக்கள் கால்வாய் நீரையே உபயோகப்படுத்தி வருகின்றனர். ஆற்றில் சென்று நீரெடுக்க வேண்டுமெனில் ஏழு கிலோ மீட்டர் தொலைவு செல்ல வேண்டியுள்ளது. அவ்வாறு சென்று நீர் எடுப்பது என்பது மிகவும் சிரமம் ஆகும். கால்வாய் நீர் சுத்தமில்லாமல் இருப்பதால் மக்களுக்குப் பல்வேறுவிதமான நோய்கள் ஏற்படுகின்றன. ஆகவே, எங்கள் துயரை நீக்கும் வகையில் பொதுக்கிணறு ஒன்று அமைத்து, மேல்நிலைத்தொட்டி ஒன்றுடன் குடிநீர்க் குழாய்கள் இணைப்பினையும் விரைவில் ஏற்படுத்தித் தந்தீர்களாயின் எங்களுக்கு மிகவும் உதவியாக இருக்கும். தாங்கள் எங்களது இக்கோரிக்கையைத் தீர்த்து வைப்பீர்கள் எனப் பெரிதும் நம்புகின்றோம்.

மிக்க நன்றி.

இப்படிக்கு,
தங்கள் உண்மையுள்ள,
ஊர் பொதுமக்கள்.

★★★

21. களவு போன இரு சக்கர வண்டியை மீட்டுத் தருமாறு காவல் துறை ஆய்வாளருக்கு எழுதப்படும் புகார்க் கடிதம்

20.5.2011.
சூளைமேடு,

அனுப்புநர்
   செ. கோபாலன்,
   44, வாணியர் தெரு,
   சூளைமேடு,
   சென்னை-94.

பெறுநர்
   காவல்துறை ஆய்வாளர்,
   சூளைமேடு காவல் நிலையம்,
   சென்னை.

மதிப்பிற்குரிய ஐயா,

      பொருள்: களவு போன வண்டியை மீட்டுக்கொடுத்தல் தொடர்பாக.

   வணக்கம். எனது வீட்டின் முன்பு, நேற்று (19.5.2011) இரவில் 'ஹீரோ ஹோண்டா' எனப்படும் இரு சக்கர வண்டியைப் பூட்டி வைத்திருந்தேன். காலையில் எழுந்து பார்க்கும்பொழுது, எவரோ திருடிச் சென்றுள்ளது தெரிய வந்தது. இரவு ஒரு மணி அளவில் பக்கத்து வீட்டுக்காரர் தொழிற்சாலையில் வேலைக்குப் போய்விட்டுத் திரும்பி வரும்பொழுது இரு சக்கர வண்டி நின்றிருந்ததைப் பார்த்ததாகச் சொன்னார். இரவு ஒரு மணிக்குப் பின்புதான் வண்டி திருடப்பட்டிருக்கும் எனக் கருதுகின்றேன். எனது வண்டி கறுப்பு நிறம் உடையது. வண்டி எண்: த.அ-07-3417 ஆகும்.

   என்னுடைய கோரிக்கையை ஏற்று களவுபோன என்னுடைய வாகனத்தை விரைவில் கண்டுபிடித்துத் தருவீர்கள் என உறுதியாக நம்புகிறேன். எந்தன் நம்பிக்கை வீண்போகாதவாறு விரைவில் என் வண்டியைக் கண்டுபிடித்துத் தருமாறு பணிவுடன் வேண்டுகின்றேன்.

நன்றி.

இப்படிக்கு,
தங்கள் உண்மையுள்ள,
செ. கோபாலன்.

VI. நன்றி மடல்

22. எங்கள் பள்ளி இலக்கிய மன்ற விழாவிற்கு வருகை புரிந்து தலைமைத் தாங்கியதற்கு நன்றி மடல்

21.5.2011.
சூளைமேடு,

அனுப்புநர்

மாணவர்கள்,
தமிழ் இலக்கிய மன்றம்,
திரு.வி.க. மேல்நிலைப்பள்ளி,
சென்னை.

பெறுநர்

தமிழ்த்துறை தலைவர்,
அண்ணா பல்கலைக்கழகம்,
சென்னை.

பெருமதிப்பிற்குரிய ஐயா,

வணக்கம்! எங்கள் கோரிக்கைக்குச் செவிசாய்த்து எங்கள் மேல்நிலைப்பள்ளி இலக்கிய மன்ற விழாவிற்கு வருகை புரிந்து தலைமைத் தாங்கியதற்கு முதற்கண் நன்றி செலுத்துகின்றோம். தங்களின் ஓயாத அலுவல்களுக்கிடையே எங்களின் கோரிக்கையை ஏற்று தலைமை உரையாற்றியதற்கு எம்பள்ளி இலக்கிய மன்றம் சார்பாகவும், மாணவ, மாணவிகளின் சார்பாகவும் நன்றி செலுத்துகின்றோம். மாணவர் சமுதாயம் எப்படி விழிப்புணர்வுடன் வாழவேண்டும் என்று தங்கள் உரையில் கூறியபடி வழிநடக்க நாங்கள் உறுதி செய்துள்ளோம்.

நன்றி!

தங்கள் உண்மையுள்ள,
மாணவர்கள்

★★★

23. உறவினர் அளித்த பரிசுப் பொருளுக்கான நன்றிக் கடிதம்

12.5.2011
திருச்சி–14.

அன்புள்ள சித்தப்பா அவர்களுக்கு,

வணக்கம். நலம். உங்கள் நலமறிய நாட்டம். இந்த வருட அரையாண்டுத் தேர்வில் முதல் மதிப்பெண் பெற்றதோடல்லாமல், நான்கு பாடங்களில் முழு மதிப்பெண்கள் பெற்றதற்குத் தாங்கள் அளித்த பரிசு என்னை உவகையடையச் செய்தது. தாங்கள் அளித்த கைக்கடிகாரப் பரிசினை என் நண்பர்களிடம் காண்பித்தேன். நான் அடைந்த மகிழ்ச்சிக்கு எல்லையே இல்லை. தற்போது பள்ளிக்குச் செல்லும்போது கையில் அணிந்து செல்கின்றேன். தாங்கள் அளித்த கடிகாரம் எனக்கு நேரம் அறிந்துகொள்ள மிகவும் உதவியாய் உள்ளது.

தாங்கள் அளித்த ஆக்கத்திற்கும், ஊக்கத்திற்கும் என்றும் கடமைப்பட்டுள்ளேன். எனது முயற்சிகள் மேன்மேலும் தொடரும்.

மிக்க நன்றி.

இப்படிக்கு,
உங்கள் அன்பு மகன்,
சி. தியாகு.

பெறுநர் முகவரி
தெ. ஆடலரசன்,
16, ஔவை சண்முகம் சாலை,
சேலம்.

VII. ஆறுதல் கடிதம்

24. விபத்தில் அடிபட்ட உறவினருக்கு ஆறுதல் மடல்

15.4.2011
கும்பகோணம்–12.

அன்புள்ள மாமா அவர்களுக்கு,

வணக்கம். இங்கு யாவரும் நலம். ஆண்டவனருளால் உங்கள் உடல் நலம் சீர்பெற்று வருவது குறித்து மிக்க மகிழ்ச்சி. தாங்கள் இரண்டு சக்கர வாகனத்தில் அலுவலகம் செல்லும்பொழுது பேருந்து மோதியதில் ஏற்பட்ட விபத்து குறித்து அறிந்ததும் பதறிவிட்டேன். தாங்கள் மருத்துவமனையில் சிகிச்சை பெற்று வீடு திரும்பிய பின்னரே நிம்மதியடைந்தேன். உடலெங்கும் காயங்கள் இருக்குமாதலால் ஓய்வெடுத்த பின்னரே அலுவலகம் செல்லுங்கள். தேர்வு முடிந்து விடுமுறை வரும் பொழுது உங்களை நேரில் வந்து சந்திக்கின்றேன். தாங்களைக் காண முடியாதது வேதனையைத் தருகிறது என்றாலும், தேர்வு கருதி படிப்பில் ஈடுபடுகின்றேன். உடல்நிலையைக் கவனமாகப் பார்த்துக் கொள்ளவும்.

இப்படிக்கு,
தங்கள் அன்பு மருமகன்,
சு. காந்தி.

பெறுநர் முகவரி
ச. கணேசன்,
30, பட்டமங்கலத் தெரு,
மயிலாடுதுறை.

25. பொருளைப் பறிகொடுத்தவருக்கு எழுதப்படும் ஆறுதல் கடிதம்

8.5.2011
நெய்வேலி.

பாசத்திற்குரிய சின்னம்மா அவர்களுக்கு,

நலம், உங்கள் நலம் அறிந்தேன். எனக்கு மிகவும் வேதனையாக இருந்தது. தாங்களும் தங்கையும் பேருந்தில் செல்லும் பொழுது, தங்கையின் தங்கச் சங்கிலியை யாரோ பறித்துவிட்டதாக அறிந்தேன். மிகவும் வருத்தமாக உள்ளது. பேருந்திலுள்ள அனைவரையும்

உடனே சோதனை செய்து பார்த்தீர்களா? காவல் நிலையத்தில் புகார் கொடுத்தீர்களா? காவல்துறையினர் இதுபற்றி என்ன கூறினார்கள்? கவலைப்படாதீர்கள், கண்டிப்பாக தங்கையின் சங்கிலி திரும்பக் கிடைக்கும் என எண்ணுகிறேன். காவலர்கள் உதவி புரிவர். சங்கிலி கிடைத்துவிட்டால் உங்களைப் போலவே நானும் பெரு மகிழ்ச்சியடைவேன். பதில் கடிதம் வரைக.

இப்படிக்கு,
உங்கள் அன்பு மகள்,
தா. ரோஜாரமணி.

பெறுநர் முகவரி

திருமதி சிவகாமி சிவஞானம்,
13, முத்தையா தெரு,
வத்தலகுண்டு,
திண்டுக்கல்.

★★★

VIII. திருமண வாழ்த்து மடல்

26. மணமக்களை வாழ்த்தி திருமண வாழ்த்து எழுதுதல்

மணமகன்:	மணமகள்:
செல்வன் ஜெயசீலன்	செல்வி சசிரேகா

மணநாள்: 27.5.2011

**"அன்பும் அறனும் உடைத்தாயின் இல்வாழ்க்கை
பண்பும் பயனும் அது"**

இல்லறம் காணும் இனிய இதயங்களே,

அன்புப் பிணைப்பும் அறநெறியில் ஒழுகுதலுமான வாழ்க்கையே சிறந்த பண்பாகும். இருவரும் ஈருடல் ஓருயிராய், ஓர் எண்ணமாய், ஒரு செயலாய் இருந்து பெரும் புகழ் படைத்து இவ்வுலகை வலம் வருவீர்களாக. இல்லற வாழ்க்கையில் இருவரும் இணைந்து பல்லாண்டு காலம் வாழ்வீர்களாக என வாழ்த்துகின்றேன்.

இங்ஙனம்,
ம. இளமாறன்.

ஊட்டி,
25.5.2011.

★★★

IX. பிரிவுரை மடல்

27. பள்ளித் தலைமையாசிரியர் ஓய்வுபெற்ற போது மாணவர்கள் அளித்த பிரிவுரை மடல்

"வையத்துள் வாழ்வாங்கு வாழ்பவன் வானுறையும்
தெய்வத்துள் வைக்கப் படும்" – குறள் 50

உயர் நிலை மாடமே,

ஏணியாய் இருந்து எல்லோரையும் ஏற்றிவிட்டு, தாங்கள் எங்களைப் பிரிந்து தனித்திருந்தாலும் எங்கள் இதயங்களை விட்டு நீங்கா இடம் பெற்றுள்ளீர்கள். பட்டங்களாய் எங்களைப் பறக்கவிட்டாலும் நூலின் பிடி உங்களிடத்தில்தான். நதியாய்ப் பிரிந்து எங்களை விட்டுச் சென்றாலும் காகிதக்கப்பலாய் உங்கள் பின் வருவோம்.

ஓயாத உழைப்பிற்கு ஒத்துழைப்பு தந்த உங்கள் பாதம் சற்று ஓய்வெடுக்க எண்ணினாலும், எங்கள் இதய ஒலிகள் உங்கள் பேரைச் சொல்லிக் கொண்டேயிருக்கும். தாங்கள் நாளும் கூறிய அறிவுரைகளின் படி உங்கள் வழிகாட்டுதலில் வழிநடந்து உங்கள் பெயரை நிலைநாட்டுவோம். பலர் போற்ற விளங்கும் நீங்கள் பல்லாண்டு காலம் வாழ இறைவனை வேண்டுகின்றோம்.

இப்படிக்கு,
உங்கள் வழித்தோன்றல்கள்.
(பள்ளி மாணவர்கள்)

மதுரை,
22.6.2011.

மதிப்புரை

மதிப்புரை எழுதுக.

பள்ளி ஆண்டுவிழா மலருக்காக, நீங்கள் நூலகத்தில் படித்த கதை/ கட்டுரை / சிறுகதை / கவிதை நூலுக்கான மதிப்புரை எழுதுக.

குறிப்பு : நூலின் தலைப்பு – நூலின் மையப் பொருள் – மொழிநடை – வெளிப்படுத்தும் கருத்து – நூலின் நயம் – நூல் கட்டமைப்பு – சிறப்புக் கூறு – நூல் ஆசிரியர்.

கனவெல்லாம் கலாம்

நூலின் தலைப்பு :

அன்று இந்தியாவை அறியாதவர்கள்கூட காந்தியடிகளை அறிந்து இருந்தார்கள். காந்தி தேசத்தில் இருந்து வருகிறீர்களா! என்பார்கள். இன்று இந்தியாவை அறியாவர்களும் மாமனிதர் அப்துல் கலாம் அவர்களை அறிந்து இருக்கிறார்கள். கலாம் தேசத்திலிருந்து வருகிறீர்களா ? என்பார்கள். இந்தியாவின் அடையாளமாக, தமிழர்கள் பெருமையாக அறியப்பட்ட அப்துல்கலாம் அவர்களின் தகவல் களஞ்சியம் தான் இந்த 'கனவெல்லாம் கலாம்' இதுவே இந்நூலின் தலைப்பாகும்.

நூலின் மையப் பொருள் :

இந்நூலாசிரியர் மிக ஆழமாக ஆய்வு செய்து, மாமனிதர் அப்துல்கலாம் பற்றி வந்த தகவல்கள், கட்டுரைகள், கவிதைகள் அனைத்தையும் தொகுத்து வகுத்து உள்ளார்.

அப்துல் கலாம் பற்றி அறிந்து கொள்ள விரும்பும் அனைவரும் படிக்க வேண்டிய நூல் "கனவெல்லாம் கலாம்".

வெளிப்படுத்தும் கருத்து :

மாமனிதர் அப்துல் கலாம் அவர்களின் வெற்றிக்கு காரணங்கள் எளிமை, இனிமை, நேர்மை. அவர் உலகப் பொதுமறையை ஆழ்ந்து படித்ததோடு மறந்து விடாமல் அதன்படி வாழ்ந்த காரணத்தால் உலகப் புகழ் ஈட்டினார் என்பதே உண்மை. அதனை இந்நூலில் நன்கு உணர்த்தி உள்ளார். 1. காணிக்கைக் கட்டுரைகள், 2. இரங்கல் செய்திகள், 3. கவிதை மாலை. 4. கலாம் அலைவரிசை, 5. கலாம் கருவூலம் என ஐந்து தலைப்புகளில் நூலை வடிவமைத்து உள்ளார்.

நூல் கட்டமைப்பு :

முன்னணி நாளிதழ்கள், வார இதழ்கள், மாத இதழ்கள் மட்டுமல்ல சிற்றிதழ்கள் வரை கலாம் பற்றிய தகவல்களை தேனீ போலவே தேடித்தேடி தொகுத்து உள்ளார். தோரண வாயிலில் நூலாசிரியர் குறிப்பிட்டுள்ளது உண்மை.

சிறப்புக் கூறு :

பொதுவாக ஒரு தொகை நூலைப் பொருத்த வரையில் தேடித் தொகுப்பதுகூட அத்தனை அரிய செயல் அன்று ; ஆனால் தொகுத்தவற்றை எல்லாம் வகுத்து முறைப்படுத்துவது என்பது அரிதினும் அரிதாகும். அதற்குள் சொந்தமாக தனிநூலை நாம் எழுதி விடலாம்.

நூல் ஆசிரியர் : தமிழ்தேனீ முனைவர் இரா. மோகன்.

நூல் மதிப்புரை கடிதம்

கம்பனின் தமிழமுது

சாலமன் பாப்பையா
பக்கம் 336. விலை. 300
கவிதா பப்ளிகேஷன்
சென்னை – 17

1. சாலமன் பாப்பையாவின் 'கம்பனின் தமிழமுது' என்ற இந்நூலில்,
2. துளசி இராமாயணத்தில் உவமைகள்,
3. கம்பனும் பாரதிதாசனும் இராமாயணத்தில் அர்த்த பஞ்சகம்,
4. கம்பனின் அமரர்கள்,
5. கம்பனின் சூரியன்,
6. கம்பனின் கற்பனைகள்,
7. கம்பரும், அ.ச.ஞா.வும்.,
8. மணிவாசகமும் கம்பரும்,
9. காப்பிய உதயம்
என 9 முத்தான கட்டுரைகள் அடங்கியுள்ளன.

'துளசி இராமாயணத்தில் உவமைகள்' என்னும் கட்டுரையில் இராமபிரானுக்கும் பரதனுக்கும் இடையே உள்ள பாசத்தை விளக்கும் வகையில் உவமைகள் உள்ளன. ஆமை எப்படி தனது முட்டைகளை மார்பில் வைத்து அடைக் காக்குமோ, அவற்றைப் போல இராமன் பரதனின் நினைவை மட்டுமே தன் மனதில் போற்றி வந்தார் என்று குறிப்பிடப்பட்டுள்ளது.

'காப்பியம் உதயம்' என்னும் கட்டுரையில் இராமாயணம் இந்திய மொழிகளில் உருவாகிய விதம், அயல்நாட்டு மொழிகளில் இராமாயணம் பெற்றுள்ள இடம், தன்மை ஆகியவற்றைக் குறித்து மிகவும் விளக்கமாக கூறியுள்ளார் நூலாசிரியர். இந்த நூல் தமிழ் இலக்கிய ஆர்வலர்களைப் பெரிதும் கவரக்கூடிய நூலாகும்.

வாழ்த்துமடல் கடிதம் எழுதுக

மாநில அளவில் நடைபெற்ற 'மரம் இயற்கையின் வரம்' எனும் தலைப்பிலான கட்டுரைப் போட்டியில் வெற்றி பெற்று முதல் பரிசு பெற்ற தோழனை வாழ்த்தி மடல் எழுதுக.

காந்தி தெரு,
திருவள்ளூர்,
1.03.2022

அன்புள்ள கபிலனுக்கு,

வாழ்க வளமுடன்,

மாநில அளவில் நடைபெற்ற 'மரம் இயற்கையின் வரம்' என்ற தலைப்பிலான கட்டுரைப் போட்டியில் வெற்றி பெற்று முதல் பரிசு பெற்றதற்கு வாழ்த்துகள்.

'விளையும் பயிர் முறையிலே தெரியும்' இத்தொடரை நீ மெய்ப்பித்தாய்!

'சித்திரமும் கைப்பழக்கம்' இதை நீ சிரமேற்கொண்டாய்! வெற்றியும் பெற்றாய்!

'உழைப்புக்கேற்ற ஊதியம்' என்பதைப் போல உன் அறிவுப் பெருக்கத்திற்கேற்ற பரிசினை பெற்றாய்!

உன் அழகான கையெழுத்திற்கு ஈடு இணையுண்டோ ? இப்பயணம் தொடரட்டும்! என்றென்றும் உன்புகழ் வளரட்டும்!

என்றும் அன்புடன்
அன்புச்செல்வன்

உறைமேல் முகவரி
பெறுநர்
கபிலன்,
15, அண்ணாநகர்,
சென்னை – 40

உணவு விடுதியொன்றில் வழங்கப்பட்ட உணவு தரமற்றதாகவும் விலை கூடுதலாகவும் இருந்தது.

அனுப்புநர்

செல்வம். ம
எண். 20, காந்தி சாலை
மதுரை

பெறுநர்

உயர்திரு உணவுப் பாதுகாப்பு ஆணையர்
உணவுப் பாதுகாப்பு மற்றும் தரப்படுத்தல் ஆணையம்
சென்னை

மதிப்பிற்குரிய ஐயா,

பொருள் : உணவு விடுதியில் தரமற்ற உணவு அளித்தது மற்றும் கூடுதல் விலை பெற்றது தொடர்பாக.

வணக்கம், நானும் எனது குடும்பத்தாரும் மதுரை பேருந்து நிலையத்தில் இருக்கும் ஒரு புகழ்பெற்ற விடுதியில் உணவு உண்டோம். அங்கு அளிக்கப்பட்ட உணவு தரமற்றதாக இருந்தது. அதனால் அவ்வுணவினை உண்ட பிறகு எங்களுக்கு வயிற்றுக் கோளாறு ஏற்பட்டு விட்டது. மேலும் அவ்வுணவிற்கான விலையும் கூடுதலாக வசூலித்தனர்.

தரமற்ற உணவு, அளவு குறைவாகவும் ; விலை கூடுதலாகவும் இருந்தது. அவ்வுணவு விடுதியில் தயாராகும் உணவினைத் தரப் பரிசோதனை செய்ய வேண்டும். இது என்னுடைய வேண்டுகோள் மட்டும் இல்லை. என்னைப் போல் பிறருடைய எதிர்பார்ப்பும் இதுதான். கூடுதல் விலை வசூலிப்பதற்கான காரணத்தையும் அறிந்து தகுந்த நடவடிக்கை எடுக்குமாறு தாழ்மையுடன் கேட்டுக் கொள்கிறேன்.

இக்கடிதத்துடன் தரமற்ற உணவிற்கான சான்றும் கூடுதல் விலைக்கான சான்றும் இணைக்கப்பட்டுள்ளன.

நன்றி !
இப்படிக்கு,
தங்கள் உண்மையுள்ள
செல்வம் .ம

```
உறைமேல் முகவரி
பெறுநர்
உணவுப் பாதுகாப்பு ஆணையர்
உணவுப் பாதுகாப்பு மற்றும் தரப்படுத்தல் ஆணையம்,
சென்னை.
```

நாளிதழ் ஒன்றின் பொங்கல் மலரில் 'உழவுத் தொழிலுக்கு வந்தனை செய்வோம்' என்ற உங்கள் கட்டுரையை வெளியிட வேண்டி, அந்நாளிதழ் ஆசிரியருக்குக் கடிதம் எழுதுக.

அனுப்புநர் :
செல்வம். அ,
20, முத்து மாரியம்மன் கோவில் தெரு,
சென்னை – 40.

பெறுநர் :
நாளிதழ் ஆசிரியர்,
ஜனனம்,
சென்னை – 40.

வணக்கம்.

பொருள் : பொங்கல் மலருக்காகக் கட்டுரை வெளியிடுதல் தொடர்பாக.

நான் மேலே கண்ட முகவரியில் வசிக்கிறேன். நான் பத்தாம் வகுப்பு படிக்கிறேன். தங்களுடைய நாளிதழில் பொங்கல் மலருக்காக கட்டுரை எழுத விருப்பம் உள்ளவர்கள் எழுதி அனுப்பலாம் என்ற விளம்பரத்தைப் பார்த்தேன். அதற்காக 'உழவுத்தொழிலுக்கு வந்தனை செய்வோம்' என்ற தலைப்பில் கட்டுரை எழுதி அனுப்பியுள்ளேன். என்னுடைய

கட்டுரை நாளிதழில் வரவேண்டும் என்பது என் நீண்ட நாள் கனவு. தங்களுடைய விளம்பரம் என் கனவை நனவாக்கிவிட்டது.

என்னுடைய கட்டுரையை இப்பொங்கல் மலரில் வெளியிடுமாறு தாழ்மையுடன் கேட்டுக்கொள்கிறேன்.

நன்றி !

இப்படிக்கு,
தங்கள் உண்மையுள்ள
செல்வம். அ

இடம் : சென்னை – 29
நாள் : 19.06.19

உறைமேல் முகவரி
நாளிதழ் ஆசிரியர்
ஜனனம்
சென்னை – 40.

★★★

'உழவுத்தொழிலுக்கு வந்தனை செய்வோம்'

முன்னுரை

உழவன் சேற்றில் கை வைக்கவில்லையென்றால் நாம் சோற்றில் கை வைக்க முடியாது என்பது நம் அனைவருக்கும் தெரியும். அத்தகு உயர்வுடைய உழவுத்தொழில் பற்றியும் உழவர்கள் பற்றியும் இக்கட்டுரையில் காண்போம்.

உழவரின் சிறப்பு

"உழவுக்கும் தொழுலுக்கும் வந்தனை செய்வோம்" என்று பாரதியார் உழவை முதலில் நிறுத்தி சிறப்பித்துள்ளார். தெய்வப்புலவரோ 'உழுதுண்டு வாழ்வாரே வாழ்வார்', 'மற்றெல்லாம் தொழுதுண்டு பின் செல்பவர்' என்று உழவரை முன்னிறுத்திப் பாடியுள்ளார். காந்தியடிகள் கிராமங்களின் சிறப்பைப் போற்றியுள்ளார். "உழவே அறிவியல்களிலெல்லாம் உயர்ந்த அறிவியல்" என்று டாக்டர் ஜான்சன் கூறினார். "உண்டி கொடுத்தோர் உயிர் கொடுத்தோரே" என்ற முதுமொழியும் உழவர்களைச் சிறப்பிக்கின்றது.

உழவின் சிறப்பு

மனிதன் மலைகளில் தொடங்கிய வாழ்வைக் காடுகளில் தொடர்ந்தான். அடுத்த படிநிலை வளர்ச்சியே மருதம். காடுகளைச் சமன்படுத்தி ஆடுமாடுகளை வளர்த்தான். உழவுத் தொழிலைக் கண்டறிந்தான். வேட்டையாடி வாழ்க்கையைத் தொடங்கியவன், மனித சமூகமாக வளர்ந்து நாகரிகம் பெற்றதற்குக் காரணம் உழவுத்தொழிலே. இந்த உழவுத்தொழில் பல்லாயிரக்கணக்கான ஆண்டுகளுக்கு முன்பே தோன்றியது.

உழவர் திருநாள்

ஆண்டிற்கு ஒருமுறை உழவர்திருநாள் கொண்டாடப்படுகிறது. இது பொங்கல் திருநாள் என்றும் அறுவடைத் திருநாள் என்றும் அழைக்கப்படுகிறது. இத்திருநாள் உழவர்களையும் உழவுத்தொழிலையும் சிறப்பிக்கும் நாள் என்று கொண்டாடப்படுகிறது. ஆண்டு முழுவதும் வயலில் வியர்வை சிந்த உழைத்த உழவர்கள் பகலவனுக்கு நன்றி தெரிவிக்கும் விதமாக இந்தப் பண்டிகையைக் கொண்டாடுவர்.

உழவரின் இன்றைய நிலை

முதல் ஐந்தாண்டுத் திட்டத்தில் விவசாயத்திற்கு முதலிடம் அளிக்கப்பட்டது. ஆனால் இன்றோ மழைப் பொழிவின் மாற்றம், வயல்வெளிகளில் வீடுகள் போன்றவற்றால் விவசாயம் குறைந்துவிட்டது. தலைமுறை தலைமுறையாக விவசாயம் செய்த குடும்பத்தில் உள்ளவர்கள் கூட 'உழுதவன் கணக்குப் பார்த்தால் உழக்குக் கூட

மிஞ்சாது' எனக் கூறி உழவுத்தொழிலைக் கைவிட்டனர். இந்த நிலை மாற வேண்டும். இரண்டாம் பசுமைப்புரட்சியாக இயற்கை உரங்களைப் பயன்படுத்தி வேளாண்மையைப் பெருக்குவோம்.

முடிவுரை

விவசாயம் அழிவுப்பாதையை நோக்கிச் செல்லாமல் இருக்கப் பாடுபடுவோம். விவசாயம் மனிதனின் உயிர்மூச்சாகத் திகழ்வதால் உழவுத் தொழிலுக்கு வந்தனை செய்வோம்.

★★★

உங்கள் தெருவில் மின்விளக்குகள் பழுதடைந்துள்ளன. அதனால் இரவில் சாலையில் நடந்து செல்வோருக்கு ஏற்படும் இடையூறுகளை எழுதி, ஆவன செய்யும்படி மின்வாரிய ஆணையருக்குக் கடிதம் எழுதுக.

அனுப்புநர்

செந்தமிழ்ச்செல்வன்,
எண்.20, மாரியம்மன் கோயில் வீதி,
ஆவடி,
சென்னை-600 054.

பெறுநர்

உயர்திரு ஆணையர் அவர்கள்
தமிழ்நாடு மின்வாரியம்
ஆவடி,
சென்னை-600 054.

வணக்கத்திற்குரிய ஐயா,

பொருள் : பழுதடைந்த மின்விளக்குகளை மாற்றித் தருவது பற்றி வேண்டுதல்

நான் மேற்கண்ட முகவரியில் வசிக்கின்றேன். எங்கள் பகுதியில் சுமார் 300 குடும்பங்கள் உள்ளன. இப்பகுதியில் உள்ள மூன்று தெருக்களில், இரண்டு மின்விளக்குகள் பழுதடைந்துள்ளன. இதனால் இப்பகுதியில் இருள் சூழ்ந்து உள்ளது. இதனால் குழந்தைகள், பெண்கள், மாணவர்கள் என இத்தெருவைப் பயன்படுத்துபவர்கள் அல்லல்படுகின்றனர். இவர்கள் போதிய வெளிச்சமில்லாததால் தெருவில் உள்ள மேடுபள்ளம் தெரியாமல் விழுகின்றனர். இருட்டான சூழலைப் பயன்படுத்தி, திருடர்கள் இரு சக்கர மோட்டார் வாகனத்தில் வந்து நடந்து செல்லும் பெண்களின் கழுத்திலிருந்து தங்கச் சங்கிலிகளை அறுத்துக் கொண்டு சென்ற சம்பவங்களும் நடந்துள்ளன.

இத்துன்பங்களின்றி நாங்கள் தெருவில் சென்று வருவதற்கு பழுதடைந்த மின்விளக்குகளை சரி செய்து தருமாறு அன்புடன் வேண்டுகிறோம்.

நன்றி!

இப்படிக்கு
தங்கள் உண்மையுள்ள,
செந்தமிழ்ச் செல்வன்

உறைமேல் முகவரி
பெறுநர்
உயர்திரு ஆணையர் அவர்கள்
தமிழ்நாடு மின்வாரியம்
ஆவடி, சென்னை.

★★★

நன்றியுரை எழுதுக.

பள்ளி வளாகத்தில் நடைபெற்ற 'மரம் நடுவிழாவுக்கு' வந்திருந்த சிறப்பு விருந்தினருக்கும் பெற்றோருக்கும் பள்ளியின் 'பசுமைப் பாதுகாப்புப் படை' சார்பாக நன்றியுரை எழுதுக.

நன்றியுரை

அனைவருக்கும் என் மனமார்ந்த நன்றி கலந்த வணக்கம்!

நன்றி நவிலல் என்பது நம்முடன் பிறந்தது. அவ்வழியே, எத்தனையோ நற்பணிகள் இருந்தும் நேரமின்மையைச் சுட்டிக்காட்டாமல் இவ்விழாவிற்கு வருகை தந்துள்ள சிறப்பு விருந்தினர் அவர்களுக்கு என் உளமார்ந்த நன்றியைத் தெரிவித்துக் கொள்கிறேன்.

இம்மரம் நடுவிழா நடைபெறுவதற்கு எங்களை வழிநடத்திய பள்ளி முதல்வருக்குப் பள்ளியின் "பசுமைப் பாதுகாப்புப் படை" சார்பாக என் நெஞ்சார்ந்த நன்றியை தெரிவித்துக் கொள்கிறேன்.

இவ்விழாவிற்கு வருகை தந்துள்ள பெற்றோருக்கும், பள்ளி மாணவ மாணவியர்களுக்கும் நன்றி கூறுவதில் பெரும் மகிழ்ச்சி அடைகிறேன்.

ஒலிபெருக்கி, மின்விசிறி, விளக்குகள் என அமைத்துக் கொடுத்த 'கிரி எலக்ட்ரிக்கல்ஸ்' அவர்களுக்கும் என் நன்றியை உரித்தாக்கிக் கொள்கிறேன்.

அனைவருக்கும் மீண்டும் ஒருமுறை பள்ளியின் 'பசுமைப் பாதுகாப்புப் படை' சார்பாக நன்றியைத் தெரிவித்துக் கொள்கிறேன்.

தன் விவரக் குறிப்பு ஒன்று எழுதுக.

மெய்ப்புத்திருத்துநர் பணிவேண்டி நாளிதழ் முதன்மையாசிரியருக்குக் கீழ்க்காணும் விவரங்களுடன் தன்விவரக்குறிப்பு ஒன்று எழுதுக.

(பெயர், வயது, பாலினம், பிறந்தநாள் பெற்றோர், முகவரி, அலைபேசி எண், மின்னஞ்சல் முகவரி, அறிந்த மொழிகள், எடை, உயரம், குருதிவகை, கல்வித்தகுதி.)

அனுப்புநர்

சு. கபிலன்
எண்.30, 18, ஏ.எல், முதலி 2 ஆவது தெரு,
நேருநகர், வேளச்சேரி,
சென்னை – 42.

பெறுநர்

உயர்திரு. முதன்மையாசிரியர் அவர்கள்,
தினத்தந்தி நாளிதழ்
சென்னை.

பொருள் : மெய்ப்புத் திருத்துநர் பணிவேண்டி விண்ணப்பித்தல்

மதிப்பிற்குரிய ஐயா,

வணக்கம், நான் கடந்த கல்வியாண்டில் நடந்த பன்னிரண்டாம் வகுப்பு பொதுத் தேர்வில் 99% விழுக்காடு மதிப்பெண்கள் பெற்று தேர்ச்சியில் மாநில அளவில் இரண்டாவது இடத்தைப் பிடித்துள்ளேன். தமிழ், ஆங்கிலம் இரண்டு மொழிகளிலும் முதுநிலையில் (Senior Grade) தட்டச்சர் தேர்வில் முதல் நிலையில் தேர்ச்சிப் பெற்றுள்ளேன். குடும்பச் சூழலின் காரணமாய்ப் பணிக்கு வரும் நிலையில் உள்ளேன். அருள் கூர்ந்து என் தகுதியினை அறிந்து தாங்கள் எனக்குப் பணியினை வழங்க வேண்டும் என்று தாழ்மையுடன் கேட்டுக் கொள்கிறேன்.

நன்றி!

இங்ஙனம்
உண்மையுள்ள
சு. கபிலன்

இணைப்பு :

பெயர்	:	சு. கபிலன்
தந்தையின் பெயர்	:	ச. சுரேஷ் பாபு
பிறந்த தேதி, வயது	:	15.03.2002, 18 வயது
பாலினம்	:	ஆண்
கல்வித் தகுதி	:	பன்னிரண்டாம் வகுப்பு தேர்ச்சி
தொழிற் தகுதிகள்	:	தட்டச்சு – தமிழ், ஆங்கிலம் முதுநிலை தேர்ச்சி (முதல் நிலை),
கணினி	:	அடிப்படைக் கணினி அறிவியல் தேர்ச்சி
பட்டறிவு	:	ஓர் ஆண்டு கலைமகள் தட்டச்சு பயிற்சி (பயிற்றுநர் பணி)
முகவரி	:	எண். 30, 18, ஏ.எல், முதலி 2–ஆவது தெரு, நேருநகர், வேளச்சேரி, சென்னை – 42.
அலைபேசி எண்கள்	:	9841xxxx74, 0993xxxx83.
மின்னஞ்சல் முகவரி	:	kabilan@gmail.com
அறிந்த மொழிகள்	:	தமிழ், ஆங்கிலம், இந்தி

உறுதி மொழி

மேற்கண்ட தகவல்கள் அனைத்தும் என் சுய உணர்வுடன் கூறிய உண்மைத் தகவல்களே ஆகும். உண்மைக்கு மாறான தகவல்கள் ஏதும் இடம் பெறவில்லையென உறுதியளிக்கிறேன்.

கையொப்பம்
சு. கபிலன்.

உறைமேல் முகவரி
பெறுநர்
உயர்திரு. முதன்மையாசிரியர் அவர்கள்,
தினத்தந்தி நாளிதழ்
சென்னை.

★★★

புயல் தாக்கத்தினால் குடியிருப்புகளுக்கு அருகில் அறுந்து கிடக்கும் மின் இணைப்புகளைச் சரிசெய்யக் கோரி உங்கள் ஊர் மின்வாரியப் பொறியாளர்களுக்குக் கடிதம் எழுதுக.

அனுப்புநர்

ஊர்ப்பொதுமக்கள்
எண்.1, பாரதியார் தெரு,
மாத்தூர் கிராமம்,
வெம்பாக்கம் வட்டம்,
திருவண்ணாமலை மாவட்டம்

17.11.2022
மாத்தூர்

பெறுநர்

உயர்திரு. மின்வாரியப் பொறியாளர் அவர்கள்
மின்வாரிய அலுவலகம்,
மாமண்டூர் கிராமம்,
வெம்பாக்கம் வட்டம்
திருவண்ணாமலை மாவட்டம்.

மதிப்பிற்குரிய ஐயா,

பொருள் : புயல் தாக்கத்தினால் துண்டிக்கப்பட்ட மின் இணைப்புகளைச் சரிசெய்யக் கோரி விண்ணப்பித்தல்

வணக்கம்,

எங்கள் கிராமத்தில் சுமார் இரண்டாயிரம் வீடுகள் உள்ளன. சமீபத்தில் ஏற்பட்ட புயல் தாக்கத்தினால் எங்கள் வீடுகளுக்கு அருகில் மின் இணைப்புகள் துண்டிக்கப்பட்டும், மின் கம்பிகள் அறுந்தும் கிடக்கின்றன. கிராமமே இருளில் மூழ்கிக் கிடக்கின்றது. போதிய மின்வசதி இல்லாத காரணத்தால் நோயாளிகள், வயதானவர்கள், குழந்தைகள் பெரிதும் பாதிக்கப்படுகின்றனர். தேர்வு நேரம் என்பதால் மின் துண்டிப்பினால் பள்ளி மாணவர்கள் தங்கள் தேர்வினை எதிர்கொள்ள மிகவும் சிரமப்படுகின்றனர். எனவே அருள்கூர்ந்து அறுந்து கிடக்கும் மின் கம்பிகளைச் சரி செய்து மீண்டும் மின்வசதி செய்து தர வேண்டி கேட்டுக் கொள்கிறேன்.

இங்ஙனம்,
தங்கள் உண்மையுள்ள
ஊர்ப் பொதுமக்கள்

உறைமேல் முகவரி உயர்திரு மின்வாரியப் பொறியாளர் அவர்கள், மன்வாரிய அலுவலகம், மாமண்டூர் கிராமம், வெம்பாக்கம் வட்டம் திருவண்ணாமலை மாவட்டம்.

★★★

மழைபெய்யும்போது, மின்கம்பங்கள், மரங்கள், குளம், குட்டை, ஏரி ஆகியனவற்றிற்கு அருகில் செல்லாதிருத்தல், வெளியில் செல்லும்போது காலணி அணிதல், கொதிக்க வைத்த நீரையே பருகுதல், வானிலை அறிக்கைகளைப் பின்பற்றுதல், அரசு எடுக்கும் முன்னெச்சரிக்கை நடவடிக்கைகளுக்கு ஒத்துழைத்தல் போன்ற மழைக்காலப் பாதுகாப்பு நடவடிக்கைகள் குறித்து அனைத்து வகுப்பு மாணவர்களுக்கும் விழிப்புணர்வு ஏற்படுத்தும் நிகழ்ச்சி ஒன்றை ஏற்பாடு செய்யுமாறு உங்கள் பள்ளி தலைமையாசிரியருக்கும் கடிதம் எழுதுக.

அனுப்புநர்

கவின்குமார்
பன்னிரண்டாம் வகுப்பு – 'அ' பிரிவு
அரசு மேல்நிலைப் பள்ளி,
வேலூர்.

19.06.2022
வேலூர்

பெறுநர்

உயர்திரு. தலைமையாசிரியர்
அரசு மேல்நிலைப் பள்ளி,
வேலூர்.

மதிப்பிற்குரிய ஐயா,

பொருள் : மழைக்காலத்திற்கான விழிப்புணர்வை மாணவர்களுக்கு ஏற்படுத்துதல் தொடர்பாக.

வணக்கம். நான் இப்பள்ளியில் பன்னிரண்டாம் வகுப்பு 'அ' பிரிவில் படிக்கின்றேன். இப்பள்ளியின் மாணவர் தலைவனாக உள்ளேன். நாம் புதிய கல்வியாண்டில் அடி எடுத்து வைத்துள்ளோம். இனி வருவது மழைக்காலம், மழையின் அளவைப் பார்த்து பள்ளிகளுக்கு விடுமுறை அளிக்கப்படும் என்பது மாணவர்கள் அறிந்ததே. மாணவர்களாகிய நாங்கள் வீட்டிலும் வெளியிலும் எவ்வாறு முன்னெச்சரிக்கையுடன் இருக்க வேண்டும் என்பதை அறியவேண்டிய கட்டாயத்தில் இருக்கின்றோம். மழைக்காலத்தில் மாணவர்களுக்கான பாதுகாப்பு நடவடிக்கைகள் குறித்து ஒவ்வொரு மாணவனும் அறிந்திருக்க வேண்டும்.

மழை பெய்யும் போது, மின்கம்பங்கள், மரங்கள், குளம், குட்டை, ஏரி, ஆறு ஆகியனவற்றிற்கு அருகில் செல்லாதிருத்தல், வெளியில் செல்லும்போது காலணி அணிதல், கொதிக்க வைத்த நீரையே பருகுதல், வானிலை அறிக்கைகளைப் பின்பற்றுதல், அரசு எடுக்கும் முன்னெச்சரிக்கை நடவடிக்கைகளுக்கு ஒத்துழைத்தல் போன்ற மழைக்காலப் பாதுகாப்பு நடவடிக்கைகள் குறித்து அனைத்து வகுப்பு மாணவர்களுக்கும் விழிப்புணர்வு ஏற்படுத்தும் நிகழ்ச்சி ஒன்றை ஏற்பாடு செய்தால் அனைவரும் பயன் பெறுவோம் என்பதைத் தாழ்மையுடன் கேட்டுக் கொள்கிறேன்.

இந்நிகழ்ச்சியைப் பார்க்கும் மாணவர்கள் தங்கள் வீட்டில் உள்ளவர்களுக்கும் அக்கம்பக்கம் உள்ளவர்களுக்கும் கூறுவதன் மூலம் பலரும் பயன்பெறுவர். உங்கள் வழிநடத்துதலின் படி இந்நிகழ்வை மற்ற ஆசிரியர்களுடன் கலந்து பேசி திட்டமிட்டு, நிகழ்ச்சியை என் சிரமேற்கொண்டு நடத்துகிறேன்.

இதற்கான அனுமதியை அளிக்கும்படி தாழ்மையுடன் கேட்டுக் கொள்கிறேன்.

நன்றி!

இப்படிக்கு,
தங்கள் உண்மையுள்ள
கவின்குமார்

★★★

கட்டுரைகள்

கல்விச் செல்வம்

முன்னுரை

"கேடில் விழுச்செல்வம் கல்வி ஒருவற்கு
மாடல்ல மற்றை யவை" – குறள் 400

ஒருவனுக்கு அழிவில்லாத சிறந்த செல்வம் என்பது கல்விச் செல்வமே ஆகும். கல்வியைத் தவிர மற்ற பொருட்செல்வங்கள் எல்லாம் அழியக்கூடியவையாகையால் அவை சிறப்புடைய செல்வம் ஆகா. கல்விச் செல்வமானது வெள்ளத்தால் அழியாது; வெந்தணலால் வேகாது; கள்வரால் கவர முடியாது; வேந்தரால் கொள்ள முடியாது. அத்தகைய கல்விச் செல்வம் பற்றி இக்கட்டுரையில் காண்போம்.

இளமையில் கல்

சிறு வயதிலிருந்தே கல்வியைத் தொடங்கிட வேண்டும். இளம் வயதிலிருந்து நாம் கற்றுக் கொள்ளும் கல்வியானது '**பசுமரத்தாணி போல**' நம் மனதில் ஆழப் பதிந்துவிடும். நம் சமுதாய அமைப்பில் பொருளாதாரத்தில் பின்தங்கியுள்ள மக்கள் தங்கள் குழந்தைகளை பள்ளிக்கு அனுப்பாமல், வேலைக்கு அனுப்புகின்றனர். இந்த நிலையை மாற்றியமைப்பதற்காகத்தான் பெருந்தலைவர் காமராசர் பள்ளிகளில் மதிய உணவுத் திட்டத்தைக் கொண்டு வந்தார். ஒருவேளை உணவுகூட கிடைக்காத நிலையில் குழந்தைகளிடம் படியென்றால் எப்படி படிப்பார்கள் என்று காமராசர் அவர்கள் சிந்தித்தார், மதிய உணவுத் திட்டம் தோன்றியது. வளர்ந்து வருகின்ற பாரதநாட்டின் வருங்கால சந்ததியினர் மிகுந்த கல்வியறிவு பெற்றவர்களாக விளங்க வேண்டும். அதற்கு இளமையிலிருந்தே கற்பதுதான் சிறந்தது.

கல்வியும் சமுதாயமும்

ஒரு சமுதாயத்தின் முன்னேற்றத்தை அளவிடும் அளவுகோல்களில் முதன்மையானது கல்வியாகும். எந்த அளவிற்கு ஒரு சமுதாயத்திற்கு கல்வி கிடைக்கின்றதோ அந்த அளவிற்கு அந்தச் சமுதாயம் முன்னேறுகிறது. சமுதாய முன்னேற்றத்திற்கு அவசியமானது கல்வியாகும். அதனால்தான் தமிழக அரசு அனைத்து மாவட்டங்களிலும் '**அனைவருக்கும் கல்வி**' என்ற திட்டத்தினைத் தொடங்கி தீவிரமாக நடைமுறைப்படுத்துகின்றது.

கல்வியின் முக்கியத்துவம்

"கற்கை நன்றே கற்கை நன்றே
பிச்சை புகினும் கற்கை நன்றே"

என்று அதிவீரராம பாண்டியர் கல்வியின் முக்கியத்துவத்தை சங்க காலத்திலேயே கூறியுள்ளார். பிச்சையெடுத்துப் பொருள் பெற்றாவது கல்வி கற்றிட வேண்டும் என்று அதிவீரராம பாண்டியர் கூறியுள்ளார்.

உடன்பிறந்தார் இருவருள் மூத்தவனை விடுத்து கல்வி கற்ற இளையோனை சபை வரவேற்கும் என்று புறநானூற்றுப் பாடல் ஒன்று கூறுகிறது. கல்லாதவர், கண் இருந்தாலும் முகத்திலிரண்டு புண்ணுடையார் என்றும், கல்வி கற்காதவர் உயிர் வாழ்ந்தாலும் பயனற்ற களர்நிலம் போன்றவர்கள் என்றும் வள்ளுவர் கூறியுள்ளார். இதிலிருந்து நாம் கல்வியின் இன்றியமையாமையை உணர்ந்து கொள்ளலாம்.

முடிவுரை

அரசோ அல்லது பொதுநல அமைப்புகளோ மட்டும் முயற்சி செய்தால் எந்தவொரு திட்டமும் முழு வெற்றியடையாது. அதை பயன்படுத்துவோரும் முழு அளவில் பயன்படுத்த வேண்டும். அனைத்துத் தரப்பு மக்களும் கல்வியின் பயன்களை, கல்வியால் இச்சமுதாயம் அடையப்போகும் உயர்வினை அறிந்து செயல்பட்டால் வெற்றி நிச்சயம். கல்வியால் அறிவுமிகுந்த, ஆக்கப்பூர்வமான சமுதாயம் மலர வழி வகுப்போம்.

★ ★ ★

தொழிற்கல்வி

முன்னுரை

“உழவுக்கும் தொழிலுக்கும் வந்தனை செய்வோம், வீணில் உண்டு களித்திருப்போரை நிந்தனை செய்வோம்” என்று பாரதி கூறியதோடு, மேலும் **“பயிற்றிப் பல கல்வி தந்து பாரை உயர்த்திட வேண்டும்”** என்றும் கூறியுள்ளார். ஏட்டுக்கல்வியோடு தொழிற்கல்வியும் இணைந்தால்தான் மாணவர்களின் கல்வி முழுமையானதாக இருக்கும். தொழிற்கல்வி வேலை வாய்ப்பை உருவாக்குகின்ற கல்வியாகும்.

ஏட்டுக்கல்வி

“ஏட்டுச் சுரைக்காய் கறிக்கு உதவுமா? ” என்பது பழமொழி. வெறும் ஏட்டுக் கல்வியினால் பயன் கிடையாது. இன்றையக் காலக்கட்டத்தில் வெறும் ஏட்டுக் கல்வி பயின்றவர்கள் அவர்களுக்கேற்ற பணியைத் தேடிக் கொண்டேதான் இருக்கிறார்கள். தன் படிப்புக்கேற்ற வேலைதான் வேண்டும், கிடைத்த வேலையைப் பார்க்க மாட்டேன் என்று கூறுபவர்கள் நாட்டில் பலர் உள்ளனர். படித்த அனைவருக்குமே அரசு வேலை வாய்ப்பைத் தர முடியாது. பெருகி வரும் மக்கள் தொகைக்கேற்ப வேலையில்லாத் திண்டாட்டமும் பெருகி வருகிறது. “ஒவ்வொரு மாணவரும், கல்வியுடன் ஒரு தொழிலையும் பாடமாகக் கற்றுக் கொண்டால், அவர்கள் எதிர்கால வாழ்க்கையோடு இந்தியாவின் தொழில் உற்பத்தித் திறனும் மேம்படும்” என்று காந்தியடிகள் குறிப்பிட்டார். எனவே ஏட்டுக் கல்வியோடு தொழிற்கல்வியும் கட்டாயமாக்கப்பட வேண்டும்.

தொழிற்கல்வியின் பயன்கள்

தொழிற்கல்வி கற்பதனால் நமது எதிர்காலம் பற்றிய பயம் நமக்கு வராது. அரசாங்கமோ அல்லது பிற தனியார் நிறுவனங்களோ நமக்கு வேலை வாய்ப்பைத் தரும் என்று காத்திருக்கத் தேவையில்லை. நாமே சுயமாகத் தொழில் தொடங்குவதுடன் மற்றவர்களுக்கும் வேலை வாய்ப்பினை வழங்கலாம். சுயமாகத் தொழில் தொடங்குவதால் தன்னம்பிக்கையுடன் வாழ முடியும். தொழிற்கல்வியை முறையாகக் கற்பதன் மூலம் நாட்டின் தொழில் வளர்ச்சி மேம்படுவதுடன் நாட்டின் பொருளாதாரமும் உயரும்.

வெற்றி மனிதர்

பள்ளிக்கூடம் செல்லாமல், யாரிடமும் சென்று தொழில் கற்காமல் தானே சுயமாகத் தொழில் கற்று இந்த உலகமே வியந்து நோக்கும் அளவிற்கு வாழ்ந்தவர் வெற்றி மனிதர் ஜி.டி. நாயுடு அவர்கள். வெளிநாடுகளிலிருந்து கூட அவரிடம் வந்து தொழிற்கல்வியை கற்றவர்கள் ஏராளம்! பட்டப்படிப்பு படித்த மாணவர்களுக்கு அவர் தொழிற்கல்வியை கற்றுத் தந்திருக்கிறார் என்றால், அவருடைய உழைப்பும், விடாமுயற்சியும் எல்லாவற்றிற்கும் மேலாக

தான் எடுத்துக் கொண்ட காரியத்தில் இருந்த ஆர்வமும் அவரை வெற்றி மனிதராக்கியது. அதே ஆர்வம் தொழிற்கல்வி பயிலும் அனைவரிடமும் இருக்க வேண்டும்.

முடிவுரை

ஏட்டுப்படிப்புடன் தொழிற்கல்வியையும் கண்டிப்பாக கற்றுக் கொள்ள வேண்டும். விருப்பமில்லாமல் மற்றவர்கள், பெற்றோர்கள் கூறினார்கள் என்பதற்காக இல்லாமல், எந்தத் துறையில் ஆர்வமோ அந்தத் துறையில் கல்வி கற்க வேண்டும். அதுதான் மாணவர்களுக்கு வெற்றியைத் தரும்.

"செய்யும் தொழிலே தெய்வம் – அதில்
திறமைதான் நமது செல்வம்"

என்று வாழ்வோம், வளம் பெறுவோம்.

★★★

பெண் கல்வி

முன்னுரை

"பட்டங்கள் ஆள்வதும் சட்டங்கள் செய்வதும் பாரினில் பெண்கள் நடத்த வந்தோம்" என்று பாரதி பெருமிதத்துடன் பாடினார். ஆண்களுக்கு சரிநிகர் சமானமாக இன்று எல்லாத் துறைகளிலும் பெண்கள் பதவி வகிக்கின்றனர். அதற்குக் காரணம் பெண் கல்விதான்.

பண்டை மகளிர்

பண்டைத் தமிழகத்தில் பெண்கள் மிகுந்த கல்வியறிவு உடையவர்களாகவும், செய்யுள் இயற்றும் புலவர்களாகவும் விளங்கினர். ஔவையார், காக்கைப்பாடினியார், வெள்ளிவீதியார், காரைக்கால் அம்மையார், ஆண்டாள் போன்ற பெண்பாற்புலவர்கள் புகழ்பெற்று விளங்கினார்கள். அவர்கள் பெற்றிருந்த கல்வியறிவுதான் அதற்குக் காரணமாகும். அந்தக் காலத்தில் அவர்களுக்கு முழு சுதந்திரம் கொடுக்கப்பட்டிருந்தது.

இடைக்கால மகளிர்

இடைக்காலத்தில் அதாவது மன்னராட்சி முடிவுக்கு வந்து, ஆங்கிலேயர் நம்மை ஆளத் தொடங்கிய காலம் ஆகும். அந்தக் காலக்கட்டங்களில் மகளிரின் சுதந்திரம் பறிக்கப்பட்டு **'அடுப்பூதும் பெண்களுக்கு படிப்பு எதற்கு?'** என்ற நிலையில் பெண்களை வீட்டுக்குள்ளே பூட்டி வைத்தனர். அந்த நிலையை மாற்றியமைக்க நமது காந்தியடிகள், இராஜாராம் மோகன்ராய், திரு.வி.க., பாரதியார், பாரதிதாசன், ஈ.வெ.ரா. பெரியார் போன்றோர் அரும்பாடுபட்டனர்.

பெண்களின் மகுடம்

சான்றோர்கள் பலர் பாடுபட்டதன் விளைவாக பெண்கள் கல்வி கற்க ஆரம்பித்தனர். அதில் மாபெரும் புரட்சி செய்தவர் டாக்டர் முத்துலட்சுமி அம்மையார் ஆவார். பெண்கள் பள்ளிக்கு செல்ல முடியாத காலத்தில் துணிவுடன் புதுக்கோட்டை ஆண்கள் கல்லூரியில் படித்துப் பட்டம் பெற்ற முதல் பெண்மணியும் இவர்தான். மருத்துவராகப் பட்டம் பெற்ற முதல் இந்தியப் பெண்மணியும் இவர்தான். மகளிர் கல்விக்காகவும் விடுதலைக்காகவும் பாடுபட்டதுடன், குழந்தைத் திருமணம், தேவதாசி முறை போன்றவற்றை ஒழிக்கவும் பாடுபட்டார். அவர் மறைந்துவிட்டாலும் இன்றைய மகளிரின் வழிகாட்டியாக மணிமகுடமாகத் திகழ்கிறார்.

இன்றைய மகளிர்

"எட்டும் அறிவினில் ஆணுக்கு பெண் இங்கே இளைப்பில்லை காணென்று கும்மியடி" என்ற பாரதியின் வாக்கிற்கு இணங்க இன்றைய மகளிர் கல்வி, விளையாட்டு, விண்வெளி ஆராய்ச்சி, மருத்துவம், சட்டம், அரசியல் என்று எல்லாத் துறைகளிலும் புகழ் பெற்று விளங்குகிறார்கள். அதற்குக் காரணம் அவர்கள் பெற்ற கல்வியறிவு, சான்றோர்கள் கொடுத்த ஊக்கம் போன்றவைதான் காரணமாகும்.

முடிவுரை

"கல்வியில்லாப் பெண்கள் களர்நிலம் போன்றவர்கள். அங்கு புற்கள் விளையுமேயன்றி நல்ல புதல்வர்கள் பிறப்பதில்லை" என்று பாரதிதாசன் கூறினார். ஏனென்றால், ஓர் ஆண் கல்வி கற்றால் அது அவனுக்கு மட்டுமே உதவி செய்யும். ஆனால் ஒரு பெண் கல்வி கற்றால் அந்தக் குடும்பமே முன்னேறும். ஒவ்வொரு குடும்பமும் இவ்வாறு முன்னேறினால் நாடும் முன்னேறும்.

"பெண்கள் இந்த நாட்டின் கண்கள் – அந்தப்
கண்கள் ஒளி பெறுவது கல்வியால்"

முதியோர் கல்வி

முன்னுரை

'எண்ணும் எழுத்தும் கண்ணெனத் தகும்' என்று ஔவை கூறியதிலிருந்து கல்வியைப் பெறாதவர்கள் கண்ணிருந்தும் குருடர்களாகவே இருக்கிறார்கள். இந்த நிலை மாற வேண்டும். இளமையில் ஏதோ சில காரணங்களால் கல்வி பெற முடியாதவர்களை அப்படியே விட்டுவிடக் கூடாது. 'கல்வி கற்பதற்கு வயது ஒரு தடையில்லை', ஆர்வமும் நம்பிக்கையும் இருந்தால் போதும் என்பதற்காக அரசு ஆரம்பித்த திட்டம்தான் 'முதியோர் கல்வி' ஆகும்.

முதியோர் கல்வியின் இன்றியமையாமை

கிராமப்புறத்தின் உயிர்நாடியான விவசாயிகள், தொழிலாளர்கள் முறையான கல்வியறிவு இல்லாததால் பல சிறப்புகளைப் பெற முடியாமல் போய்விடுகிறது. அரசாங்கத்தால் அறிவிக்கப்படும் பல நல்ல திட்டங்கள் இவர்களிடம் சென்றடைவதில்லை. அதற்குக் காரணம் அவர்களின் அறியாமையாகும். கல்வியறிவு இருந்திருந்தால் அன்றைய செய்திகளை தினசரி மூலமாகப் படித்துத் தெரிந்து கொண்டிருப்பார்கள்.

விவசாயிகள், சுயதொழில் செய்வோர் போன்றோர் எந்தெந்த விதத்தில் தங்கள் தொழிலை விரிவாக்கம் செய்வது, பணப் பற்றாக்குறை ஏற்படும் போது எந்த வங்கியை அணுகுவது, தங்களுடைய தயாரிப்புகளை எங்கு சேர்த்தால் நல்ல இலாபம் கிட்டும் போன்ற விபரங்களை கல்வியறிவு இருந்தால் மட்டுமே பெறமுடியும். மேலும் கல்வியறிவு அவர்களுக்கு தன்னம்பிக்கையையும் கொடுக்கும். பிறரால் அவர்கள் ஏமாற்றப்பட முடியாது.

முதியோர் கல்வியின் நோக்கம்

தங்கள் உழைப்பிற்கேற்ற ஊதியம், விழிப்புணர்வு, உலக நடப்பு, நாட்டு நடப்பு, பொது அறிவு போன்றவற்றிலும் அவர்களுக்கு பாடம் நடத்தப்படுகிறது. மாலை நேரங்களில் முதியோர்களின் ஓய்வு நேரங்களில் வாரத்தின் எல்லா நாட்களும் அவர்களுடைய

இருப்பிடத்திற்கே சென்று கல்வி கற்றுக் கொடுக்கப்படுகிறது. பொறுமையுள்ள ஆசிரியப் பெருமக்களும், சமூகநலனில் அக்கறையுள்ள கல்லூரி மாணவர்களும் முதியோர் கல்வித் திட்டத்தில் ஆசிரியராக உள்ளனர். முதியோர்களிடமுள்ள தாழ்வு மனப்பான்மையை அகற்றி அவர்கள்தான் இந்த சமூகத்தில் முக்கியமானவர்கள் என்பதை உணர வைப்பதே இத்திட்டத்தின் நோக்கமாகும்.

முடிவுரை

'கிராமங்கள்தான் இந்தியாவின் உயிர்நாடி' என்று காந்தியடிகள் குறிப்பிட்டார். இந்தியாவின் உயிர்நாடியான கிராமத்தில் கல்வியறிவு பெருகிவிட்டால் இந்தியாவின் முன்னேற்றம் பல மடங்கு உயர்ந்துவிடும். மேலும் கிராமப்புற முதியவர்களின் அனுபவ அறிவோடு கல்வியறிவும் இணைந்துவிட்டால், உலக அரங்கில் இந்தியாவின் பெயர்தான் ஓங்கி ஒலிக்கும்.

★★★

தாய்மொழி வழிக் கல்வி

முன்னுரை

"பெற்ற தாயும் பிறந்த பொன்னாடும்
நற்றவ வானினும் நனி சிறந்தனவே"

என்றார் பாரதியார். பெற்ற தாயை விட சிறந்தது தாய்மொழியாகும். எந்நாட்டவராக இருப்பினும் அவரவர் தாய்மொழியிலேயே கல்வி கற்பதுதான் மிகச் சிறந்ததாகும்.

தாய்மொழி வழிக் கல்வியின் சிறப்பு

தாய்மொழியிலேயே கல்வி கற்க வேண்டும் என்று கூறுவதனால் பிற மொழிகளை கற்கக் கூடாது என்பது பொருள் அல்ல. எத்தனை மொழிகளை வேண்டுமானாலும் கற்கலாம். ஆனால் கல்வி என்பது தாய்மொழி வழியாக மட்டுமே கற்பிக்கப்பட வேண்டும். தாய்மொழியில்தான் கல்வி கற்பிக்கப்பட வேண்டும் என்று காந்தியடிகள் வலியுறுத்திக் கூறிவந்தார். **"தாய்மொழியில் கல்வி கற்பிக்கப்பட்டிருந்தால், நம்மிடையே பல ஜெகதீஸ் சந்திரபோஸ்களும், பி.சி. ராய்களும் தோன்றியிருப்பார்கள்"** என்று காந்தியடிகள் கூறி வருத்தப்பட்டார். மனிதர்களின் சிந்தனையும் கற்பனையும் தாய்மொழியில்தான் உருவாகின்றன. எனவே மாணவர்களின் சிந்தனை வளர்ச்சிக்குத் தேவை தாய்மொழி வழிக் கல்வி.

தாய்மொழியில் அறிவியல் கல்வி

ஜப்பான், ஜெர்மனி, ரஷ்யா போன்ற அயல்நாட்டு மக்கள் அந்நிய மொழியைப் புறக்கணித்து தாய்மொழிக்கு முக்கியத்துவம் கொடுத்து தாய்மொழியிலேயே கல்வி பயின்றதால்தான் இன்று உலக மேதைகளாக இருக்கின்றனர். புதுப்புது அறிவியல் சாதனங்களை உருவாக்குவதிலிருந்து கோள்களை ஆராய்ச்சி செய்வது வரை அவர்கள் உலக அரங்கில் புகழ் பெற்றுள்ளனர்.

தமிழ்மொழியில் அறிவியலைப் போதிப்பதற்கான கலைச்சொற்கள் அதிகம் இல்லையென்று ஒருசிலர் கூறுகின்றனர். அது தவறான கூற்று. புதியவற்றைக் கண்டுபிடிக்க வேண்டும்; புதிய கலைச்சொற்களை தமிழில் உருவாக்க வேண்டும்.

உலகிலுள்ள பிற நாடுகளில் எல்லாம் அறிவியலை அவரவர் தாய்மொழியிலேயே கற்கின்றனர். அவர்கள் மொழியிலெல்லாம் அறிவியலுக்கான கலைச்சொற்கள் இருக்கும்

போது உலகின் தொன்மை மொழியான உயர்தனிச் செம்மொழியான நம் தாய்மொழியில் கலைச்சொற்களை உருவாக்குவது கடினமல்லவே.

முடிவுரை

"யாமறிந்த மொழிகளிலே தமிழ்மொழிபோல் இனிதாவ தெங்கும் காணோம்" என்று பாரதி கூறியுள்ளார். பல மொழிகளை கற்றறிந்தவர் பாரதியார். அவர்கள் கற்ற அத்தனை மொழிகளிலும் இனிமை இல்லையென்றும் தன் தாய்மொழியான தமிழ்மொழியில்தான் இனிமை உள்ளது என்று பாரதி கூறியுள்ளார். தன் தாய்மொழியின் மீது இருந்த பற்றினையும் உயர்வினையும் எவ்வளவு அழகாக அவர் வெளிப்படுத்தியுள்ளார். உலகிலுள்ள மற்ற நாடுகள் தாய்மொழியில் கல்வி கற்று சிறந்து விளங்குவது போல, நாமும் தாய்மொழியில் கல்வி பெற்று சாதனைகள் பல படைக்க வேண்டும்.

★★★

எடுத்தியம்பல் கட்டுரைகள்

நான் விரும்பும் தலைவர் - தேசப்பிதா காந்தியடிகள்

முன்னுரை

"அன்னையும் பிதாவும் முன்னறி தெய்வம்" என்கிறது ஆத்திச்சூடி. நமக்கு நம் அன்னையும் தந்தையும் முன்னறி தெய்வமாக விளங்குவது போல நம் தேசத்திற்கு தந்தையாக இருந்து முன்னறி தெய்வமாக விளங்கியவர் காந்தியடிகள். அவர் நமது நாட்டின் விடுதலைக்காகவும், வளர்ச்சிக்காகவும், அமைதிக்காகவும் தன்னையே அர்ப்பணித்துக் கொண்டவர். அவருடைய அகிம்சைக் கொள்கை உலகில் அமைதியை விரும்பும் அனைத்துத் தரப்பினராலும் ஏற்றுக் கொள்ளப்பட்டுள்ளது. இத்தகைய பெருமைகளைப் பெற்றிருந்தும் தன் எளிய தோற்றத்துடனேயே தாய்நாட்டிற்கும், தாய்நாட்டு மக்களுக்கும் தொண்டு செய்த காந்தியடிகளே நான் விரும்பும் தலைவராவார்.

பிறப்பு

மகாத்மா காந்தியடிகள் குஜராத் மாநிலம் ஃபோர் பந்தரில் 1869–ஆம் ஆண்டு அக்டோபர் 2–ஆம் தேதி கரம்சந்த் காந்தி – புத்லிபாய் தம்பதியருக்கு கடைசி மகனாகப் பிறந்தார்.

காந்தியடிகளின் வாய்மைப் பண்பு

இளமைக் காலத்திலிருந்தே வாய்மையைத் தம் கொள்கையாகக் கொண்டிருந்தார். தவறு செய்த பொழுது தயங்காமல் மன்னிப்பு கேட்டுவிடுவார். தான் செய்தது தவறு என்று அறிந்தவுடன் கண்ணீர் விட்டு அழுதுவிடுவார். சிறுவயதில் அவர் பார்த்த அரிச்சந்திரன் பற்றிய நாடகமும், அது பற்றிய சிந்தனையுமே அவரை வாய்மையாளனாக மாற்றியது என்கிறார் காந்தியடிகள். கல்வி இலாகா ஆய்வாளர் காந்தி படித்த பள்ளிக்கு சோதனைக்காக வந்திருந்தார். அப்பொழுது தவறாக **'கெட்டில்'** என்ற வார்த்தையை எழுதிவிட்டார். உடனே அருகில் நின்ற ஆசிரியர் காந்தியின் காலைத் தட்டி பக்கத்திலுள்ள மாணவனைப் பார்த்து எழுதும்படி சொன்ன பொழுதும்கூட காந்தி அந்தத் தவறைச் செய்யவில்லை.

எளிய வாழ்க்கை

காந்தியடிகளின் வாழ்க்கை மிகவும் எளிமையான வாழ்க்கையாகும். வழக்கறிஞராகப் பணி செய்திருந்தாலும் தன் பிற்கால வாழ்க்கையில் இந்நாட்டின் கடைக்கோடி மக்களில் ஒருவனாக தன்னையும் இணைத்துக் கொண்டார். தானே நூல் நூற்று நெய்த கதர் ஆடையையே கடைசி வரை அணிந்தார். தனது அனைத்து வேலைகளையும் தானே செய்து தனிமனித ஒழுக்கத்தினைக் கடைப்பிடித்து வந்தார். அவர் நிர்வகித்த சபர்மதி ஆசிரமம் எளிய வாழ்க்கையின் தோற்றமாகவும், காலம் தாழ்த்தாமல் கடமை செய்யும் தொண்டர்களைக் கொண்டதாகவும் திகழ்ந்தது.

முடிவுரை

"உன்னையே நீ அறிவாய், அதுதான் அறிவின் முதற்படி" என்றார் சாக்ரடீஸ் என்ற தத்துவமேதை. அவருடைய இந்தக் கூற்றிற்கேற்ப தன்னைத் தானே அறிந்து கொண்டு மனித நிலையிலிருந்து மகாத்மானவர் காந்தியடிகள். இத்தகைய சீர்மிகு தேசத் தலைவரை நான் விரும்பும் தலைவராக கூறுவதில் மிகவும் பெருமையடைகிறேன்.

★★★

நான் விரும்பும் தலைவர் - கர்மவீரர் காமராசர்

முன்னுரை

"ஈன்ற பொழுதிற் பெரிதுவக்கும் தன்மகனைச்
சான்றோன் எனக்கேட்ட தாய்" – குறள் 69

என்றார் வள்ளுவர். இத்தகு பெருமையை அடைந்த தாய் சிவகாமியம்மாள். இந்தத் தாயின் அருமைப் புதல்வன்தான் பெருந்தகை காமராசர். பாரத மக்களால் 'கர்மவீரர்' என்று போற்றப்படும் காமராசர்தான் நான் விரும்பும் தலைவர் ஆவார்.

பிறப்பும் இளமைக் காலமும்

இன்றைய விருதுநகர் மாவட்டத்திலுள்ள விருதுபட்டி என்னும் கிராமத்தில் 1903–ஆம் ஆண்டு ஜூலைத் திங்கள் 15–ஆம் நாள் குமாரசுவாமி–சிவகாமியம்மாள் தம்பதியருக்கு மகனாகப் பிறந்தார். இளமையிலேயே தந்தையை இழந்த காமராசர் தாயின் அரவணைப்பில் வளர்ந்தார். இவர் இளம் வயதிலிருந்தே நாட்டுச் சேவைக்கென தன்னை அர்ப்பணித்துக் கொண்டவர். தொண்டு என்பதன் மறு உருவமாகத் திகழ்ந்தவர் காமராசர்.

முதல்வர் காமராசர்

தமிழகத்தின் 'பொற்காலம்' எதுவென்றால், அது காமராசர் ஆட்சி காலம்தான் என்று உலக அரசியல் வல்லுநர்களே கூறியுள்ளனர் என்றால் அது மிகையாகாது. அந்த அளவிற்கு தூய்மையான முறையில் ஆட்சி செய்து மக்கள் மனதில் இன்றும் வாழ்கின்றவர் காமராசர் ஆவார்.

"இயற்றலும் ஈட்டலும் காத்தலும் காத்த
வகுத்தலும் வல்ல தரசு" – குறள் 385

என்னும் வள்ளுவரின் வாக்கிற்கேற்ப அரசு செய்தவர் கர்மவீரர் ஆவார். தமிழ்நாட்டில் கல்வியை வளர்த்திட அரும்பாடுபட்டார். அதற்கு வறுமை தடையாக இருப்பதையறிந்து மதிய உணவுத் திட்டத்தை பள்ளிகளில் கொண்டு வந்தார். நாட்டின் முதுகெலும்பாகிய விவசாயம் செழிக்கவும் பொருளாதாரம் ஏற்றம் பெறவும் இடைவிடாமல் உழைத்தார்.

தியாகத்தின் மறு உருவம்

'கறுப்புக் காந்தி' என்று அழைக்கப்பட்ட காமராசர், தியாகத்தின் மறு உருவமாக வாழ்ந்தவர். தனக்கென்று அவர் எந்தச் செல்வத்தினையும் சேர்க்கவில்லை.

அவர் முதல்வராக இருந்த பொழுது தன்னை பெற்ற தாயாருக்குக்கூட தனிப்பட்ட முறையில் அவர் சலுகைகள் செய்யவில்லை.

> "கொள்ளென கொடுத்தல் உயர்ந்தன்று - அதனெதிர்
> கொள்ளேன் என்றல் அதனினும் உயர்ந்தன்று" – புறநானூறு

புறநானூறு கூறியது போல 'கொள்' என பிறருக்குப் பதவிகள் கொடுத்து 'கிங் மேக்கர்' என்று பெயர் பெற்றார். பிறர் தந்த பெரும் பதவிகளை 'கொள்ளேன்' என மறுத்து மிக உயர்ந்தவரானார்.

முடிவுரை

கல்வியின் மூலம் சமுதாய மாற்றத்தையும் நாட்டில் வளர்ச்சியையும் உண்டாக்க முடியும் என்பதை தன் வாழ்நாளில் செயல்படுத்திக் காட்டியவர் பெருந்தலைவர் காமராசர். அவரால் உருவாக்கப்பட்ட பள்ளிகள் ஏராளம். அவைகளுள் ஒரு பள்ளியில் பயிலும் மாணவன் என்ற பெருமிதத்துடன் 'நான் விரும்பும் தலைவர் காமராசர்' என்று கூறுவதில் மகிழ்ச்சியடைகிறேன்.

நான் விரும்பும் தலைவர் - வ.உ. சிதம்பரனார்

முன்னுரை

பாரதத்தாய் அந்நியரிடம் அடிமைப்பட்டு கிடந்த பொழுது பாரதத்தாயின் அடிமை விலங்கை உடைத்தெறிய எண்ணற்ற பாரத மைந்தர்கள் தங்கள் உடல், பொருள், ஆவி அனைத்தையும் தியாகம் செய்துள்ளனர். அவர்களுள் ஒருவரான வ.உ. சிதம்பரனார் அவர்களே நான் விரும்பும் தலைவர் ஆவார்.

இளமைப்பருவம்

எட்டையபுரத்துக்கு அருகிலுள்ள ஒட்டப்பிடாரம் என்ற ஊரில் உலகநாத பிள்ளைக்கும் பரமாயி அம்மையாருக்கும் 1872–ஆம் ஆண்டு மகனாகத் தோன்றினார். அவர் தன் கல்லூரிப் படிப்பை முடித்தவுடன் எழுத்தராகப் பணியாற்றினார். பின்னர் திருச்சி சென்று சட்டம் பயின்று வழக்கறிஞரானார்.

விடுதலைப் போரில் பங்கு

அப்போது நாட்டில் சுதந்திரப் போர் தீவிரமடைந்து கொண்டிருந்தது. வ.உ.சி. அவர்களின் மனம் நாட்டு விடுதலையை நோக்கிச் சென்றது. தன்னுடைய வழக்கறிஞர் தொழிலைத் துறந்துவிட்டு நாட்டுப்பணியாற்ற பாலகங்காதரத் திலகரின் வழியில் சென்ற வ.உ.சி. அவர்கள் தமிழகத்தில் விடுதலைப் போரைத் தீவிரப்படுத்தினார். சுப்பிரமணிய சிவா, பாரதியார், வாஞ்சிநாதன் மற்றும் விடுதலை வேட்கை கொண்ட பாரத மைந்தர்கள் வ.உ.சி.–யின் செயல்பாடுகளுக்கு உறுதுணையாக இருந்தனர்.

வ.உ.சி. தன் பேச்சுகளாலும், எழுத்துகளாலும் மக்கள் மனதில் விடுதலை உணர்வைத் தூண்டினார். சுதேசி இயக்கத்தை வளர்த்து அந்நியப் பொருட்களை, துணிகளை

எரித்தார். கூட்டுறவுச் சங்கம் அமைத்து உள்நாட்டுப் பொருட்களை வாங்குமாறு மக்களை ஊக்கப்படுத்தினார். இவருடைய பெரும் முயற்சியால் மக்களிடையே அடிமை மோகம் அழிந்தது. தூத்துக்குடியில் பஞ்சாலைத் தொழிலாளர் சங்கத்தை அமைத்து அந்நிய எதிர்ப்பை வெளிப்படுத்தினார்.

கப்பலோட்டிய தமிழன்

ஆங்கிலேயரின் கடல் வாணிபத்தை அழிக்க வேண்டும் என்று எண்ணிய வ.உ.சி. அவர்கள் இரண்டு கப்பல்களை விலைக்கு வாங்கினார். வ.உ.சி. என்ற தமிழரின் முயற்சியால் கடல் வாணிபம் தொடங்கப்பட்டது. அவரின் வெற்றியை, வளர்ச்சியைக் கண்ட ஆங்கிலேயர்கள் அவரைச் சிறைப்படுத்தி இரட்டை ஆயுள் தண்டனை அளித்தனர். சிறையில் அவர் பட்ட துன்பங்களை வார்த்தைகளால் வடிக்க இயலாது. சிறையில் அவர் கசையடி பெற்றார், கல்லுடைத்தார், செக்கிழுத்தார். நம்மை சுதந்திர இந்தியாவில் வாழ வைக்க அவர் அளவில்லாத துன்பங்களை அடைந்தார்.

தமிழ்த்தொண்டு

இரட்டை ஆயுள் தண்டனை முடிந்து வெளியே வந்த வ.உ.சி. அவர்கள், பாரதத்தாய்க்கு தொண்டு செய்தது போலவே தமிழ்த்தாய்க்கும் தொண்டு செய்தார். உலகப் பொதுமறையாம் திருக்குறளுக்கு உரையெழுதினார். தொல்காப்பிய இலக்கண நூலை பதிப்பித்துள்ளார். சிறந்த மொழிபெயர்ப்பாளராகவும் விளங்கினார்.

முடிவுரை

மனதில் உறுதியுடன் கடைசி வரை வாழ்ந்த கப்பலோட்டிய தமிழன் வ.உ. சிதம்பரனார் அவர்களைப் போல நாமும் நாட்டுப்பற்றுடனும் மொழிப்பற்றுடனும் வாழ்ந்து பாரதத்தின் புகழைத் தரணியில் உயர்த்த வேண்டும்.

நான் விரும்பும் கவிஞர் - பாரதியார்

முன்னுரை

ஆங்கிலேயரின் அடக்குமுறையால் இந்திய மக்கள் அளவில்லா துன்பம் அடைந்தனர். வேதனையில் வாழ்ந்த மக்களிடையே சுதந்திர உணர்வையும் எழுச்சியையும் வீரம் மிகுந்த தன்னுடைய பாடல்களால் ஏற்படுத்தியவர் பாரதியார். இவரே நான் விரும்பும் கவிஞர் ஆவார்.

பிறப்பு

மகாகவி பாரதியார் திருநெல்வேலி மாவட்டம் எட்டையபுரத்தில் 1882-ஆம் ஆண்டு டிசம்பர் 11-ஆம் தேதி சின்னசாமி ஐயர் – இலக்குமியம்மாள் தம்பதியருக்கு மகனாகப் பிறந்தார். இவரது இயற்பெயர் சுப்பிரமணியன் ஆகும்.

இளமையில் புலமை

தன் இளம்வயதிலேயே தமிழில் கவிதைகள் பாடி அனைவரையும் கவர்ந்தவர். இவரது 16-ஆம் வயதிலேயே எட்டையபுரம் அரசவையில் கவிதை பாடி '**பாரதி**' என்னும் பட்டத்தைப் பெற்றார். பாரதி என்றால் '**கலைமகள்**' என்பது பொருளாகும். தமிழ், வடமொழி, ஆங்கிலம் என்று பல மொழிகளில் தன் புலமையினை மேம்படுத்திக் கொண்டவர்.

நாட்டுப்பற்று

பாரதத்தாயின் அடிமைத்தளையை தகர்த்தெறிய இவர் எழுதிய பாடல்கள் இளைஞர்களை வீறு கொண்டு எழச் செய்தது. சுதந்திரப் போராட்ட வீரர்கள் மேடைகளிலும் வீதிகளிலும் இவருடையப் பாடல்களையே பாடினர். நாடகங்கள், திரைப்படங்களிலும் கூட இவரது பாடல்களே இடம் பெற்றன.

"ஒளிபடைத்த கண்ணினாய் வா வா வா
உறுதிகொண்ட நெஞ்சினாய் வா வா வா"

என்று இளைஞர்களுக்கு அழைப்பு விடுத்தார்.

சுதந்திரம் கிடைப்பதற்கு முன்பாகவே,

"ஆடுவோமே பள்ளுப் பாடுவோமே
ஆனந்த சுதந்திரம் அடைந்துவிட் டோமென்று"

என்று ஆடிப்பாடினார்.

"முப்பது கோடி முகமுடையாள் - உயிர்
மொய்ம்புறு வொன்றுடையாள்"

என்று தாய்நாட்டினைப் பார்த்து பெருமை பொங்க பாடினார்.

"ஆயிரம் உண்டிங்கு சாதி - எனில்
அந்நியர் வந்து புகலென்ன நீதி?"

என்று சாடினார். அவர் பாடிய பாஞ்சாலி சபதத்தில் பாரதத்தாயினை நினைத்துதான் பாஞ்சாலியைப் படைத்திருந்தார்.

மொழிப்பற்று

பல மொழிகளைக் கற்றிருந்த பாரதி, "**யாமறிந்த மொழிகளிலே தமிழ்மொழிபோல் இனிதாவ தெங்கும் காணோம்**" என்று தமிழ் மொழியின் சிறப்பை எடுத்துரைத்துள்ளார். "**செந்தமிழ் நாடெனும் போதினிலே —இன்பத் தேன் வந்து பாயுது காதினிலே**" என்று பெருமையுடன் கூறியதோடு நில்லாமல் "**சேமமுற வேண்டுமெனில் தெருவெல்லாம் தமிழ் முழக்கம் செழிக்கச் செய்வீர்!**" என்று ஆணையிட்டார்.

சமூகப்பற்று

சாதிக் கொடுமைகள், பெண்ணடிமை, சமூக ஏற்றத்தாழ்வுகள் என்று அனைத்தையுமே இந்நாட்டிலிருந்து நீக்க வேண்டும் என்பதில் உறுதியாக இருந்தார்.

"....... ஜாதியில்
இழிவு கொண்ட மனித ரென்பது
இந்தியாவில் இல்லையே"

என்று சாதிக் கொடுமைகள் இல்லாத பாரதம் வேண்டுமென்றார். "**மாதர் தம்மை இழிவு செய்யும் மடமையைக் கொளுத்துவோம்**" என்று பெண் உரிமைக்காகப் போராடினார். "**எட்டும் அறிவினில் ஆணுக்கிங்கே பெண் இளைப்பில்லை காணென்று கும்மியடி**" என்று உற்சாகத்துடன் பாடியவர் பாரதி. "**ஆயிரந் தெய்வங்கள் உண்டென்று தேடி அலையும் அறிவிலிகாள்**" என்று மதவெறிப் பிடித்து அலைபவர்களின் போக்கினைக் கண்டித்தார்.

"தனியொரு மனிதனுக்கு உணவில்லை எனில்
இந்த ஜகத்தினை அழித்திடுவோம்" – என்ற சமூக சிந்தனை அவரிடையே இருந்தது.

ஒருமைப்பாடு

சிந்து நதியில் சேர நாட்டு பெண்களுடன் சுந்தரத் தெலுங்கினில் பாடல் இசைக்க விரும்பினார். கங்கை நதிக் கரையில் விளையும் கோதுமைக்கு காவிரி நதிக் கரையில் விளையும் வெற்றிலையை பண்டமாற்று செய்ய வேண்டும் எனப் பாடினார். மராட்டியர்களின் கவிதைகளை வாங்கிக் கொண்டு சேர நாட்டு தந்தங்களை அவர்களுக்கு பரிசளிக்க விரும்பினார். பாரதம் அடிமைப்பட்டிருந்த போதே "வங்கத்தில் ஓடிவரும் நீரின் மிகையால் மையத்து நாடுகளில் பயிர் செய்குவோம்" என்று கனவு கண்டவர் பாரதி. ஆனால் சுதந்திர இந்தியாவில் நீரின் பெயரால் மாநிலங்கள் அடித்துக் கொள்வது வேதனைக்குரியது.

முடிவுரை

வளமான, வலிமையான பாரதத்திற்கு தேவையான சிறந்த வழிகள் யாவும் அவருடைய பாடல்களில் உள்ளன. அதை நாம் பின்பற்றினால் அவர் கனவில் கண்ட பாரதத்தை நாம் நிகழ்காலத்தில் உருவாக்க முடியும். பாட்டுக்கொரு புலவன் பாரதியின் புகழ் ஓங்குக!.

நான் விரும்பும் கவிஞர் - 'புரட்சிக் கவிஞர்' பாரதிதாசன்

முன்னுரை

நம் தமிழகத்தில் எத்தனையோ புலவர்கள் வாழ்ந்திருக்கிறார்கள். கவிதை பாடுவதை தொழிலாகக் கொண்ட புலவர்கள் மன்னர்களின் பராமரிப்பில் வாழ்ந்திருக்கிறார்கள். ஆனால் தமிழ்மொழிக்கும் சமுதாய சீர்திருத்தத்திற்கும் ஏற்ற, சிறப்பான கருத்துகளை கவிதைகளின் மூலமாக மக்களிடம் கொண்டு சென்றவர்கள் ஒரு சிலர்தான். அவ்விதம் மக்களிடம் விழிப்புணர்வு பெறப் பாடியவர்களில் முக்கியமானவர் புரட்சிக்கவி பாரதிதாசன் எனில் அது மிகையில்லை.

அந்த வகையில் என்னை மிகவும் கவர்ந்த தமிழ்ப்புலவர் கவிஞர் பாரதிதாசன் ஆவார்.

பிறப்பும் வளர்ச்சியும்

1891–ஆம் ஆண்டு ஏப்ரல் மாதம் 29–ஆம் நாள் புதுச்சேரியில் கனகசபையார் – இலக்குமி அம்மையாரின் மகனாக இவர் பிறந்தார். இவர் தனது இளமைப் பருவத்திலேயே தமிழின் மீது அளவற்ற காதல் கொண்டிருந்தார். சின்னச் சின்ன சம்பவங்களைக் கூட மிக அழகான கவிதையாகத் தந்துவிடுகிற ஆற்றல் பெற்று விளங்கினார். கவி புனையும் திறமை இயல்பாகவே அவரிடம் இருந்தது எனலாம்.

புரட்சிக் கருத்துகள்

இந்தச் சமுதாயத்தில் புரையோடிக் கிடக்கும் அவலங்களான மூடப்பழக்க வழக்கங்கள், அறியாமை, சாதி, சமய வேறுபாடுகள் போன்றவற்றை அனல் தெறிக்கும் தன் கவிதைகள் மூலம் இடித்துரைத்துள்ளார். தன் குடும்பம் வறுமையில் வாடிய போது கூட அவர் பணத்துக்காகப் பாடாமல், தேசநலன், சமுதாய முன்னேற்றம், மொழி வளர்ச்சி போன்ற உயர்ந்த எண்ணங்களையே கொள்கையாகக் கொண்டிருந்தார்.

“ஓடப்பராயிருக்கும் ஏழையப்பர்
உதையப்பர் ஆகி விட்டால், ஓர் நொடிக்குள்
ஓடப்பர் உயரப்பர் எல்லாம் மாறி
ஒப்பப்பர் ஆகிவிடுவார் உணரப்பா நீ”

என்பது போன்ற பொதுவுடைமைக் கொள்கைகளை வலியுறுத்தும் பாடல்கள் பலவற்றை பாடியுள்ளார். பெண்ணின் பெருமை, பெண் கல்வி, விதவை மறுமணம் என்று புரட்சிக் கருத்துகள் அடங்கிய பாடல்களை இயற்றியதோடு அல்லாமல் மேடைகளில் பேசி மக்களிடம் விழிப்புணர்வை உண்டாக்கினார்.

முடிவுரை

மொழிப் புலமையை தன் சுய லாபத்திற்காக பயன்படுத்தாமல் மொழியின் வளர்ச்சிக்காகவும், சமுதாய முன்னேற்றத்திற்காகவும் பயன்படுத்திய தீர்க்கதரிசி இவர். யாருக்கும் அஞ்சாமல் தன்னுடைய கருத்துகளைத் துணிந்து கூறும் புதுமைப் புலவர்கள் தோன்றுவது அரிது. இந்த சமுதாயத்திற்காகவும் தேச சுதந்திரத்திற்காகவும் அவர் எழுதிய புரட்சிக் கவிதைகள் நம் உணர்வில் கலந்து நம்மை பக்குவப் படுத்துகிறது என்பது உண்மை.

★★★

நான் விரும்பும் அறிவியல் அறிஞர் - அப்துல் கலாம்

முன்னுரை

21–ஆம் நூற்றாண்டின் இணையற்ற அறிவியல் அறிஞரும், பாரதத்தின் முன்னாள் குடியரசுத் தலைவருமான அப்துல் கலாம் அவர்களே நான் விரும்பும் அறிவியல் அறிஞராவார். பாரதத்தின் தென் கோடியில் பிறந்து, வளர்ந்து தன் உன்னத உழைப்பால் உயர்ந்து பாரதத்தின் வடகோடியில் இந்தியாவின் முதல் குடிமகனாக சிம்மாசனத்தில் அமர்ந்த பண்பாளர் அப்துல் கலாம் அவர்கள். இவரே நான் விரும்பும் அறிவியல் அறிஞர் ஆவார்.

பிறப்பு

விஞ்ஞானி அப்துல் கலாம் அவர்கள் இன்றைய இராமநாதபுரம் மாவட்டத்தில் உள்ள தனுஷ்கோடியில் 1931–ஆம் ஆண்டு அக்டோபர் 15–ஆம் தேதி ஜைனுல்லா மரைக்காயர்–ஆஷிமா தம்பதியருக்கு மகனாகப் பிறந்தார்.

அறிவியல் அறிஞர் கலாம்

1963–இல் இந்திய விண்வெளி ஆராய்ச்சிக் கழகத்தில் சேர்ந்த கலாம் அவர்கள் எஸ்.எல்.வி. III – இன் திட்ட இயக்குநராக பணியாற்றினார். அதன் மூலம் ரோகிணி என்ற செயற்கைக் கோளை விண்ணில் ஏவி அதை பூமியை வெற்றிகரமாகச் சுற்றி வரச் செய்தார்.

கால் ஊனமுற்றோர், இளம்பிள்ளை வாதத்தினால் துன்பப்படுபவர்களுக்குகாக மிக இலேசான கார்பன் பொருளைப் பயன்படுத்தி செயற்கைக் கால்களை உருவாக்கினார். மேலும் இந்த விஞ்ஞானி, திரிசூல், பிரித்வி, ஆகாஷ், நாக் மற்றும் அக்னி என்ற ஏவுகணைகளையும் விண்ணில் செலுத்தினார்.

அணுகுண்டு சோதனை நடத்தி வல்லரசு நாடுகளுக்கு சவால்விட்டார் கலாம். இன்று உலக அரங்கில் இந்தியா தலைநிமிர்ந்து நிற்கக் காரணமானவர் கலாம்.

கலாமின் குணநலன்கள்

'மதச் சார்பின்மை' என்ற கொள்கைக்கு உதாரணமாகத் திகழ்கிறார். இந்திய வரலாற்றில் நேருவுக்கு அடுத்தபடியாக குழந்தைகளிடம் நெருங்கிப் பழகுபவர் கலாம் அவர்கள்தான். அவர் செல்லும் இடங்களில் எல்லாம் மாணவர்களை சந்தித்துப் பேச அவர் தவறுவதில்லை. ஏவுகணைகளாக மாணவர்களிடமிருந்து வரும் கேள்விகளுக்கு பொறுமையாக, சிரித்த முகத்துடன் பதில் அளிப்பார். எளிமை, அடக்கம், அறிவு என்ற மூன்று உயர்ந்த குணங்களை தன்னகத்தே கொண்டவர். பாரத மண்ணில் பிறந்த இளைஞர்களிடம் அபார நம்பிக்கைக் கொண்டவர். இந்திய இளைஞர்களுக்கு இவர் கூறும் அறிவுரை, **"கனவு, கனவு, கனவு; இதனை சிந்தனை வடிவமாக்குங்கள், பின் செயலாற்ற முனைப்படுங்கள்"** என்பதாகும்.

விருதுகள்

பாரத நாட்டிற்கு அவர் ஆற்றிய தொண்டுகளுக்காக நடுவணரசு இவருக்கு **'பாரத ரத்னா'** விருதினை வழங்கியுள்ளது. 23 பல்கலைக்கழகங்கள் இவருக்கு **'டாக்டர் ஆஃப் சயின்ஸ்'** பட்டத்தை வழங்கியுள்ளன. ஆர்யபட்டா விருது, நேரு விருது போன்று பல விருதுகளைப் பெற்றுள்ளார். ஜவஹர்லால் நேரு பல்கலைக்கழகம் **'டாக்டர் ஆஃப் ஃபிலாசஃபி'** பட்டத்தை வழங்கியுள்ளது. விஸ்வபாரதி பல்கலைக்கழகம் **'தேசிகோத்தமா'** பட்டத்தை வழங்கியுள்ளது.

முடிவுரை

அறிவியல் மீதும் நாட்டின் மீதும் எந்தளவு பற்றுக் கொண்டிருக்கிறாரோ, அந்தளவு தாய்மொழியாம் தமிழ்மீதும் பற்று கொண்டவர் கலாம் அவர்கள்.

"சொல்லுக சொல்லிற் பயனுடைய சொல்லற்க
சொல்லிற் பயனிலாச் சொல்" **– குறள் 200**

என்ற குறள் அவருக்கு மிகவும் பிடித்ததாகும். அக்குறளின் வழி நடந்து, இந்திய மாணவர்கள் பற்றிய அவரின் கனவை நிறைவேற்றுவதே நமது கடமையாகும்.

★★★

நான் விரும்பும் நூல் - திருக்குறள்

முன்னுரை

'கல் தோன்றி மண்தோன்றாக் காலத்தே முன் தோன்றிய மூத்தகுடி தமிழ்குடி" என்பது முன்னோர் கூறிய வாக்கு. உலகின் மிகத் தொன்மையான தமிழ்மொழி, பண்டைக் காலத்திலிருந்து தற்காலம் வரை நமக்கு பல நூல்களை தந்து கொண்டேயிருக்கிறது. ஆனாலும் இன்றளவும் உலகத்தாரால் ஈடு இணையற்ற நூலாகப் போற்றப்படுவது உலகப் பொதுமறையாம் திருக்குறளாகும். நான் விரும்பும் நூலும் திருக்குறளேயாகும்.

உலகப் பொதுமறை

அறம், பொருள், இன்பம் ஆகியவற்றை செம்மையுற நமக்குக் கூறும் திருக்குறள் குறிப்பிட்ட ஒரு நாட்டினருக்கோ, மொழியினருக்கோ மட்டும் உரித்தன்று. உலகம் முழுவதிற்கும் சொந்தமானது. உலகிலேயே அதிக மொழிகளில் மொழிபெயர்க்கப்பட்ட நூல் திருக்குறளாகும். வெளிநாட்டினரும் இங்கு வந்து தமிழ் கற்று திருக்குறளைப் படித்து, பின் தங்கள் மொழிகளில் மொழிபெயர்த்துள்ளனர்.

பொதுவான அறங்கள்

இவரது நூலில் எந்தச் சாதியோ, மதமோ, இறைவனின் பெயரோ எந்த இடத்திலும் கிடையாது. இறைவனைக் குறிக்கும் பொதுச் சொற்கள் மட்டுமே திருக்குறளில் உண்டு. திருக்குறளில் மனிதனுக்குச் சொல்லாத அறங்களே கிடையாது.

சாதாரண மனிதன் முதல் மன்னன் வரை அனைவருக்கும் கூறப்பட்டுள்ள விதிமுறைகள் எந்தக் காலத்திற்கும், எந்நாட்டவர்க்கும் பொருந்தக் கூடியதாக உள்ளதால் உலகப் பொதுமறை என்றனர். திருவள்ளுவர் சாதாரணக் குடிமகனாக வாழ்ந்தவர்தான். ஆனால் அரசன், துறவி, குடும்பத் தலைவன் என்று அனைவருக்கும் வாழ்வியல் நெறிகளைக் கூறியுள்ளார். அவர் கூறியதற்கு மாறுபட்ட இரண்டாவது கருத்து இருக்க முடியாது.

அட்சயப்பாத்திரம்

மணிமேகலையில் கூறப்பட்டுள்ள அட்சயப்பாத்திரம் எடுக்க எடுக்க குறையாமல் உணவினைத் தந்து கொண்டிருக்கும். அது போல திருக்குறளைப் படிக்க படிக்க ஒவ்வொரு கோணத்திலும் புதிய விளக்கங்கள் நமக்கு கிடைத்துக் கொண்டேயிருக்கும்.

"தோன்றின் புகழொடு தோன்றுக அஃதிலார்
தோன்றலின் தோன்றாமை நன்று"

– குறள் – 236

என்று கூறினார் வள்ளுவர். அப்படி '**புகழொடு தோன்றினால் என்ன கிடைக்கும்?**' என்ற கேள்வி நம் மனதில் எழுந்தால் அதற்கும் வள்ளுவர்,

"வையத்துள் வாழ்வாங்கு வாழ்பவன் வானுறையும்
தெய்வத்துள் வைக்கப் படும்."

– குறள் – 50

என்று பதில் கூறுகிறார்.

முடிவுரை

"வள்ளுவன் தன்னை உலகினுக்கே தந்து
வான் புகழ் கொண்ட தமிழ்நாடு"

என்று பாரதி புகழ்ந்துள்ளார். மிகமிகச் சிறியது கடுகு. அந்தக் கடுகைத் துளைத்து ஏழு கடல்களை உள்ளே புகட்டியது போன்றது குறள் என்று ஔவையார் பாராட்டியுள்ளார். ஏழே சீர்களில் உலக நீதியைச் சொல்லும் திருக்குறளே நான் இன்றும் என்றும் விரும்பும் நூலாகும்.

★★★

நான் விரும்பும் விளையாட்டு வீரர் - சச்சின் டெண்டுல்கர்

முன்னுரை

இன்றைய இளைய தலைமுறையினரின் இதயங்களையெல்லாம் கொள்ளையடிக்கும் விளையாட்டாக '**கிரிக்கெட்**' புகழ்பெற்று விளங்குகிறது. அதிலும் குறிப்பாக இந்திய அணி விளையாடும் ஒவ்வொரு போட்டிகளையும் ரசிகர்கள் ஆர்வத்துடன் கண்டுகளிக்கின்றனர். இந்திய அணிக்கு உலகளவில் எண்ணற்ற ரசிகர்கள் உள்ளனர். அதற்கு முக்கியக் காரணம்,

அதில் விளையாடும் நட்சத்திர ஆட்டக்காரர் சச்சின் டெண்டுல்கரே ஆவார். அவருடைய ஆட்டத்தைக் கண்டு வியக்காதவர்கள் உலகில் யாரும் இல்லை எனலாம். அவர் களத்தில் நின்றால் எதிரணியே பயந்துவிடும். இப்படி பல சாதனைகளுக்கு சொந்தக்காரராக விளங்கும் சச்சின் டெண்டுல்கரே நான் விரும்பும் விளையாட்டு வீரராவார்.

பிறப்பும் வளர்ப்பும்

“மகன் தந்தைக்கு ஆற்றும் உதவி இவன்தந்தை
என்னோற்றான் கொல்எனுஞ் சொல்.” – குறள் – 70

என்ற வள்ளுவரின் வாக்கிற்கிணங்க உலகில் பிறரும் பாராட்டும்படியாக சிறப்புடன் செயல்படுபவர் டெண்டுல்கர். மராட்டிய மாநிலத்தின் பிரபல நாவலாசிரியரான ரமேஷ் டெண்டுல்கரின் மகனாக சச்சின் டெண்டுல்கர் மும்பை மாநகரில் 1973–ஆம் ஆண்டு ஏப்ரல் – 24 ஆம் தேதி பிறந்தார். கிரிக்கெட் வீரர்கள் பலரை உருவாக்கிய சாரதாஷ்ரம் வித்யா மந்திர் பள்ளியில் சேர்ந்து பயிலத் தொடங்கிய சச்சின், பள்ளிக் காலத்திலிருந்தே கிரிக்கெட் விளையாடி வருகிறார்.

சாதனைகள்

மும்பையின் பள்ளிகளுக்கு இடையிலான போட்டி ஒன்றில் இவரும், இவரது பால்ய நண்பரான வினோத் காம்ப்ளியும் இணைந்து 664 ரன்கள் குவித்து சாதனை புரிந்தனர். அப்போது சச்சினுக்கு 15 வயது. அதன்பிறகு டெண்டுல்கர் முதன்முறையாக 1989–ஆம் ஆண்டு தனது 16–ஆவது வயதில் பாகிஸ்தானுக்கு எதிராக இந்திய அணி சார்பில் டெஸ்ட் போட்டிகளில் விளையாடினார். 1990–ஆம் ஆண்டு இங்கிலாந்துக்கு எதிராக தனது முதல் டெஸ்ட் சதத்தை அடித்த டெண்டுல்கர், தற்பொழுது தென் ஆப்பிரிக்கா அணிக்கு எதிராக 51–ஆவது டெஸ்ட் சதத்தை அடித்து மிகப் பெரிய உலக சாதனை செய்துள்ளார். அதுமட்டுமல்லாது 14 ஆயிரத்துக்கும் மேற்பட்ட ரன்களை எடுத்து அவரே முதலிடத்தில் உள்ளார்.

ஒரு நாள் போட்டி

டெஸ்ட் போட்டியில் மட்டுமல்ல, ஒரு நாள் போட்டிகளிலும் அவர் பல சாதனைகளை செய்துள்ளார். அதில் குறிப்பாக 2010–ஆம் ஆண்டு தென் ஆப்பிரிக்காவுக்கு எதிராக, உலக அளவில் இதுவரை எந்தவொரு வீரரும் செய்யாத இரட்டைச் சதத்தை அடித்து புதிய சாதனை படைத்தார். இவர் ஒரு நாள் போட்டிகளில் 48 சதங்களையும், 17 ஆயிரத்திற்கும் மேற்பட்ட ரன்களையும் குவித்துள்ளார். அது மட்டுமல்லாது பந்து வீச்சிலும், ஃபீல்டிங்கிலும் பல சாதனைகளை செய்துள்ளார்.

குணங்கள்

டெண்டுல்கர் பழகுவதற்கு மிக எளிமையானவர். எதிரணி வீரர்கள் என்ற **‘ஈகோ’** இல்லாதவர். எந்த தருணத்திலும் மகிழ்ச்சியுடனும், நம்பிக்கையுடனும், அதே புத்துணர்ச்சியுடனும் விளையாடக்கூடியவர். புதிதாய்க் களமிறங்கும் வீரர்களுக்கு சிறந்த முறையில் அறிவுரை வழங்கக் கூடியவர். தன்னைப் பற்றி வரும் கிசுகிசுக்களுக்கெல்லாம் கவலைப்படாதவர். இப்படி எண்ணற்ற குணங்கள் அவரிடம் உள்ளன.

விருதுகள்

எண்ணற்ற சாதனைகளுக்கு சொந்தக்காரராக விளங்கும் டெண்டுல்கர் எண்ணற்ற விருதுகளுக்கும் சொந்தக்காரராக விளங்குகிறார். அர்ஜுனா விருது, ராஜீவ் காந்தி கேல் ரத்னா விருது, பத்மஸ்ரீ விருது, பத்மவிபூஷன் உள்பட பல விருதுகளை அவர் பெற்றுள்ளார். இவரைப் பற்றி டெஸ்ட் ஜாம்பவான் **‘டான் பிராட்மேன்’** மிகவும் புகழ்ந்து பேசியுள்ளார்.

முடிவுரை

இந்திய கிரிக்கெட் அணியில் இவரோடு விளையாடியவர்கள் எல்லாம் இன்று இவரது ஆட்டத்தை ரசித்துப் பார்க்கும் அளவுக்கு சச்சின் விளையாடுகின்றார் என்றால், அவர் கிரிக்கெட்டின் மீது வைத்திருக்கும் பற்றே ஆகும். லிட்டில் மாஸ்டர், கிரிக்கெட்டின் கடவுள், இந்திய பிராட்மேன் என்று பல்வேறு பெயர்களில் அழைக்கப்படும் டெண்டுல்கர் இன்னும் பல இமாலய சாதனைகளை செய்ய வேண்டும் என்பதே அனைவருடைய எதிர்பார்ப்பாகும்.

வரலாற்றுக் கட்டுரைகள்

விடுதலைப் போரில் தமிழகத்தின் பங்கு

முன்னுரை

முந்நூறு ஆண்டுகளுக்கும் மேலாக ஆங்கிலேயர்களின் ஆதிக்கத்தின் கீழ் பாரதம் அடிமைப்பட்டுக் கிடந்தது. சொந்த மண்ணிலேயே இந்தியர்கள் மிகவும் கொடுமைப்படுத்தப்பட்டனர். பாரதத்தின் செல்வங்களையெல்லாம் ஆங்கிலேயர்கள் கொள்ளை அடித்துச் சென்றனர். இந்நிலையில் நாட்டில் பல்வேறு இடங்களில் நாட்டின் விடுதலைக்காக கிளர்ச்சிகள் ஏற்பட்டன. விடுதலைக்காக நடைபெற்ற அந்தப் புனிதப் பணியில் தமிழகத்தின் பங்கு அளப்பரியது. ஆண், பெண் என்ற வேறுபாடின்றி எண்ணற்ற உயிர்கள் தம்மை தியாகம் செய்துள்ளன.

முதல் முழக்கம்

1714–இல் பிறந்த பூலித்தேவன் நெற்கட்டாஞ்செவ்வலின் குறுநில மன்னராக இருந்தவர். உயிர் போயினும் ஒரு நெல்மணிகூட வரியாகத் தர இயலாது என மறுத்து போர்க்கொடி தூக்கிய மாவீரன் பூலித்தேவன் 17 ஆண்டுகள் ஆங்கிலேயர்களுடன் போரிட்டு பின் வீர மரணம் அடைந்தார்.

பூலித்தேவனுக்குப் பிறகு வெள்ளையர்களின் ஏகாதிபத்தியத்திற்கு எதிராக உரிமைக்குரலை எழுப்பியவர் பாஞ்சாலங்குறிச்சியை ஆண்டு வந்த வீரபாண்டிய கட்டபொம்மன் ஆவார். **"சொந்த மண்ணிலே வாழும் நாங்கள் உங்களுக்கு எதற்காக வரி கட்ட வேண்டும்?"** என்று வெகுண்டெழுந்தார். ஆங்கிலேயர்களை எதிர்த்துப் போரிட்ட கட்டபொம்மனை அவர்கள் தூக்குமேடை ஏற்றிய போதும் துணிவுடன் வீர மரணத்தை இன்முகத்துடன் அவர் ஏற்றுக் கொண்டார்.

கட்டபொம்மனைத் தொடர்ந்து வெள்ளையர்களை எதிர்த்துப் போரிட்டு தூக்குமேடையேறியவர்கள் சிவகங்கையை ஆண்ட மருது சகோதரர்கள் ஆவார்கள்.

அடுத்தத் தலைமுறையினர்

வெள்ளையர்களுக்கு எதிராக கப்பல் நிறுவனம் நடத்தி கடல் வாணிபத்தை நடத்தியவர் வ.உ. சிதம்பரனார் ஆவார். இதனால் 'கப்பலோட்டிய தமிழன்' என்று புகழப்பட்ட அவரை வெள்ளையர் அரசாங்கம் சிறையிலிட்டு படுத்திய கொடுமைகள் எண்ணிலடங்கா. கல்லுடைத்தும், கசையடிபட்டும், செக்கிழுத்தும் பல துன்பங்கள் அடைந்தார்.

வ.உ.சி. அவர்களுடன் இணைந்து சுப்பிரமணிய சிவா, பாரதியார் போன்றோர் போராடினர். சுப்பிரமணிய சிவா காவியுடை அணிந்து மேடைகளில் வீராவேசமாகப் பேசும் பொழுது அவரின் பேச்சைக் கேட்ட வெள்ளையர்கள் கதிகலங்கிப் போயினர். அவர் கிராமம் கிராமமாக நடந்து சென்று மக்களிடம் விடுதலை வேட்கையை உண்டாக்கினார். வ.உ.சி.யையும், சுப்பிரமணிய சிவாவையும் வெள்ளையர் அரசாங்கம் கைது செய்து சிறையிலடைத்தது. அவர்கள் சிறையில் பட்ட துன்பத்தைக் கண்டு பாரதியார், **“மேலோர்கள் வெஞ்சிறையில் வீழ்ந்து கிடப்பதுவும் நூலோர்கள் செக்கடியில் நோவதுவும் காண்கிலையோ”** என்று இறைவனை நோக்கிப் பாடினார்.

மக்களிடையே விழிப்புணர்வைத் தூண்டக்கூடிய எழுச்சிமிக்கப் பாடல்களைப் பாடியும், வெள்ளையர்களின் ஏகாதிபத்தியத்தை எதிர்த்து நாளிதழ்களில் எழுதியும் சுப்பிரமணிய பாரதியார் விடுதலைக்காகத் தொண்டாற்றினார். வ.உ.சி.யுடனும், சுப்பிரமணிய சிவாவுடனும் இணைந்து மேடைகளில் முழங்கியவர் பாரதியார்.

விடுதலை இயக்கத்தில் கலந்து கொண்டு பட்டி தொட்டிகளெல்லாம் சுதந்திர உணர்வைக் கொண்டு சென்றவர் தீரர் சத்தியமூர்த்தி. அவருக்கு உறுதுணையாக இராஜாஜி அவர்களும் பல போராட்டங்களில் பங்கு கொண்டு சிறை சென்றார்.

காந்தியின் வடிவாய் செயல்பட்டு விடுதலைக்காக உழைத்த காமராஜர், வ.வே.சு. ஐயர், அந்நியத் துணிகளை நெருப்பிலிட்டு போராடிய ஜீவானந்தம், தன் வாழ்நாளில் ஐந்தில் ஒரு பகுதியை சிறையில் கழித்த பசும்பொன் முத்துராமலிங்கத் தேவர், பகுத்தறிவுப் பகலவன் ஈ.வெ.ரா. பெரியார் என எண்ணற்ற தமிழ் மைந்தர்கள் பாரத விடுதலைக்காகப் போராடியுள்ளனர்.

இன்னுயிர் நீத்த தீரர்கள்

ஆங்கிலேயரிடம் பணி புரிய விரும்பாமல், அரசுப் பணியைத் துறந்து சுதந்திரத் தொண்டாற்றிய வாஞ்சிநாதன், வ.வே.சு. ஐயரிடம் துப்பாக்கி சுடும் பயிற்சி பெற்றார். ஆஷ் துரை இந்தியர்களுக்குச் செய்த கொடுமைகளை எண்ணி குமைந்த வாஞ்சிநாதன் மணியாச்சி ரயில் நிலையத்தில் வைத்து மாவட்ட ஆட்சியரான ஆஷ் துரையைத் துப்பாக்கியால் சுட்டுக் கொன்றுவிட்டு தன்னையும் மாய்த்துக் கொண்டார்.

அறப்போராட்டத்தில் இந்தியர்களின் துணிவு கண்டுதான் ஆங்கிலேயன் அச்சம் கொண்டான். அத்துணிவிற்கு ஓர் எடுத்துக்காட்டுதான் கொடிகாத்த குமரன். திருப்பூரில் தொண்டர் படைக்குத் தலைமைத் தாங்கிச் செல்லும் போது ஆங்கிலேயரின் தாக்குதலுக்கு உள்ளாகி தலையில் இரத்தம் பெருக்கெடுத்து ஓடிய போது அவரும் மனம் தளரவில்லை. தாயின் மணிக்கொடியையும் தளரவிடவில்லை.

விடுதலைப் போரில் மகளிர்

வடக்கே ஜான்சி ராணிக்கு ஈடாக தமிழ் மண்ணில் 18–ஆம் நூற்றாண்டைச் சார்ந்த வீரமங்கை வேலு நாச்சியாரைச் சொல்லலாம். சிவகங்கைச் சீமையை ஆண்ட முத்துவடுகநாதருக்கு துணையாக வாளேந்திப் போர் புரிந்தார். கர்னல் ஸ்மித்துடன் செய்த போர் குறிப்பிடத்தக்கது. இறுதியில் இம்மண்ணிற்காக உயிர் துறந்தார்.

தஞ்சைத் தமிழ் மகளாகிய தில்லையாடி வள்ளியம்மை தென்னாப்பிரிக்காவில் பிறந்தாலும் தம் பதினாறு வயதினிலேயே போராட்டத்தில் உயிர் நீத்தார். அந்த வயதிலேயே பலரும் வியக்கும் வண்ணம் போராடி காந்தியுடன் சிறை சென்றார். சிறையினில் நோய் ஏற்பட்டு 1914–இல் இன்னுயிர் நீத்தார்.

இவர்களைப் போன்று மனதைரியத்துடன் போராடி சிறை சென்ற தமிழ் மகளிர் பலரின் பெயர்கள் வெளிவரவில்லை. நேதாஜி சுபாஷ் சந்திரபோஸின் படையிலும் லட்சுமி என்ற தமிழ்ப்பெண் பங்கெடுத்து போர் புரிந்துள்ளார்.

முடிவுரை

தமிழ்நாட்டில் மன்னர்கள் மட்டுமின்றி கலைஞர்கள், கவிஞர்கள், உயர்கல்வி கற்றவர்கள் முதல் பாமரக் குடிமக்கள் வரை விடுதலைக்காக அனைவரும் போராடியுள்ளனர். எண்ணற்ற தியாக சீலர்கள் தம் வாழ்வைத் துச்சமென மதித்து பாரதத்தாயின் அடிமை விலங்கைத் தகர்த்தெறிந்தனர். அவர்கள் அரும்பாடுபட்டு பெற்றுக் கொடுத்த சுதந்திரத்தை நாம் பேணிக் காக்க வேண்டும்.

★★★

பண்டைத் தமிழர் படைத்திறம்

முன்னுரை

பண்டைத் தமிழகம் சேர, சோழ, பாண்டிய மன்னர்களால் ஆளப்பட்டது. அவர்களின் ஆளுகைக்குட்பட்டு பல குறுநில மன்னர்களும் தமிழகத்தில் ஆட்சி புரிந்துள்ளனர். பண்டைத் தமிழ் மன்னர்களின் கொடைட் பண்பு, வீரம் ஆகியவற்றைப் பற்றி புறநானூறு என்ற இலக்கியம் விரிவாகக் கூறியுள்ளது. இன்றையக் காலத்தில் உள்ளது போன்ற நவீனப் போர்க் கருவிகள் ஏதும் இல்லாமலேயே பல நவீன யுக்திகளைக் கையாண்டு தங்கள் நாட்டை அவர்கள் பாதுகாத்ததுடன், எதிரிகளைப் புறமுதுகிட்டு ஓடச் செய்தனர். அவர்களின் படைத்திறம், மறம் ஆகியவற்றைக் பற்றி இக்கட்டுரையில் காண்போம்.

நால்வகைப் படை

பண்டை அரசர்களுக்குரிய அங்கங்களுள் சிறந்ததாக நால்வகைப் படைப் பிரிவுகள் விளங்கின. தேர்ப்படை, யானைப்படை, காலாட்படை, குதிரைப்படை முதலிய நால்வகைப் படைப் பிரிவுகள் இருந்தன. நால்வகைப் படைகளில் ஏற்றமும் தோற்றமும் வாய்ந்ததாக யானைப்படை விளங்கியது. போர்க்களத்தில் வீறு கொண்டு வீரப்போர் புரிவதும், மாற்றான் அரண்மனைகள், மாடமாளிகைகள் போன்றவற்றைத் தாக்கி அழிப்பதும் யானைப் படைகளே ஆகும். வலிமை வாய்ந்த ஆண் யானை '**பட்டத்து யானை**'யாகத் தேர்ந்தெடுக்கப்பட்டது.

குதிரைப்படைகளும் தமிழ்நாட்டில் சிறந்து விளங்கின. இப்படை வீரர்கள் வாழையடி வாழை போல் மன்னர்க்கு படைத் தொழிலாற்றும் பணியினைச் செய்து வந்தனர்.

இசைக்கருவிகள்

பண்டைத் தமிழ் மன்னர்கள் வீரமுரசு மற்றும் போர் வெறியூட்டும் இசைக்கருவிகள் பலவற்றை படைப்பிரிவுகளில் பயன்படுத்தினர். வெம்மை வாய்ந்த புலியை வீரத்துடன் தன் கொம்புகளால் கீறிக் கொன்ற பெருங்காளையின் தோலால் வீரமுரசுகள் செய்யப்பட்டன. போர்க்காலங்களில் முன்னே செல்லும் இந்த முரசு, மற்ற காலங்களில் அதற்கென அமைக்கப்பட்ட தனி மஞ்சத்தில் வைக்கப்பட்டிருக்கும். மற்றும் போர்க்காலங்களில் பறை, பம்பை, திட்டை, தடாரி போன்ற இசைக்கருவிகளும் ஒலிக்கப்படும். அவைகள் சேர்ந்து ஒலிக்கும் போது வீரர்களின் நரம்புகளில் முறுக்கேறும்; போர்வெறி பிறக்கும்; வீரம் சிறக்கும்.

மறவர்களின் பண்பு

போர்க்களத்தில் முன் வைத்த காலை பின் வைத்தறியாதவர்கள் தமிழக வீரமறவர்கள். தங்கள் உயிரைத் துச்சமென கருதி போர் செய்வார்கள். போர்க்களத்தில் பெற்ற வடுக்களை பெருமிதத்துடன் ஏற்றுக் கொள்வார்கள். தங்களிடமுள்ள செல்வத்தை விட தங்கள் உடலில் உள்ள விழுப்புண்களையே பெரிதென மதித்தனர்.

போர் நெறிகள்

பண்டைத் தமிழ் மன்னர்கள் போர் தொடங்குவதற்கு முன்னர், முரசு ஒலித்து போர் எச்சரிக்கை செய்வர். போர்க்காலங்களில் தூதாக வரும் எதிரி நாட்டுத் தூதர்களை கொல்லுதல், போர்க்களத்தில் நிராயுதபாணியாக நிற்பவர்களைக் கொல்லுதல் போன்றவை தவறென்று விதிமுறைகளை வகுத்திருந்தனர். எதிரி நாட்டைக் கைப்பற்றும் பொழுது அங்கிருக்கும் பெண்கள், குழந்தைகள், முதியோர்கள் போன்றோரை தாக்குதல் கூடாது என்ற மரபைப் பின்பற்றினர். தங்களிடம் சரணடைந்தவர்களைத் தாக்குதல் கூடாது என்ற விதி பின்பற்றப்பட்டது.

முடிவுரை

பண்டையத் தமிழகத்தில் பேரரசர்கள், சிற்றரசர்கள் என்று யாராக இருப்பினும் தங்கள் படைகளைத் திறம்பட நடத்தி எதிரிகளைப் புறமுதுகிட்டு ஓடச் செய்தனர். கடல் கடந்தும் தங்கள் எல்லையை விரிவுபடுத்திய இராஜராஜ சோழன், இமயம் சென்று தன் கொடி பதித்து கனக விசயரை வென்ற சேரன் செங்குட்டுவன், ஆரியப்படை கடந்த நெடுஞ்செழியன் போன்ற வேந்தர்கள் பலர் தமிழர்களின் உயர்ந்த பண்பினை போர் புரிவதிலும் கடைபிடித்து பிற நாட்டு வேந்தர்களுக்கு முன்னுதாரணமாய்த் திகழ்ந்தனர்.

★★★

தரணி போற்றும் தஞ்சைப் பெரிய கோயில்

முன்னுரை

“சேரநாடு வேழமுடைத்து, சோழநாடு சோறுடைத்து, பாண்டியநாடு முத்துடைத்து, தொண்டைநாடு சான்றோர்கள் உடைத்து” என்பது தமிழர் பெருமை கூறும் பழமொழியாகும். **‘சோழநாடு சோறுடைத்து’** என்பதிலிருந்து நிலவளம் மிக்க நாடு சோழநாடு என்பதை நாம் அறிந்து கொள்ளலாம். அத்தகு பெருமைமிக்க சோழநாடு தமிழகத்தின் நெற்களஞ்சியமாம் தஞ்சையைத் தலைநகராகக் கொண்டிருந்தது. வளமான நிலங்கள், திறமையான கலைஞர்கள் மட்டுமின்றி தரணி போற்றும் பெரிய கோயிலையும் தன்னகத்தே கொண்டது தஞ்சை மாநகரம். வரலாற்றுப் புகழ் பெற்ற தஞ்சைப் பெரிய கோயில் பற்றி இக்கட்டுரையில் காண்போம்.

இராஜராஜ சோழன்

சோழ வம்சத்தில் முப்பது ஆண்டுகளுக்கும் மேல் பேரரசராயிருந்து ஆட்சி புரிந்தவர் இராஜராஜ சோழன் ஆவார். இவர் கடல் கடந்து சென்று தமிழாட்சியை நடத்தியவர். இராஜதந்திரத்தில் இவருக்கு நிகர் இவரேதான். தேவாரம் போன்ற தமிழ் இலக்கியங்களை தேடியெடுத்து அழியாமல் காத்த பெருமை இவருக்குண்டு. புலவர்களை ஆதரித்தும் பல ஆலயங்களை சீரமைத்தும் நற்பணிகள் செய்துள்ளார். அவர் செய்த இறைப்பணிகளிலேயே இமாலயப் பணி தஞ்சைப் பெரிய கோயிலைக் கட்டியதுதான்.

பெரிய கோயிலின் சிறப்புகள்

கோயிலின் மூல தெய்வமான லிங்க உருவிலுள்ள சிவன் பிரகதீஸ்வரர் என்றழைக்கப்படுகிறார். மூலவரின் எதிரே நந்தி சிலை பெரிய அளவில் கல்லினால் அமைக்கப்பட்டுள்ளது. இக்கோயிலின் கருவறையில் அமைந்துள்ள லிங்கம் ஒரே கல்லினால் ஆனது. இதைப் போல் வேறெங்கும் காண முடியாது.

இத்தெய்வத்தின் எதிரேயுள்ள நந்தி சிலை மிகப் பெரியதாகவும் நாக்கை சுழற்றியபடி இருப்பது காண்போரை வியக்க வைக்கும் கலைப் பெட்டகம் ஆகும்.

இங்கு கருவறை மீதுள்ள கோபுரம் 216 அடி உயரத்தில் எழுப்பப்பட்டு பேரழகுடன் கட்டடக் கலைக்கு சான்றாய்த் திகழ்கின்றது. கோபுரத்தின் மேலே பல டன்கள் எடையுடன் கூடிய ஒற்றைக் கல், மையத்தில் வைத்துக் கட்டப்பட்டுள்ளது. இக்கல்லானது யானைகளின் உதவியுடன் உருட்டிக் கொண்டு வரப்பட்டது. பின் பன்னிரு மைல் தொலைவிலிருந்த '**சாரப்பள்ளம்**' என்ற இடத்திலிருந்து கோபுரத்தின் உயரத்திற்கு சாய்வான தளம் அமைக்கப்பட்டு, அதன் மூலம் கோபுரத்தின் உச்சிக்கு ஏற்றப்பட்டுள்ளது. இது அக்காலச் சிற்பிகளின் அறிவுத் திறமைக்கும் தொழில்நுட்பத் திறமைக்கும் ஓர் எடுத்துக்காட்டாகும்.

கோயிலினுள் விநாயகர், முருகன், சண்டேஸ்வரர் மூவருக்கும் தனித்தனி கோயில் உள்ளது. சிவனுக்கு இடப்பகுதியில் அம்மனுக்கு சந்நதி உள்ளது. கோயிலின் உள்ளே இராஜராஜனுக்கு உலோகத்தாலான சிலை அமைத்து வழிபாடு செய்யப்படுகிறது. வருடந்தோறும் இராஜராஜன் பிறந்த நாளான சதய நாளில் சிறப்புடன் விழா நடத்தப்படுகிறது.

கல்வெட்டுகள்

அக்காலக் கோயில்களில் கோயிலைக் கட்டியதற்குச் சான்றாய்த் திகழ்வது கல்வெட்டுகளேயாகும். இக்கோயிலில் கல்வெட்டுகள் மிகுதியாகக் காணப்படுகின்றன. கோயில் கட்டியதற்கான கல்வெட்டு, கோயிலுக்கு வழங்கப்பட்ட நிலங்கள் என்று பல்வேறு விதமான கல்வெட்டுகள் அமைந்துள்ளன. இவ்வாறு பல கல்வெட்டுகள் இருந்தாலும் "**இக்கோயிலை எனக்குப் பிறகு எழில் குன்றாமல் பரிபாலித்து வருபவர்கள் அடியிரண்டும் முடிமேலன்**" என்று இராஜராஜன் அறிவித்துள்ள கல்வெட்டு மிகச் சிறப்புடையது.

பாதுகாப்பு நடவடிக்கைகள்

அந்தக் காலத்தில் அந்நியர் படையெடுப்பின் போது இக்கோயிலுக்கு பாதிப்பு ஏற்படக் கூடாது என்று கோயிலைச் சுற்றி '**அகழி**' அமைக்கப்பட்டு அதில் முதலைகள் விடப்பட்டிருந்தன. இப்போதும் இக்கோயிலைப் பாதுகாக்கும் பொருட்டு அந்நியப் படையெடுப்பு நேர்ந்தாலும் '**இக்கோயில் பாதுகாக்கப்பட வேண்டிய சின்னங்களுள் ஒன்று**' என உலகளவில் அறிவிக்கப்பட்டுள்ளது.

முடிவுரை

காலங்களை கடந்து நிற்கும் பேரழகான தஞ்சைப் பெரிய கோயிலின் அமைப்பு கெடாவண்ணம் பாதுகாக்கும் கடமை ஒவ்வொரு தமிழனுக்கும் உண்டு.

★★★

அறிவியல் கட்டுரைகள்

அன்றாட வாழ்வில் அறிவியல்

முன்னுரை

ஒவ்வொரு நாளும் ஒவ்வொரு விநாடியும் நம் வாழ்வோடு பின்னிப் பிணைந்துவிட்ட ஒன்றுதான் அறிவியல். அறிவியல் இல்லாமல் நம்மால் வாழ முடியாது என்ற சூழ்நிலைக்கு

மக்கள் வந்துவிட்ட காலமிது. அறிவியல் பல்லாயிரக்கணக்கான அதிசயங்களைப் படைத்துக் கொண்டேயிருக்கிறது. அறிவியல் கண்டுபிடிப்புகள் அனைத்தும் மனித சமுதாயத்திற்கு உதவ வேண்டும் என்றுதான் கண்டுபிடிக்கப்பட்டன. இருப்பினும் அறிவியல் விந்தைகள் அழிவிற்கும் பயன்படுத்தப் படுகின்றன. இவற்றையெல்லாம் அறியும் வகையில் இக்கட்டுரை அமைகிறது.

மின்சாரம்

அறிவியல் கண்டுபிடிப்புகளுக்கெல்லாம் முன்னோடி என மின்சாரத்தைக் கூறலாம். தாமஸ் ஆல்வா எடிசனின் அயராத உழைப்பால் கண்டுபிடிக்கப்பட்ட மின்சாரம் இல்லையென்றால் இன்றைய உலகில் எதுவுமே இல்லை. இன்றைய தொழில்நுட்ப வளர்ச்சி, தகவல் தொடர்பு வளர்ச்சி, பல்வேறு நிறுவனங்களுடைய இயந்திரங்களின் இயக்கம் முதல் சாதாரணக் குடும்ப சாதனங்கள் வரை எதுவுமே மின்சாரம் இல்லையென்றால் இயங்காது.

தொலைத்தொடர்பு சாதனங்கள்

சமீபகாலமாக உலகில் தொலைத்தொடர்பு சாதனங்களின் எண்ணிக்கை அதிகமாக உள்ளன. தகவல்தொடர்புதுறை ஒவ்வொரு நிமிடமும் பற்பல மாற்றங்களைக் கண்டு வருகிறது. வானொலி, தொலைக்காட்சி, கணிப்பொறி எனத் தொடங்கி இணையதளம் என உலகம் முழுவதும் ஒரு சிறு கிராமம் போல் சுருங்கிவிட்டது.

விண்வெளிச் சாதனைகள்

நிலவினைக் காட்டி சோறூட்டிய காலம் போய் மனிதன் நிலவில் கால் பதித்து சாதனை புரிந்துவிட்டான். நிலவோடு நிறுத்திக் கொள்ளாமல் அனைத்துக் கோள்களையும் ஆராய்ந்து வருகிறது இன்றைய அறிவியல் உலகம். வான்வெளியில் இயங்கிக் கொண்டிருக்கும் செயற்கைக் கோள்களின் துணையால் நிலத்திலும் நீரிலும் மறைந்து கிடக்கும் நீர்வளம், எண்ணெய் வளம், கனிமவளம் போன்றவற்றைக் கண்டறிய முடிகிறது. உலகில் ஒரு மூலையில் நடக்கும் செய்திகளை மறுகோடிக்கு அனுப்பவும், வானியல் நிலைகளைத் தெளிவாக அறியவும் முடிகிறது.

பயன்கள்

அறிவியல்துறை கண்டுள்ள அதிசயக் கண்டுபிடிப்புகள் பலவகைகளிலும் மனித சமுதாயத்திற்கு பயன்களை அளிப்பனவாகவே உள்ளன. ஆகாயம், நிலம், நீர் இவற்றில் செல்லும் போக்குவரத்து சாதனங்களினால் அன்றாடப் பயணம் எளிதாகிவிட்டது. மருத்துவத்துறையில் ஏராளமான கண்டுபிடிப்புகள் அறிவியலால் கிடைத்துள்ளன. மனிதனின் இதயம் இயங்கும் தன்மையைக் கண் முன் காட்டும் கருவியிலிருந்து செயற்கை உறுப்புகள் வரை பல்வேறு கண்டுபிடிப்புகள் மனித சமுதாயத்திற்கு நன்மையை அளித்துக் கொண்டிருக்கின்றன.

முடிவுரை

அறிவியலின் கண்டுபிடிப்புகள் பல நன்மைகளை விளைவிப்பது போலவே சில நேரங்களில் தீமைகளையும் விளைவித்துவிடுகின்றன. அறிவியலின் கண்டுபிடிப்புகளில் ஒன்றான அணுகுண்டு மற்றும் பல அழிவுக் கருவிகளினால் உலக மக்கள் அச்சத்துடன் வாழ வேண்டிய சூழ்நிலையும் ஏற்பட்டுள்ளது. இந்நிலையை மாற்றி ஆக்கப்பூர்வமான செயல்களுக்கு மட்டும் அறிவியல் கண்டுபிடிப்புகளை பயன்படுத்த வேண்டும் என்று உறுதி கொள்வோம்.

★★★

வானொலியும் அதன் பயன்களும்

முன்னுரை

ஏழைகளின் நண்பனாய் விளங்கும் வானொலியை இத்தாலி நாட்டைச் சேர்ந்த மார்க்கோனி என்பவர் 1896–இல் கண்டுபிடித்தார். மின் அலைகளைக் காந்த அலைகளாக மாற்றி இவர் செய்த சாதனை மக்களை ஒன்றிணைத்ததோடு, வளர்ச்சி பெறவும் செய்தது.

வானொலி இயங்கும் முறை

வானில் செல்லும் ஒலி அலைகள் மின் அலைகளாக மாற்றப்படுகின்றன. பின் அவை ஆகாயத்தில் பரவியுள்ள ஈதரில் பரவுகின்றன. அதன்பின் வானொலியில் உள்ள வான்கம்பி மின்காந்த அலைகளை ஒலியலைகளாக மாற்றி ஒலிபெருக்கி மூலம் கேட்கச் செய்கிறது.

விளம்பரங்கள்

வானொலிகளுக்கு விளம்பரங்களே வருவாயைத் தருவனவாகும். மக்கள் வானொலியின் விளம்பரத்தினைக் கேட்டு பொருட்களை வாங்குவார்கள் என்பதால் விற்பனையாளர்கள் விளம்பரங்களுக்காக தங்கள் வருவாயின் 20 சதவீதத்தை ஒதுக்குகின்றனர்.

பயன்கள்

வானொலியின் மூலம் பல்வேறு நிகழ்ச்சிகள் செயலாக்கம் பெறுகின்றன. இன்னிசை, பக்திமாலை, விவசாய நிகழ்ச்சி, வானிலை அறிவிப்பு, நலத்திட்ட உதவிகள், வேலை வாய்ப்பு, கல்வி நிகழ்ச்சிகள், விளையாட்டு நிகழ்ச்சிகளின் நேரடி ஒலிபரப்பு போன்றவை மிகுந்த பயனுள்ளவையாகும். மாணவர்கள், விவசாயிகள், வியாபாரிகள் போன்றோர் அதிகமாகப் பயன்பெறுகின்றனர். மிகச் சிறிய அளவில்கூட வானொலி இருப்பதால் எளிதில் எங்கும் எடுத்துச் செல்ல முடிகிறது. மிகச்சிறிய பென்சில் அளவு பாட்டரிகளின் மூலம் இயங்கக்கூடியது என்பதால் மின்சாரமும் தேவையில்லை. விமானங்கள், கப்பல்கள் போன்றவற்றில் வானொலி இன்றியமையாததாகும். போர்க்காலங்களில் ஒருவருக்கொருவர் இரகசியச் செய்திகளை அறிந்து கொள்ள வானொலியின் பயன்பாடு முக்கியமானதாகும்.

முடிவுரை

தொலைக்காட்சியின் முன்னோடியான வானொலிக்கு என்று தனி இரசிகர்கள் உண்டு. தொலைக்காட்சி அறிமுகம் ஆன புதிதில் சற்றே தேக்க நிலை ஏற்பட்டிருந்தாலும் வானொலி அதன் இடத்தை தக்க வைத்துக் கொண்டிருக்கிறது.

"காசி நகரப் புலவர் பேசும் உரைதான் காஞ்சியில் கேட்பதற்கோர் கருவி செய்வோம்" – என்ற பாரதியின் கனவு நனவாகிவிட்டது. அன்னப்பறவை தண்ணீரை நீக்கி பாலை அருந்துதல் போல நாம் தீயவற்றை விலக்கி நல்லவற்றை மட்டும் கேட்டு இன்புறுவோமாக!

★★★

திரைப்படத்தினால் விளையும் நன்மை தீமைகள்

முன்னுரை

ஓவியங்களை, சிற்பங்களைப் பார்த்து அதிசயித்த மனிதன், கர்ணப் பரம்பரை கதைகளைக் கேட்டு பொழுதினைக் கழித்த மனிதன், தான் கேட்ட கதைகளை ஒளி வடிவில் திரையில் பார்த்த போது தன்னை மறந்து அதில் ஒன்றினான். அறிவியலின் விந்தைகளில்

இதுவும் ஒன்றாகும். இயந்திர வாழ்வில் உழன்று கொண்டிருக்கும் மனித வாழ்க்கையின் கவலைகளை மாற்றியமைத்து இன்றியமையாத இடத்தைப் பெற்றுள்ளது திரைப்படம். தாமஸ் ஆல்வா எடிசனின் கண்டுபிடிப்புகளில் இதுவும் ஒன்று.

தோற்றமும் வளர்ச்சியும்

முதன் முதலில் திரையிடப்பட்ட காட்சிகள் ஊமைப் படங்களாகக் காட்டப்பட்டு வந்தன. பின்னர் அவை பேசும் படங்களாகவும், வண்ணப் படங்களாகவும் வளர்ச்சி அடைந்தன. திரைப்படங்கள் மூலம் அந்தந்த நாட்டின் கலாச்சாரம், பண்பாடு போன்றவற்றை அறிந்து கொள்ள முடிகிறது. இந்தியாவைப் பொறுத்தவரை முதல் திரைப்படம் **'ராஜா அரிச்சந்திரா'** ஆகும். முதல் பேசும்படம் **'ஆலம் ஆரா'** ஆகும். தமிழகத்தின் முதல் பேசும்படமாக **'காளிதாஸ்'** வெளிவந்தது. முதலில் சாதாரண திரைப்படமாக வெளியிட்டார்கள். தொழில்நுட்பம் வளர வளர **70 mm**, சினிமாஸ்கோப், **3D** என்று படங்கள் வெளிவர ஆரம்பித்தன.

நன்மைகள்

திரைப்படத்தினால் கிடைக்கும் நன்மைகள் ஏராளமாகும். மனித மனத்திற்கு புத்துணர்வைத் தந்து களைப்பை நீக்குகிறது. உலகின் எல்லாப் பகுதிகளுக்கும் எல்லோராலும் செல்ல முடியாது. ஆனால் திரைப்படங்களின் மூலமாக உலகின் பல அற்புதங்களைக் காண முடியும். திரைப்பட அறிஞர்களின் வாழ்வுக்கு வழியமைத்துக் கொடுக்கிறது. சுதந்திரப் போராட்டக் காலத்தில் வெளிவந்த திரைப்படங்கள் மக்களிடையே விடுதலையுணர்வைத் தூண்டும்படி அமைந்திருந்தது.

வரலாற்று நிகழ்வுகள், தீண்டாமை ஒழிப்பு, தேசிய ஒருமைப்பாடு, மதுவிலக்கு போன்றவற்றை மையக்கருத்துகளாக அமைத்து, எடுத்து வெளிவந்த திரைப்படங்கள் மக்களிடையே விழிப்புணர்வை ஏற்படுத்தின. இராஜராஜச் சோழன், வீரபாண்டிய கட்டபொம்மன், வ.உ. சிதம்பரனார், பாரதியார் போன்றோர் பற்றிய திரைப்படங்கள் மக்கள் மனதில் எளிதாகப் பதிந்தது. புராணப் படங்கள் மக்களிடையே நன்னெறியைப் புகட்டின. இது மட்டுமன்றி அரசு நிகழ்ச்சிகள், குடும்ப நலம் போன்ற திரைப்படங்கள் மக்களிடையே அறியாமை இருளைப் போக்க உறுதுணை செய்கிறது.

தீமைகள்

திரைப்படங்களினால் எந்தளவு நன்மைகள் உண்டோ, அந்தளவு தீமைகளும் விளைகின்றன. மாணவர்கள் அடிக்கடி திரைப்படங்கள் பார்ப்பதால் வீண் செலவுடன் அவர்களின் மனநலமும், உடல்நலமும் கெட்டுவிடுகிறது. படங்களில் காண்பிக்கப்படும் ஆபாசக் காட்சிகள், வன்முறைக் காட்சிகள் மக்களின் மனதை தீய வழியில் செலுத்துகிறது. அதனால் சிலர் குற்றவாளிகளாகவும் மாறிவிடுகின்றனர். தொழில்நுட்பத்தில் புதுமைகளைக் கொண்டு வந்த திரைப்பட உலகம் அதற்கேற்றவாறு கட்டணத்தையும் அதிகளவில் உயர்த்தியதால், ஏழை, எளிய இளைஞர்கள் சிலர் அந்தப் படங்களைப் பார்ப்பதற்காக திருடவும் செய்கின்றனர். திரைப்பட கதாநாயகர்களை தெய்வமாக வழிபடும் இளைஞர்கள், இந்த நாட்டின் விடுதலைக்காக உயிர்நீத்த இளைஞர்களையும், எல்லைப் பகுதியில் நம்மைக் காக்க உயிர்த்தியாகம் செய்யும் போர் வீரர்களையும் சற்று எண்ணிப் பார்த்தால் போதும். தானாகவே திருந்திவிடுவார்கள்.

முடிவுரை

எந்த அறிவியல் சாதனமாக இருந்தாலும் சரி, அதனால் நன்மையும் உண்டு; தீமையும் உண்டு. இறைவன் நமக்குக் கொடுத்த பகுத்தறிவு கொண்டு தீமைகளை விடுத்து, நல்லவைகளை நாடுவோம்! வாழ்வில் வளம் பெறுவோம்.

★★★

விண்வெளியில் இந்தியச் சாதனைகள்

முன்னுரை

நாகரிகம், பண்பாடு, ஆன்மிகம், அறிவியல் என்று அனைத்திலுமே உலக நாடுகளுக்கு முன்னோடியாய் விளங்கியது நம் பாரத மணித் திருநாடாகும். இந்தியா பண்டைக்காலத்திலேயே வானியல், கணிதம் போன்ற துறைகளில் சிறந்து விளங்கியது. சுதந்திரப் போராட்டக் காலத்தில் விடுதலையுணர்வே ஒவ்வோர் உள்ளத்திலும் ஓங்கியிருந்தது. அதனால் சற்று தேக்கம் ஏற்பட்டிருந்தாலும், அதைச் சமாளித்து சுதந்திர இந்தியா அறிவியல் துறையில், குறிப்பாக விண்வெளித்துறையில் மேலை நாடுகளுடன் போட்டியிட்டு முன்னேறியுள்ளது.

ஆரியபட்டர்

ஏறத்தாழ 1600 ஆண்டுகளுக்கு முன்பு இந்தியாவில் விண்வெளிப் பற்றி ஆராய்ச்சியில் வல்லுநராய்த் திகழ்ந்தவர் ஆரியபட்டர் ஆவார். அவர் கணிதம், ஜோதிடம் மற்றும் விண்மீன்களைக் கொண்டு எடுத்துக் கூறிய கருத்துகள் இன்று வரை வியக்கும்படியாக உள்ளன. உலகம் தன்னைத் தானே சுற்றிக் கொள்கிறது என்ற உண்மையைக் கண்டறிந்தார்.

இந்திய ஆய்வு நிலை

இந்தியாவின் முதல் விண்வெளி வீரர் ராகேஷ் சர்மா ஆவார். பல்வேறு நாடுகளின் துணையுடன் செயற்கைக் கோளை செலுத்தி வந்த இந்தியா இன்று தானே செயற்கைக் கோளை தயாரித்துச் செலுத்தும் திறமையுடன் திகழ்கின்றது. ரஷ்யாவின் உதவியுடன் முதலில் ஆர்யபட்டா, பாஸ்கரா போன்ற பல செயற்கைக் கோள்களைச் செலுத்தியது. பின்பு இந்திய அறிவியல் அறிஞர்களால் இன்சாட் 1 ஏ, இன்சாட் 2, இன்சாட் 2 ஈ மற்றும் பி.எஸ்.எல்.வி.–யினைச் செலுத்தி இந்தியா புதிய சகாப்தம் படைத்தது.

செயற்கைக் கோள்கள் மூலம் அறிவியல் ஆய்வு, புவியியல் ஆய்வு, தொலை உணர்வு, வானியல் ஆய்வு, கடல் ஆய்வு குறித்த ஆய்வுகளை நடத்தி பல தகவல்களை அறிகின்றோம்.

ஆய்வு மையங்கள்

இந்திய விண்வெளிச் சாதனைக்கு அடிப்படையாக ஆய்வு மைய நிலையங்கள் அமைக்கப்பட்டுள்ளன. பெங்களூரில் இந்தியன் விண்வெளி ஆராய்ச்சி நிலையம், கேரளாவில் தும்பா மற்றும் திருவனந்தபுரத்தில் விக்ரம் சாராபாய் விண்வெளி ஆராய்ச்சி மையம், ஆந்திராவில் ஸ்ரீஹரிகோட்டா பகுதியிலும் ஆய்வு மையங்கள் ஏற்படுத்தப்பட்டுள்ளன. 1987–ஆம் ஆண்டு ஸ்ரீஹரிகோட்டாவிலிருந்து '**ஆப்பிள்**' என்னும் விண்கோள் ஏவப்பட்டது. '**வானை அளப்போம், கடல் மீனை அளப்போம்**' என்ற பாரதியின் கனவு நனவாகிவிட்டது.

முடிவுரை

நிறைகுறைகள் இல்லாமல் எந்தச் செயலுமில்லை. விண்வெளியில் ஆக்கப்பூர்வமான பணிகளே மிகுதியாகத் தொடர்கின்றன. இந்திய விண்வெளி ஆய்வில் புதிய சரித்திரம் படைத்து இவ்வுலகத்தவரை வியக்கச் செய்வோம். செயற்கைக் கோள் ஏவும் நாடுகளில் நான்காவது இடத்தை நம் பாரதம் பெற்றுள்ளது.

"இந்தியர் என்பதில் பெருமிதம் கொள்வோம்
இணைந்தே பல சாதனைகள் செய்வோம்"

★ ★ ★

தகவல் தொலைத்தொடர்பு

முன்னுரை

பண்டைக்காலத்தில் ஒருவருக்கொருவர் கருத்துப் பரிமாற்றம் செய்து கொள்ள விரும்பிய போது புறாவினைத் தூதாக அனுப்பினர். குதிரை வீரர்கள் மூலம் ஓலை அனுப்பி மன்னர்கள் கருத்துப் பரிமாற்றம் செய்து கொண்டனர். காலப்போக்கில் அஞ்சல் முறை தோன்றி கடிதங்கள் வாயிலாகச் செய்திகள் அனுப்பப்படுகின்றன.

அஞ்சல் முறை

ஏழைகளின் நண்பனாய் 50 பைசாவிலிருந்து தொடங்கி அதிகமான செலவு வரை தொலைத்தொடர்பு அமைந்துள்ளது. அஞ்சல் துறை உள்நாட்டு அஞ்சல், வெளிநாட்டுத் தபால், பண அஞ்சல் என்று பல வகையிலும் மக்களுக்கு உதவியாக அமைந்துள்ளது.

நாம் அனுப்பும் தபால்களின் முக்கியத்துவத்திற்கு ஏற்ப **'பதிவுத்தபால்'** வசதி செய்து தரப்பட்டுள்ளது. விரைவுப் போக்குவரத்திற்காக **'விரைவுத் தபால்'** வசதியும் உள்ளது.

மாணவர்களுக்கு வசதியாக **'நூல் அஞ்சல்'** முறை ஏற்படுத்தப்பட்டுள்ளது. இதன் மூலம் குறைந்த கட்டணத்தில் புத்தகங்களை மாணவர்களுக்கு அனுப்ப வகை செய்யப்பட்டுள்ளது.

தந்திமுறை

1787–இல் பிரான்ஸைச் சேர்ந்த **'லாம்மோண்ட்'** என்பவரால் கண்டறியப்பட்ட தந்திமுறையினால் செய்திகளை உடனுக்குடன் அந்தந்த இடங்களுக்கு அனுப்ப முடிகிறது. அவசரச் செய்திகள், வாழ்த்துத் தந்திகள், வியாபாரச் செய்திகள் போன்றவை அதிகமாகத் தந்திமுறையில் அனுப்பப்படுகின்றன.

தொலைபேசி

1876–இல் அமெரிக்காவைச் சேர்ந்த **'அலெக்ஸாண்டர் கிரகாம் பெல்'** என்பவர் தொலைபேசியைக் கண்டுபிடித்தார். காலதாமதம் இன்றி தொடர்பு கொள்ளவும் நேருக்கு நேராகப் பேசுகின்ற உணர்வினையும் தொலைபேசி நமக்கு தருகிறது. தொலைபேசியை அடுத்து **'செல்லுலர் போன்'** என்ற தொலைபேசி அறிமுகப்படுத்தப்பட்டுள்ளது. இது, சுவிட்சர்லாந்தைச் சேர்ந்த அறிவியல் அறிஞரான பிராண்டன் பெக்கர் என்பவரால் 1980–இல் கண்டுபிடிக்கப்பட்டது. இன்றைய அவசர உலகில் வீடு, அலுவலகம், வாகனம், தொலைதூரம் என்று எங்கிருந்தாலும் உடனடி தொடர்பு கொள்ள உதவுகிறது. இன்று செல்லுலர் போன் இல்லாதவர்களே கிடையாது என்ற நிலைமையில் அத்தியாவசியப் பொருட்களில் இதுவும் ஒன்றாகிவிட்டது.

தொலைநகல் முறை (ஃபேக்ஸ்)

இது நிழற்படம் முதல் செய்திகள் வரை மறுமுனைக்கு நிழற்பதிவு மூலம் அனுப்பப்படுகிறது. இதற்கு தொலைபேசி இணைப்பு மிக இன்றியமையாதது. அத்துடன் மின்னோட்டம் தங்கு தடையில்லாமல் இருந்தால்தான் செய்திகள் மறுமுனைக்கு சரியாகச் செல்லும்.

மின் அஞ்சல் முறை (இ-மெயில்)

இருபதாம் நூற்றாண்டின் அரிய கண்டுபிடிப்புகளில் கணிப்பொறியும் ஒன்றாகும். அக்கணிப்பொறியில் இணையமானது உலகினை வலைப்பின்னலாக்கியது. இந்த இணையத்தில் உறுப்பினராகச் சேர்ந்தால்தான் மின் அஞ்சலைப் பயன்படுத்த முடியும். மின்

அஞ்சலில் அதைப் பயன்படுத்தும் ஒவ்வொருவருக்கும் தனித்தனி முகவரி உண்டு. இதன் மூலம் கொடுக்கப்படும் செய்திகள் மறுமுனைக்குச் சென்றடையும். ஆள் இல்லாவிட்டாலும் கூடப் பதிவான செய்திகளைப் பின்பு அறிந்து கொள்ள முடியும்.

முடிவுரை

அறிவியல் யுகத்தில் புதிய கண்டுபிடிப்புகள் அதிகமாகிக் கொண்டிருக்கின்றன. அதனால் உலகமே சிறியதாகிவிட்டது. தொலைத்தொடர்பு சாதனங்களால் அண்டப் பிரதேசங்கள் அண்மைப் பகுதிகளாகிவிட்டன. இனி வரும் காலத்தில் இதை விட அரிய கண்டுபிடிப்புகள் வெளிவரலாம். அவை உலகத்தையும் உள்ளங்கையில் கொண்டுவரலாம். அந்த முயற்சியில் இந்தியரின் பங்களிப்பு மேலோங்கி இருக்கும். வாழ்க அறிவியல் முன்னேற்றம்!

★ ★ ★

கணிப்பொறியின் இன்றியமையாமை

முன்னுரை

கடந்த நூற்றாண்டில் மட்டுமல்ல, இனிவரும் நூற்றாண்டில் கணிப்பொறியானது இன்றியமையாதது. அலுவலகங்கள், இல்லங்கள், பள்ளிகள், மருத்துவமனைகள், போக்குவரத்துத்துறை, வணிக வளாகங்கள் என்று எங்கும் வியாபித்திருக்கும். கணிப்பொறியின் பணிகளால் உலகம் மிகவும் விரைவு பெற்றிருக்கின்றது.

தோற்றமும் மாற்றமும்

மனித இனம் தங்களது வணிகத் தேவைகளையும் பிற தேவைகளையும் கணிதத்தின் உதவியால் நிறைவேற்றிக் கொண்டிருந்தது. அவர்கள் கண்ட கணித முறைகளைப் பின்பற்றுவதில் காலதாமதம் ஏற்பட்டது. இதனை சரி செய்வதற்காக அறிவியல் உலகம் மேற்கொண்ட முயற்சிகளின் விளைவாக கணினி கண்டுபிடிக்கப்பட்டது.

சீனர்களின் கண்டுபிடிப்பான **'அபேக்ஸ்'** எனும் அறிவியல் சாதனமே கணிப்பொறியின் முன்னோடியாகக் கருதப்படுகிறது. மின்னணுக் கணிப்பொறியை **1824**-இல் டாக்டர் ஆலன் எம்டூரிங் என்பவர் கண்டுபிடித்தார். தற்போதைய கணிப்பொறியை **1944**-இல் ஹார்வார்டு பல்கலைக்கழகப் பேராசிரியர் டாக்டர் ஹோவன்ட் என்பவர் கண்டுபிடித்தார். அமெரிக்காவைச் சேர்ந்த வானடேஸல் என்பவர் **1976**-இல் சூப்பர் கம்ப்யூட்டரை வடிவமைத்தார்.

இயக்கம்

கணிப்பொறி என்பது ஹார்டுவேர், சாஃப்ட்வேர் இரண்டும் இணைந்த ஒன்றாகும். ஹார்டுவேரானது கணிப்பொறியின் அனைத்துப் பகுதிகளையும், செயல்பாடுகளையும் கண்காணிக்கிறது என்று சொன்னால், கணிப்பொறியின் இயக்கத்திற்கு சாஃப்ட்வேர் அவசியத் தேவையாகிறது. கணிப்பொறி மூலம் நம் கட்டளையை நிறைவேற்றிட கணிப்பொறி மொழியானது அவசியம். இதன் மூலம் கணிப்பொறியை நாம் இயக்கலாம்.

பயன்கள்

மருத்துவத்துறையில் இரத்தப் பரிசோதனை செய்வதிலிருந்து அறுவை சிகிச்சை வரை கணினி பயன்படுத்தப்படுகிறது. விண்வெளி ஆராய்ச்சியில் ஏவுகணையை செலுத்துவதற்கும், செயற்கைக் கோளை அனுப்புவதற்கும் கணிப்பொறி இன்றியமையாதது.

மற்றும் வேளாண்மை, வானிலை அறிவிப்பு, வணிகம், தொலைத்தொடர்பு இயக்கங்கள் என்று பல துறைகளிலும் கணினி முக்கியப் பங்கு வகிக்கிறது. முக்கியமாக காவல்துறையிலும், இராணுவத் துறையிலும் தடயங்கள், இரகசியக் கண்காணிப்பு போன்றவற்றிற்கு கணினி பயன்படுகிறது. ஜோதிடத் துறையிலும் கூட கணிப்பொறியை மக்கள் பயன்படுத்துகின்றனர். **'கணிப்பொறி கல்வி'** என்று தனிப் பாடத்திட்டம் அனைத்துப் பள்ளி, கல்லூரிகளிலும் கட்டாயப் பாடமாக்கப்பட்டுள்ளது.

அபாயங்கள்

கணிப்பொறியைத் தாக்கும் வைரஸால் ஏற்படும் அச்சம் மிகையாக உள்ளது. இது ஒரு கணிப்பொறியிலிருந்து மற்றொன்றுக்குப் பரவுகிறது. இவ்வைரஸானது ஃபிளாப்பி டிஸ்க்குகள், இணையதள தகவல் தொடர்பு, இ–மெயில் வழியாகப் பரவுவதாகக் கண்டறியப்பட்டுள்ளது. கணினியைப் பயன்படுத்தி நவீன முறையில் போர்களை நடத்தத் தொடங்கியுள்ளனர். இதனால் உலக அமைதிக்கு பங்கம் ஏற்பட்டுள்ளது.

முடிவுரை

இருபதாம் நூற்றாண்டு, கணிப்பொறிக்கு ஆசனம் அளித்தது. இருபத்தொன்றாம் நூற்றாண்டு, கணிப்பொறியின்றி இவ்வுலகம் இல்லை என்று சாசனம் எழுதிவிட்டது. அடுத்த நூற்றாண்டில் கணிப்பொறியையும் மிஞ்சும் சாதனம் கண்டு வெற்றிநடை போடுவோமாக!

★★★

அணு - ஆக்கமும் அழிவும்

முன்னுரை

விஞ்ஞான உலகு கண்ட **'அணு'** என்ற சொல்லைத் தமிழ் இலக்கிய உலகு பல நூற்றாண்டுகளுக்கு முன்பே பயன்படுத்தி வந்திருக்கிறது. இறைவன், அணுவுக்கு அணுவாய் இருக்கிறான் என்றும்; **'அணுவைச் சத கூறிட்ட கோணிலும் உள்ளான்'** என்றும் தமிழிலக்கியம் கூறுகிறது.

அறிவியல் கண்டுபிடிப்புகளுக்கு முன்பாகவே, அணுவைப் பிளக்க முடியும் என்றும் அதற்குக் **'கோண்'** என்ற பெயரையும் பண்டைத் தமிழர் தந்துள்ளனர்.

"அணுவைத் துளைத்தேழ் கடலைப் புகட்டி
குறுகத் தரித்த குறள்" – என்று ஔவை மூதாட்டி திருக்குறளைப் புகழ்ந்துள்ளார். **'அணுவைத் துளைத்து'** என்ற சொற்றொடர் அணுவைப் பிரிக்க முடியும் என்பதற்கு மற்றுமொரு பண்டைத் தமிழ்ச் சான்றாகும்.

தோற்றமும் விளைவும்

உலகை உலுக்கும் வெடிமருந்தினை ஸ்வீடன் நாட்டு அறிவியல் மேதையான ஆல்ஃபிரெட் நோபல் (1833–1896) என்பவர் கண்டுபிடித்தார். இதன் விளைவாகத்தான் மின்னல் வேகத்தில் அணுகுண்டு வீச்சு வளர்ந்து உலகினைக் கலங்க வைக்கும் அபாயம் ஏற்பட்டது. இரண்டாம் உலகப் போரில் அமெரிக்கா 1945–ஆம் ஆண்டில் ஆகஸ்ட் 6 மற்றும் 9 ஆகிய தேதிகளில் ஜப்பானின் ஹிரோஷிமா, நாகசாகி நகரங்கள் மீது அணுகுண்டு வீசிப் பெருஞ்சேதத்தினை ஏற்படுத்தியதால் உலகமே கண்ணீர் சிந்தியது.

வெடிமருந்தின் வகைகள்

வெடிமருந்தினை மூவகை நிலைகளில் பாகுபடுத்தலாம். அவை **முதல் நிலை, வலிமை குறைந்த நிலை, உயர்வெடி நிலை** ஆகும். முதல்நிலை வெடிமருந்தை துப்பாக்கிக் குண்டுகளாகவும், ராக்கெட் உந்துதல் செய்யும் பொருளாகவும் பயன்படுத்துகிறார்கள். உயர்வெடி மருந்துகளாக டி.என்.டி., ஏ.என். டைனமைட்டுகள் போன்றவற்றைச் சொல்லலாம். இவை வெடித்தால் பெருமளவு சேதம் ஏற்படும். இராணுவத்தில் இதனையே பயன்படுத்துகின்றனர்.

அணுசக்தி நிலையங்கள்

இந்தியாவில் 1957–இல் நாட்டின் முன்னோடி ஆய்வகமானது, மும்பை அருகிலுள்ள டிராம்பேயில், விஞ்ஞானி பாபாவின் பெயரில் அணுசக்தி ஆராய்ச்சி மையம் அமைக்கப்பட்டது. 1969–இல் தாராப்பூரில் அணுசக்தித் திட்டம் யூனிட் I, II என்ற முறையில் அமைந்தது. கல்பாக்கத்தில் இந்திராகாந்தி அணு ஆராய்ச்சி மையம் 1971–இல் அமைக்கப்பட்டது. ரஷ்யாவுடன் இணைந்து தூத்துக்குடிக்கு அருகிலுள்ள கூடங்குளத்தில் அணு உலை அமைக்கப்பட உள்ளது.

மூலப்பொருட்கள்

அணு உலைகளில் யுரேனியம் பிரித்து எடுக்கப்படும் போது ஓர் அணு இரண்டாகப் பிரிகிறது. இவ்வாறு பிரியும் அணுவிலிருந்து அதன் ஆற்றல் பன்மடங்காகிறது. அதனால் எடை இழப்பு ஏற்படுகிறது. இந்த ஆற்றலை மாற்றி நாம் பயனடைகிறோம். நம் நாட்டில் ஜடுகுடா, பதின், நார்வாபகர், துராமித் போன்ற இடங்களில் யுரேனிய சுரங்கங்கள் உள்ளன. மற்றும் தமிழகத்தில் மணலி, மணவாளக்குறிச்சி ஆகிய இடங்களில் யுரேனியம் கிடைக்கிறது. டிராம்பேயில் தோரியீயம் பிரித்தெடுக்கப்படுகிறது.

அணுகுண்டு சோதனைகள்

உலகளவில் இதுவரை இரண்டாயிரம் அணுகுண்டுச் சோதனைகள் நடந்துள்ளன. முதன் முதலாக 1945–இல் அமெரிக்கா 1030 சோதனைகளை நடத்தியுள்ளது. இதனைத் தொடர்ந்து ரஷ்யா 715 சோதனைகளையும், சீனா 45 சோதனைகளையும் நடத்தியுள்ளது. இந்தியாவில் முதன்முதலில் 1974–இல் அணுகுண்டு சோதனை ராஜஸ்தான் பாலைவனப் பகுதியில் நடத்தப்பட்டது. மீண்டும் 1998–இல் பொக்ரான் பாலைவனத்தில் 5 சோதனைகள் செய்து பார்க்கப்பட்டன. இதற்காக அமெரிக்கா இந்தியா மீது பொருளாதாரத் தடை விதித்தது. அதற்காகவெல்லாம் கவலைப்படாத இந்தியா உலகளவில் தலை நிமிர்ந்து நின்றது. அணுகுண்டுச் சோதனைக்கு அணு விஞ்ஞானியும், முன்னாள் குடியரசுத் தலைவருமான அப்துல்கலாமின் சேவை பாராட்டிற்குரியது.

அணு உலையினால் ஏற்படும் சேதங்கள்

அணு உலை ஏற்படுத்துவதால் ஆபத்து நேர்வதுண்டு. ரஷ்யாவின் சேர்னோபில் அணு உலையினால் ஏற்பட்ட பேரழிவும், இந்தியாவில் போபால் விஷ வாயுக் கசிவும் பெருமளவு மக்களின் உயிரைப் பறித்தது. இதனால் மக்களுக்கு அணு உலை பற்றிய அச்சம் நீங்கவில்லை. கூடங்குளத்தில் அமைக்கப்படும் அணு உலைக்கு மக்கள் எதிர்ப்பு தெரிவிப்பது இதனால்தான். அரசு தரப்பிலோ கூடங்குளத்தில் அணு உலை ஏற்படுத்தப்பட்டால் மின் உற்பத்தியில் தமிழகம் தன்னிறைவு பெற்றுவிடும் என்று தெரிவிக்கப்படுகிறது.

முடிவுரை

பல நூற்றாண்டுகள் காணாத வளர்ச்சியை இப்போது நாம் பெற்றுள்ளோம் எனில், அது அணு மூலம் ஆக்கப்பூர்வமான பணியில் ஈடுபட்டிருப்பதனால்தான். உலகனைத்தும்

சமாதானக் கொடியைப் பறக்கவிட எண்ணியவர் பண்டித நேரு. வெடி மருந்தினைக் கண்டுபிடித்த ஆல்ஃபிரட் நோபலும் தன்னுடைய சொத்தினை ஆக்கப்பூர்வமான பணிக்குப் பயன்படுத்தும்படி கேட்டுக் கொண்டார். அதனால்தான் இன்று உயர்ந்த பரிசான நோபல் பரிசு இவர் பெயரில் வழங்கப்படுகிறது. ஆதலால் அணுவினை ஆக்கப்பூர்வமாகப் பயன்படுத்தி உயர்வு பெறுவோமாக!

மூலிகைகளும் அதன் பயன்களும்

முன்னுரை

உலகிலேயே இந்தியாவில்தான் மூலிகைகள் மிக அதிக அளவில் காணப்படுகின்றன. ஆனால் மூலிகைப் பயன்பாட்டில் இந்தியாவின் பங்கு மிகவும் குறைவாகவே உள்ளது. இந்நிலையில் நம்நாட்டில் காணப்படும் மூலிகைகளைப் பற்றியும் அவற்றின் பயன்பாடுகளைப் பற்றியும் நாம் அறிந்து கொள்ள வேண்டியது அவசியமாகிறது.

மூலிகைகளின் இருப்பிடம்

இந்தியாவில் மலைப்பகுதிகளில் மூலிகைத் தாவரங்கள் மிக அதிக அளவில் காணப்படுகின்றன. தமிழகத்தில், குறிப்பாக கிராமப்புறங்களில் மட்டுமே ஆயிரத்திற்கும் மேற்பட்ட மூலிகை வகைச் செடிகள் காணப்படுகின்றன. நம்நாட்டு மலைப்பகுதிகள் மற்றும் வயல் பகுதிகளிலெல்லாம் மூலிகை தாவரங்களின் முகாம்களாக உள்ளன. தற்காலத்தில் மூலிகைகளின் பயன்பாடுகள் பற்றிய விழிப்புணர்வு ஏற்பட்டுள்ளதால் இம்மூலிகை முகாம்களில் அவ்வப்போது ஆய்வுகள் நடைபெறுகின்றன.

அருகம்புல்

அருகம்புல் சாறு உடலுக்கு குளிர்ச்சியைக் கொடுக்கிறது. இவைகள் மிகவும் சாதாரணமாக வயல்கள்தோறும் வளர்ந்து கிடக்கின்றன. ஆனால், மக்களில் பெரும்பாலோருக்கு இவற்றின் அருமை தெரிவதில்லை. நோய்களைத் தீர்க்கும் பண்பு அருகம்புல்லிடம் இருக்கிறது. காலையில் வெறும் வயிற்றில் அருகம்புல் சாறை அருந்தினால் வயிற்றுப் புண்கள் குணமாகிறது. மேலும் சர்க்கரை வியாதியை கட்டுக்குள் கொண்டு வரும் பண்பும் அருகம்புல்லிடம் உள்ளது.

நித்தியகல்யாணி

வயல் வரப்புகளெங்கும் ரோஜாப்பூவின் நிறத்திலும், வெள்ளை நிறத்திலும் பூத்துக் குலுங்கி நிற்கும் நித்தியகல்யாணி செடி பல மருத்துவக் குணங்களைக் கொண்டுள்ளது. இதன் பூக்கள் மற்றும் இலைகளிலிருந்து புற்றுநோய்க்கு மருந்து தயாரிக்கின்றார்கள். நித்திய கல்யாணியின் செடி முழுவதுமே மருத்துவக் குணம் கொண்டு காணப்படுகிறது. ஆனால் மக்கள் இதன் பயன்பாட்டை இன்னும் சரியாகப் புரிந்து கொள்ளவில்லை.

வல்லாரை

வல்லாரைச் செடிகளின் பயன்பாடு பற்றிய அறிவு மக்களிடம் அதிகமாக இருக்கின்றது. வல்லாரை இலைகளை கீரைகளாக உணவுகளில் பயன்படுத்துகிறார்கள். இதனைத் தொடர்ந்து சாப்பிட்டு வந்தால் ஞாபக சக்தி, மூளை வளர்ச்சி போன்றவை அதிகமாகிறது.

கீரை வகைகள்

நாம் அன்றாடம் உணவில் பயன்படுத்தும் கீரை வகைகளும் சிறந்த மூலிகைகள்தான். இக்கீரை வகைகள் பல்வேறு நோய்களைக் குணமாக்கும் தன்மையைக் கொண்டுள்ளன.

முடக்கத்தான் கீரை முடக்கு வாதத்தால் பாதிக்கப்பட்டவர்களைக் குணமாக்கும் வல்லமை கொண்டுள்ளது. மணத்தக்காளி, அகத்திக்கீரை போன்றவை வாய்ப்புண், வயிற்றுப்புண் போன்றவற்றை குணமாக்குகிறது. வெந்தயக்கீரை உடலுக்கு குளிர்ச்சியைத் தருவதோடு சர்க்கரை வியாதியையும் குணப்படுத்துகிறது.

முடிவுரை

நம்மைச் சுற்றிலும் பெருமளவில் மூலிகைகள் காணப்படுகின்றன. பண்டைத் தமிழர்கள் அதன் பயன்பாட்டை நன்கறிந்து பயன்படுத்திக் கொண்டனர். ஆனால் அதை ஒதுக்கிவிட்டு ஆங்கில மருத்துவ முறைகளுக்கு மாறிவிட்டோம். இதன் பயன்பாட்டை அறிந்துதான் முன்காலத்தில் சித்தர்கள் இதை அதிகமாகப் பயன்படுத்தி வந்தனர். இலவசமாகக் கிடைக்கும் மூலிகைகளை அதிக அளவில் பயன்படுத்தி உடல்நலம் பேணுவோம்!

★★★

சித்த மருத்துவம்

முன்னுரை

"நோயற்ற வாழ்வே குறைவற்ற செல்வம்" என்பது பழமொழி. நோயில்லாமல் வாழ வேண்டும். அதே சமயம் நோய் வராமல் தடுக்கவும், வந்தால் சிகிச்சை செய்வதற்கும் மருத்துவம் அவசியம். பண்டைக் காலத்தில் நம் மக்கள் சித்த மருத்துவத்தையே பின்பற்றினார்கள்.

சித்த மருத்துவ முறையும் அதன் பயன்களும்

நமது நாட்டில் பல ஆயிரம் ஆண்டுகளுக்கு முன்பிருந்து இன்று வரை தொடர்கிற மருத்துவம் சித்த மருத்துவம். அதாவது, முன் காலத்தில் சித்தர்களாக இருந்தவர்கள் கண்டறிந்த வைத்திய முறை இது. அவர்கள் ஏட்டிலே செய்யுளாக பல சிகிச்சை முறைகளை எழுதி வைத்துச் சென்றுள்ளனர்.

இந்த சித்த மருத்துவம் முழுக்க முழுக்க இயற்கை பச்சிலை மூலிகை, மலர்கள், கனிகள், காய்கள், கொட்டைகள், வேர்கள் போன்றவற்றிலிருந்தும், நாம் உணவாகப் பயன்படுத்தும் மிளகு, இஞ்சி, சுக்கு, பூண்டு போன்றவற்றிலிருந்தும் மருந்துகள் தயார் செய்யப்படுகின்றன.

இந்த மூலிகைகள் பக்குவப்படுத்தப்பட்டு மருந்தாக தரப்படுகிறது. பிற மருத்துவ முறைகள் உடனடி பலனைக் கொடுக்கும். ஆனால் பக்க விளைவுகளை ஏற்படுத்தும். சித்த மருத்துவ முறையில் உடனடி பலன் கிட்டாவிடினும், நிரந்தர நிவாரணம் கிடைக்கும். அதே சமயம் பக்க விளைவுகளை ஏற்படுத்தாது. சித்த மருத்துவத்தில் உடனடி பலனைத் தரக் கூடிய மூலிகைகளும் உண்டு. விஷப் பாம்பு கடி, தேள் கடி போன்றவற்றிற்கு விஷமுறிவு மூலிகைகள் உடனடி பலனைத் தரும். பண்டைத் தமிழர்கள் காட்டில் வேலை செய்கின்ற பொழுது இந்த மூலிகைகள்தான் அவர்களின் உயிர் காக்கும் மருந்தாக இருந்தது. காலப்போக்கில் அவற்றிலிருந்து நாம் விலகிவிட்டோம்.

முடிவுரை

நமது நாட்டில் அந்நிய மோகம் தலை விரித்தாடுகிறது. ஆனால் அயல்நாட்டில் நமது சித்த மருத்துவத்தை பெரிதாக எண்ணி ஆராய்ச்சி செய்கிறார்கள். சித்த மருத்துவம் எத்தனை அரிய பொக்கிஷம் என்பதை இளைஞர்கள், மாணவர்கள் புரிந்து கொண்டால் எதிர்கால சந்ததியாவது அதன் பயனை முழுமையாக அனுபவிக்க முடியும்.

★★★

போக்குவரத்து சாதனங்களின் வளர்ச்சி

முன்னுரை

கால்கடுக்கக் காத தூரம் நடந்து சத்திரம் தேடிய காலங்கள் மாறி சரித்திரம் படைத்துவரும் புது யுகம் இது. இந்த யுகத்தில் அறிவியல் ஆய்வின் காரணமாகப் போக்குவரத்து வசதிகள் பெருகின.

யானை, குதிரை, மாடுகளை மறந்து இயந்திரத்தைக் கண்டுபிடித்து மனிதன் நினைத்த இடத்திற்கு அதிவேகமாகச் செல்வதற்கான வழிகளை போக்குவரத்து வசதிகள் மூலமாக அறிவியல் ஏற்படுத்தித் தந்துள்ளது.

தரைவழிப் போக்குவரத்து

பழங்காலத்தில் மாடுகள், குதிரைகள் முதலியவை ஊர்திகளை இயக்கப் பயன்பட்டன. பண்டைக்காலத்தில் போக்குவரத்திற்காக மனிதர்கள் சுமந்து செல்லும் பல்லக்குகளும் பயன்பட்டன. பிற்காலத்தில் அறிவியல் முன்னேற்றத்தினால் மிதிவண்டி முதல் மகிழ்வுந்து வண்டி வரை கண்டுபிடிக்கப்பட்டன. 1769–இல் முதன்முதலில் நீராவிக் கார்கள் கண்டுபிடிக்கப்பட்டன. 1839–இல் மிதிவண்டி உருவாக்கப்பட்டது. மோட்டார்சைக்கிள், ஸ்கூட்டர், டிராக்டர் போன்றவையும் டீசல் எண்ணெயால் இயங்கும் மற்ற ஊர்திகளும் கண்டுபிடிக்கப்பட்டன. தற்பொழுது மின்னாற்றல், சூரிய வெப்ப ஆற்றல் ஆகியவற்றால் ஓடும் ஊர்திகளும் கண்டுபிடிக்கப்பட்டுள்ளன. பேருந்துகள், தொடர்வண்டிகள் போன்றவை தரைவழிப் போக்குவரத்தில் மக்களுக்கு பேருதவியாக செயல்படுகின்றன.

நீர்வழிப் போக்குவரத்து

நீர்வழிப் போக்குவரத்திற்கு எண்ணெயால் இயங்கும் கப்பல்கள், படகுகள், நீராவிக் கப்பல்கள், நீர்மூழ்கிக் கப்பல்கள் போன்றவை பயன்படுகின்றன. பயணிகள் செல்லும் கலம், போர்க்கலம், பொருள் ஏற்றிச் செல்லும் கலம் என பலவகைகள் உள்ளன. நீர்வழிப்போக்குவரத்து இப்பொழுது புதிதாக ஆரம்பித்ததல்ல; பண்டைக் காலம் முதலே நீர்வழிப் போக்குவரத்து நடைபெற்றுக் கொண்டிருந்தது. அப்பொழுது பாய்மரக்கப்பல்கள் பயன்பட்டன. **'திரைகடலோடியும் திரவியம் தேடு'** என்ற பழமொழி பண்டைத் தமிழரின் நீர்வழிப்போக்குவரத்திற்கு ஆதாரமாக அமைந்துள்ளது.

வான்வழிப் போக்குவரத்து

நம் தமிழ் இலக்கியங்கள் விமானங்களைப் பற்றி குறிப்பிடுகின்றன. கண்ணகி கோவலனுடன் வான ஊர்தியில் சென்றதாகவும், சீதையை இராவணன் புஷ்பக விமானத்தில் தூக்கிச் சென்றதாகவும் புராணங்களில் விமானச் செய்திகள் குறிப்பிடப்பட்டுள்ளன. நவீன யுகத்தில் அமெரிக்காவைச் சார்ந்த ரைட் சகோதரர்கள் 1903–இல் விமானத்தைக் கண்டுபிடித்தார்கள். வான்வழிப் போக்குவரத்தினால் அதிவிரைவாக உலகத்தின் எந்தக் கோடிக்கு வேண்டுமானாலும் செல்ல முடிகிறது. ஆனாலும் கூட சாமானிய மனிதர்களுக்கு விமானப் பயணம் என்பது கனவாகவே முடிந்துவிடுகிறது.

முடிவுரை

போக்குவரத்து சாதனங்களின் வளர்ச்சியால் இன்றைய சமூகமும் வளர்ச்சியடைந்து வருகிறது. போக்குவரத்து முன்னேற்றம் அடைந்ததுடன் பல்வகைகளிலும் மனித சமூகத்திற்கு பொருளாதார ஏற்றத்தையும் தருகின்றது. போக்குவரத்தில் நாம் அடைந்துள்ள முன்னேற்றம் விண்வெளிச் சாதனைகளையும் படைத்துள்ளது. அதனால் விரைவில் நிலவிற்கும் கூட அடிக்கடி சுற்றுலாப் பயணம் சென்றுவரும் நிலையும் ஏற்படலாம்.

★★★

சமுதாய இயல் கட்டுரைகள்

ஒன்றுபட்டால் உண்டு வாழ்வு

முன்னுரை

"ஒன்றுபட்டால் உண்டு வாழ்வு - நம்மில்
ஒற்றுமை நீங்கிடில் அனைவர்க்கும் தாழ்வே"

என்று பாரதியார் கூறியுள்ளார். விலங்குகள், பறவைகள், ஊர்வன போன்ற உயிர்கள் கூட்டம் கூட்டமாக ஒற்றுமையாக வாழ்கின்றன. அப்படியிருக்கும் போது ஆறறிவு படைத்த மனிதன் ஒற்றுமையாக வாழ்வதுதான் நியதி.

ஒற்றுமையின் அடித்தளம்

"ஐந்தில் வளையாதது ஐம்பதில் வளையாது" என்பார்கள். அதுபோல குழந்தைகளிடம் பெரியவர்கள் ஒற்றுமையுணர்வை சிறு வயதிலிருந்தே சொல்லிக் கொடுக்க வேண்டும். ஒற்றுமையை வளர்க்கும் நீதிநெறிக் கதைகளைச் சொல்லிக் கொடுக்க வேண்டும். பெரியோர்கள் சொல்லிக் கொடுக்கும் செய்தி, கதைகள், பழமொழிகள் என்று எதுவாக இருந்தாலும் குழந்தைகள் மனதில் ஆழப் பதிந்துவிடும். இன்றைய இயந்திர வாழ்க்கையில் பெற்றோர்கள் வேலைக்குச் சென்றுவிடுவதால், வீட்டிலுள்ள தாத்தா, பாட்டி போன்றவர்களால் மட்டுமே குழந்தைகளிடம் ஒற்றுமையை வளர்க்கும் பண்புகளைச் சொல்லித்தர முடியும். அவர்களையடுத்து, குழந்தைகளிடம் ஒற்றுமையுணர்வை கொண்டு வரும் பொறுப்பு ஆசிரியர்களிடம்தான் இருக்கிறது. அடித்தளம் உறுதியாக இருந்தால்தான் கட்டடமும் உறுதியாக இருக்கும். அதுபோல குழந்தைகளிடம் நாம் சொல்லிக் கொடுக்கின்ற ஒற்றுமையுணர்வு பெரியவர்களாக அவர்கள் வளர்ந்த பின்னும் உறுதியாக இருக்கும்.

ஒற்றுமையின் பலன்

சுதந்திரப் போராட்ட காலத்தில் நம்மிடையே இருந்த ஒற்றுமைதான் வெள்ளையர்களை நம்நாட்டை விட்டு விரட்டியது. அன்று நம்மிடையே சாதி, மதம், இனம், மொழி, கட்சி என்ற பாகுபாடு இல்லாமல் இருந்தது. எல்லோரிடத்தும் '**விடுதலை**' என்ற ஒரே உணர்வுதான் ஓங்கியிருந்தது. அதன் பலனாக சுதந்திரம் அடைந்தோம். '**வாழ்ந்தால் முப்பது கோடியும் வாழ்வோம்; வீழ்ந்தால் முப்பது கோடியும் வீழ்வோம்**' என்று பாரதியின் வாக்கிற்கிணங்க வாழ்ந்தோம்; வெற்றி பெற்றோம்.

ஒற்றுமையை பாதுகாத்தல்

அந்நியர்கள் வந்து புகும் போது மட்டும் நம்மிடையே ஒற்றுமையுணர்வு இருந்து பயனில்லை. எப்பொழுதுமே நாட்டிலும் வீட்டிலும் ஒற்றுமையுடன் வாழ வேண்டும். பல்வேறு மொழி, இன, கலாச்சார பண்புகளை கொண்டுள்ள நாம் நாட்டுநலனுக்காக சில வேளை சுயநலத்தை விட்டுக் கொடுக்க வேண்டி வரலாம். இல்லையேல் நாடு பிளவுபட நேரிடும். உலக அளவில் தன்மதிப்பிழந்து நாடு நலிவுறும்.

முடிவுரை

மக்கள் தங்கள் சொந்த வாழ்விலும் சரி, பொது வாழ்விலும் சரி ஒற்றுமையைக் கடைபிடித்தால்தான் நம்முடைய வாழ்வோடு நாடும் சிறப்படையும்.

"முப்பது கோடி முகமுடையாள் – உயிர்
மொய்ம்புற ஒன்றுடையாள்" – என்ற பாரதியின் கூற்று நனவாகும்படி

நாம் நடந்துகொள்ள வேண்டும். சாதாரண பதவிக்காகவும், தண்ணீருக்காகவும், மொழிப் பிரச்சனைக்காகவும் கூட ஒரு மாநிலத்தார் அடுத்த மாநிலத்தாரிடம் பகைமை பாராட்டுவதற்காகவா நாம் விடுதலை பெற்றோம்? ஒற்றுமையை வீட்டில் ஆரம்பிக்க வேண்டும் என்று எழுத்திலும் பேச்சிலும் கூறிக்கொண்டே பெற்றோரை **'முதியோர் இல்லத்தில்'** சேர்ப்பதுவா ஒற்றுமை? இனியாவது ஒன்றுபட்டு வாழ்வோம்! தரணியில் உயர்வோம்!

★★★

வரதட்சணைக் கொடுமை

முன்னுரை

இன்றைய சமுதாயத்தைப் பிடித்துள்ள நோய்களுள் வரதட்சணைக் கொடுமையும் ஒன்றாகும். இத்தகையக் கொடுமைகள் பரவலாக சமுதாயம் முழுவதும் காணப்படுகின்றன. எத்தனையோ முற்போக்கு எண்ணங்களும் முன்னோக்கிய வளர்ச்சியும் சமுதாயத்தில் ஏற்பட்ட போதிலும் வரதட்சணைக் கொடுமைகளை ஒழிக்க முடியவில்லை. இச்சமுதாயக் கொடுமையை நீக்க வேண்டிய பொறுப்பு மக்களிடமே உள்ளது.

பண்டையத் தமிழ் முறை

பண்டைத் தமிழகத்தில் பெண்ணைத் திருமணம் செய்து கொள்ள வேண்டுமானால், ஆண் மகன் பெண் வீட்டாருக்கு பொன், பொருள் போன்றவற்றை கொடுக்க வேண்டும். பெண் வீட்டாருக்கு வருகின்ற தட்சணை அது. ஆனால் நிலைமை மாறி பெண் வீட்டாரே பெண்ணையும் கொடுத்து பொன்னையும் கொடுத்து மேலும் அதிக அளவில் பணத்தையும் கொடுக்கின்றனர். அதன் பெயர் வரதட்சணை என்கின்றனர்.

சமுதாயச் சீர்கேடு

இன்றைய சமுதாயம் வரதட்சணை என்ற பெயரில் பெண்களை இழிவு நிலையில் வைத்திருக்கிறது.

"நல்ல விலை கொண்டு நாயை விற்பார் - அந்த
நாயிடம் யோசனை கேட்ப துண்டோ?"

என்று பாரதி பாடி வைத்தார். அந்த நிலைமைதான் இன்னும் நீடித்துக் கொண்டிருக்கிறது. வரதட்சணை கொடுக்க முடியாததால் திருமணம் ஆகாத பெண்கள் எத்தனை பேர்? வரதட்சணைக் கொடுத்து திருமணம் முடிந்த பின்பும் மேலும் மேலும் கணவர் வீட்டாரால் பணம் கேட்டு அவதிப்படும் பெண்கள் எத்தனை பேர்? கணக்கிட முடியுமா நம்மால்? இதனால் பெண் குழந்தைகளே வேண்டாம் என்று பெண் சிசுக் கொலை நடைபெறுவதற்கும் காரணமாக உள்ளது இந்த வரதட்சணை.

மூலக் காரணம் யார்?

பெண்களுக்கு நடக்கும் இந்தக் கொடுமைகளை எதிர்த்து மேடையில் பேசுவது முக்கியமல்ல. மூலக் காரணம் யார் என்பதை கண்டறிந்து சமூகம் அவர்களைத் திருத்த வேண்டும். பெண்களுக்கு நடக்கும் கொடுமைகளுக்குக் காரணம் பெண்களேதான். மணமகனின் தாயாரும், சகோதரிகளும்தான் இந்த வரதட்சணையை நிர்ணயம் செய்கின்றார்கள். அதைத் தடுக்கும் தைரியம் மணமகனுக்கு இருந்தால் நிச்சயமாக இந்தச் சமுதாயம் மாறும்.

"மாதர்தம்மை இழிவு செய்யும்
மடமையைக் கொளுத்துவோம்"

என்றார் பாரதி. ஆனால் இங்கே மாதரையே கொளுத்தி விடுகிறார்கள், வரதட்சணைக் கொடுமையால். இந்த வரதட்சணைக் கொடுமைக்கு 80 சதவீதம் மணமகன் வீட்டார் காரணமென்றால், 20 சதவீதம் பெண் வீட்டாரும் காரணமாவர்.

வரதட்சணைக் கொடுமையைக் ஒழிக்க வேண்டும் என்ற நல்ல உள்ளத்துடன் அதை மறுக்கும் மணமகன் வீட்டாரும் உள்ளனர். ஆனால் பெண் வீட்டார், அவ்வாறு மறுப்பவர்களை சந்தேகக் கண் கொண்டு பார்க்கிறார்கள். வரதட்சணையை மறுக்கும் மணமகனுக்கு தீராத வியாதி இருப்பது போல் எண்ணிக் கொள்கிறார்கள். இந்த நிலைமை மாற மக்கள்தான் முயற்சிக்க வேண்டும்.

முடிவுரை

"ஆணும் பெண்ணும் நிகரெனக் கொள்வதால்
அறிவு லோங்கியிவ் வையந் தழைக்குமாம்"

என்று பாரதி கூறியபடி படிப்பு, தொழில், வருமானம் எல்லாவற்றிலும் ஆண்களுக்கு நிகராக பெண்கள் முன்னேறிவிட்டார்கள். பூமியில் மட்டுமன்றி விண்வெளிச் சாதனையிலும் ஆண்களுக்கு நிகராக முன்னேறிவிட்டார்கள். அவர்களை இனிமேலும் இந்த இழிநிலைக்கு கொண்டு செல்ல முடியாது. இன்றைய இளைஞர் சமுதாயம் உறுதியான முடிவுடன் இருந்தால் போதும். இந்த வரதட்சணைக் கொடுமை வேரோடு அழிந்துவிடும்.

★★★

குடி குடியைக் கெடுக்கும் (அ) மதுப் பழக்கத்தினால் விளையும் கேடுகள்

முன்னுரை

"துஞ்சினார் செத்தாரின் வேறல்லர் எஞ்ஞான்றும்
நஞ்சுண்பார் கள்ளுண் பவர்" – குறள் 926

கள்ளுண்பவர் நஞ்சு உண்டவருக்கு ஒப்பாவர் என்று வள்ளுவர் கூறியுள்ளார். மது அருந்தக் கூடாது என்று அறிவுறுத்துவதற்காக வள்ளுவர் '**கள்ளுண்ணாமை**' என்றோர் அதிகாரத்தையே படைத்துள்ளார். இதிலிருந்து சங்ககாலத்திலும் அதற்கு முன்னாலும் குடிப்பழக்கம் நம்நாட்டில் இருந்து வந்திருக்கிறது என்பதை நாம் அறிய முடிகிறது. புலவர் கபிலர் பாரி மன்னன் தனக்கு மது அளித்ததாகப் பாடியுள்ளார். ஔவையார், **"சிறியகட் பெறினே எமக்கீயும் மன்னே"** என்று தனக்கு அதியமான் மது அளித்தது பற்றி பாடியுள்ளார்.

மதுவினால் விளையும் கேடுகள்

மதுப் பழக்கத்தினால் ஒருவரது வாழ்க்கை உச்சக்கட்ட சீரழிவிற்கு போய்விடுகிறது. ஒருவன் மதுவை குடித்தால், மது அவனது உயிரைக் குடித்துவிடும். மது ஒருவனது அறிவைக் கெடுத்து, அவனை பித்துப் பிடித்தவன் போல நடந்து கொள்ளச் செய்யும். சமுதாயத்தில் அவனுக்குக் குடிகாரன் என்ற அவப்பெயர் ஏற்படும். அவன் குடும்பத்தார், உற்றார், உறவினர் என்று யாரும் அவனை மதிக்கமாட்டார்கள். மனிதனாகப் பிறந்த அனைவருக்கும் இறப்பு என்பது நிச்சயம். நாம் தூய்மையாக வாழ்ந்தால் எவ்வித வேதனையுமின்றி இறைவனடி

சேரலாம். ஆனால் குடிகாரர்களுக்கோ நாடி நரம்புகள் தளர்ந்து, குடல், இதயம், நுரையீரல், கல்லீரல் போன்ற உறுப்புகள் கெட்டு, அழுகி, பலவித துன்பங்களை அனுபவித்த பின்புதான் மரணம் நேரிடுகிறது.

மதுவிலக்குப் போராட்டம்

மதுவால் விளைந்திடும் கேடு குறித்து பெரியவர்கள் எச்சரிக்கை செய்ததோடு, போராட்டமும் நடத்தினர். கி.பி. 1906–இல் காந்தியடிகள் கள்ளுக்கடை மறியல் நடத்தினார். இராஜாஜி அவர்கள் மதுவிலக்கினை அமல்படுத்தினார். ஈ.வெ.ரா. பெரியாரோ கள்ளுக்கடை போராட்டத்திற்காக தன்னுடைய தோப்பிலுள்ள தென்னை மரங்கள் முழுவதையும் வெட்டிடச் செய்தார். இவர்களன்றி மேலும் பல்வேறு தலைவர்களும் மதுவின் கேடுகள் பற்றி அறிவுறுத்தத் தவறியதில்லை.

முடிவுரை

மதுவிலக்கை நாடு முழுவதும் சட்டமாக்க வேண்டும். மத்திய, மாநில அரசுகள் இதற்காக தக்க நடவடிக்கை எடுக்க வேண்டும். அளவுக்கதிகமான வருவாயாக இருப்பினும் சரி, மதுவின் மூலம் வரும் வருவாயை அரசு தவிர்த்து மதுவிலக்கை அமல்படுத்த வேண்டும். ஒரு திரைப்படத்தில் பட்டுக்கோட்டை கல்யாண சுந்தரனாரின் பாட்டில், **"திருடனாய்ப் பார்த்து திருந்தாவிட்டால் திருட்டை ஒழிக்க முடியாது"** என்றொரு வரி வரும். அந்த வரிகள் குடிகாரர்களுக்கும் பொருந்தும். குடிகாரர்கள் தங்கள் தவறை உணர்ந்து, தங்கள் குடும்ப நிலையை எண்ணிப் பார்த்து திருந்த வேண்டும். இந்தச் சமுதாயமும் அவர்களிடம் அக்கறைக் காட்டி திருத்த முயற்சிக்க வேண்டும்.

★★★

மாற்றுத் திறனுடையோர் மறுவாழ்வு

முன்னுரை

"அரிதரிது மானிடராய்ப் பிறத்தல் அரிது – அதிலும் கூன் குருடு செவிடு நீங்கிப் பிறத்தல் அரிது" என்று ஔவையார் பாடியுள்ளார். மனிதப் பிறவியில் இயற்கையாகவோ அல்லது விபத்திலோ உறுப்பிழந்தவர்களுக்கு நாம் உதவி செய்து நல்வாழ்வு அளிக்க வேண்டும்.

அரசு செய்து வரும் உதவிகள்

இந்திய அரசியல் சட்டத்தின் 41–ஆம் பிரிவு மாற்றுத் திறனுடையோர் நலன் குறித்ததாகும். ஐக்கிய நாடுகள் சபையும் மாற்றுத் திறனுடையோர் நலனுக்கும் பேருதவி புரிகின்றது.

நம் அரசானது கண்பார்வை இழந்தோர்களுக்கென பல பள்ளிகளை நடத்தி வருகின்றது. அவர்களுக்கென **'ப்ரெய்லி'** எழுத்து முறையில் பல நூல்கள் வெளிவந்துள்ளன. அதேபோல் வாய் பேச முடியாதவர்களுக்காகவும், காது கேளாதோருக்கும், மூளை வளர்ச்சி குன்றியவர்களுக்கும் தனித்தனி பள்ளிகளை அமைத்து அவர்களுக்கு சிறப்பான முறையில் பயிற்சி அளிக்கப்படுகிறது.

மாற்றுத் திறனுடையோரின் திறமைகள்

உலகப் புகழ் பெற்ற **'மில்டன்'** என்னும் பெருங்கவி கண்களை இழந்த பின் **'இழந்த சொர்க்கம்'** என்னும் காவியத்தைப் படைத்தார். தன்னுடைய 1½ வயதிலேயே கேட்கும்

மற்றும் பார்க்கும் திறனை இழந்துவிட்டார். கேட்கும் திறனில்லாததால் அவரால் பேசவும் முடியாது. அப்படிப்பட்ட ஹெலன் உயர் மதிப்பெண் பெற்று பட்டதாரியானதுடன், மூன்று மொழிகளையும், செஸ் விளையாடவும், குதிரை ஓட்டுவதையும் கற்றுக் கொண்டார்.

தமிழுலகில் இரட்டைப் புலவர்களில் ஒருவர் கண் பார்வையில்லாதவர்; மற்றொருவர் கால் நடக்க இயலாதவர். கண் பார்வையற்றவர் கால் இல்லாதவரைச் சுமப்பார். கால் இல்லாதவர் வழிகாட்ட இருவரும் வழிப்பயணம் செல்வர். அதோடு மட்டுமில்லாமல், '**தில்லைக் கலம்பகம்**' என்ற சிற்றிலக்கியத்தை அந்தப் புலவர்கள் தமிழன்னைக்குப் படைத்தனர். தமிழ்ப் புலவர்களில் மற்றொருவரான '**அந்தக்கவி வீரராகவ முதலியார்**' கண்கள் தெரியாமல் இருந்தும் சிறந்த புலமைப் பெற்று கவிதைகள் படைத்தார்.

முடிவுரை

மாற்றுத் திறனாளிகளுக்கு குறிப்பிட்ட விழுக்காடுகளை ஒதுக்கி அரசுப் பணிகளில் அமர்த்த நமது அரசு சட்டம் இயற்றியுள்ளது. தனி மனிதர்களாகிய நாம் அவர்களுக்கு உதவியாக இருக்க வேண்டும். அதே சமயம் அவர்களுக்கு தன்னம்பிக்கையுடன் வாழ தைரியத்தையும் நாம் கொடுக்க வேண்டும்.

★★★

பசுமைப் புரட்சி

முன்னுரை

"உழுவார் உலகத்தார்க்கு ஆணிஅஃ தாற்றாது
எழுவாரை எல்லாம் பொறுத்து" – குறள் 1032

என்ற வள்ளுவரின் வாக்கால் உழவுத்தொழிலின் சிறப்பு சொல்லாமலே விளங்கும்.

"உழவுக்கும் தொழிலுக்கும் வந்தனை செய்வோம்" என்று பாரதியார் உழவுத்தொழிலை மேன்மைப்படுத்தியுள்ளார். உணவில்லாமல் இவ்வுலகினில் எவ்வுயிரும் வாழ இயலாது. இந்த உணவிற்காகத்தான் விவசாயம் செய்து அதன் மூலம் பல்வேறு தானிய வகைகளை உற்பத்தி செய்து வருகின்றோம். நம் பாரதநாட்டின் முதுகெலும்பாய்த் திகழ்வது விவசாயத் தொழில்தான். நம்நாட்டில் பெருகி வரும் மக்கட் தொகைக்கேற்ப உணவு உற்பத்தி பெருகவில்லை. அதற்காக நடத்தும் விவசாயப் புரட்சியே **பசுமைப் புரட்சி** எனப்படும்.

ஐந்தாண்டுகாலத் திட்டங்கள்

நம்நாடு விடுதலை அடைந்த பிறகு நாட்டின் முன்னேற்றம் குறித்து எண்ணிய அரசு ஐந்தாண்டுகாலத் திட்டங்களை கொண்டு வந்தது. அத்திட்டங்களில் வேளாண்மைத் தொழில் முக்கியத்துவம் பெற்றது. ஆரம்பகால ஐந்தாண்டு காலத் திட்டங்களில் அணைக்கட்டுகள் கட்டப்பட்டன. இதனால் வீணாகும் நீர் தடுக்கப்பட்டது. நாடு வளம் கொழிக்க அரசு பல்வேறு அணைகளைக் கட்டி நீர்ப்பாசன வசதியைப் பெருக்கியது. பக்ராநங்கல், தாமோதர், ஹீராகுட், துங்கபத்திரா, நாகார்ச்சுனா போன்ற அணைத் திட்டங்களை நிறைவேற்றியுள்ளது. பவானிசாகர், மணிமுத்தாறு, அமராவதித் திட்டம் போன்ற திட்டங்களை உருவாக்கியுள்ளது. அடுத்தடுத்த காலக்கட்டங்களில் இயந்திரங்கள், உர உற்பத்தி போன்றவை கொண்டுவரப்பட்டது. பசுமைப் புரட்சித் திட்டம் வெற்றி பெற உறுதுணையாய் இருந்தவர் '**வேளாண் விஞ்ஞானி**' என்று சிறப்புடன் அழைக்கப்படும் எம்.எஸ். சுவாமிநாதன் ஆவார்.

பயன்கள்

பசுமைப் புரட்சியால் நாட்டில் விளைச்சல்கள் பெருகின. நாட்டில் பல்வேறு இடங்களில் வேளாண் ஆராய்ச்சி நிலையங்கள் ஏற்படுத்தப்பட்டன. தரமான விதைகள், ஐ.ஆர். 8, ஐ.ஆர். 20, பொன்னி போன்ற நெல் வகைகள் கண்டறியப்பட்டன. இரு மடங்கு விளைச்சல் தரும் நெல்வகைகள், குறுகிய காலப் பயிர்கள் அறிமுகமாயின. திருச்சி, மதுரை, கோயம்புத்தூர், சிதம்பரம் போன்ற இடங்களில் வேளாண்மைக் கல்லூரிகள் ஆரம்பிக்கப்பட்டன. வேளாண்மைப் பல்கலைக்கழகம் கோயம்புத்தூரில் உள்ளது.

அரசாங்க உதவிகள்

கூட்டுறவு வங்கிகள், நிலவள வங்கிகள் மூலம் நமது அரசு கிணறுகள் தோண்டவும், மின்விசை நீர்ப்பொறி பெறவும் பெருந்தொகையைக் கடன்களாக வழங்கி வருகிறது. பல்வகைப் பயிர் வளர்ச்சிக்கு கடன் வழங்கி உழவர்களை ஊக்கப்படுத்துகிறது. விவசாயிகள் உற்பத்தி செய்யும் உணவுப் பொருட்களை வாங்கவும் விற்கவும் ஏதுவாக ஒழுங்குமுறை விற்பனைக் கூடங்களை அரசு அமைத்துள்ளது. தமிழக அரசு வரவு செலவு பட்டியலில் விவசாயத்திற்கென தனியாக குறிப்பிட்ட தொகையை கோடிக்கணக்கில் ஒதுக்கியுள்ளது.

விவசாயத்திற்கு தேவைப்படும் மின்சாரத்தினை சில இடங்களில் அரசு இலவசமாய் வழங்குகிறது. நிலத்தடி நீரை வெளிக் கொணர ஆராய்ச்சிகள் நடக்கின்றன. மண்வளப் பாதுகாப்பு மூலம் மண்ணுக்கேற்ற புதிய உர வகைகள், பூச்சி கொல்லிகள், விதைகள் முதலியவை விவசாயிகளுக்கு அரசால் வழங்கப்படுகின்றன.

முடிவுரை

உணவிற்குப் பற்றாக்குறையும், பஞ்சமும் ஏற்பட்டால் அந்நாடு சோமாலியா, எத்தியோப்பியா, சூடான் போன்ற நாடுகளைப் போல் பரிதாபத்திற்குரிய ஒன்றாகிவிடும். அந்நிலை வரக்கூடாது என்பதற்காக ஆரம்பிக்கப்பட்டதுதான் பசுமைப் புரட்சியாகும். நம் நாட்டில் நல்ல விளை நிலங்கள் எல்லாம் கட்டடங்களாக மாறி வருகின்றன. அந்நிலைமை மாறி தரிசு நிலங்களைக் கூட நல்ல விளைநிலங்களாக நாம் மாற்றிக் காட்டுவதுதான் உண்மையான பசுமைப் புரட்சியாகும்.

★★★

தீண்டாமை ஒழிப்பு

முன்னுரை

இறைவன் இந்த உலகைப் படைத்து, அதில் எல்லாவிதமான உயிர்களையும் படைத்தான். அவன் படைத்த உயிர்கள் அனைத்தும் தங்கள் இனத்தாருடன் கூட்டங்கூட்டமாக வாழ்கின்றன. ஆனால் மனித இனம் மட்டும் சாதி என்ற ஒன்றை தாங்களாகவே உருவாக்கிக் கொண்டு வாழ்கின்றனர். உயர்ந்த சாதி, தாழ்ந்த சாதி என்ற பிரிவினைகளால் தீண்டாமை என்ற கொடிய நோய் நமது சமூகத்தை பிடித்துக் கொண்டிருக்கிறது.

தீண்டத்தகாதவர்களின் நிலை

“பிறப்பொக்கும் எல்லா உயிர்க்கும் சிறப்பொவ்வா
செய்தொழில் வேற்றுமை யான்” – குறள் 972

மனிதர்களில் பிறப்பினால் உயர்வு தாழ்வென்பது கிடையாது. ஆதியில் மனிதனிடம் இல்லாத சாதி பின் எவ்வாறு தோன்றியது? பண்டைக்காலத்தில் தொழில்களை வைத்து மனித இனத்தைப் பிரித்தனர். நாளடைவில் அதுவே '**சாதி**' என்ற கொடிய நோய் உருவாகிட வழி வகுத்தது. தீண்டத்தகாதவர்கள் என்று கருதப்பட்டவர்களை சேரிகளில் வாழ வைத்து ஒதுக்கினர். அவர்கள் மேல்சட்டை அணியக்கூடாது; காலில் செருப்பு அணியக்கூடாது; பொது நீர் நிலைகளில் நீர் எடுக்கக்கூடாது; உயர் சாதியினர் என்று கருதப்பட்டவர்கள் தெருவில் நடந்து வரும்போது எதிரே வரக்கூடாது என்று பல விதங்களில் அவர்களை கொடுமை செய்தனர்.

தீண்டாமை ஒழிப்பு

காந்தியடிகள் தீண்டாமையை ஒழிக்க அரும்பாடுபட்டார். தாழ்த்தப்பட்ட மக்களை '**கடவுளின் குழந்தைகள்**' என்று பொருள்படும்படி அரிஜனங்கள் என்று அழைத்தார். டாக்டர் அம்பேத்கர், ஈ.வெ.ரா., இராஜாஜி, காமராசர், அண்ணா போன்ற தலைவர்கள் தீண்டாமையை ஒழிக்கப் பாடுபட்டனர். அரிஜனங்களுக்கு ஆலயப் பிரவேச உரிமை மறுக்கப்பட்டு வந்த போது, வடக்கே காந்தியடிகள் அவர்களை தம்முடன் அழைத்துச் சென்று ஆலயப் பிரவேசம் நடத்தினார். தெற்கே ஈ.வெ.ரா. பெரியார் அவர்கள் '**வைக்கம்**' என்ற ஊரில் அரிஜனங்களுடன் ஆலயப் பிரவேசம் நடத்தி வெற்றி கண்டார். அதனால் '**வைக்கம் வீரர்**' என்று போற்றப்பட்டார். பாரதியார் சேரிகளுக்குச் சென்று உணவு உண்டு, அங்கேயே தங்கி பிறருக்கு வழிகாட்டியாக வாழ்ந்தார். இன்று தீண்டாமை சட்டப்படி ஒழிக்கப்பட்டுவிட்டது. அரசு இன்று பல்வேறு சலுகைகளை அவர்களுக்கு வழங்கி அவர்கள் கல்வி, பொருளாதாரம் ஆகியவற்றில் உயர வழி வகை செய்துள்ளது.

முடிவுரை

"ஓடப்பராயிருக்கும் ஏழையப்பர்
உதையப்பராகி விட்டால் ஓர் நொடிக்குள்
ஓடப்பர் உயரப்பர் எல்லாம் மாறி
ஒப்பப்பர் ஆகிவிடுவார் உணரப்பா நீ!"

என்று வேற்றுமைநிலை கண்டு சாடினார் பாரதிதாசன். அறியா சனங்களாய் இருந்தவர்களை அரிசனங்களாக (கடவுளின் குழந்தைகளாக) மாற்றி அவர்களை அரியாசனம் ஏற்றிய பெரியோர்கள் அத்தனைப் பேரையும் எத்தனை முறை பாராட்டினாலும் தகும். முன்பிருந்த அளவு சாதிக் கொடுமைகள் இன்றில்லை. எனினும் ஆங்காங்கே இருந்து கொண்டிருக்கும் சாதிக் கொடுமைகளையும் முழுமையாக ஒழிக்க நாம் காந்தி வழியில், பெரியார் வழியில் நின்று போராட வேண்டும்.

★★★

சுற்றுப்புறத் தூய்மை

முன்னுரை

வீடாக இருந்தாலும் சரி, வீதியாக இருந்தாலும் சரி அங்கு சுற்றுப்புறத் தூய்மை மிக முக்கியம். சுற்றுப்புறம் தூய்மையாக இருந்தால்தான் சுகாதாரம் நன்றாக அமையும். நமது முன்னோர்கள், '**சுத்தம் சுகம் தரும்**'; '**கூழானாலும் குளித்துக் குடி**'; '**கந்தையானாலும் கசக்கிக் கட்டு**'' என்ற பழமொழிகள் மூலம் தூய்மையை வலியுறுத்தினர். ஒரு மனிதனுக்கு உடல் தூய்மையும், உள்ளத் தூய்மையும் மிக அவசியம் என்பதை வள்ளுவர்,

> "புறந்தூய்மை நீரான் அமையும் அகந்தூய்மை
> வாய்மையால் காணப் படும்" — குறள் 298

என்ற குறளில் விளக்கியுள்ளார்.

சுற்றுப்புறத் தூய்மை

நாம் சுவாசிக்கும் காற்று, அருந்தும் நீர், உண்ணும் உணவு, உடுத்தும் உடை அனைத்துமே தூய்மையாக இருக்க வேண்டும். தூய்மையான காற்றுக்கு மரங்கள் மிகவும் தேவை. ஆனால் வெட்டப்படும் மரங்களுக்குப் பதிலாக வேறு மரங்கள் வைக்கப்படுவதில்லை. சாலை ஓரங்களில் மாணவர்கள் மரம் நட்டு வைக்கிறார்கள். ஆனால் சரியான பராமரிப்பு இல்லாமல் அவை வாடிவிடுகின்றன. மரங்களை அதிகமாக நட்டு அவற்றை சிறந்த முறையில் பாதுகாக்க வேண்டும். நாம் வாழுமிடங்களை சுற்றி நீர் தேங்காமல் பார்த்துக் கொள்ள வேண்டும். நீர் தேங்கினால் அது கொசுக்களின் வாழ்விடமாக மாறி நமக்குத் தீராத வியாதிகளைப் பரிசாகத் தந்துவிடும். வீட்டின் வாசலில், தெருவோரங்களில் என்று நினைத்த இடங்களிலெல்லாம் குப்பைக் கூளங்களைப் போடக் கூடாது. தூய்மையான முறையில் வீட்டில் சமைக்கும் உணவுகளையும் சுத்திகரிக்கப்பட்ட நீரையும் மட்டுமே உட்கொள்ள வேண்டும்.

தூய்மைக் கேடுகள்

நாட்டில் பெருகிவிட்ட தொழிற்சாலைகளால் நச்சுக் காற்று பரவி வருகிறது. முக்கியமாக சாயத் தொழிற்சாலை, தோல் பதனிடும் தொழிற்சாலை முதலிய இடங்களிலிருந்து கழிவு நீர் வெளியேறி நிலத்தடி நீரோடு கலந்துவிடுகிறது. இதனால் கால்நடைகள், மக்கள், தாவரங்கள் என அனைத்து உயிரினங்களுமே பாதிக்கப்படுகின்றன. போக்குவரத்து சாதனங்களாலும் ஆலைகள் வெளிவரும் புகைகளாலும் காற்று மாசுபடுகிறது. மக்கள் உபயோகிக்கும் பிளாஸ்டிக் பொருட்கள், பாலிதீன் பைகள் போன்றவை மண்ணிடையே மக்கிப் போகாமல் தேக்கமாகி உள்ளதால் நிலம் மாசுபட்டுவிடுகிறது. அறிவியல் ஆய்வினால் ஏற்பட்ட தீமைகளில் ஒன்று போபாலில் ஏற்பட்ட நச்சு வாயுக் கசிவாகும். இதனால் பல்லாயிரக்கணக்கான மக்கள் இறந்ததுடன் உயிர் பிழைத்த மக்களும் பலவிதமான உடல் பாதிப்புகளுடன் வாழ்கின்றனர்.

முடிவுரை

மாசுகள் நிறைந்த வாழ்க்கையைச் சீர்படுத்த அரசு 'மாசுக் கட்டுப்பாட்டு வாரியம்' அமைத்து இதனை மாற்றும் பணிகளைச் செய்து வருகிறது. சுற்றுப்புறத் தூய்மை பற்றிய கருத்துகளைக் கருத்தரங்குகள் மூலமாக மக்களுக்கு எடுத்துக் கூற வேண்டும். நாட்டு நலப்பணித்திட்ட மாணவர்கள் சுற்றுப்புறத் தூய்மை பற்றி பாமர மக்களிடம் எடுத்துரைக்க வேண்டும். உடல் தூய்மையும் உள்ளத் தூய்மையும் தனி மனித வாழ்விற்குச் சிறந்தது. ஆனால் சுற்றுப்புறத் தூய்மை இந்த சமூக வாழ்விற்குச் சிறந்தது.

சத்துணவுத் திட்டம்

முன்னுரை

இவ்வுலகில் உயிர் வாழ உணவு இன்றியமையாதது என்பதை,

> "வயிற்றுக்குச் சோறிட வேண்டும் - இங்கு
> வாழும் மனிதருக்கெல்லாம்"

எனும் பாரதியின் கூற்று மெய்ப்பிக்கிறது. **'பசி வந்தால் பத்தும் பறந்து போகும்'** என்ற தன்மைக்கேற்ப ஒருவன் மனமானது மாற்றம் பெறுகிறது. இந்த மனமாற்றம் பிஞ்சுக் குழந்தைகள் மனதில் ஏற்படக்கூடாது. பசித்த பிஞ்சு வயிற்றினை குளிரூட்டினாலொழிய, அறிவுப்பசி ஏற்படாது என்பதை உணர்ந்து, காமராஜர் அவர்களால் முதன் முதலில் தொடங்கப்பட்டது **'மதிய உணவுத் திட்டம்'** ஆகும். அதற்கு மெருகூட்டி டாக்டர் எம்.ஜி.ஆர். அவர்களால் ஆரம்பிக்கப்பட்டதுதான் **'சத்துணவுத் திட்டம்'** ஆகும்.

சத்துணவுத் திட்டம்

காமராஜர் தொடங்கிய திட்டம் தொடர்ந்து நடைபெற்று வந்தாலும், குழந்தைகளின் வயதிற்கேற்ப ஊட்டச்சத்துடன் உணவு வழங்கப்பட வேண்டுமென்ற நோக்கத்துடன் எம்.ஜி.ஆர். அவர்களின் ஆட்சிக் காலத்தில் **'முதலமைச்சர் சத்துணவுத் திட்டம்'** ஆரம்பிக்கப்பட்டது. இத்திட்டத்தில் புரதம், கொழுப்பு, வைட்டமின், தாதுப் பொருட்கள் நிறைந்த காய்கறிகள், கீரை, முட்டை போன்ற உணவுப் பொருள்கள் இடம் பெறுகின்றன. **'உண்டி கொடுத்தோர் உயிர் கொடுத்தோரே'** எனும் மணிமேகலையின் கூற்றிற்கிணங்க மக்கள் நெஞ்சங்களில் எம்.ஜி.ஆர். நீங்காது நிலைத்துவிட்டார்.

நன்மைகள்

இத்திட்டத்தின் வாயிலாக ஏழைக் குழந்தைகள் பயன் பெற்றனர். வறுமைக்காக வேலைக்குச் சென்ற குழந்தைத் தொழிலாளர்களின் எண்ணிக்கை குறைந்தது. குழந்தைகளின் தளர்ச்சி நீங்கி கல்வி வளர்ச்சி பெருகலாயிற்று. மாணவர்கள் யாவரும் ஒன்றாக அமர்ந்து உண்பதால் வேற்றுமை உணர்ச்சி மறைய இத்திட்டம் உதவுகிறது. ஆசிரியர்களின் பணிக்கு இடையூறு நேரா வண்ணம் சத்துணவுத் திட்டத்திற்காக தனி வேலையாட்களை அமர்த்தியுள்ளனர். சத்துணவுப் பணிகளில் விதவைகளுக்கு முன்னுரிமை வழங்கப்பட்டது. மாணவர்களையடுத்து வறுமை நிலையில் வாடும் முதியோர்களுக்கும் சத்துணவு வழங்கப்படுகிறது. இதன் மூலம் மாணவர்கள், விதவைகள், முதியோர்கள் பயனடைகின்றனர்.

முடிவுரை

பசியைப் பற்றி சொல்லும் போது, **'பசியெனும் ஒரு பாவி'** என வள்ளுவர் குறிப்பிடுகிறார். ஒளவையோ **"கொடிது கொடிது இளமையில் வறுமை கொடிது"** என்கிறார். இத்தகையப் பசியைப் போக்குவதில் பெற்றவர்கள் எடுத்துக் கொண்ட முயற்சியை விட அரசு ஒவ்வொரு குழந்தையின் பசியையும் போக்க நினைத்து ஆரம்பிக்கப்பட்ட இத்திட்டம் போற்றுதலுக்குரியது. காமராஜர் காலம் முதற்கொண்டு நடந்து வரும் இத்திட்டம் காலங்காலமாய் தூய்மையாக நடக்க வேண்டும். பொதுமக்களும் இதற்குத் தங்களது நல்லாதரவினைத் தர வேண்டும்.

★★★

கிராமத்தின் உயர்வே நாட்டின் உயர்வு

முன்னுரை

நம் இந்திய நாடு பல இலட்சம் கிராமங்களைக் கொண்டுள்ளது. நம் நாடு முன்னேற வேண்டுமானால், கிராமங்கள் முன்னேற வேண்டும். அதனால்தான் காந்தியடிகள், **'நம் நாட்டின் முதுகெலும்பு கிராமங்கள்தான்'** என்றார். மேலும் அவர், கிராமங்களுக்குச் சென்று சேவை செய்யும்படி படித்த இளைஞர்களிடம் வேண்டுகோள் விடுத்தார்.

கிராமங்களின் இன்றைய நிலை

கிராம மக்கள் பெரும்பாலும் விவசாயத் தொழிலையே நம்பி வாழ வேண்டியுள்ளது. இயற்கையின் மாறுபாடுகளால், விவசாயிகள் வேளாண்மையை மட்டும் நம்பி வாழ முடியவில்லை. இதனால் கிராம மக்கள் பிழைப்புக்காக நகரத்தை நோக்கி செல்ல ஆரம்பித்துவிட்டார்கள். உழவுத் தொழில் செய்து தலைநிமிர்ந்து வாழ்ந்த அவர்கள் இன்று நகரத்தில் மூட்டைத் தூக்கியும் கட்டட வேலை செய்தும் பிழைக்கிறார்கள்.

கிராமச் சீர்திருத்தம்

கிராமங்கள் நமது நாட்டின் உயிர்நாடி. எனவே கிராமங்களை முன்னேற்றுவதில் நாம் அதிகக் கவனம் செலுத்த வேண்டும். கிராமங்களில் அடிப்படை வசதிகளான மின்சாரம், குடிநீர், மருத்துவம், கல்வி போன்ற தேவைகளைப் பூர்த்தி செய்ய வேண்டும். வேளாண்மைக்குரிய வாய்ப்புகளை பெருக்க வேண்டும். மழை பொய்க்கும் காலத்தில் அரசாங்கம் விவசாயத்திற்குத் தேவையான நீர் வளத்தை அதிகப்படுத்தித் தர வேண்டும்.

உழவுத்தொழில் செய்யும் உழவர்கள் வருடத்தில் ஆறுமாதம்தான் வயலில் வேலை செய்கின்றனர். எஞ்சிய நேரத்தில் அவர்கள் வருவாயைப் பெருக்கக்கூடிய வகையில் சிறு தொழில்களை அதிகமாக ஏற்படுத்தித் தர வேண்டும். கைத்தொழில்கள் பெருக வங்கிகள் கடன் கொடுத்து உதவ வேண்டும். கிராமங்களின் தேவைகளை, வசதிகளை மேம்படுத்தி அதன் பொருளாதார முன்னேற்றத்தை உறுதி செய்வதற்கு கிராமச் சீர்திருத்தம் மிக முக்கியமாகும்.

முடிவுரை

கிராம வாழ்க்கை என்பது இயற்கையான, அமைதியான வாழ்க்கையாகும். அது சீர்குலைந்து போகாதபடி பாதுகாக்க வேண்டியது அரசின் கடமை மட்டுமல்ல; குடிமக்கள் ஒவ்வொருவருடைய கடமையுமாகும். படித்த, வசதி வாய்ப்புள்ள ஒவ்வொருவரும் கிராம முன்னேற்றத்திற்கு தம்மால் ஆன உதவியை மனமுவந்து செய்ய வேண்டும். தனி நபர்கள், அரசாங்கம் தவிர தன்னார்வ தொண்டு அமைப்புகள், நற்பணி மன்றங்கள் இந்த விஷயங்களில் தங்களை ஈடுபடுத்திக் கொள்ள வேண்டும். அப்பொழுது இந்தியா வளம் பெறும்.

★★★

நுகர்வோர் பாதுகாப்பு

முன்னுரை

அன்றாடம் நாம் சந்தையில் நமக்குத் தேவையான பல்வேறு பொருட்களை விலைக்கு வாங்குகிறோம். இதில் விலை குறைந்த சாதாரண பொருட்கள் முதல் விலையுயர்ந்த பொருட்கள் வரை உள்ளன. அந்த பொருட்களை விலை கொடுத்து வாங்குபவர் நுகர்வோர் ஆவர். நுகர்வோரைப் பாதுகாப்பது நுகர்வோர் சட்டம் ஆகும்.

நுகர்வோர் பாதுகாப்பு

அமெரிக்காவைச் சேர்ந்த **'இரால்ப் நடார்'** என்பவரால் நுகர்வோர் நலன்களைக் காக்க இயக்கம் ஒன்று துவங்கப்பட்டது. பின் உலகெங்கிலும் அது பரவியது.

நம் நாட்டில் 587 நுகர்வோர் நீதிமன்றங்கள் உள்ளன. இந்த நீதிமன்றங்கள் 90 நாட்களுக்குள் மக்கள் குறையைத் தீர்த்து நீதி வழங்குகின்றது.

நுகர்வோர் பாதுகாப்பு சட்டம்

1986–இல் நுகர்வோர் பாதுகாப்புச் சட்டம் இயற்றப்பட்டது. நுகர்வோரின் குறைகளைத் தீர்க்கவும், அவர்களுக்கு ஏற்படுகின்ற இழப்பினை ஈடுகட்டவும் இச்சட்டம் உதவுகிறது. பொருள்களில் கலப்படம் செய்யும் உற்பத்தியாளர் மீதும், வணிகர் மீதும் நடவடிக்கை எடுக்கப்படுகிறது. அரசின் எடைத்துறையினரிடம் இரண்டு ஆண்டுகளுக்கு ஒரு முறை சென்று எடைக் கற்களுக்கு முத்திரையிட்டு பெற்றுக் கொள்ள வேண்டும்.

பொட்டலப்படுத்தப்பட்ட பொருள்களில் அவற்றின் மேல் பொருள்களின் அளவு, விலை, பொட்டலப்படுத்தப்பட்ட தேதி, காலாவதியாகும் தேதி, உற்பத்தியாளர் முகவரி முதலியவை கண்டிப்பாக இருக்க வேண்டும்.

தீர்ப்பு நிலை

குறைகளைத் தீர்த்தல், மாற்றிக் கொடுத்தல், தொகையினை திருப்பியளிக்கும்படி கூறுதல், நஷ்ட ஈடு வழங்குதல், சிறை தண்டனை விதித்தல் என பல்வேறு விதமான தீர்ப்புகள் அளிக்கப்படுகிறது. தீர்ப்பு நமக்குச் சாதகமாக இல்லையெனில், நாம் மேல்முறையீடு செய்யலாம்.

பொதுமக்கள் கடமை

நுகர்வோர் பொருள்களில் **I.S.I.** முத்திரை இருக்கிறதா என்று பார்த்து வாங்க வேண்டும். பொருள்கள் வாங்கியதற்கு விற்பனைச் சீட்டினைப் **(Bill)** பெற வேண்டும். எடையைச் சரிபார்த்து வாங்க வேண்டும். பொருட்களுக்கான உத்திரவாதக் காலம் முடிவடைவதற்குள் பொருளில் ஏதேனும் குறைபாடுகள் ஏற்பட்டால், கடைக்காரர்களை பொதுமக்கள் உடனே அணுக வேண்டும். அவர்கள் சரி செய்து தர மறுத்தால் உடனே நுகர்வோர் பாதுகாப்பு மன்றத்தை நாடி உதவி பெற வேண்டும். படித்தவர்கள் பாமர மக்களிடம் நுகர்வோர் பாதுகாப்பு நலன் பற்றி எடுத்துரைத்து விழிப்புணர்வை ஏற்படுத்த வேண்டும். ஒரு சிலர் பொருள் வீணாகப் போனாலும் பரவாயில்லை என்று நுகர்வோர் பாதுகாப்பு மன்றத்தை அணுகுவதில்லை. அவர்கள் தங்கள் எண்ணங்களை மாற்றிக் கொண்டு, தவறுகளை தயங்காமல் சுட்டிக்காட்ட வேண்டும்.

முடிவுரை

“வாணிகம் செய்வார்க்கு வாணிகம் பேணிப்
பிறவும் தம்போற் செயின்” – குறள் 120

என்ற வள்ளுவரின் வாக்கிற்கிணங்க வாணிகம் செய்வோர்கள் மனிதநேயத்தோடு வியாபாரம் செய்ய வேண்டும். நுகர்வோர் பாதுகாப்பு மிகப்பெரிய சமுதாயத் தொண்டாகும்.

★★★

காப்பீட்டுக் கழகம் (L.I.C)

முன்னுரை

ஒவ்வொரு மனிதனும் தன் உழைப்பில் கிடைக்கின்ற வருமானத்தின் ஒரு பகுதியை சேமிக்க வேண்டும் என்று விரும்புகிறான். அதே சமயம் சேமிப்பு பாதுகாப்பாக இருக்கவும் வேண்டும் என்று விரும்புகிறான். மேலும் தன் உயிர், உடமைகள் அனைத்தும் பாதுகாப்புடன் இருப்பதோடு பொருளாதார நிலையிலும் வளர்ச்சியடைய வேண்டும் என்று நினைக்கின்றான். இதற்கு உறுதுணையாக இருப்பதுதான் காப்பீட்டுக் கழகம் ஆகும். இது மக்களுக்கு பல திட்டங்களை செயலாற்றி வருகிறது.

வளர்ச்சி

இந்தியாவில் முதல் காப்பீட்டு நிறுவனமாக 1870–இல் பம்பாய் மியூச்சுவல் லைஃப் இன்சூரன்ஸ் சொசைட்டி ஆரம்பிக்கப்பட்டது. பிற்காலத்தில் பல்வேறு இடையூறுகளுக்கிடையே 1956–இல் ஆயுள் இன்சூரன்ஸ் தேசியமயமானது. தேசியமயமான ஆயுள் காப்பீட்டுக் கழகம் 245 நிறுவனங்களை தன் கட்டுப்பாட்டின் கீழ் கொண்டு வந்தது. பொதுக் காப்பீட்டுக் கழகம் 1972–இல் 107 நிறுவனங்களை தன்னுள் கொண்டு வந்தது. இது நான்கு கிளை நிறுவனங்களாகச் செயல்பட்டு வருகிறது. அவை, நேஷனல் இன்சூரன்ஸ் கம்பெனி, நியூ இந்தியா இன்சூரன்ஸ் கம்பெனி, ஓரியண்டல் இன்சூரன்ஸ் கம்பெனி, யுனைடெட் இந்தியா இன்சூரன்ஸ் கம்பெனி என்பவைகள் ஆகும்.

இந்த காப்பீட்டுக் கழகங்களைத் தவிர, ஊழியர் நல காப்பீட்டு அமைப்பும் சிறப்புடன் செயல்பட்டு வருகிறது.

நன்மைகள்

மக்கள் தாங்கள் சேர்க்கும் சேமிப்பிற்கு பாதுகாப்பான இடம் என்பதாலும், எதிர்பாராமல் நடக்கும் விபத்துகளுக்கு இழப்பீடு வழங்குவதாலும் காப்பீட்டு நிறுவனத்தை மக்கள் நாடுகின்றனர். பொருள் இழப்பு என்றாலும் உயிரிழப்பு என்றாலும் உடனடியாக இழப்பீடு வழங்கப்படுகிறது. இழப்பீடு ஏற்படாவிடினும் மக்கள் சேமிக்கும் பணம் குறிப்பிட்ட கால முடிவில் வழங்கப்படுகிறது. வருமானவரிச் சலுகைகள் கருதியும் மக்கள் காப்பீடு செய்து கொள்வதுண்டு. வீடுகள், வீட்டு உடைமைகள், வாகனம் போன்றவற்றை காப்பீடு செய்து வருகின்றனர். மருத்துவக் காப்பீடு செய்து கொள்வதால் மக்கள் பெரிய மருத்துவச் செலவு வரும் பொழுது, அதன் மூலம் உதவி பெற்று நன்மையடைகின்றனர். விளையாட்டு வீரர்கள் தங்கள் உறுப்புகளைக் காப்பீடு செய்து கொள்கிறார்கள்.

தொழிற்சாலைகளில் வேலை செய்பவர்களுக்கு எது நடந்தாலும் காப்பீட்டுக் கழகம் பொறுப்பெடுத்துக் கொண்டு மருத்துவ உதவி, பொருளுதவி செய்கிறது.

முடிவுரை

காப்பீட்டுக்கழகம் முகவர்களைப் பணியில் அமர்த்தி, அவர்களின் தனித் திறமையால் பாலிசி எடுக்க வைக்கின்றனர். ஒரு வருடத்தில் குறிப்பிட்ட அளவு பாலிசி செய்ய வேண்டும் என்ற நிர்ணயம் முகவர்களுக்கு உள்ளது. வருடத்தில் ஒரு கோடி ரூபாய்க்கு மேல் வருமானத்தை பெற்றுத் தரும் முகவர்கள் பாராட்டப்படுகின்றனர். 1945 முதல் 1955 வரையுள்ள பத்தாண்டுகளில் நலிவடைந்திருந்த காப்பீட்டுக் கழகங்கள் தேசியமயமாக்கப்பட்ட பின் வளர்ச்சியடைந்தது. இந்தியப் பொருளாதாரத்தில் எல்.ஐ.சி. என்ற மிகப் பெரிய நிறுவனமே முதலிடம் வகிப்பதுடன் உலகில் மிக அதிகளவு பாலிசிதாரர்களைக் கொண்டுள்ளது. இதற்குக் காரணம் காப்பீட்டுக் கழகமானது புதுப்புது யுக்திகளைக் கையாள்வதேயாகும்.

★★★

மழைநீர் சேகரிப்பு

முன்னுரை

"வான்நின்று உலகம் வழங்கி வருதலால்
தான்அமிழ்தம் என்றுணரற் பாற்று" – குறள் 11

'அமிழ்தம்' என வள்ளுவரால் போற்றப்பட்ட மழை இல்லையேல் இவ்வுலகம் இல்லை. **"மாரியல்லால் காரியம் இல்லை"** என்பது பழமொழி. மழை நீர் இல்லாவிட்டால்

மண்ணுலகில் எந்தக் காரியமும் நடைபெறாது. அதனால்தான் இளங்கோவடிகள், தன்னுடைய கடவுள் வாழ்த்தில் ஞாயிறைப் போற்றி, அடுத்து திங்களைப் போற்றி, அதனையடுத்து **"மாமழை போற்றுதும் மாமழை போற்றுதும்"** எனப் போற்றியுள்ளார்.

மழையின் முக்கியத்துவம்

உண்பதற்குரிய உணவுப் பொருள்களை உண்டாக்கித் தானும் ஓர் உணவுப் பொருளாகத் திகழ்வது மழையாகும். நாம் உண்பதற்கும், உயிர் வாழ்வதற்கும் உரிய பயிர்களை விளைவித்துக் கொடுக்கிறது. இதனால் பண்டைத் தமிழகத்தில் மழைத் தெய்வமான இந்திரனுக்கு 28 நாட்கள் விழா எடுத்தார்கள். மழையின் முக்கியத்துவம் அறிந்து, கடவுள் வாழ்த்திற்கு அடுத்தபடியாக **'வான் சிறப்பு'** என்னும் அதிகாரத்தை வள்ளுவர் படைத்தார்.

"விசும்பின் துளிவீழின் அல்லால்மற் றாங்கே
பசும்புல் தலைகாண்பு அரிது" – குறள் 16

வானத்திலிருந்து மழைத்துளி வீழ்ந்தால் அன்றி, உலகில் ஓரறிவு உயிராகிய பசும்புல்லையும் காண முடியாது என்கிறார் வள்ளுவர்.

மழைநீர் சேமிப்பின் முக்கியத்துவம்

'சோழ வள நாடு சோறுடைத்து' என்ற பெருமையுடைய தஞ்சை மாவட்டம் முழுவதும் பஞ்சத்தாலும் பட்டினியாலும் துன்பப்படும் நிலைமை ஏற்பட்டுள்ளது. காரணம் வான் பொய்த்தாலும் தான் பொய்க்காத காவிரியே தண்ணீர் கண்டு பல ஆண்டுகள் ஆகிவிட்டன. ஒரே பாரதத் தாயின் மக்கள் என்று கூறிக் கொண்டே தண்ணீருக்கு பக்கத்து மாநிலத்தாரிடம் போராட வேண்டியுள்ளது. அதனால் மழைக் காலங்களில் தண்ணீரை வீணடிக்காமல் நிலத்தடியில் சேமித்து வைக்க வேண்டும். அப்போது கோடைக்காலத்தில் நாம் துன்பப்பட தேவையில்லை.

மழைநீரைச் சேமிக்கும் முறை

ஒவ்வொரு கட்டடத்தின் மொட்டைமாடிகளிலும் விழும் மழை நீரைக் குழாய்கள் மூலம் தரைக்குக் கொண்டு வர வேண்டும். தரைப் பகுதியில் மழை நீர்த் தொட்டி ஒன்றைக் கட்டி அதில் ஆற்று மணலைப் பரப்பி, சரளைக் கற்களை அதன் மேல் பரப்ப வேண்டும். அந்த தொட்டியில் மழைநீரை குழாய்கள் மூலமாக வந்து விழுமாறு செய்ய வேண்டும். இதனால் வீடுகளில் பெய்யும் மழைநீர் தெருவில், சாக்கடைகளில் ஓடி வீணாகாமல் அவரவர் வீட்டில் தேங்கி, நிலத்தடி நீரின் அளவு உயரும். அதுபோல் ஊர்களில் உள்ள குளம், குட்டை, ஏரி போன்ற நீர் நிலைகளையும் தூர்வாரி ஆழப்படுத்தினால், அதிகளவில் மழைநீர் அதில் நிறையும். பொது இடங்களான பள்ளிக்கூடங்கள், கோயில்கள், தொழிற்சாலைகள், வணிக வளாகங்கள் போன்றவற்றிலும் மழைநீர் சேகரிப்பு தொட்டிகளைக் கட்ட வேண்டும். நமக்கு மழை கிடைப்பதற்கு முக்கியக் காரணமான மரங்களை வெட்டாமல் பாதுகாக்க வேண்டும்.

முடிவுரை

முன்பெல்லாம் **"தண்ணீரை போல் பணத்தை செலவழிக்காதே"** என்று சொல்வார்கள். ஆனால் இன்று பணத்தை எண்ணி எண்ணி செலவழிப்பது போல, தண்ணீரை அளந்து அளந்து உபயோகிக்க வேண்டியுள்ளது. அதனால் பருவகாலங்களில் நீரை வீணடிக்காமல் சேமித்து வைக்க வேண்டும். அதற்கு மழைநீர் சேமிக்கும் முறையை நன்கறிந்து உபயோகப்படுத்திக் கொள்ள வேண்டும்.

★★★

குழந்தைத் தொழிலாளர்

முன்னுரை

“கொடிது கொடிது இளமையில் வறுமை கொடிது” என்றார் ஔவை. இளமைப் பருவத்தில் கல்வி கற்கச் செல்லாமல் கூலி வேலைக்குச் செல்ல வேண்டிய கட்டாயம் ஏற்பட்டதற்குக் காரணம் வறுமைதான். இதற்காக ஒவ்வோர் இந்தியனும் வேதனைப்பட வேண்டும். இந்தியாவின் வருங்காலத் தூண்கள் என்று சொல்லப்படுகிற சிறார்களை கூலி வேலைக்கு அனுப்புவதற்காகவா நாம் சுதந்திரம் பெற்றோம்? இந்தக் கொடுமை நீங்க இந்தியர் அனைவரும் முயற்சிக்க வேண்டும்.

குழந்தைத் தொழிலாளர்கள்

பதினான்கு வயதுக்குட்பட்ட சிறுவர்கள் குழந்தைத் தொழிலாளர்கள் எனப்படுவர். சிற்றுண்டிச் சாலைகளில், கட்டட வேலைகளில், திரையரங்குகளில், மளிகைக் கடைகளில் குழந்தைத் தொழிலாளர்கள் அதிகமாக உள்ளனர். இளமையில் பெற வேண்டிய கல்வியைப் பெறாமல், உடல்நலம், மனநலம் இரண்டும் கெட்டு, பண்பிழந்து பின் சமூகவிரோதிகளாகவும் அவர்கள் மாறிவிடுகிறார்கள்.

தீர்வு

குழந்தைகளுக்குத் தேவையான கல்வியையும் உணவையும் பெற்றோர்கள் தர வேண்டும். அவர்களின் பொருளாதார நிலைமை இடங்கொடுக்கவில்லை எனில், சமூகநல சங்கங்களை அணுக வேண்டும். அரசாங்கம் குழந்தைகளுக்கு இலவசமாகக் கல்வி, சீருடை, புத்தகங்கள், மதிய உணவு போன்றவற்றைத் தருகின்றது. ஆங்காங்கே இலவச மாணவர் விடுதிகளும் அரசாங்கத்தால் நடத்தப்படுகின்றன. அங்கே தங்குமிடம், மூன்று வேளைச் சாப்பாடு, கல்வி அத்தனையும் இலவசம். பின் எப்படி குழந்தைத் தொழிலாளர்கள் உருவாகிறார்கள்? அரசாங்கம் செய்து வரும் நன்மைகளை பயன்படுத்திக் கொள்ளத் தெரியாத அறியாமை ஒரு காரணமாக இருக்கலாம். உயர்கல்வி பெறும் மாணவர்களும், சமூக நல அமைப்புகளும், தகவல் தொலைத்தொடர்பு (வானொலி, தொலைக்காட்சி, பத்திரிகை) நிறுவனங்களும் பெற்றோர்களின் அறியாமையை நீக்க முயற்சிக்க வேண்டும்.

ஒரு சில இடங்களில் குழந்தைகள் கல்வி பயில ஆர்வத்துடன் இருந்தாலும், தீய பழக்கங்களுக்கு அடிமையான பெற்றோர்கள் பணத்துக்காக குழந்தைகளை வலுகட்டாயமாக வேலைக்கு அனுப்புகிறார்கள். அவர்கள் தண்டிக்கப்பட வேண்டியவர்கள். சமூகநல அமைப்புகள், ஆசிரியர்கள், தன்னார்வத் தொண்டு நிறுவனங்கள் அந்த மாதிரி குழந்தைகளை இனம் கண்டு ஆவன செய்ய வேண்டும்.

முடிவுரை

பெற்றோர்கள், ஆசிரியர்கள், அரசாங்கம், சமூகநல அமைப்புகள் என்று அனைத்தும் முயற்சி செய்தாலும் கூட குழந்தைகள் தங்கள் பொறுப்புணர்ந்து படிக்க வேண்டும். சாதாரண நிலையிலிருந்து மிக உயர்ந்த பதவிக்கு வந்தவர்களின் வரலாற்றினை உணர்ந்து தாமும் அவ்வாறு வாழ்க்கையில் உயர வேண்டும் என்ற குறிக்கோள் ஒவ்வொரு மாணவருக்கும் இருந்தால் குழந்தைத் தொழிலாளர் முறை ஒழிந்துவிடும்.

★★★

மகளிர் முன்னேற்றம்

முன்னுரை

உலகில் எந்த நாடும் போற்றாத அளவு பெண்களை போற்றிடும் நாடு நமது பாரதநாடு. இதனை தாய்நாடு என்று கூறுகிறோம். நம் நாட்டில் ஓடும் ஆறுகளுக்கு கங்கை, காவிரி, யமுனை என்று பெண்களின் பெயர்களைச் சூட்டி பெருமைப்படுகிறோம். இருப்பினும் சமுதாயத்தில் பெண்களின் நிலை இன்றளவும் சீராக இல்லை என்பதுதான் உண்மை.

பெண் விடுதலை

சங்க காலத்தில் பெண்கள் கல்வியில் சிறந்து விளங்கியதால்தான் ஔவை, காக்கைப்பாடினியார், வெள்ளிவீதியார் போன்ற முப்பதுக்கும் மேற்பட்ட பெண்பாற் புலவர்கள் இருந்தனர். ஆனால் இடைக்காலத்தில் '**அடுப்பூதும் பெண்களுக்கு படிப்பெதற்கு**' என்று பெண்களை வீட்டினுள்ளே பூட்டி வைத்தனர். சான்றோர் பலர் போராடிய பின்னரே பெண் விடுதலை கிடைத்தது. ஆங்கிலேயர் காலத்தில் அன்னிபெசன்ட், சகோதரி நிவேதிதா போன்றோர் பெண் விடுதலைக்காக உழைத்தனர். பெண் உரிமைக்காக ஓங்கிக் குரல் கொடுத்தவர்களில் பாரதியார் முதன்மையானவர். பெண்கள் உடன்கட்டை ஏறும் பழக்கத்தை இராசாராம் மோகன்ராய் அவர்கள் ஒழித்தார். மூவலூர் இராமாமிர்தம் அம்மையார் தேவதாசி முறையை ஒழிப்பதற்காக அரும்பாடுபட்டார். விதவை மறுமணத்தை வலியுறுத்தினார் பாவேந்தர் பாரதிதாசன் அவர்கள்.

பெண்கள் முன்னேற்றத்தில் அரசாங்கம்

மத்திய அரசும் மாநில அரசும் பெண்கள் முன்னேற்றத்திற்காக பல சட்டங்கள் இயற்றியுள்ளன. சாராதா சட்டம், சமமாக சம்பளம் தரும் சட்டம், மகப்பேறு கால உதவிச் சட்டம், வரதட்சணை தடுப்புச் சட்டம் போன்ற சட்டங்களை இயற்றியுள்ளது. மத்திய, மாநில சமூக நலத்துறை பெண்கள் முன்னேற்றத்திற்கு தேவையான உதவிகளைச் செய்கிறது. மேலும் அவர்களுக்கு இழைக்கப்படும் அநீதிகளையும் எதிர்த்து அதற்கான சட்டரீதியான நடவடிக்கைகளை எடுக்கிறது. மகளிருக்கான 30 சதவீத ஒதுக்கீடு எல்லாத் துறைகளிலும் அளிக்கப்படுகிறது.

முடிவுரை

வீட்டை மட்டும் ஆட்சி செய்த பெண்கள் இன்று நாட்டையும் ஆளுகின்றனர்; விண்வெளிக்கும் சென்று சாதனை புரிகின்றனர். "**ஆணும் பெண்ணும் நிகரெனக் கொள்வதால் அறிவில் ஓங்கி இவ்வையம் தழைக்குமாம்**" என்ற பாரதியின் வாக்கிற்கிணங்க மகளிர் முன்னேற்றம் ஓங்குக!

★★★

மனித உரிமைகள்

முன்னுரை

மனிதன் இயற்கையிலேயே சில உரிமைகளோடுதான் பிறக்கிறான். அவனுக்கு வாழ உரிமை இருக்கிறது. மிருகங்களுக்குக் கூட இந்த உணர்வு உண்டு. நாகரிகம் வளர வளர மனித உரிமைக்கு மதிப்பு தரப்படுவதில்லை. உலகம் முழுவதிலும் இந்த நிலை இருக்கிறது. மனிதர்கள் நல்வாழ்வு வாழ, தங்கள் அடிப்படைத் தேவைகளை நிறைவேற்றிக் கொள்ள உரிமைகள் தேவைப்படுகின்றன. அவை மனித உரிமைகள் **(Human Rights)** எனப்படும்.

மனித உரிமை மீறல்

அமெரிக்கா போன்ற மேலை நாடுகளில் மனித உரிமைக்காகப் போராடிய லிங்கன், மார்டின் லூதர் கிங் போன்ற தலைவர்கள் துப்பாக்கிக் குண்டுகளுக்கு இரையானார்கள். இனப்பகை என்பது வளர்ந்த நாடுகளிலும் கூட இருந்து வரும் நோயாகும். இனப்பகை என்பது இந்தியா போன்ற நாடுகளில் சாதிக் கொடுமையாக உள்ளது. தொலைதூர கிராமங்களில் இரண்டு–குவளை முறை இன்னும் இருக்கிறது. மக்கள் பிரதிநிதியாகத் தேர்ந்தெடுக்கப்படுபவர்கள் கூட சாதி அடிப்படையில்தான் தேர்ந்தெடுக்கப்படுகிறார்கள். இந்தியாவில் மனித உரிமைகளுக்கான சட்டங்கள் இருந்தாலும் நடைமுறையில் அவற்றை அமல்படுத்தும் பொழுது மனித உரிமை மீறல் நடக்கிறது. கல்வியறிவின்மை இதற்கு முக்கியக் காரணமாகும். தாழ்ந்தவனை அடிமையாகக் கருதி கொடுமை செய்கின்ற செல்வந்தர்களும் உயர்ந்த சாதியினரும் மனித உரிமைகளை மீறுகின்றனர். வறுமையின் பிடியில் உள்ளவர்கள் தங்கள் வாழ்நாள் முழுவதும் உரிமைகளை பெற முடியாமலேயே போய் விடுகின்றனர்.

மனித உரிமைகளின் வகைகள்

சாதி, நிறம், மொழி, இனம், சமயம், ஆண், பெண் என்ற வேறுபாடின்றி அனைத்து மனிதர்களும் சமமானவர்கள் என்பதே மனித உரிமையின் அடிப்படை தத்துவமாகும். உண்ண உணவு, இருக்க இடம், கல்வி பெறுதல், விரும்பும் மதத்தைப் பின்பற்றுதல் போன்றவை மனித உரிமைகளாகக் கருதப்படுகின்றன.

இதுவன்றி சட்ட உரிமைகள், தார்மீக உரிமைகள் என்று மனித உரிமைகளை வகைப்படுத்தலாம். மனசாட்சிக்கு விரோதமில்லாமல் மனிதநேயத்தின் அடிப்படையில் நடப்பது தார்மீக உரிமைகள் ஆகும். பெற்ற குழந்தைகளைப் பேணிக்காப்பது, வயது முதிர்ந்த பெற்றோரைக் காப்பது போன்றவை தார்மீக உரிமைகளாகும். வாழ்வியல் உரிமைகள், அரசியல் உரிமைகள் என்று சட்ட உரிமைகள் இரண்டு வகைப்படும். சுதந்திரமாக வாழும் உரிமை, வேலை, கல்வி, பேச்சு, எழுத்து, சொத்து, சமயம், இல்லறம் போன்றவை வாழ்வியல் உரிமைகளாகும். தேர்தலில் வாக்களித்தல், போட்டியிடுதல், அரசாங்கத்தில் பணிபுரிதல், அரசாங்கத்தின் குறைகளைச் சுட்டிக் காட்டுதல் போன்றவை அரசியல் உரிமைகளாகும்.

தீர்வு

மனித உரிமைகள் பற்றி அறியாத பாமர மக்களிடம் படித்தவர்கள் விழிப்புணர்ச்சியை ஏற்படுத்த வேண்டும். இந்திய அரசியலமைப்பு குடிமக்களின் அடிப்படை உரிமைகளை வகுத்தாலும் அவற்றை நிறைவேற்ற ஒரு கூடுதல் அமைப்பு தேவைப்படுகிறது. '**மனித உரிமைக் கழகம்**' மாநில அளவிலும் தேசிய அளவிலும் மனித உரிமை மீறலைத் தடுப்பதற்காக செயல்பட்டு வருகிறது. உயர்கல்வி பயிலும் மாணவர்கள் சமூக நலத்தின் மீது அக்கறை கொண்டு மனித உரிமை என்றால் என்ன? அதை நாம் எவ்விதத்தில் பயன்படுத்த வேண்டும்? நாம் பயன்படுத்தத் தவறுகின்ற சந்தர்ப்பங்கள் எவையெவை? என்பதை மக்களுக்குப் புரிய வைக்க வேண்டும். அப்பொழுதுதான் மனித உரிமை மீறல்கள் ஏற்படுவதைத் தடுக்க முடியும்.

முடிவுரை

“**ஜனநாயகம் மிக மோசமான அரசு. எனினும் இதை விட நல்லது நமக்குத் தெரியாது. மனித உரிமையை மதிப்பதே தற்போது முதன்மையானது**” என்று சர்ச்சில் கூறியதை நினைவில் கொள்ள வேண்டும். மனித உரிமைகளைக் காக்கும் விதத்தில் அனைவரும் செயல்பட வேண்டும்.

★★★

சாலை விபத்துகளை தவிர்க்கும் முறைகள்

முன்னுரை

போக்குவரத்து சாதனங்கள் எந்தளவு பெருகிவிட்டதோ அந்தளவு சாலை விபத்துகளும் பெருகிவிட்டன. அன்றாடம் செய்தித்தாள்களிலும் தொலைக்காட்சி செய்திகளிலும் சாலை விபத்துகள் பற்றிய செய்திகள் அதிகமாக இருப்பதைக் காணலாம். சாலை விபத்துகளினால் எண்ணற்ற உயிர்கள் பலியாகின்றன. உறுப்புகளை இழந்து பலர் தவிக்கின்றனர். சாலை விதிகளை மதிக்காமல் செல்வதுதான் இதற்கு முக்கியக் காரணமாகும்.

விபத்துகளுக்கான காரணம்

சாலைகள் குண்டும் குழியுமாக, மேடும் பள்ளமுமாகத் தோற்றமளிக்கின்றன. மழைக்காலங்களில் நீர்த் தேங்குவதால் மேடும் பள்ளமும் எங்குள்ளன எனத் தெரியாமல் பல விபத்துகள் ஏற்படுகின்றன. அதிகமான வேகம், சாலைவிதிகளை மதிக்காமல் வண்டி ஓட்டுதல், மது அருந்திவிட்டு வண்டி ஓட்டுதல், குறுகலான சாலைகளில் ஒரே சமயத்தில் பல வண்டிகள் ஒன்றையொன்று முந்திக் கொண்டு செல்லுதல், சரியான முறையில் பயிற்சி பெறாமல் உரிமம் வாங்கி கனரக வாகனங்களை ஓட்டும் ஓட்டுநர்களின் அனுபவமின்மை, வாகனங்களை சரியாக பராமரிக்காமை போன்ற காரணங்களால் சாலை விபத்துகள் உண்டாகின்றன.

விபத்துகளை தவிர்க்கும் முறை

போக்குவரத்துக் காவல்துறையினரின் வழிகாட்டுதலை சரியாகப் புரிந்து கொண்டு அதன்படி செல்ல வேண்டும். வாகனங்களில் ஏற்படும் பழுதுகளை அவ்வப்போது சரி செய்து பராமரித்து வைத்துக் கொள்ள வேண்டும். தூக்கக் கலக்கத்துடனோ, மது அருந்திவிட்டோ, சரியாகப் பயிற்சி பெறாமலோ வாகனங்களை ஓட்டக் கூடாது. இரவில் செல்லும் பயணங்களில் அதிகமான விபத்துகள் ஏற்படுகின்றன. வாகன ஓட்டுநர்களின் கவனமின்மை இதற்கு முக்கியக் காரணமாகும். இதைத் தவிர்க்க போக்குவரத்துத் துறையில் உள்ள அதிகாரிகள் நடவடிக்கை எடுக்க வேண்டும். முக்கியமாக வாகன ஓட்டுநர்கள் எந்தவிதமான மன அழுத்தத்துடனும் வண்டி ஓட்டக்கூடாது. மாணவப் பருவத்திலேயே சாலை விதிகளை அனைவரும் கற்றுக் கொள்ள வேண்டும். பள்ளி நிர்வாகத்தினர், காவல்துறையினர் மூலம் சாலையை ஒழுங்கு செய்யும் பயிற்சிகளை மாணவர்களுக்குத் தருகின்றனர். தானியங்கி அறிவிப்பினை மதித்து நடந்தால் விபத்துகளைத் தவிர்க்கலாம்.

முடிவுரை

இந்த உலகில் விலை மதிக்க முடியாதது உயிர் ஆகும். இதை ஒவ்வொருவரும் கவனத்தில் கொண்டு சாலை விதிகளை மதித்து வாழ்ந்தால் விபத்துகளைத் தவிர்க்கலாம்.

★★★

ஒழுக்கம் உயிரினும் ஓம்பப்படும்

முன்னுரை

"ஒழுக்கம் விழுப்பம் தரலான், ஒழுக்கம்
உயிரினும் ஓம்பப் படும்" – குறள் 131

ஒழுக்கத்தை உயிரை விட சிறப்பாகப் போற்றி பாதுகாக்க வேண்டும் என்கிறார் வள்ளுவர். ஒழுக்கம் நம் உயிரை விட உயர்ந்தது. மனிதனுக்கு பகுத்தறிவு என்ற ஆறாவது அறிவை இறைவன் கொடுத்ததற்குக் காரணம் அவன் ஒழுக்கமாக நடந்து கொள்ள வேண்டும் என்பதால்தான். உள்ளத்தாலும் சொல்லாலும் செயலாலும் தூய்மையாக நடந்து கொள்வதுதான் ஒழுக்கமாகும். மனிதனை மனிதனாக வாழ வைப்பது ஒழுக்கம்; மனிதனை தெய்வநிலைக்கு உயர்த்துவதும் ஒழுக்கம் ஆகும்.

ஒழுக்கத்தினால் உயர்ந்த சான்றோர்கள்

சினம், பொறாமை, பிறர் பொருளுக்கு ஆசைப்படுதல், கொடிய சொற்களை நீக்குதல் ஆகிய நான்கை நீக்கி ஒழுக வேண்டும் என்று வள்ளுவர் கூறியுள்ளார். ஒழுக்கத்தைப் போற்றி பின்பற்றி வாழ்ந்தவர்கள் உலக மகான்களாக உயர்ந்துள்ளார்கள், காந்தியடிகள், வள்ளலார், புத்தர், இயேசு பெருமான், நபிகள் நாயகம் என்று அனைவருமே ஒழுக்கத்தை தன் உயிரினும் மேலாகக் கருதியவர்கள்தாம். காந்தியடிகள் தம் அருகில் மூன்று குரங்கு பொம்மைகளை வைத்திருப்பார். அவை '**தீயவைகளைக் கேளாதே, தீயவைகளைப் பேசாதே, தீயவைகளை பார்க்காதே**' என்பதை நமக்கு நினைவுப்படுத்திக் கொண்டிருக்கும். தன்னை சுட்டுக் கொன்றவனையும் மன்னிக்கும் மனம் காந்தியிடம் இருந்தது.

புத்தரின் கொல்லாமை நெறி, தன்னைச் சிலுவையில் அறைந்தவரையும் மன்னிக்குமாறு இறைவனிடம் வேண்டிய இயேசு பெருமான், தம் மீது குப்பையைக் கொட்டிய பெண்மணியின் உயிரைக் காத்த நபிகள் நாயகம் போன்றோர் ஒழுக்கத்தினால் உயர்ந்த சான்றோர்களாவர்.

புராண நாயகர்கள்

புறாவுக்காக தன்னைத் துன்பப்படுத்திக் கொண்ட சிபிச் சக்கரவர்த்தி, ஆராய்ச்சி மணியை அடித்து நீதி கேட்ட பசுவிற்காக தன் மகனை தேர்ச்சக்கரத்திலிட்டுக் கொன்ற மனுநீதிச் சோழன், அளவில்லா துன்பத்தை அடைந்த போதும் பொய்யுரைக்க மறுத்த அரிச்சந்திரன் போன்றோர் ஒழுக்கம் கெடாமல் மன உறுதியுடன் வாழ்ந்தவர்கள்.

முடிவுரை

இம்மை, மறுமை ஆகிய இரண்டிற்கும் நமக்குத் துணைபுரிவது ஒழுக்கமாகும். ஒழுக்கமே நம்மிடம் உள்ள செல்வமாகும். காந்தியடிகளின் மூன்று கொள்கைகளான தீயதை பார்க்காதே, தீயதைப் பேசாதே, தீயதை கேட்காதே என்பதோடு '**தீயதை மனதாலும் நினைக்காதே**' என்ற புதுக்கொள்கையையும் சேர்த்து அவற்றைப் பின்பற்றி நடந்தால், உலகில் உன்னதமான இடத்தை நாம் பெறமுடியும்.

"ஒழுக்கத்தின் எய்துவர் மேன்மை இழுக்கத்தின்
எய்துவர் எய்தாப் பழி"

– குறள் 137

★★★

பொருளியல் கட்டுரைகள்

சிறுசேமிப்பு

முன்னுரை

"அருளில்லார்க்கு அவ்வுலகம் இல்லை பொருளில்லார்க்கு இவ்வுலகம் இல்லாகி யாங்கு"

– குறள் 247

என்பது வள்ளுவர் வாக்கு. இது மிகச் சரியான கருத்து. இவ்வுலகத்தில் பொருள் இல்லாமல் எதையும் சாதிக்க முடியாது. எவ்வளவுதான் சம்பாதித்தாலும், சேமிப்பு இல்லையெனில் எதிர்காலம் இருளாகத்தான் இருக்கும்.

சேமிப்பின் அவசியம்

மழைக்காலத்திற்குத் தேவையான உணவை எறும்புகள் முன்னரே சேமித்து வைத்துக் கொள்கின்றன. தேனீக்கள் ஒவ்வொரு பூவிலிருந்தும் தேனை எடுத்து தேனடையில் சேமித்து வைத்துக் கொள்கின்றன. எலியானது தன்னுடைய உணவை சேகரித்து தன்னுடைய வளையில் வைத்துக் கொண்டு உணவில்லாத போது உண்கிறது. அதுபோல மனிதன் தனது எதிர்காலத்திற்காக சேமிக்க வேண்டியது காலத்தின் கட்டாயம் என்று சொல்லலாம். மனிதனுக்கு அவரச பணத் தேவை எந்தக் காலத்தினாலும் எப்போது வேண்டுமானாலும் வரலாம். அப்படி அவசரத் தேவை வரும்போது செய்வதறியாது திகைக்காமல், முன்பே சேமித்து வைத்திருந்தால் அது கை கொடுக்கும்.

ஒரு மலையிலிருந்து விழுகின்ற அருவி ஆறாக மாறி பல ஊர்களைக் கடந்து கடலில் கலந்துவிடுகிறது. அதனால் யாருக்கும் நன்மை கிடையாது. ஆனால் அந்த ஆற்று நீரை அணைகளில் தேக்கி வைத்திருந்து பின் வாய்க்கால் வழியாகப் பாய்ச்சி வயல்களில் நிரப்பினால் பயிர் செழித்து வளரும். அதுபோலத்தான் சிறு சேமிப்பும்.

சேமிப்புத் திட்டங்கள்

நேர்மையான முறையில் கடினமாக உழைத்து பணம் சம்பாதிப்பது மட்டுமல்லாமல், அதை சிக்கனமாகச் செலவு செய்து எஞ்சியதை திட்டமிட்டு சேமிப்பது மிக முக்கியமாகும்.

தேவையற்ற ஆடம்பரச் செலவுகளை தவிர்ப்பதே சேமித்தலின் முதற்படியாகும். வருவாயின் ஒரு பகுதியை சேமிப்பதற்கு என்று ஒதுக்கி வைத்துவிட வேண்டும். பள்ளிகளில் **'சஞ்சாயிகா'** என்ற திட்டத்தின் மூலம் மாணவர்களுக்கு சேமிக்கும் பழக்கத்தை கற்றுக் கொடுக்க வேண்டும். இது மட்டுமல்லாமல் அஞ்சலகத்தில் மாத சேமிப்புத் திட்டம், ஏழாண்டு தேசிய சேமிப்புத் திட்டம், பாதுகாப்பு சேமிப்புத் திட்டம், முதுமை கால சேமிப்புத் திட்டம், பரிசு பத்திரத் திட்டம் எனப் பல வகையான சேமிப்புகள் உள்ளன.

சேமிக்கும் முறை

சிறுகச் சிறுக சேமிப்பதால் **'சிறு துளி பெரு வெள்ளம்'** என்பது போல் அவை வட்டியுடன் பெரும் முதலீடாக நாளடைவில் வளர்ந்துவிடுகிறது. அரசாங்க நிறுவனங்களில் சேமிப்பதால் பணத்திற்கு பாதுகாப்பு கிடைப்பதுடன் நியாயமான வட்டியும் கிடைக்கிறது. அதே சமயம் நமது முதலீடு நாட்டு நலப்பணித் திட்டங்களை நிறைவேற்றப் பயன்படுகிறது. அவரவர் சேமிப்புக்கு ஏற்ப வங்கிகள், அஞ்சலகங்கள், எல்.ஐ.சி., கூட்டுறவு நிறுவனங்கள் போன்றவற்றில் பல வகையான திட்டங்கள் உள்ளன. அவற்றில் எந்த முறை நமக்கு ஏற்றதோ அத்திட்டத்தில் சேரலாம்.

போலியான, கவர்ச்சியான வாக்குறுதிகளை நம்பி தனியாரிடம் முதலீடு செய்வதை மக்கள் தவிர்க்க வேண்டும்.

முடிவுரை

மனித வாழ்க்கையில் அறம், பொருள், இன்பம் ஆகிய மூன்றும் மிக முக்கியமானது. இதில் பொருள் இருந்தால் மற்ற இரண்டும் தானே வரும். சேமிப்பது மிக நல்ல விஷயம். ஆனால் சேமித்த பணத்தை தொலைக்காமல் இருப்பது மிகமிக நல்ல விஷயம். பல இடங்களில் பெற்றோர்கள் தாங்கள் சிறுகச் சிறுக சேர்த்த பணத்தை பிள்ளைகளுக்கு பங்கிட்டு கொடுத்துவிட்டு, பின் அநாதைகளாய் முதியோர் இல்லத்தை தஞ்சமடைகின்றனர். அதனால் சேமிப்பை விட முக்கியம் அதை பாதுகாப்பதும் பயன்படுத்துவதுமாகும்.

★★★

சிக்கன வாழ்வின் சிறப்பு

முன்னுரை

ஒருவன் தன் வாழ்விற்குத் தேவையான அளவு மட்டுமே பொருளைச் செலவழித்து வீண் செலவு செய்யாமல் வாழும் முறையே சிக்கன வாழ்வு எனப்படும்.

சிக்கன வாழ்வு

காந்தியடிகள் பல்துலக்கும் வேப்பங்குச்சியைக் கூட சிக்கனமாகப் பயன்படுத்த வேண்டும் என்றார். சிக்கனத்தைப் பொருட்டு தன் துணிகளைக்கூட தாமே சலவை செய்து கொண்டார். சிக்கன வாழ்விற்கு மற்றோர் எடுத்துக்காட்டு பெருந்தலைவர் காமராசர் ஆவார். **"தேவைக்கு மேல் பொருள்களை வைத்திருப்பவன் திருடன் ஆவான்"** என்ற கொள்கையைப் பின்பற்றியவர் அவர். ஆடம்பர வாழ்வில் தங்களின் நிலைமையை மீறி செலவு செய்வதால் கடன்படுகின்றனர். பின்னர் அந்தக் கடனுக்கு வட்டி செலுத்த முடியாமல் மேலும் கடன் வாங்குகின்றனர். அதனால் **'போதுமென்ற மனமே பொன் செய்யும் மருந்து'** என்ற பழமொழிக்கேற்ப இருப்பதை வைத்துக் கொண்டு நிறைவுடன் வாழ வேண்டும். அதே சமயம் சிக்கனமாக வாழ வேண்டும்.

சிக்கனத்தை கடைபிடிக்கும் முறை

முதலில் ஒவ்வொரு மாதமும் ஏற்படுகின்ற செலவுகளை வகைப்படுத்திக் கொள்ள வேண்டும். அன்றாடச் செலவுகளையும் ஒரு தாளில் எழுதி வைக்க வேண்டும். மாத முடிவில் அதைப் பார்க்கும் பொழுது எது தேவையில்லாத செலவு என்று நமக்கே தெரியும். அந்தச் செலவுகளை தவிர்க்க வேண்டும். மின்சாரம், தண்ணீர், சமையல் எரிவாயு போன்றவற்றை உபயோகிப்பதில் நாம் சிக்கனத்தைப் பின்பற்றினால் பொருளாதாரமும் உயரும், சேமிப்பு நிதியும் உயரும்.

முடிவுரை

சிக்கனமாக வாழ்வதால் கிடைக்கும் சேமிப்பைக் கொண்டு நீண்ட காலத் தேவைகள், எதிர்பாராத செலவுகள், உயர் கல்வி, திருமணம் போன்ற செலவுகளை சமாளிக்கலாம். இதற்காகப் பிறரிடம் யாசிக்கத் தேவையில்லை. இதனையே நம் முன்னோர்கள் **"சிறுகக் கட்டிப் பெருக வாழ்"** என்றார்கள்.

★★★

கிராம வளர்ச்சியில் குடிசைத் தொழில்கள் (அல்லது) கிராம கைத்தொழில்கள்

முன்னுரை

நம் நாட்டில் கிராமங்கள்தான் அதிகமாக உள்ளன. கிராமங்களின் வளர்ச்சியை வைத்தே நாட்டின் மொத்த வளர்ச்சியும், பொருளாதார முன்னேற்றமும் கணக்கிடப்படுகிறது. எனவே நாட்டின் முன்னேற்றத்திற்கும் பொருளாதார உயர்வுக்கும் கிராமத்தில் நடைபெறும் கைத்தொழில்கள் பெரிதும் துணைபுரிகின்றன.

குடிசைத் தொழிலின் இன்றியமையாமை

கிராமங்களில் நடைபெறும் தொழில்களில் முதன்மையானது வேளாண்மைத் தொழிலாகும். இத்தொழில் ஆண்டு முழுவதும் நடைபெறாது. ஆண்டில் ஆறு மாதங்கள் மட்டுமே உழவுத் தொழில் நடைபெறும். மீதமுள்ள ஆறுமாதங்களை வீணே கழிக்காமல் மக்கள் குடிசைத் தொழில்களில் ஈடுபடுவதால், கிராம வளர்ச்சிக்கும், வீட்டுப் பொருளாதார நிலை உயரவும் வழி வகுக்கும்.

குடிசைத் தொழிலின் வகைகள்

"கைத் தொழில் ஒன்றைக் கற்றுக் கொள்
கவலை உனக்கில்லை ஒத்துக்கொள்"

என்ற நாமக்கல் கவிஞரின் கருத்துப்படி, ஆளுக்கொரு தொழிலைக் கற்றுக் கொள்வது மிகச் சிறந்ததாகும். பிறரைச் சாராமல் சுயமாகச் சம்பாதித்து வாழ உதவுவது கைத்தொழில்தான்.

நம் நாட்டில் கைத்தறி நெசவு, செக்காட்டல், பனை வெல்லம் செய்தல், கூடை முடைதல், பாய் பின்னுதல், பீடி சுற்றுதல், கயிறு திரித்தல், மண்பாண்டம் செய்தல், நகை, வளையல், சோப்பு, தீப்பெட்டி செய்தல் போன்ற குடிசைத் தொழில்கள் நடைபெறுகின்றன. மேலும் ஓவியம் தீட்டுதல், பொம்மை செய்தல், சித்திரத் தையல் செய்தல், விக்கிரகம் வார்த்தல், அரக்கு வேலை போன்ற கலைத் தொழில்களும் நடைபெறுகின்றன.

இவை மட்டுமின்றி தேனீ வளர்த்தல், கோழி வளர்த்தல், பட்டுப் பூச்சி வளர்த்தல் போன்ற தொழில்களை இளைஞர்கள் மேற்கொள்வதன் மூலம் படித்த இளைஞர்களின் வேலையில்லாத் திண்டாட்டம் குறைகிறது.

முடிவுரை

நம் நாட்டு மக்களிடம் உள்ள அந்நிய மோகம் குறைந்து, குடிசைத் தொழில் பொருள்களையே வாங்குவது என உறுதி கொள்ள வேண்டும். கைத்தறித் துணி வாங்கும் பழக்கம் நம்மிடையே குறைந்ததால் நெசவாளர்கள் வாழ்வு நசிந்து போய், அதில் பலர் தற்கொலை செய்து கொண்டனர். குடிசைத் தொழில் செய்வோர்கள் தாங்கள் உற்பத்தி செய்த பொருட்களை நியாயமான முறையில் விற்பனை செய்ய அரசாங்கம் ஆவன செய்ய வேண்டும். அப்போது கிராமங்கள் வளரும்; கிராமங்கள் வளர்ந்தால் பாரதநாடு வளரும் என்பதில் ஐயமில்லை.

★★★

கூட்டுறவு இயக்கம்

முன்னுரை

'கூட்டுறவே நாட்டுயர்வு' எனில் அது மிகையில்லை. இன்றைய நாட்களில் மக்களின் தேவைகளைப் பூர்த்தி செய்கிற மிக முக்கியப் பொறுப்பு கூட்டுறவு அமைப்புகளுக்கு உண்டு. கூட்டுறவின் மூலம் சின்னச் சின்ன கிராமங்கள் கூட பொருளாதார ரீதியாகவும், தொழில் ரீதியாகவும் முன்னேற்றம் அடைகின்றன என்பது நடைமுறை உண்மையாகும்.

பொதுநலம்

'தனி மரம் தோப்பாகாது' என்ற அரிய தத்துவத்தை வலியுறுத்திச் சொல்கிற இயக்கம் கூட்டுறவு இயக்கமாகும். 'எல்லோரும் ஒவ்வொருவருக்காக, ஒவ்வொருவரும் அனைவருக்காக' என்ற பொதுநலன் கொள்கை போற்றுதலுக்குரியது.

கூட்டுறவு சங்கங்கள்

இந்தியாவில் 'சர் பிரடெரிக் நிக்கல்சன்' என்பவர் கூட்டுறவு இயக்கங்களின் தந்தையாகக் கருதப்படுகிறார். தமிழகத்தில் கூட்டுறவு இயக்கமானது 1904–இல் திருவள்ளூர் மாவட்டத்தில் ஆரம்பிக்கப்பட்டது.

பல்வகைத் தொழில்களும் கூட்டுறவின் கீழ் இயங்கி சிறப்புடன் செயல்பட்டு வருகிறது. விவசாயிகளுக்கு விதை, உரம், விவசாயக் கருவிகள் ஆகியவற்றை விற்பனை செய்தல், விளைபொருள்களுக்கு நியாயமான விலை கிடைக்கச் செய்தல் ஆகியவற்றிற்காக விவசாயக் கூட்டுறவுச் சங்கம் உள்ளது.

கிராம மக்கள் பயன் பெற வீடு கட்ட கடனுதவித் திட்டம், கூட்டுறவு நியாயவிலைக் கடைகள், கூட்டுறவு பால் பண்ணை, கைத்தறி நெசவாளர் சங்கம், கூட்டுறவு சர்க்கரை ஆலை, மீனவர் கூட்டுறவுச் சங்கம் போன்று பல்வேறு பெயர்களில் கூட்டுறவு இயக்கம் செயல்பட்டு வருகிறது. இதன் மூலம் சமுதாயத்தின் பல்வேறு தரப்பினரும் பயன் பெற்று வருகிறார்கள்.

முடிவுரை

சமுதாயச் சேவையை முதன்மை நோக்கமாகக் கொண்டு அரசு உதவியுடன் சங்கங்கள் செயல்படுவதால் அவை மக்களின், குறிப்பாக கிராம மக்களின் வளர்ச்சிக்கு அதிக பங்காற்றுகின்றன என்றால் அது மிகையல்ல.

காடுகளும் அதன் பயன்களும்

முன்னுரை

காடு வளர்த்தால் நாடு வளம் செழிக்கிறது. காடுகள் அழிந்தால் நாடு அழியும். காடுகள் இல்லையேல் மனித இனமும் மற்றைய உயிரினங்களும் வாழ்வது கடினமாகிவிடும். அதனால்தான் 'காடுகளை வளர்ப்போம், காடுகளைக் காப்போம்' என மத்திய–மாநில அரசுகள் பிரச்சாரம் செய்து வருகின்றன. காடுகளைப் பாதுகாக்கத் தனித்துறை ஒன்றை அரசு ஏற்படுத்தியிருக்கிறது.

இயற்கைச் செல்வம்

இயற்கையின் மிகப் பெரிய, அரிய பொக்கிஷம் இந்தக் காடுகளாகும். இந்தியாவின் மொத்த நிலப்பரப்பில் இருபது சதவீதம் காடுகள்தாம். நம்நாட்டில் காணப்படும் மர வகைகள் 5000–க்கும் மேலாகும். தீக்குச்சி முதல் பெரிய உத்திரங்கள் வரை மரத்தால் செய்யப்படுகின்றன. மேலும் உயிர் காக்கும் பல வகையான மூலிகைகளும் காடுகளில்தான் கிடைக்கின்றன. நாட்டின் சிறந்த செல்வங்களான வனவிலங்குகள் மற்றும் பறவைகளின் வாழ்விடமாக காடுகள் விளங்குகின்றன. காடுகள் இந்த சமூகத்தின், அரசாங்கத்தின் முக்கியச் சொத்து ஆகும். காடுகளை மிகுந்த அக்கறையோடு பராமரிக்க வேண்டிய பொறுப்பு நம் ஒவ்வொருவருக்கும் உண்டு.

காடுகளின் பயன்கள்

மழை பெய்வதற்கு மிக முக்கியக் காரணம் காடுகள்தாம் என்பதை மறந்துவிடக் கூடாது. கடல் நீர் ஆவியாகி அதனால் எழுகின்ற மேகக் கூட்டம் காடுகளில் உள்ள மரங்களால், மலைகளில் உள்ள மரங்களால் தடுக்கப்பட்டு, நமக்கு மழையாகப் பொழிகிறது. மரம் இல்லையேல் மழை இல்லை. மழை இல்லையேல் இந்த உலகில் உயிர்கள் இல்லை. ஒரு நாட்டின் இயற்கை அரணாக காடுகள் அமைவதுண்டு, மண் அரிப்பைத் தடுப்பதுடன், தட்பவெப்ப நிலைகளைச் சமப்படுத்துகின்றன.

நீர்வளம், நிலவளம், பயிர்வளம், பசுமை வளம் இப்படி வளங்களை அள்ளித் தரும் வரப்பிரசாதம் காடுகள்தாம். அது மட்டுமன்றி, தொழில் வளம் பெருகவும் பொருளாதார வளர்ச்சியடையவும் காடுகள் பெரிதும் உதவுகின்றன. விலையுயர்ந்த தேக்கும், சந்தனமும் அகிலும் காடுகளிலிருந்துதான் கிடைக்கின்றன.

காய்கனிகள், விலை மதிப்பு மிக்க அரிய மூலிகைகள், தேன், ஜாதிக்காய், மிளகு, ஏலம் போன்ற வாசனைப் பொருட்கள், மருந்துப் பொருட்கள் இப்படி பலவிதங்களிலும் வருமானத்தைப் பெற்றுத் தருகின்றன. காடுகளில் யாரும் உழுது, விதை தூவி, உரமிட்டு, நீர்ப் பாய்ச்சி வேலை செய்வதில்லை. அது இயற்கை அளித்த வரப்பிரசாதமாகும்.

முடிவுரை

காடுகளின் முக்கியத்துவமும், பயன்களும் தெரிந்த நாம் அதைப் பேணிப் பாதுகாக்க வேண்டியது அவசியம். காட்டின் விலையுயர்ந்த செல்வங்கள் திருடப்படாமல், விலங்குகள் பணத்துக்காக வேட்டையாடப்படாமல் காக்க வேண்டியது நம் கடமையாகும். அரசாங்கம் இதற்காக கடுமையான சட்டங்களை இயற்றினாலும் சட்டத்தை மீறுவோரும் உண்டு. அரசாங்கம் அவர்களை இனம் கண்டுபிடித்து தண்டிக்க வேண்டும். நாட்டின் வளம் காட்டில் அடங்கியுள்ளதால், நாம் அதன் இன்றியமையாமையை உணர்ந்து காடுகளைப் பாதுகாக்க வேண்டும்.

★★★

வனவிலங்குகள் பாதுகாப்பு

முன்னுரை

முற்காலத்தில் விலங்குகளிடமிருந்து மனிதனைக் காப்பாற்ற வேண்டியிருந்தது. தற்காலத்தில் மனிதர்களிடமிருந்து விலங்குகளைக் காப்பாற்ற வேண்டியதாய் உள்ளது. அக்காலத்தில் காடுகளை அழித்து நாடாக்கிய மக்களுக்கு காட்டு விலங்குகளால் சேதம் ஏற்பட்டது. விலங்குகள் ஊருக்குள் புகுந்து மனிதர்களைத் தாக்குவதுண்டு. பயிர்ச்

சேதங்கள் ஏற்படுவதுண்டு. இதனைத் தீர்க்கும் பொருட்டு அக்கால மன்னர்கள் தங்கள் பரிவாரங்களுடன் காட்டிற்கு வேட்டைக்குச் சென்று மக்களுக்கு பாதுகாப்புத் தருவார்கள்.

வேட்டையாடுதல்

பாதுகாப்பு கருதி முதலில் விலங்குகள் வேட்டையாடப்பட்டன. பின்பு நாகரிகம் வளர வளர மனிதன் தன் ஆடம்பர வாழ்க்கைக்காக வேட்டையாட ஆரம்பித்தான். தந்தங்களுக்காக யானை, தோல்களுக்காக புலி, மான், பாம்பு, ஒற்றைக் கொம்பிற்காக காண்டாமிருகம், நறுமணப் பொருளான கஸ்தூரிக்காக கஸ்தூரி மான் என விலங்குகள் வேட்டையாடப்பட்டன. தமிழ் இலக்கியங்களில் சொல்லப்பட்டுள்ள விலங்கினங்களையும், பறவைகளையும் இன்று காண முடியவில்லை.

வனவிலங்கு பாதுகாப்பு

உலக வனவிலங்கு காப்பகம் லண்டன் நகரில் ஏற்படுத்தப்பட்டது. இதன் கொள்கை எல்லா விலங்குகளையும் காப்பதுவே ஆகும். 1962-இல் மான்களைக் காப்பதற்கு சட்டம் இயற்றப்பட்டது. இந்தியாவில் புலிகளைப் பாதுகாக்கும் திட்டமானது 1973-இல் ஏற்படுத்தப்பட்டது. மனிதர்களுக்கு ஒரு 'ரெட் கிராஸ்' இருப்பதைப் போல விலங்குகளுக்கென்று ஆரம்பிக்கப்பட்ட அமைப்பே 'புளு கிராஸ்' ஆகும்.

இந்தியாவில் 69 தேசியப் பூங்காக்களும், 392 விலங்குகள் காப்பகமும் உள்ளன. இவை விலங்குகளையும் பறவைகளையும் பாதுகாக்கின்றன.

முடிவுரை

விலங்குகளை வைத்து தெருவில் சிறிய அளவில் வித்தைக் காட்டி பிழைப்போரும் சரி, பெரிய அளவில் 'சர்க்கஸ்' என்ற பெயரில் வித்தைக் காட்டி பிழைப்போரும் சரி, விலங்குகளுக்கு தேவையான உணவுகளைக் கொடுப்பதில்லை என்றும் அதே சமயம் பயிற்சி அளிப்பதாகக் கூறி பலவித கொடுமைகளுக்கு விலங்குகளையும் பறவைகளையும் ஆட்படுத்துகின்றனர். காட்டிலுள்ள வன விலங்குகளை பாதுகாப்பதோடு நாட்டிற்குள் உள்ள விலங்குகளுக்கும் அரசாங்கம் சரியான முறையில் பாதுகாப்பு தர வேண்டும். தனி மனிதன் என்ற முறையில் நாம் விலங்குகளிடம் மனிதாபிமானத்துடன் நடந்து கொள்ள வேண்டும்.

செயல்முறை இயக்கங்கள்

செஞ்சிலுவைச் சங்கம் (Red Cross)

முன்னுரை

"அன்பிலார் எல்லாம் தமக்குரியர் அன்புடையார்
என்பும் உரியர் பிறர்க்கு"

– குறள் 72

என்ற குறளுக்கு விளக்கமாய் அமைந்ததுதான் செஞ்சிலுவைச் சங்கமாகும். உலக அளவில் எந்தெந்த நேரத்தில் எந்தெந்த இடங்களுக்கு மனிதநேய அடிப்படையில் உதவிகள் வழங்குகிற சமுதாய இயக்கம்தான் செஞ்சிலுவைச் சங்கம். இது உலக அளவில் பரவியுள்ள இயக்கமாகும்.

தோற்றம்

பிரான்சுக்கும் ஆஸ்திரியாவிற்கும் கி.பி. 1859–இல் நடந்த போரில் ஏற்பட்ட சேதங்கள் ஏராளம். கை, கால்களை இழந்தவர் பலர். போரில் காயமுற்றவர்களைக் கண்டுவிட்டு அப்படியே சென்றுவிடாமல், அவர்களைக் காப்பாற்ற எண்ணினார் ஹென்றி டுனாண்டு என்பவர். இவர் சுவிஸ் நாட்டைச் சேர்ந்தவர். இவரும், இவருடன் சேர்ந்தவர்களும் போரில் காயமடைந்தவர்களுக்குத் தொண்டு செய்தனர். இப்போர் குறித்த செய்திகளை **'சால்பெரினோ நினைவுகள்'** என்னும் நூலாக எழுதினார். இது மிகுந்த வரவேற்பைப் பெற்றது. 1864 ஆகஸ்ட் 22–ஆம் தேதி ஜெனிவா மாநாட்டில் 14 நாடுகள் இணைந்து **'செஞ்சிலுவைச் சங்கம்'** என்றொரு சமூகத் தொண்டு நிறுவனத்தை நிறுவியது. பின்னர் உலக நாடுகள் பல இதனுடன் இணைந்தன. நம் பாரதம் 1920–இல் இவ்வியக்கத்தில் இணைந்தது.

நோக்கம்

போரில் புண்படுவோரை பேணிக்காத்தல், போரில் சிறை செய்யப்படுபவர்களை மீட்டல், வைசூரி, பிளேக் நோய் பரவும் போதும் மக்களுக்குத் தொண்டாற்றுதல் இவர்களின் முக்கிய நோக்கமாகும். பஞ்சத்தால் அல்லலுறும் மக்களுக்கும், வெள்ளத்தால் பாதிக்கப்பட்டவர்களுக்கும் உணவையும் பொருள்களையும் தந்து உதவி செய்கின்றனர். செஞ்சிலுவைச் சங்கமானது போர்க் காலங்களில் நம்மவர், பகைவர் என்ற மாறுபாடு கருதாது உதவி செய்து வருகின்றது. விரைவாகச் சென்று உதவி செய்வதோடு செய்யப்படும் தொண்டிற்காக பணம் ஏதும் வாங்காமல் இருப்பது இதன் சிறப்பாகும்.

சின்னம்

வெண்மை நிற வட்டத்தில், சிவப்பு நிறச் சிலுவையுடன் கூடிய சின்னமே செஞ்சிலுவைச் சங்க சின்னமாகும். அக்காலத்தில் போர்க்களத்தில் உதவியாய் இருந்த மருத்துவர்களுக்கு இச்சின்னம் அளிக்கப்பட்டது. இதன் மூலம் இவர்கள் தொண்டு எளிதில் நடந்தது. பகைவர்களும் இதற்கு மதிப்பளித்தனர். இன்று இதே சின்னத்தை மருத்துவர்களும் தங்கள் சின்னமாகப் பயன்படுத்துகின்றனர்.

முடிவுரை

விபத்து நேரங்களில் உதவி என்றல்லாது ஊனமுற்றோர், விதவை, கணவனால் கைவிடப்பட்டவர், அநாதைகள் முதலியவர்களுக்கு பல்வேறு பயிற்சிகள் கொடுத்து

அவர்கள் தொழில் தொடங்கவும் செஞ்சிலுவைச் சங்கம் உதவி செய்கிறது. சுற்றுப்புறத்தைத் தூய்மை செய்தல், தூய குடிநீர் வழங்குதல் போன்ற பணிகளையும் இச்சங்கம் செய்து வருகிறது. **'உலகில் பெரியவன் தொண்டன்'** என்று ஔவையார் கூறியுள்ளார். மனிதநேயம் மண்ணில் மலர்ந்திருந்தாலும் தொண்டுகள்தாம் துயர் துடைக்கின்றன. அந்த அளவில் தொண்டுகள் புரிவதில் சிறப்பானதாகச் செஞ்சிலுவைச் சங்கம் விளங்குகிறது.

★★★

சாரணர் இயக்கம் (Scout)

முன்னுரை

சிறிய வயதிலேயே ஒழுக்கமான பழக்க வழக்கங்களை கற்றுத்தரும் அமைப்பு, **'சாரணர் இயக்கம்'** ஆகும். சிந்தனையால், செயலால், சொல்லால், முயற்சியால் ஒரு மனிதனை எல்லா வகையிலும் செம்மைப்படுத்தும் இயக்கம் சாரணர் இயக்கமாகும்.

தோற்றம்

இவ்வியக்கம் 1907–ஆம் ஆண்டில் இங்கிலாந்து நாட்டில் **'ராபர்ட் பேடன் பவுல்'** என்பவரால் தோற்றுவிக்கப்பட்டது. தென்னாப்பிரிக்காவில் நடந்த போரில் பல வீரர்கள் படுகாயமடைந்தனர். அந்தப் போரில் லெப்டினெண்ட்டாக பணியாற்றியவர் பேடன் பவுல் ஆவார். போரில் காயமடைந்த வீரர்களுக்கு மருத்துவ சிகிச்சையிலும் பிற உதவிகளிலும் இளைஞர்கள் செய்த உதவிகள் பேடன் கவுலைக் கவர்ந்தது. எனவே இத்துறையில் சிறுவர்களுக்குப் பயிற்சி அளித்தால் நாட்டிற்கு பல வழிகளில் உபயோகமாக இருக்கும் என்று எண்ணினார்.

அந்த அடிப்படையில்தான் பள்ளிச் சிறுவர்களைக் கொண்டு **'சாரணர் இயக்கம்'** தோற்றுவிக்கப்பட்டது.

அமைப்பு

12 முதல் 17 வயது வரையிலுள்ள சிறுவர்களைக் கொண்டு இவ்வியக்கத்தை அவர் ஆரம்பித்தார். ஒவ்வோர் அணிக்கும் விலங்கு அல்லது பறவைகளின் பெயரைச் சூட்டினார். ஒவ்வோர் அணிக்கும் ஒரு தலைவனை நியமித்தார். அவர்களுக்கு போர்க்களத்திற்குச் செல்லும் முறை, முதலுதவி செய்தல், ஒற்றாடல் போன்றவற்றில் பயிற்சியளித்தார். சிறுவர்களின் விரைவான செயலாக்கமும், கூர்மையான மதியும் பெருமளவு பயனைத் தந்தது. போருக்குப் பின் தன் பதவியைத் துறந்த பேடன் பவுல் 1908–இல் மாணவர்களுக்கு சாரண இயக்கத்தையும், 1910–இல் மாணவியருக்கான சாரணிய இயக்கத்தையும் தோற்றுவித்தார். இந்தியாவில் அன்னிபெசன்ட் அம்மையார் அவர்கள் 1917–இல் சாரண–சாரணிய இயக்கத்தைக் கொண்டு வந்தார்.

பயிற்சிகளும் வழிமுறைகளும்

மாணவர்களுக்கு விடுமுறை நாட்களில் பயிற்சி தரப்படுகிறது. வெளியூர்களில் முகாமிட்டும் பயிற்சிகள் அளிக்கப்படுகிறது. முதலுதவி செய்தல், மரம் நடுதல், வளாகங்களைச் சீர்படுத்துதல், கயிறு ஏறுதல் எனப் பயனுள்ள வகைகளில் பயிற்சி அளிக்கப்படுகிறது. பல்வேறு ஊர்களில், மாநிலங்களில் உள்ள மாணவர்கள் ஒன்றாக இம்முகாம்களில் கலந்து கொள்வதால் மாணவர்களிடையே ஒற்றுமையுணர்வு, நட்பு

போன்றவை வளர்கிறது. பயிற்சிகளின் முடிவில் மாணவர்களிடையே விளையாட்டுப் போட்டிகள், கலை நிகழ்ச்சிகள் போன்றவை நடைபெறும்.

நன்மைகள்

சாரணர் இயக்கத்தினால் சிறுவர்களிடம் கட்டுப்பாட்டுணர்ச்சியும் ஒழுக்கமும் ஏற்படுகிறது. தலைவனுக்குக் கீழ்ப்படியும் உணர்வும் குழு உணர்வும் ஏற்படுகிறது. ஒற்றுமையை, கடமை தவறாமையை, உதவி செய்தலை சிறார்களிடம் வளர்க்கிறது.

பயிற்சி முடிந்த சாரணர்கள் பயிற்சியுடன் நில்லாது தொண்டுகளும் புரிவர். விழாக்களில் மக்களை வழி நடத்தும் பணியிலும், சாலைகளைச் சீரமைக்கும் பணியிலும் ஈடுபடுகின்றனர். குழுவாக இல்லாமல் தனிப்பட்ட முறையிலும் பாம்பு, தீ, தண்ணீர், விபத்து போன்றவற்றால் ஆபத்து ஏற்படும் போதும் முதலுதவி செய்து காப்பாற்றுகின்றனர்.

முடிவுரை

சாரணர் இயக்கம் சிறுவர்களுக்கான இயக்கமாக இருந்தாலும் அவர்களைச் சிகரங்களுக்கு அழைத்துச் செல்பவையாகும். **'எப்போதும் தயாராக இரு'** என்பது சாரணர் இயக்கத்தின் முக்கிய முழக்கமாகும். அதன்படி பிறருக்கு சேவையாற்ற எந்த நேரமும் தன்னைத் தயாராக வைத்திருக்கும் சாரணர் இயக்கத்தில் சேர்ந்து நன்மை புரிவோம்.

★★★

தேசிய இளைஞர் படை (N.C.C.)

முன்னுரை

தேசத்தின் பாதுகாப்பை வலுப்படுத்த கல்வி பயிலும் மாணவர்கள் இளம் வயதிலேயே தங்களை தயார்படுத்திக் கொள்ள வேண்டும் என்ற எண்ணத்தில் உருவாக்கப்பட்டதுதான் தேசிய மாணவர் படையாகும். தேசத்தின் பாதுகாப்பில் நம் ஒவ்வொருவருக்கும் பொறுப்பு இருக்கிறது. அந்தப் பொறுப்பை தட்டிக் கழிக்காமல் திறம்பட ஏற்றுச் செய்ய வேண்டும் என்று உன்னதமான உண்மையினை நமக்கு எடுத்துச் சொல்கிறது இந்த இயக்கம்.

தோற்றமும் அமைப்பும்

'இரும்பு மனிதர்' சர்தார் வல்லபாய் பட்டேல் உதவித் தலைமை அமைச்சராக இருந்த போது, நாட்டின் நலன் கருதி 1948–இல் **'தேசிய இளைஞர் படை'** அமைக்க வழி வகுத்தார். இந்த அமைப்பில் தரைப்படை, விமானப்படை, கடற்படை என்று மூன்று பிரிவுகள் இருக்கிறது. தரைப்படைக்கு காக்கி நிறமும், விமானப்படைக்கு நீல நிறமும், கடற்படைக்கு தூய்மையான வெண்ணிறமும் சீருடைகளாக அமைந்துள்ளன. தகுந்த பதவியில் இருக்கும் ராணுவ வீரர்களுக்கு சார்ஜண்ட், அவில்தார், சபேதார் ஆகியோரால் பயிற்சி அளிக்கப்படுகிறது.

பயிற்சி முறைகள்

இந்தப் பயிற்சியானது மாணவர்களுக்கு ஒழுங்குமுறையையும், தலைமைப் பண்பினையும் தொண்டு செய்யக்கூடிய மனத்தினையும் கற்றுக் கொடுக்கிறது. மலை, ஆறு, காடு போன்றவற்றைக் கடக்கவும், பகைவர்களைத் தாக்கவும், பகைவரிடமிருந்து தம்மைக் காத்துக் கொள்ளவும் பயிற்சி அளிக்கப்படுகிறது. துப்பாக்கி சுடுதல், உடற்பயிற்சி செய்தல், தியானம் மற்றும் உடலியல், உளவியல் ரீதியான பல நல்ல பயிற்சிகள் தருவதால் மனமும் உடலும் வலுவாக அதே நேரம் உரிய கட்டுப்பாட்டுடன் செயல்பட முடிகிறது.

உயர்நிலைப் பள்ளி மாணவர்களுக்கு இரண்டிலிருந்து மூன்று ஆண்டுகள் வரை பயிற்சியளிக்கப்படுகிறது. ஆண்டிற்கு ஒரு முறை பாசறை முகாம் நடத்தப்படும். இது பத்து முதல் பதினைந்து நாட்கள் வரை நடக்கும். பிற மாநிலங்களிலும் பயிற்சி நடைபெறுவதுண்டு.

முடிவுரை

ஒரு சிறந்த இந்தியக் குடிமகனை, குடும்பத்திற்கும், நாட்டிற்கும் உருவாக்கித் தருகிற சிறந்த பணியை, தேசிய மாணவர் படை சிறப்பாகச் செய்து வருகிறது. இப்பயிற்சி பெற்ற மாணவர்களுக்கு வேலை வாய்ப்பில் அரசு முன்னுரிமை தருகிறது. மாணவர்கள் இப்படையில் சேர்ந்து நாட்டுப்பற்றும் எழுச்சியும் பெறுவார்களாக!

★★★

சுற்றுச்சூழல் பேணுவதில் மாணவர் பங்கு

முன்னுரை

சுற்றுச்சூழல் சீர்கேடு உலக உயிர்களுக்கு பெரும் அச்சுறுத்தலாக உள்ளது. நம்மைச் சுற்றியுள்ள சுற்றுப்புறம் நாள்தோறும் மோசமடைந்து வருகின்றது. நீர், நிலம், காற்று என அனைத்துப் பகுதிகளிலும் மாசுபாடுகள் அதிகரித்து வருகின்றன. இம்மாசுபாடுகளால் உலக உயிர்களின் வாழ்நாள் சுருங்கிக் கொண்டேயிருக்கின்றது. விதவிதமான புதிய நோய்கள் படையெடுக்கின்றன. நல்ல ஆரோக்கியமான வாழ்க்கை யாருக்கும் கிடைக்கவில்லை. சுற்றுச்சூழலை மாசுபடுத்துவதில் மனித நடவடிக்கைகளே பெரும்பங்கு வகிக்கின்றன. எனவே, மாசுபாட்டை நீக்கி சுற்றுச்சூழலைப் பேண வேண்டிய கடமையும் அவர்களையே சார்கின்றது. இந்த நடவடிக்கைகளில் மாணவர் பங்கு எப்படியெல்லாம் அமைய வேண்டும் என்பது குறித்து இக்கட்டுரை அமைகின்றது.

மக்கள் தொகையும் சுற்றுச்சூழலும்

'முப்பது கோடி முகமுடையாள்' என்றான் பாரதி. பாரதியின் காலத்தில் முப்பது கோடி முகமுடையவளாக இருந்த பாரத அன்னை தற்பொழுது நூறு கோடிக்கும் மேற்பட்ட முகமுடையவளாக இருக்கின்றாள். இதனால் நிலையாக உள்ள நாட்டின் பரப்பளவில் மக்கள் வசிக்கும் பரப்பளவு அதிகரித்துள்ளது. இதற்காக காடுகளும், விளைச்சல் நிலங்களும் அழிக்கப்பட்டு வீடுகளும், கட்டடங்களும் எழுப்பப்படுகின்றன. அதிகமான நகர்ப்புறங்கள் தோன்றுகின்றன. இவையெல்லாம் சுற்றுச்சூழலை மிக அதிக அளவில் மாசுபடுத்துகின்றன. ஆனால் மனித இனம் கல்வியறிவு பெற்று இவற்றின் ஆபத்தை அறிந்திருந்தபோதிலும் மாறக்கூடிய சமுதாய மாற்றங்களில் இதுவும் ஒன்று என்ற எண்ணத்தில் இதைப் பெரிதுபடுத்துவதில்லை. இதனால் மனித இனத்திற்கு பெரும் அபாயம் காத்திருக்கிறது.

நிலம் மாசுபடுதல்

மனிதன் தனக்கு வாழ இடம் அளித்துள்ள பூமியையே மாசுபடுத்துகின்றான். இம்மாசுக்கள் முதலில் மிகக் குறைந்த அளவிலேயே இருந்தது. இன்றைய நவீன அறிவியல் வளர்ச்சி மற்றும் நாகரிக வளர்ச்சியின் விளைவால் இந்த சீர்கேடுகளும் தற்பொழுது அதிகமாகிக் கொண்டே வருகின்றன. நாகரிகப் போர்வையில் ஒருமுறை பயன்படுத்திவிட்டு தூர வீசும் பாலித்தீன் பாக்கெட்டுகளையும், பிளாஸ்டிக் பாட்டில்களையும் அதிக அளவில் மனிதர்கள் பயன்படுத்தத் தொடங்கிவிட்டனர். ஒரு காலமும் நிலத்தில் மக்காத இந்தப் பொருட்களால் நில மாசுபாடு நிலையானதாகிவிடுகின்றது.

நீர் மாசுபடுதல்

மனிதர்கள் நீர் நிலைகளையும் தூய்மையாக விட்டு வைப்பதில்லை. நீர் நிலைகளில் துணி துவைத்தல், ஆடு, மாடுகளை குளிப்பாட்டுதல், பல் துலக்கி எச்சில் துப்புதல் போன்ற செயல்களைச் செய்கின்றனர். இதனால் நீர்நிலைகள் மாசுபடுகின்றன. மாசுபட்ட இந்நீர்நிலைகளிலேயே மக்கள் குடிநீர் எடுத்து பயன்படுத்தவும் செய்கின்றார்கள். இது மட்டுமன்றி நீர்நிலைகளில் ஆலைகளின் கழிவுகள் வந்து கலப்பதாலும் மாசுபடுகின்றன. இதுபோன்ற மாசுபட்ட நீரைப் பயன்படுத்துவதால் மனிதர்களை பல்வேறு வகையான நோய்க்கிருமிகள் தாக்குகின்றன. மேலும், வீட்டிலிருந்து வெளியேறும் கழிவுநீரை சாக்கடைகளில் அனுப்பாமல் தெருவழியே விட்டு தெருப்பாதைகளில் சாக்கடைகள் உருவாகவும் மனிதர்கள் காரணமாக இருக்கின்றார்கள். இங்கிருந்து காலரா, மலேரியா போன்ற நோய்களை உருவாக்கும் கொசுக்கள் உற்பத்தியாகின்றன.

காற்று மாசுபடுதல்

காற்று மாசுபடுதல் நாளுக்குநாள் அதிகரித்து வருகின்றது. முன்பெல்லாம் சிலர் புகைபிடிப்பார்கள், வாகனங்களில் போவார்கள். இதனால் சிறிதளவே காற்று மாசுபட்டது. ஆனால், இன்று வாகனங்களும், தொழிற்சாலைகளும் அளவுக்கு அதிகமாக உள்ளன. இவைகள் விடும் நச்சுப் புகைகள் வாயுமண்டலத்தில் கலந்து அமில மழைகளை உண்டாக்குகின்றன. இது உயிர்களுக்கு ஆபத்தை விளைவிக்கின்றது. இதேபோல் மனிதர்களிடம் காணப்படும் புகைபிடிக்கும் பழக்கமும் காற்று மாசுபாட்டை அதிகரிக்கச் செய்கின்றது. இதுபோன்ற செயல்களால் ஓசோன் படலம் தேய்ந்து கொண்டிருக்கிறது. ஓசோன் படலம் ஓட்டைவிழும் பட்சத்தில் பூமியிலுள்ள உயிர்களின் மீது புற ஊதாக் கதிர்களின் தாக்குதல் அதிகமாகும். இதனால் புற்றுநோய் ஏற்பட வாய்ப்புகள் அதிகம் உள்ளன.

மாணவர்களின் பங்கு

சுற்றுப்புறச் சூழல் மனிதர்களின் நடவடிக்கைகளாலேயே முற்றிலும் சீர்கெட்டுக் காணப்படுகின்றது. இதனால் மாணவர்கள் இச்சீர்கேடுகளை நீக்க நடவடிக்கைகளில் ஈடுபட வேண்டும். முதலில் தாங்கள் குப்பைகளை உரிய குப்பைத் தொட்டியில் போட பழகிக்கொள்ள வேண்டும். அரசின் அனுமதியின்றி நீர்நிலைகளில் கழிவு நீரை கலக்கும் தொழிற்சாலைகளைப் பற்றி அரசின் கவனத்துக்கு கொண்டுவர வேண்டும். உள்ளாட்சி மன்றங்கள் ஊர்ப்புறங்களில் வைத்துள்ள குப்பைத் தொட்டிகளில் குப்பைகளை சேர்க்குமாறு தங்கள் வீட்டினரை அறிவுறுத்த வேண்டும். பொது இடங்களில் எச்சில் உமிழ்தல், இரைச்சல்மிகு ஒலிபெருக்கிகளைப் பயன்படுத்துதல் போன்ற செயல்களைக் கட்டுப்படுத்த ஆலோசனைகள் கூற வேண்டும். மொத்தத்தில் மனிதர்களின் நடவடிக்கைகளால் பிற்காலத்தில் அவர்களது சந்ததியினருக்கும் சமுதாயத்திற்கும் வரப்போகும் பின்விளைவுகளைப் பற்றிய அபாயத்தை அறிவுப்பூர்வமாக விளக்க வேண்டும். மாணவர்கள் அளிக்கும் விளக்கங்கள் அறிவுப்பூர்வமாக இருக்கும் பட்சத்தில் மக்கள் தங்கள் வீடுகளில் உள்ள அறிவியல் சாதனப் பொருட்களைக்கூட சுற்றுப்புறம் சீர்கேடு அடையாத வகையில் பயன்படுத்த முன்வருவார்கள்.

முடிவுரை

'சுத்தம் சுகம் தரும்' என்பார்கள். அதோடு கூட **'அதிக சத்தம் சுமை தரும்'** என்பதையும் தெரிந்து கொண்டு மாணவர்கள் மக்களை சுத்தமோடும் அமைதியாகவும் வாழ அறிவுறுத்த வேண்டும். சுகாதாரமான வாழ்க்கை வாழும் பொழுது நமது ஆயுளும் நீடிக்கும். **நாட்டின் எதிர்காலமும் செழிக்கும்.**

★★★

நாட்டுப் பாதுகாப்பில் மாணவர் பங்கு

முன்னுரை

இமயம் முதல் குமரிவரை பரந்து விரிந்த பரப்பினை உடையது இந்தியா. இன்றைய உலகப் பரப்பளவை அடிப்படையாக வைத்து கணக்கிடும் பொழுது இந்தியா ஏழாவது மிகப் பெரிய நாடாக உள்ளது. சுமார் ஐயாயிரம் ஆண்டுகளுக்கும் மேற்பட்ட பழமை வாய்ந்த நாகரிக வாழ்க்கையையும் தன்னகத்தே கொண்டு விளங்குகின்றது. இங்கு பல்வேறுபட்ட மத, இன, மொழி வேறுபாடுடைய மக்கள் வாழ்ந்து வருகின்றனர். இதனால் அடிக்கடி இப்பாகுபாடுகளைப் பயன்படுத்தி அந்நியச் சக்திகள் நம் அமைதியை சீர்குலைத்து வருகின்றன. இந்நிலையில் நாட்டின் பாதுகாப்பிற்காக அரசு பல நடவடிக்கைகளை எடுத்து வந்தாலும் இதில் மாணவர்களின் பங்கும் குறிப்பிடத்தக்க அளவில் தேவைப்படுகின்றது. இதை விளக்கும் வகையில் இக்கட்டுரை அமைந்துள்ளது.

அந்நிய அச்சுறுத்தல்கள்

இந்திய எல்லைப் பகுதிகளில் அந்நிய அச்சுறுத்தல்கள் நிரந்தரமாகக் குடிகொண்டிருக்கின்றன. எப்பொழுதும் போர் மேகம் சூழ்ந்திருக்கும் பகுதியாகவே நம் நாட்டு எல்லைப் பகுதி காணப்படுகின்றது. இந்திய மக்களின் வாழ்க்கைக்கு அரசு உத்திரவாதம் அளித்துள்ள போதிலும் மக்கள் அச்சத்தோடுதான் வாழ்ந்து வருகின்றனர். இந்நிலையில் பாரத நாட்டின் படைபலத்தை பெருக்க வேண்டிய அவசியம் அரசுக்கு ஏற்பட்டுள்ளது. இதனால் நாட்டின் இராணுவ நடவடிக்கைகள் பெருகிக்கொண்டேயிருக்கின்றன. பெருகும் இத்தகைய நடவடிக்கைகளில் மாணவர்கள் தங்களையும் இணைத்துக் கொள்ள வேண்டும். அந்நிய நாட்டினரின் அத்துமீறல்களுக்கு சரியான பாடம் புகட்ட வேண்டுமானால் மாணவர்கள் பெருமளவில் தேசிய மாணவர் படையில் சேர்ந்து பணியாற்றுவது தேவையாகின்றது.

மதத் தீவிரவாதங்கள்

சமீபகாலமாக உள்நாட்டு மக்களிடையே குழப்பத்தை ஏற்படுத்தி அவர்களைப் பிளவுபடுத்தும் முயற்சியில் வெளிநாட்டு சக்திகள் ஈடுபட்டு வருகின்றன. உள்ளத்தளவில் ஒன்றுபட்டு வாழும் இந்திய மக்களை எளிதாகப் பிரிக்க முடியாது என்பதை உணர்ந்து கொண்ட இச்சக்திகள் தற்பொழுது மதத் தீவிரவாதத்தை மக்களிடையே புகுத்தி மக்களைப் பிளவுபடுத்தத் தொடங்கியுள்ளன. இதில் இச்சக்திகளுக்கு ஓரளவு வெற்றியும் கிடைத்திருக்கின்றது. இதனால் உள்நாட்டு மக்களே பல பிரிவுகளாகப் பிரிந்து நின்று ஒருவருக்கொருவர் எதிரெதிராகப் போரிடும் பயங்கரமான நிலையை நாடு எதிர்கொண்டு வருகின்றது. இவற்றையும் மாணவர்கள் உணர வேண்டும்.

அதிகார ஏற்றத்தாழ்வுகள்

தீவிரவாதங்களும், அயல்நாட்டு அச்சுறுத்தல்களும் நாட்டுப் பாதுகாப்பை கேள்விக்குறியாக்கி வரும் இவ்வேளைகளில் சில குறுகிய எண்ணங்களும் மக்களைப் பிளவுபடுத்துவதில் குறுக்கிடுகின்றன. கல்வியறிவு பெற்று வேலையின்றித் தவிக்கும் பட்டதாரி இளைஞர்களில் பெரும்பாலானோர் தங்களின் நிலைக்கு பதவியில் இருப்பவர்களின் அணுகுமுறையே காரணமென்று தங்களை அரசுக்கெதிராகப் போராடும் அமைப்புகளில் இணைத்துக் கொள்கின்றனர். இதுபோன்ற குறுகிய எண்ணங்களினால் தங்கள் வாழ்க்கையைத் தொலைத்துவிட்டு இறுதியில் வன்முறைப் போராட்டத்தில் இறங்குகின்றனர். இத்தகைய வன்முறைப் போராட்டங்களினால் சமுதாய அமைதி சீர்குலைகின்றது. அப்பாவி மக்கள் பலியாகின்றார்கள். அரசின் கவனம் சிதறடிக்கப்

படுகின்றது. இவையெல்லாம் பகை நாடுகள் நம்மீது தாக்குதல் நடத்த சரியானதொரு தருணத்தை ஏற்படுத்திவிடும்.

மாணவர்களின் பங்கு

நமது நாட்டில் பள்ளி, கல்லூரிகளில் மாணவர்களின் இளமைப் பருவத்திலேயே பாதுகாப்பு நடவடிக்கைப் பயிற்சிகளை வழங்க அரசு **'தேசிய மாணாக்கர் படை'** என்ற அமைப்பை உருவாக்கி செயல்படுத்தி வருகின்றது. இவ்வமைப்பிலுள்ள மாணவர்கள் துப்பாக்கி சுடும் பயிற்சி, தற்காப்புப் பயிற்சி போன்ற பல்வேறு பயிற்சிகளை படிக்கின்ற காலத்திலேயே பெறுகின்றார்கள். இவர்களால் நெருக்கடி மிகுந்த காலக்கட்டத்தில் பலவகைகளில் நாட்டுப் பாதுகாப்பில் ஈடுபடமுடியும்.

"அச்சமில்லை அச்சமில்லை அச்சமென்பதில்லையே
உச்சிமீது வானிடிந்து வீழுகின்ற போதினும்
அச்சமில்லை அச்சமில்லை அச்சமென்பதில்லையே!"

என்றார் மகாகவி பாரதி. பாரதியின் இவ்வரிகளுக்கேற்ப அச்சமில்லாத மாணவ சமுதாயம் பெருமளவு இராணுவ நடவடிக்கைகளிலும் ஈடுபட வேண்டும்.

போர்க்கால நடவடிக்கைகள்

போர்க்காலங்களில் நாட்டின் பாதுகாப்புக்காகப் போராடும் இராணுவ வீரர்கள் தங்கள் இன்னுயிரை இழக்கவும் தயாராக இருக்கின்றனர். இக்காலங்களில் எதிரி நாட்டுத் தாக்குதல்களால் பாதிக்கப்படும் நம் இராணுவ வீரர்களுக்கும், அவர்தம் குடும்பங்களுக்கும் பாதுகாப்பு அளிக்க வேண்டிய பொறுப்பு நமக்கு உள்ளது. இவற்றையெல்லாம் உணர்ந்து மாணவர்கள் பாதிக்கப்படுகின்றவர்களுக்கு உணவு வழங்குதல், மருத்துவ வசதி அளித்தல், பொருளாதார உதவி செய்தல் போன்ற பல்வேறு வகையான பணிகளை செய்தல் வேண்டும்.

பிரிவினைவாதத்தைத் தடுத்தல்

ஒன்றுபட்டு இருக்கும் நமது நாட்டினை பிளவுபடுத்தும் நோக்கத்திலும், நமது வளத்தை சுரண்டும் வகையிலும் நம் மக்களிடையே பிரிவினைவாதக் கருத்துகள் பரப்பப்படுகின்றன. இவற்றைத் தடுக்கும் கடமை மாணவர்களுக்கு உள்ளது. இளமைப் பருவத்தின் வாசலில் இருக்கும் அறிவு ஜீவிகளான மாணவர்கள் கூறும்பொழுது மக்கள் பிரிவினைவாத சூழ்ச்சிகளை உணர்ந்து கொள்வர். சமுதாய அமைதி நிலை நிறுத்தப்படும்.

முடிவுரை

பாருக்குள்ளே நல்ல நாடு நம் பாரத நாடு. எனவே, இந்த நல்ல நாட்டை, தியாக பூமியை காக்க வேண்டிய கடமை ஒவ்வோர் இந்தியக் குடிமகனுக்கும் உள்ளது. அதிகாரமிக்க, ஆணவமிக்க இன்றைய போட்டி உலகில் நாட்டுப் பாதுகாப்பில் மாணவர்களும் ஈடுபடுவது இன்றியமையாததாகும்.

★★★

ஐக்கிய நாடுகள் சபை

முன்னுரை

உலகில் போரால் பல நாடுகளில் அவதியுற்ற மக்கள் மீண்டும் அது போன்ற இன்னல்களுக்கு தாங்கள் ஆளாகாமல் இருக்க ஓர் அமைப்பு தேவை என உணர்ந்தனர்.

எனவே உலக நாடுகளின் பல அரசியல் அறிஞர்கள் ஒன்றுகூடி ஓர் அமைப்பை உருவாக்கினர். அதுவே ஐக்கிய நாடுகள் சபையாகும்.

தோற்றம்

1945–ஆம் ஆண்டு அக்டோபர் 24–ஆம் நாள் அமெரிக்காவின் நியூயார்க் நகரில் ஐ.நா. சபை உருவானது.

சர்ச்சில், ரூஸ்வெல்ட் போன்ற அரசியல் அறிஞர்கள் இது உருவாக உதவியாக இருந்தனர். பல நாட்டு மக்களின் கூட்டுறவினால் சமூக நலன்களை சீராக்கிடும் நோக்கத்துடன் மக்கள் உரிமை சாசனம் வரையறுக்கப்பட்டது.

பிரிவுகள்

இது ஆறு பெரும் பிரிவுகளைக் கொண்டுள்ளது. அவையாவன, (1) பொது அவை (2) பாதுகாப்பு அவை, (3) சமூகப் பொருளாதார அவை (4) அறங்காவலர் அவை (5) பன்னாட்டு நீதிமன்றம் (6) ஐ.நா. செயலகம் என்பன. மேற்கூறிய அனைத்துப் பிரிவுகளும் தலைமைச் செயலகத்தின் கீழ் இயங்குகிறது. இதன் சின்னமாக இளம் நீல வண்ணக் கொடியில் அமைந்த வெண்மை வட்டத்தில் ஆலிவ் இலையினால் சூழப்பட்ட உலகம் பொறிக்கப்பட்டுள்ளது.

குறிக்கோள்

போரை ஒழிப்பது, அமைதியை நிலைநாட்டுவது, நாடுகளுக்கிடையே கூட்டுறவை வளர்த்தல், உலக அமைதியைக் காத்தல், மக்களின் அடிப்படை உரிமைகளைக் காப்பது, கல்வி, பொருளாதாரம் போன்றவற்றில் பின்தங்கியுள்ள நாடுகளின் முன்னேற்றத்தில் கவனம் கொள்வது, உலக சுகாதாரத்தைக் காப்பது போன்றவை இதன் குறிக்கோளாகும்.

நாடுகளுக்கிடையே ஏற்படும் பூசல்களை ஆராய்ந்து நடுநிலை வழிகளைக் கடைப்பிடிப்பது இதன் கடமையாகும். இதற்காக மனவேறுபாடு கொண்ட இருநாடுகளும் தங்கள் பூசலை தாங்களே சமாதானப் பேச்சின் மூலம் களைதல், தேவையெனில் தலையிட்டு உதவுதல் ஏற்காத நாட்டிற்கு பொருளாதாரத் தடை என்ற முறைகளைக் கையாள்கிறது.

சாதனைகள்

ஐ.நா. சபை வட, தென் கொரியாக்களுக்கு இடையே நடந்த போரை நிறுத்தி அமைதியை நிலைநாட்டியுள்ளது. சூயிஸ் கால்வாய்த் தகராறு, காங்கோ பிரச்சனை முதலியவற்றில் வெற்றி பெற்றுள்ளது. இஸ்ரேல்–பாலஸ்தீன உடன்படிக்கை ஏற்படக் காரணமானது. இந்தோ–சைனா போர் நிறுத்தம் ஏற்பட வழிவகை செய்தது. மூன்றாவது உலகப் போர் ஏற்படாத வண்ணம் தடுத்துக் கொண்டிருக்கிறது.

முடிவுரை

சர்வதேச அளவில் இவ்வமைப்பில் உள்ள வல்லரசு நாடுகள், வளரும் நாடுகளுக்கு போதிய பிரதிநிதித்துவம் தருவது முக்கியம். ஐ.நா.வின் சிறப்பான செயல்பாட்டுக்கு உலக நாடுகள் தம் பகையை மறந்து ஒத்துழைப்பு நல்கி உதவி செய்தலைக் கடமையாகக் கொள்ள வேண்டும். அப்போதுதான் உலக அமைதி சமாதானம் என்பவை நடைமுறையில் சாத்தியமாகும்.

★★★

தலைப்பு விளக்கக் கட்டுரைகள்

இனியொரு (இனி ஒரு) விதி செய்வோம்!

முன்னுரை

**"ஒளிபடைத்த கண்ணினாய் வா வா வா!
உறுதிகொண்ட நெஞ்சினாய் வா வா வா!"**

என்று அறைகூவி அழைத்தான் பாரதி. பாரத நாட்டில் மலிந்து கிடந்த பழைய பிற்போக்கான எண்ணங்களைக் களைய வேண்டும் என்ற எண்ணத்தால் பாரதி இளைஞர்களை அழைத்தார். இன்றைய பாரதமும் கிட்டத்தட்ட அதே நிலையில்தான் இருக்கின்றது. சாதி, மத மோதல்களும், சமுதாய ஏற்றத்தாழ்வுகளும் குற்றங்களும் சுற்றிலும் சூழ்ந்து நிற்கின்றன. நாட்டின் அமைதியும் பொருளாதார வளர்ச்சியும் கேள்விக்குறியாகிவிட்டது. இந்நிலையில் இனி ஒரு விதி செய்ய வேண்டியதன் அவசியம் உள்ளது. அதைக்கூறும் வகையில் இக்கட்டுரை அமைகின்றது.

சமுதாய ஏற்றத்தாழ்வுகள்

சமுதாயம் பலவிதமான ஏற்றத்தாழ்வுகளால் பிளவுபட்டுக் கிடக்கிறது. வருவாய் ஏற்றத்தாழ்வுகள் இன்றைய சமுதாய ஏற்றத்தாழ்வுகளில் பெரும்பங்கு வகிக்கின்றன. ஏழைகளுக்கும், செல்வந்தர்களுக்கும் இடையில் இடைவெளிகள் அதிகம் காணப்படுகின்றன. செல்வந்தர்களுக்கு கிடைக்கும் வாய்ப்புகளும் வசதிகளும் ஏழை எளியவர்களுக்கு மறுக்கப்படுகின்றன. சமுதாய மரியாதைகள் பணம் பக்கம் சரிந்து கிடக்கின்றன. அதுபோலவே கற்றவன் – கல்லாதவன் என்ற ஏற்றத்தாழ்வுகளும் சமுதாயத்தில் கால்பதிக்கத் தொடங்கிவிட்டன. இத்தகைய ஏற்றத்தாழ்வுகளால் சமுதாயம் தீயவிளைவுகளை மட்டுமே எதிர்கொண்டு வருகின்றது.

இந்தியா சமீபகாலமாக சந்தித்துவரும் மோதல்களில் சாதி மோதல்கள் முக்கியப் பங்கு வகிக்கின்றன. இதன் விளைவுகள் மிகப் பயங்கரமானவைகளாக இருக்கின்றன. மக்களிடையே சாதிச் சங்கங்களைப் போல மத அமைப்புகளும் தோன்றத் தொடங்கிவிட்டன. இது போன்ற மத அமைப்புகளின் போராட்டங்கள் மனிதநேயத்திற்கு சவால்விடுவனவாக உருமாறிவிடுகின்றன. அன்பையே போதித்த மதங்களை மறந்துவிட்டு மனிதன் ஆயுதங்களை நம்பி கை காலை இழக்கின்றான். பல வேளைகளில் உயிரையும் இழக்கின்றான்.

அழிவுப் பாதையில் அரசியல்

மக்களை நெறிப்படுத்தி நாட்டின் பிரச்சனைகள் அனைத்தையும் அமைதியான முறையில் தீர்த்து வைக்க வேண்டிய கடமை அரசாங்கத்திற்கு உள்ளது. ஆனால், இன்றைய அரசியல்வாதிகளின் கைகளிலுள்ள அரசுகள் மக்களுக்கு எவ்வித நன்மைகளையும் செய்வதில்லை. மாறாக நாட்டில் பெரும் பிரச்சனைகள் பல உருவாவதற்கும், துறைதோறும் மோசடிகள் பல தோன்றுவதற்கும் இன்றைய அரசியல்வாதிகள் காரணமாக இருந்து வருகின்றார்கள். இதனால் தொடர்ந்து நாட்டின் வளர்ச்சி வீழ்ச்சிப் பாதையில் சென்று கொண்டிருக்கின்றது. நாட்டுக்காக தன் நேரத்தில் ஒரு நொடியைக் கூட செலவிடும் அரசியல் தலைவர்களைக் கூட இன்று காண முடியவில்லை.

பெருகும் குற்றங்கள்

நாட்டின் அனைத்துத்துறை புள்ளி விவரங்களும் தொடர்ந்து உயர்ந்து கொண்டேயிருக்கின்றன. வளர்ந்துவரும் நாடான நமது நாட்டின் மக்கள்தொகை ஓரளவு கட்டுப்பாட்டிற்குள்தான் இருக்கின்றது. கல்வியறிவு பெற்றவர்கள் மற்றும் கணிப்பொறி அறிவு பெற்றவர்கள் என நாள்தோறும் பெருகிவரும் புள்ளி விவரங்களையும் நம் நாட்டில் காண முடிகின்றது. இவற்றிற்கு ஈடாக கொலை, திருட்டு, கொள்ளை போன்ற கொடூர சம்பவங்களைப் பற்றிய புள்ளி விவரங்களும் அதிகரித்து வருவதுதான் நாட்டின் வளர்ச்சிக்கும் அமைதிக்கும் பெருங்கேடாக உள்ளது.

இன்றைய சமூகத்தின் கடமை

இன்றைய இளைஞர்கள் நாளைய நாட்டின் பிரதிநிதிகளாகவும், குடிமக்களாகவும், தலைவர்களாகவும் வரக்கூடியவர்கள் – நாளைய பாரதத்தின் வளர்ச்சியை தீர்மானிக்கப்போகும் இவர்கள் நாட்டின் இன்றைய அநீதிகளுக்கு முற்றுப்புள்ளி வைக்க முயல வேண்டும். இளைஞர்கள் நாட்டின் இரும்புத்தூணைப் போன்றவர்கள். இவர்கள் தங்கள் வலிமையை நாட்டின் வளர்ச்சிப் பக்கம் திருப்பி விட வேண்டும். சமுதாயத்தில் அவ்வப்பொழுது ஏற்படும் விரக்தியான செயல்கள் மீது நாட்டம் ஏற்படாமல் பார்த்துக் கொள்ள வேண்டும்.

தியாகமே இன்றைய தேவை

“என்னிடம் நூறு இளைஞர்களைக் கொடுங்கள். நான் வலிமையான பாரதத்தை உருவாக்கிக் காட்டுகின்றேன்” என்றார் சுவாமி விவேகானந்தர். இளைஞர்களின்மீது அவர் அளப்பரிய நம்பிக்கை கொண்டிருந்தார். அத்தகையப் பெரியவர்களின் கனவை நனவாக்க வேண்டியது இன்றைய இளைஞர்களின் கடமை அல்லவா? ஆதலால் இளைஞர்கள் தேசத்தின் ஒற்றுமையினைக் காக்கவும், வேற்றுமையினைக் களையவும் தங்களைத் தியாகம் செய்ய தயாராக இருக்க வேண்டும். தியாக மனப்பான்மை கொண்ட சமுதாயம் உருவாகின்ற பொழுது நாட்டில் புரட்சி எண்ணங்கள் மறைந்து சீர்திருத்தங்கள் மேலோங்கிவிடுகின்றன. மாறாக, சுயநலம் கொண்ட சமுதாயம் வளரும் பொழுது நாட்டில் வன்முறையை மையமாகக் கொண்ட புரட்சிகள் உருவாகிவிடுகின்றன. எனவே, இளைஞர்கள் நாட்டின் சூழலை உணர்ந்து வீதிதோறும் தியாகம் செய்ய விதி வகுக்க வேண்டும்.

முடிவுரை

பாரதம் பழம்பெருமை மிக்கது. மிகப் பழமையான பாரம்பரியம் கொண்டது. ஆனாலும் சாதி, மத, இன, மொழி மோதல்கள் அச்சுறுத்தலை ஏற்படுத்திக் கொண்டிருக்கின்றன. எனவே இளைஞர்கள் இவற்றை களைய தியாக மனத்தோடு முன்வந்து இனி ஒரு **‘விதி’** செய்ய வேண்டும். அப்பொழுது நாட்டின் இன்றைய **தலைவிதி** மாறி சீரிய பாதையில் செல்லும்.

★★★

ஒன்றே குலம் ஒருவனே தேவன்

முன்னுரை

உலகின் பகுத்தறிவு பெற்ற ஒரே இனம் மனித இனம். இம்மனித இனம் தாங்கள் பெற்ற அறிவினை நல்வழிப்படுத்த மதங்களை ஏற்படுத்தியது. ஆனால், பிற்காலத்தில் மதங்கள்

கூறி நல்ல வழிகளை மறந்தது. இதன் விளைவால் ஏற்கெனவே சமுதாயத்தைப் பிடித்திருந்த சாதிப்பிணக்குகளும் இவற்றோடு சேர்ந்து மக்களை வேறுபடுத்தத் தொடங்கின. இந்நிலையில் தமிழகத்தில் தோன்றிய திருமூலர் தாம் பெற்ற இறையனுபவத்தால் மக்களை நோக்கி 'ஒன்றே குலம் ஒருவனே தேவன்' என்னும் உயர்ந்த தத்துவத்தைக் கூறினார். இத்தத்துவத்தை விரிவாக விளக்கும் வகையிலும், இதன்படி வாழ வேண்டியதன் அவசியத்தை வலியுறுத்தும் வகையிலும் இக்கட்டுரை அமைகின்றது.

பாரில் உயர்ந்த பண்பாடு

பாரில் உயர்ந்த பண்பாடு மிக்கவர்கள் என்ற பெருமை பாரத நாட்டினருக்கே உள்ளது. இதனை மெய்ப்பிக்கும் வண்ணம் தமிழ்நாட்டில் மிகப் பழமையான காலமாகிய சங்க காலத்தே வாழ்ந்த கணியன் பூங்குன்றனார் என்னும் புலவர் "**யாதும் ஊரே; யாவரும் கேளிர்**" என்று மொழிந்துள்ளார். இவ்விதம் உயர்ந்த பண்பாட்டோடு வாழ்ந்த தமிழர்கள் உலகிலுள்ள மற்றவர்களையும் சகோதர சகோதரிகளாகவே கருதியுள்ளனர்.

மாறுபாடில்லா மனித குலம்

மனித இனம் பிறப்பின் வழி சாதியை வகுத்து பிளவுபட்டு இழிவான வாழ்க்கையை மேற்கொண்டு வருகின்றது. சில இனத்தவர்களை ஒதுக்கப்பட்டோர் என்றும், தீண்டத்தகாதோர் என்றும் தனித்துப் பார்க்கின்றது. இதனால்தான் மகாகவி பாரதி,

"சாதிகள் இல்லையடி பாப்பா - குலத்
தாழ்ச்சி உயர்ச்சி சொல்லல் பாவம்"

என்று குழந்தைப் பருவத்தினருக்கு அறிவுரை கூறினார். ஆனால் மாறுபாடு இல்லாத உருவம் கொண்டிருந்தாலும் மனிதர்களின் மனநிலை மாறவில்லை.

"எவர் உடம்புக்கும் சிவப்பே
இரத்த நிறமப்பா
எவர் விழி நீர்க்கும்
உவர்ப்பே இயற்கை குணமப்பா!"

என்று கூறினார் கவிமணி. இந்த அறிவுரைகள் அனைத்தையும் உள்ளடக்கியதாக திருமூலரின் '**ஒன்றே குலம்**' என்னும் ஒரு சொல்லே அமைந்துள்ளது.

பன்முகம் இல்லாத பரம்பொருள்

மனித இனம் தனக்குள்ளே வேறுபட்ட இனப் பாகுபாடுகளை வைத்திருப்பதைப் போலவே மதப் பாகுபாடுகளையும் வைத்துக் கொண்டது. ஆண்டவனையும் தங்கள் இனவழிக்கு ஏற்ப இணக்கமானவராகப் படைத்துக் கொண்டது. இதனால் வழிபாடுகள் வேறுபட்டன. மனித வழிகள் வேறுபட்டன. முடிவில் மனித இனம் இறைவனையே தங்களுக்குத் தேவையான வடிவில் வேறுபடுத்தி போராடவும் தொடங்கியது. இதனால்,

"ஆயிரம் தெய்வங்கள் உண்டென்று தேடி
அலையும் அறிவிலி காள்"

என்றும்,

"தெய்வம் பலப்பல சொல்லிப் - பகைத்
தீயை வளர்ப்பவர் மூடர்"

என்றும் சாடினார் பாரதி. ஆனால், மனிதர்களின் இதுபோன்ற நிலையை மனதில் கொண்ட வள்ளலார், "**ஆறுகள் பல; அவை சென்று கலக்கும் கடல் ஒன்றே; அதுபோல சமயங்கள் பலவாயினும் கடவுள் ஒன்றே**" எனக் கூறினார்.

முடிவுரை

ஒவ்வொரு மனிதனும் இயற்கையாகவே தான் சார்ந்துள்ள மதத்தின் மீதும், இனத்தின் மீதும் மிகுந்த அன்பு வைத்திருக்கின்றான். இந்த அன்பினைப் பயன்படுத்தி அரக்க மனம் படைத்த சிலர் மனிதர்களை சிறுசிறு கூட்டங்களாக பிளவுபடுத்தி சிந்தனைகளைச் சிதறடிக்கின்றனர். இது போன்ற நிலையில் திருமூலர் கூறிய **"ஒன்றே குலம்; ஒருவனே தேவன்"** என்னும் உயர்ந்த தத்துவத்தை மனிதர்கள் உணர்ந்து கடைபிடிக்க கடமைப்பட்டுள்ளார்கள். அவ்வாறு கடைபிடித்து வாழும்போது சமுதாயக் கவலைகள் மாறும், எனவே, எவ்வகை வேறுபாடுமின்றி அனைவரும் ஒன்றுபட்டு திருமூலர் வழியில் உயர்ந்து நிற்போம் எனக் கூறி இக்கட்டுரை முடிகின்றது.

★★★

எல்லோரும் இந்நாட்டு மன்னர்

முன்னுரை

இந்திய அரசியலமைப்புச் சட்டம், இந்தியராகப் பிறந்த அனைவரும் சட்டத்தின்முன் சமம் எனக் கூறுகின்றது. அடிப்படையிலேயே இந்தியராகப் பிறந்த அனைவருக்கும் சில அடிப்படை உரிமைகளையும் பொதுவாகவே வழங்கியுள்ளது. இதன்படி அனைவரும் உலகின் மிகப் பெரிய ஜனநாயக நாடாக மதிக்கப்படும் நமது நாட்டில் பிறந்த அனைவருக்கும் ஆட்சிப் பதவியில் அமர அடிப்படை உரிமை இருக்கின்றது. இதனைக் கருத்தில் கொண்டுதான் வேறுபட்ட மொழி, பழக்க வழக்கங்கள் போன்றவற்றைக் கொண்டிருக்கும் நம் மக்களை நோக்கி **'எல்லோரும் இந்நாட்டு மன்னர்'** என்று நினைவு படுத்தினார்+மகாகவி பாரதியார். அவரது இக்கூற்றிலுள்ள ஜனநாயகப் பேருண்மையை விளக்கும் வகையில் இக்கட்டுரை அமைகின்றது.

முடியாட்சிக்கு முடிவு

மன்னர்கள் ஆண்டு வந்த முடியாட்சிக் காலத்தில் அரசப்பதவி அரச குடும்பத்தின் வாரிசுகளுக்கு உரியதாக இருந்தது. குடும்பச் சொத்தாக இருந்த முடியாட்சிக்கு முடிவு வந்த பின்னர் உலகின் பல்வேறு நாடுகளும் மக்கள் தங்களைத் தாங்களே ஆளும் வகையில் ஜனநாயக மரபை பின்பற்றினார்கள். இந்த ஜனநாயக மரபு எல்லா தரப்பினாலும் ஏற்றுக்கொள்ளப்பட்டிருக்கின்றது. இதனால்தான் ஏழை எளிய குடும்பங்களில் பிறந்தவர்கள் கூட இன்று மாநில முதல்வர்களாகவும், தேசத் தலைவர்களாகவும் உருவாகும் நிலை மலர்ந்திருக்கின்றது. ஆனால், சமுதாயத்தின் பிற்படுத்தப்பட்ட, தாழ்த்தப்பட்ட மக்களின் பெரும் பகுதியினருக்கு இன்னும் சம உரிமை கிடைக்கவில்லை. இதனால் அவர்களைப் பொறுத்தவரைக்கும் எல்லோரும் இந்நாட்டு மன்னர் என்னும் கூற்று கனவாகவே இருக்கின்றது.

வாரிசுவழி ஜனநாயகம்

வாரிசுவழி அரசாட்சி என்பது ஜனநாயகத்திற்கு முற்றிலும் முரணானது. ஆனால், இன்றைய நிலையில் ஜனநாயக அரசுகள்கூட அரச பதவியை தங்கள் வாரிசுகளின்வழி நிலைநிறுத்தும் போக்கு தொடங்கியுள்ளது. நாளையத் தலைவர்களாகிய குழந்தைகளும் இளைஞர்களும் இன்னும் உள்நாட்டு முதலாளித்துவ அடிமைத்தனத்தில் இருந்து மீள முடியவில்லை. இத்தகைய வாரிசுவழி அரசுரிமைகளுக்கு மக்கள் அங்கீகாரம் அளிப்பது நிறுத்தப்பட வேண்டும். அப்பொழுதுதான் பாரதி கண்ட கனவு நனவாகும்.

தவறுகளை எதிர்த்தல்

மக்களாட்சித் தத்துவத்தின் மணிமகுடமாக விளங்குபவைகள் மக்களுக்கு கொடுக்கப்பட்டுள்ள உரிமைகள்தான். இந்த உரிமைகளைப் பயன்படுத்தி மக்கள் தங்களால் தேர்ந்தெடுக்கப்பட்ட தலைவர்கள் சட்ட விரோதமான நடவடிக்கைகளில் ஈடுபடும்பொழுது அவர்களைக் கண்டிக்க முடிகின்றது. குற்றவாளிக் கூண்டில் ஏற்றி விசாரணை செய்ய முடிகின்றது. இந்த உரிமைகளைப் பெற்றுள்ள தனி மனிதன் எவனும் நாட்டின் வளர்ச்சிக்கு தன்னால் வழி ஏற்படுத்திக் கொடுக்க முடியும் என்ற நம்பிக்கை இருந்தால், மக்கள் சக்தியோடு இணைந்து அமைப்புகளை ஏற்படுத்தவும் உரிமை உள்ளது. இது போன்ற அமைப்புகளின் மூலம் பெரிய அளவில் அதிகாரம் பெற்றிருந்தாலும் தவறு செய்யும் அரசை எதிர்க்க முடியும்.

தகுதிகளை வளர்த்தல்

நாட்டின் குடிமக்கள் அனைவருக்கும் இந்நாட்டின் தலைவராகும் உரிமையுள்ளது. இவ்வுரிமையை சரியாகப் பயன்படுத்தும்பொழுது தலைவராகும் வாய்ப்பும் ஏற்படுகின்றது. எனவே, நாட்டின் தலைவனாக வேண்டும் என விரும்புபவர்கள் தங்கள் தகுதிகளை வளர்த்துக் கொள்ள வேண்டும். முதலில் தான் ஒரு குறிப்பிட்ட மதம், இனம், மொழிப் பகுதியைச் சேர்ந்தவன், தனக்கு அந்தப் பதவிகள் கிடைக்காது என்பது போன்ற தாழ்வு எண்ணங்களை தொலைக்க வேண்டும். மேலும், தலைமைப் பண்பிற்கு தேவையான தியாகப் பண்பினை வளர்க்க வேண்டும். சட்ட விரோதச் செயல்கள் எவற்றிலும் ஈடுபடாமல் தூய்மையான வழியில் வாழ வேண்டும். இவ்வழியில் செல்லும் பொழுது எல்லோருமே இந்நாட்டு மன்னர்தான்.

முடிவுரை

எல்லோரும் இந்நாட்டு மன்னராக சம வாய்ப்பு உள்ளது. அதற்காக ஒரே சமயத்தில் எல்லோரும் தலைவனாக முடியாது. எனவே நாம் வாழும் நிலையில் அமைதியான முறையில் நாட்டு வளர்ச்சிக்கு பயன்படும் வகையில் நம் வாழ்க்கையை அமைத்துக் கொண்டால் நாம் யாருக்கும் பதில் கூறவேண்டிய நிலை வராது. நாமும் ஒரு மன்னன் போல வாழ முடியும் என்ற தன்னம்பிக்கை ஏற்படும்.

யாதும் ஊரே; யாவரும் கேளிர்

முன்னுரை

தமிழ்நாட்டில் வாழ்ந்த சங்ககாலப் புலவர் கணியன் பூங்குன்றனாரின் வாக்கு "**யாதும் ஊரே யாவரும் கேளிர்**" என்பது. உயர்ந்த பண்பாட்டுடன் வாழ்ந்த தமிழர்கள் உலகிற்கே நாகரிகத்தைக் கற்றுக் கொடுத்தவர்கள். கடல் தாண்டிச் சென்று போரில் வெற்றி பெற்று சரித்திரம் படைத்தவர்கள் தமிழர்கள். உலகிலுள்ள அனைத்து மக்களையும் தங்கள் உறவினர்களாகக் கருதியவர்கள். அதனால்தான் '**வந்தாரை வாழ வைக்கும் தமிழகம்**' என்ற பொன்மொழி தோன்றியது.

வணிகம்

மரக்கலத்தில் கடல் தாண்டிச் சென்று வணிகம் செய்தவர்கள் தமிழர்கள். இவர்கள் மிளகு, சந்தனம், ஏலம், தந்தம் போன்ற பொருட்களை கொடுத்து பொன், மணி, சீனப்பட்டு போன்றவைகளை கொண்டு வந்தார்கள். அயல்நாட்டினர் நம் தமிழகத்தில் கிடைக்கும்

முத்துக்களை தங்கள் நாடுகளிலுள்ள விலையுயர்ந்த பொருட்களைக் கொடுத்து வாங்கிச் செல்வர். யாவரையும் உறவினராகக் கருதும் தமிழரின் பண்பாடுதான் வெளிநாட்டினருடன் சுமுகமாக வியாபாரத் தொடர்பை நீடிக்க வைத்தது.

விருந்தோம்பல் பண்பு

"செல்விருந்து ஓம்பி வருவிருந்து பார்த்திருப்பான்
நல்விருந்து வானத் தவர்க்கு" **– குறள் 86**

விருந்தோம்பல் என்பது தமிழர்களின் தலைசிறந்த பண்புகளுள் ஒன்றாகும். விருந்தினர்களுக்கு விருந்து கொடுத்து அனுப்பிய பின் அடுத்த விருந்தினர்களை எதிர்பார்த்துக் காத்திருப்பர் தமிழர். **"யாவரும் கேளிர்"** என்ற தத்துவத்தின் பொருளாக இந்தக் குறள் விளங்குகிறது.

முடிவுரை

உடைமையில் நீங்காதது அன்பு. அன்பின் முக்கியத்துவத்தைப் புத்தர் உலகினுக்கு உணர்த்தினார். உலகில் எத்தனை கோடி மக்கள் வாழ்ந்தாலும் அன்பில்லாவிட்டால் ஒவ்வொருவரும் தனித்தனிதான். சாதி, மதம், நாடு என்று மனிதர்களிடையே எழுப்பப்படும் சுவர்களைத் தகர்த்தெறிய வேண்டும். அப்பொழுதுதான் யாவரும் உறவினர் என்ற உணர்வுடன் நம்மால் வாழ முடியும். அப்போது உலகில் **'போர்'** என்ற சொல்லுக்கே அர்த்தமில்லாமல் போய்விடும்.

★★★

தேசிய ஒருமைப்பாடு

முன்னுரை

"முப்பது கோடி முகம் உடையாள் – உயிர்
மொய்ம்புற ஒன்றுடையாள்"

என்ற பாரதியின் வரிகள் தேசிய ஒருமைப்பாட்டினை நமக்கு உணர்த்துவதாகும். பல்வேறு மதம், மொழி, இனம், கலாச்சாரம் கொண்டிருந்தாலும் நாம் அனைவரும் ஒரே தாயின் பிள்ளைகள்தாம். பண்டைய பாரதத்தில் மன்னராட்சி நடைபெற்றுக் கொண்டிருந்தது. நம் மன்னர்களிடையே இருந்த ஒற்றுமையின்மை அந்நியர் ஆட்சியை பாரதத்திற்குள் கொண்டு வந்தது. அந்நியர்களால் நம் நாடு சீர்குலைந்தது. அதனால், அவர்களை வெளியேற்ற நம்மிடையே தோன்றியதுதான் தேசிய ஒருமைப்பாடாகும்.

விடுதலைப் போரில் ஒருமைப்பாடு

வடநாட்டவர், தென்னாட்டவர் என்ற பாகுபாடின்றி **'நாம் அனைவரும் பாரத மைந்தர்கள்'** என்ற ஒரே எண்ணத்துடனும் அந்நியரை விரட்ட வேண்டும் என்ற ஒரே குறிக்கோளுடனும் இந்தியர் செயல்பட்டனர்; வெற்றியடைந்தனர். **'வந்தேமாதரம்'** என்ற ஒரே கோஷம் மட்டும்தான் அன்றைய பாரதத்தில் ஒலித்தது. பிரிவினை என்ற வார்த்தைக்கே இடமில்லாமல் இருந்தது.

பாரதியின் ஒருமைப்பாட்டுணர்வு

"வங்கத்தில் ஓடிவரும் நீரின் மிகையால்
மையத்து நாடுகளில் பயிர் செய்குவோம்" என்றும்

"கங்கை நதிப்புறத்து கோதுமைப் பண்டம்
காவிரி வெற்றிலைக்கு மாறுகொள்வோம்" என்றும்

"சிங்க மராட்டியர் தம் கவிதை கொண்டு
சேரத்துத் தந்தங்கள் பரிசளிப்போம்"

என்றும் பாரதி கனவு கண்டார்.

சுதந்திர இந்தியாவில் பாரத மக்கள் ஒற்றுமையுடன் வாழ வேண்டும் என்பதே அவர் கண்ட கனவாகும்.

இன்றைய பாரதம்

"வங்கத்தில் ஓடிவரும் நீரின் மிகையால் மையத்து நாடுகளில் பயிர் செய்குவோம்" என்றார் பாரதி. ஆனால் ஒரு மாநிலத்திலிருந்து மற்றொரு மாநிலத்திலிற்கு தண்ணீர் மறுக்கப்படுகிறது. ஒன்றுபட்ட பாரதத்தை உருவாக்க வல்லபாய் பட்டேல் அரும்பாடுபட்டார். ஆனால் ஒரு சில மாநிலங்கள் தனிநாடு அந்தஸ்து கேட்டு போராடுகிறது. இது போன்ற பல விஷயங்கள் நம் மனதை வேதனைப்படுத்துகிறது.

தீர்வு

ஒவ்வொரு மாநிலமும் மற்ற மாநிலங்களை மதிக்கக் கற்றுக் கொள்ள வேண்டும். தங்களிடையே நட்புறவை வளர்த்துக் கொள்ள வேண்டும். தங்கள் சுய இலாபங்களுக்காக மக்களைத் தூண்டிவிடும் அரசியல்வாதிகளையும் தீவிரவாத இயக்கங்களையும் மக்கள் ஒதுக்கித் தள்ள வேண்டும். குறுகிய மனப்பான்மையை விடுத்து பரந்த மனப்பான்மையோடு செயல்பட வேண்டும். நாடு ஒற்றுமையுடன் செயல்படுவதற்கான ஒரே தீர்வு மாணவர்களிடம் மட்டும்தான் இருக்கிறது. தேசிய ஒருமைப்பாடு என்பது கார்க்கில் போர் போன்ற போர் சமயங்களிலும், கிரிக்கெட் நடக்கும் நாட்களிலும் மட்டுமல்லாமல் எப்பொழுதும் நம் இரத்தத்திலேயே கலந்திருக்க வேண்டும். மாணவ சமுதாயம் நினைத்தால் இமயம் முதல் குமரி வரை வேற்றுமை என்ற சொல்லே அழிந்துவிடும்.

முடிவுரை

வட நாட்டவர் இராமேஸ்வரம் வருவதும் தென்னாட்டவர் காசி செல்வதும் மட்டுமல்ல, தேசிய ஒருமைப்பாடு. உலக அரங்கில் கல்வி, பொருளாதாரம், புதிய கண்டுபிடிப்புகள் என்று ஒவ்வொன்றிலும் ஒளி வீச நம்மிடையே தேவை தேசிய ஒருமைப்பாடு. நமக்கு உணவு, உடை, கல்வி கொடுத்து நம்மைத் தாங்கிய பாரதத் தாய்க்கே நாம் சேவை செய்ய வேண்டும். நம் திறமைகளை அந்நிய நாட்டில் முதலீடு செய்தல் கூடாது என்ற உணர்வு ஒவ்வோர் இந்தியனுக்கும் ஏற்படும் பொழுது தேசிய ஒருமைப்பாடு என்ற இராஜபாட்டையில் நாம் கம்பீரமாக நடப்போம்.

★★★

முயற்சி திருவினையாக்கும் (அ) முயற்சி உடையார் இகழ்ச்சி அடையார்

முன்னுரை

கற்கால மனிதன் வாழ்க்கையிலிருந்து இன்றைய நவீன யுகத்தின் வாழ்க்கை வரை மனிதனின் முயற்சியே படிக்கற்களாய் அமைந்திருக்கின்றன. '**ஆள் வினையுடைமை**' என்று முயற்சியின் இன்றியமையாமைக்கு ஓர் அதிகாரத்தையே வள்ளுவர் வகுத்துள்ளார்.

'முயற்சி உடையார் இகழ்ச்சி அடையார்', **'முயன்றால் முடியாதது இல்லை'** **'முயற்சி திருவினையாக்கும்'** என்பன முயற்சியின் பெருமைகளை எடுத்துரைக்கும் தொடர்களாகும்.

முயற்சியின் இன்றியமையாமை

'ஐந்தில் வளையாதது ஐம்பதில் வளையாது' என்பார்கள். ஆதலால் இளவயதிலிருந்தே முயற்சி செய்து உழைப்பவர்கள் வாழ்வில் உயர்ந்த இடத்தைப் பிடிப்பார்கள். **தாமஸ் ஆல்வா எடிசன்** சிறுவயது முதற்கொண்டே புதிய கண்டுபிடிப்புகளுக்கான முயற்சியில் இறங்கிவிட்டார். இந்த உலகம் உள்ளளவும் அவர் பெயர் இந்தத் தரணியில் நிலைத்து நிற்கும். விதியின் காரணமாக ஒருவன் ஒரு செயலில் வெற்றி பெற முடியாவிட்டாலும் விடாமுயற்சியின் காரணமாக விதியையும் வென்று சாதனை படைப்பான். முயற்சியிலேயே பாதி வெற்றி அடங்கிவிடுகிறது.

முயற்சியால் கிடைத்த வெற்றிகள்

விடாமுயற்சியின் விளைவாக வெற்றி பெற்ற மனிதர்கள் பலரின் வாழ்க்கை நமக்கு இன்றும் வழிகாட்டியாய் விளங்குகிறது. தெருவிளக்கில் படித்து முன்னேறிய முத்துசாமி ஐயர் தலைமை நீதிபதியாக உயர்ந்தார். ஒதுக்கப்பட்ட குலம் என்று சொல்லப்பட்ட இனத்தில் பிறந்த அம்பேத்கர் பிரபல சட்ட வல்லுநராய் விளங்கி இந்தியாவிற்கே அரசியல் அமைப்புச் சட்டத்தைத் தொகுத்து வழங்கினார். பல வருடங்கள் ஓய்வின்றி உழைத்ததினால் ரேடியத்தைக் கண்டுபிடித்தார் கியூரி அம்மையார். மரம் வெட்டும் சாதாரண தொழிலாளியின் மகனாகப் பிறந்து அமெரிக்க நாட்டின் குடியரசுத் தலைவராக ஆபிரகாம் லிங்கன் உயர்ந்தார். ஸ்காட் மன்னன் இராபர்ட் புரூஸ் ஆறு தடவை தோற்றும் சிலந்தியின் விடாமுயற்சியைக் கண்டு ஏழாவது முறை படையெடுத்து வெற்றி பெற்றார். இவையனைத்தும் முயற்சியினால் கிடைத்த பலன்களேயாகும்.

முயற்சியின் சிறப்பு

சின்னஞ்சிறு எறும்புகளும் முயற்சியினால் தமது உணவை மழைக்காலத்திற்காக சேமித்து வைக்கின்றன. பறவைகள் தங்கள் வசிப்பிடத்தை முயற்சியினால் அழகாகக் கட்டுகின்றன. அதிலும் தூக்கணாங்குருவியின் கூடு மிகவும் அழகாக இருக்கும். உழவர், நெசவாளி, கட்டட வல்லுநர், தையல்காரர், சிற்பி என அனைவரும் தம் முயற்சியினால்தான் நமக்கு உதவுகிறார்கள். அவர்கள் சோம்பியிருந்தால் உணவுக்கும், உடைக்கும், உறையுளுக்கும் நாம் திண்டாட வேண்டியிருக்கும். சிற்றுயிர்கள் நமக்குக் கற்றுத் தரும் பாடத்தை நாம் பின்பற்றினால் போதும். முயற்சியின் பலனை நாமும் அடைய முடியும்.

முடிவுரை

ஒரு செடி பெரிய மரமாக வளர்வதும் அதன் முயற்சிதான். நிழலில் நட்டு வைத்தால் கூட கதிரவனை நோக்கி அதன் தண்டுகள் நீண்டு தனது பச்சையத்தை தயாரித்துக் கொள்ளும் முயற்சியிலும், பூமிக்கு அடியில் வேர்களை படரவிட்டு தனக்குத் தேவையான தண்ணீரை உறிஞ்சிக் கொள்வதிலும் அதற்கு இருக்கும் முயற்சி நமக்கும் தேவை. முயற்சியின் காரணமாக மனிதன் சந்திர மண்டலத்தைத் தொட்டுவிட்டான். ஆனால் மனித மனங்களைத் தொட முடியவில்லை. முயற்சிகளோடு சாதனைகள் பல படைக்க வேண்டும். அதே முயற்சியோடு மனிதநேயத்தையும் வளர்க்க வேண்டும். அப்பொழுது உலகில் வன்முறைக்கும் இடமிருக்காது. வன்முறையை ஒழிக்கும் முயற்சியால் மனிதன் வெற்றி பெற வேண்டும்.

"முயற்சி திருவினையாக்கும், முயற்றின்மை
இன்மை புகுத்திவிடும் என்பதாம்"

★★★

சான்றோர் வளர்த்த தமிழ்

"வீறுடை செம்மொழி தமிழ்மொழி உலகம்
வேரூன்றிய நாள்முதல் உயிர்மொழி"

என்ற தமிழின் பெருமையைப் பறைசாற்றியவர் பாவலரேறு பெருஞ்சித்திரனார். தமிழ் மூவாயிரம் ஆண்டுகளுக்கு மேல் பழமை வாய்ந்த இலக்கிய வளம் மிக்க மொழி. தமிழ் மிகவும் பண்பட்ட மொழி. அது தனக்கே உரிய இலக்கியச் செல்வங்களைப் பெற்றிருந்த மொழி.

"வடவேங்கடம் தென்குமரி ஆயிடைத் தமிழ் கூறு நல்லுலகம்" எனப் போற்றிப் புகழப்படுகின்ற தமிழ்மொழி உலகெங்கும் பரவியுள்ளது. இலக்கியங்களும் இலக்கணங்களும் பெருகி இருந்தமையால், தமிழ்மொழி திருந்திய மொழியாகத், திருத்தம் செய்யப்பட்ட மொழியாக, ஒழுங்கப்படுத்தப்பட்ட மொழியாகச் சிறப்புற்று விளங்குகிறது. பண்டைத் தமிழை அறிந்து கொள்ள தொல்காப்பியமும் சங்க இலக்கியங்களும் உதவுகின்றன. இடைக்காலத் தமிழை அறிந்துகொள்ள பக்தி இலக்கியங்கள் உதவுகின்றன. இவ்விலக்கியங்கள் மக்களின் வாழ்வியல் நெறிகளை வெளிப்படுத்துகின்றன. ஆதலால் இவை 'மக்கள் இலக்கியம்' என்றே வழங்கப்படுகின்றன.

'ஏடு காத்த ஏந்தல்' என்ற சிறப்பிற்குரிய தமிழ்த்தாத்தா உ.வே.சா. அவர்கள் இல்லையெனில் தமிழ் இலக்கியங்களை எவரும் அறிந்திருக்க இயலாது. எட்டுத்தொகை, பத்துப்பாட்டு, காப்பியங்கள் என அனைத்தையும் அச்சிட்டுத் தம் பதிப்புப் பணியினால் தமிழுக்கு அழகூட்டியுள்ளார்.

சூரிய நாராயண சாஸ்திரிகள் என்ற பெயரைப் பரிதிமாற்கலைஞராக மாற்றிக் கொண்ட தமிழறிஞர் தமிழ்மொழியை உயர்தனிச்செம்மொழி என்று முதன் முதலாக நிலைநாட்டிய பெருமைக்குரியவர். மறைமலையடிகள் தனித்தமிழ் இயக்கத்தை உருவாக்கி தமிழை வளர்த்தவர்.

தேவநேயப் பாவாணர், தமிழே உலகின் அடிப்படையான செம்மொழி என்பதற்கான மிகச் சிறந்த வாதங்களை முன் வைத்த தமிழறிஞர். இவர் தமிழுக்கு ஆற்றிய தொண்டுகள் பல. மு. வரதராசனார், மீனாட்சி சுந்தரனார், ச. வையாபுரிப் பிள்ளை ரா.பி. சேதுப்பிள்ளை எனப் பலராலும் கன்னித் தமிழாய் விளங்கும் தமிழன்னை வளர்க்கப்பட்டாள்.

தமிழைத் தாய்மொழியாகக் கொண்டிராத வீரமாமுனிவர், ஜி.யூ. போப், கால்டுவெல் போன்றோர் தமிழுக்கு ஆற்றிய தொண்டுகள் அளப்பரியது.

தமிழ்மொழியில் உள்ள நீதிநூல்கள், பதினெண்மேல்கணக்காகிய சங்க இலக்கியங்கள், பதினெண்கீழ்க்கணக்கு நூல்கள், காப்பியங்கள், பள்ளு, குறவஞ்சி, கலம்பகம், பிள்ளைத்தமிழ், பரணி, உலா, அந்தாதி எனத் தொண்ணூற்றாறு வகை சிற்றிலக்கியங்கள் தமிழன்னைக்கு அணிகலன்களாய் விளங்கி அழகூட்டுவதற்குப் பலரும் பணியாற்றியுள்ளனர்.

தமிழன்னைக்கு அணிகலன்களாய் விளங்கும் நூல்களைப் படிப்போம். இன்புறுவோம். புதிய அணிகலன்களை உருவாக்கி அழகுக்கு அழகு சேர்ப்போம்.

★★★

விண்வெளியும் கல்பனா சாவ்லாவும்

முன்னுரை :

விண்வெளிக்குப் பயணம் செய்த முதல் இந்திய விண்வெளி வீராங்கனை கல்பனா சாவ்லா. விண்வெளி ஆராய்ச்சியில் சிறந்தவர். நல்ல திறமையுடைய பெண் ஆராய்ச்சியாளர். இந்தியாவே போற்றும் வகையில் விண்வெளியில் மிகச் சிறந்த சாதனை செய்தவர் இவர் எனலாம்.

பிறப்பும், கல்வியும்

இவர் இந்தியாவில் ஹரியானா மாநிலத்தில் 1961–ஆம் ஆண்டு ஜூலை 1–ஆம் தேதி பனாரஸ் லால் சாவ்லாவுக்கும் சன்யோகிதா தேவிக்கும் மகளாக பிறந்த கல்பனா சாவ்லாவுக்கு இரண்டு சகோதரிகளும் ஒரு சகோதரனும் உள்ளனர். ஆரம்பக் கல்வியை தனது சொந்த ஊரான கர்னல் அரசுப் பள்ளியில் படித்தார். சண்டிகரில் உள்ள பஞ்சாப் பொறியியல் கல்லூரியில் விமான ஊர்தியியல் துறையில் இளங்கலைப் பட்டமும், டெக்சாஸ் பல்கலைக்கழகத்தில் விண்வெளி பொறியியல் துறையில் முதுகலைப் பட்டமும் பெற்றார். 1986–ஆம் ஆண்டு கொலோரடோ பல்கலைக்கழகத்தில் 2–ஆவது முதுகலைப்பட்டமும் பிறகு 1988–ஆம் ஆண்டு விண்வெளி பொறியியல் துறையில் முனைவர் பட்டமும் பெற்றார்.

விண்வெளி பயணம் :

1995–ஆம் ஆண்டு நாசா விண்வெளி வீரர் பயிற்சிக் குழுவில் கல்பனா சாவ்லா, கொலம்பிய விண்வெளி ஊர்தியான எஸ்.டி.எஸ் –87–இல் பயணம் செய்வதற்குத் தேர்வு செய்யப்பட்டார். முதல் இந்திய கொலம்பிய விண்வெளி ஊர்தியான எஸ்.டி.எஸ்.87–இல் விண்வெளி பயணம் மேற்கொண்டார். இந்த விண்வெளி பயணத்தில் சுமார் 372 மணி நேரம் விண்வெளியில் இருந்து சாதனைப் புரிந்து வெற்றிகரமாகப் பூமி திரும்பினார். 2003–ஆம் ஆண்டு ஜனவரி 16–ஆம் தேதி விண்வெளி ஆராய்ச்சிக்காக அமெரிக்காவின் கென்னடி நிலையத்திலிருந்து கொலம்பிய விண்கலம் எஸ்.டி.எஸ் 107–இல் அனுப்பி வைத்தனர்.16–ஆம் நாள் ஆய்வை முடித்து வெற்றிகரமாக பிப்ரவரி 1–ஆம் தேதி பூமிக்குத் திரும்பிக் கொண்டிருந்தபோது அமெரிக்காவின் டெக்சாஸ் விண்வெளியில் கொலம்பிய விண்கலம் வெடித்து சிதறியது. இந்த விபத்தில் அதில் பயணம் செய்த கல்பனா சாவ்லா உள்பட 7 விண்வெளி வீரர்களும் பலியாயினர்.

முடிவுரை :

இந்திய பெண்ணாகிய கல்பனா சாவ்லாவை கௌரவிக்கும் விதமாக நியூயார்க் நகரிலுள்ள ஒரு சாலைக்கு அவருடைய பெயர் சூட்டப்பட்டுள்ளது. வீர மங்கையை இழந்த இந்தியா ஆண்டுதோறும் பிப்ரவரி 1–ஆம் தேதி கல்பனா சாவ்லாவின் நினைவு தினத்தைக் கடைப்பிடித்து வருகிறது. கடந்த 2011–ஆம் ஆண்டு முதல் ஆண்டுதோறும் வீரதீர சாதனை புரிந்த பெண்களுக்கு தமிழக அரசு 'கல்பனா சாவ்லா விருது' வழங்கி வருவது குறிப்பிடத்தக்கது.

★★★

உங்கள் பகுதியில் நடைபெற்ற பொருட்காட்சிக்குச் சென்று வந்த நிகழ்வைக் கட்டுரையாக்குக.

பொருட்காட்சிக்குச் சென்ற வந்த நிகழ்வு

சென்ற வாரம் நான் சென்னையில் உள்ள தீவுத்திடலில் நடைபெறும் பொருட்காட்சிக்குத் சென்றேன். என்னுடன் என்னுடைய நண்பர்களும் வந்தனர். ஒருநாள் முழுவதும் நாங்கள் மிகவும் உற்சாகத்துடன் பொருட்காட்சியினைப் சுற்றிப் பார்த்தோம்.

பொருட்காட்சியில் அரசுத்துறை அரங்குகள், மத்திய அரசு நிறுவனங்களின் அரங்குகள். நூற்றுக்கணக்கான கடைகள் அமைக்கப்பட்டிருந்தன. அத்திடலில் பலரும் அமர்ந்து பார்ப்பதற்கு ஏதுவாய் பெரிய மேடை அமைக்கப்பட்டிருந்தது. நுழைவுவாயில் மிகவும் பெரிய அளவில் பிரம்மாண்டமாய் இருந்தது.

பொருட்காட்சித் திடலில் உள் நுழைந்ததும் அரசுத் துறை அரங்குகளான மின்சாரத்துறை, வேளாண்துறை, காவல்துறை போன்ற பலதுறைகளின் அரங்குகளைக் கண்டு களித்தோம். மின்சாரத்துறை அரங்கில் மின்சாரம் எவ்வாறெல்லாம் கிடைக்கிறது என்பது விளக்கமாகக் காட்சிப்படுத்தப்பட்டிருந்தது. மின்னாற்றல் பற்றியும் அறிந்தோம்.

வேளாண்துறையில் இயற்கை வேளாண்மை, மற்றும் சங்க காலம் முதல் தற்காலம் வரை வேளாண்மையில் ஏற்பட்ட மாற்றங்களை விளக்கியிருந்தனர். பால்வளத்துறையில் உள்ளே நுழையும்போதே தமிழரின் விருந்தோம்பலைப் போற்றும் விதமாய் அனைவருக்கும் பால் வழங்கப்பட்டது. காவல்துறை அரங்கில் சட்டம், ஒழுங்கு மற்றும் போக்குவரத்துத் துறையினர் சாலையில் ஏற்படும் விபத்துகள் குறித்தும் சமூகக் கேடான செயல்கள் பற்றியும் காட்சிப்படுத்தி நமக்கு விழிப்புணர்வை ஏற்படுத்தினர். இவையெல்லாம் ஒரு சோற்றுப்பதம் தான்.

இரயில்வே துறை, போக்குவரத்துத் துறை அரங்குகளும் எங்களை மகிழ்வித்தன. பலப் பொருட்களை விற்கும் கடைகளும் பிற மாநிலங்களில் உருவாக்கப்பட்ட பொருட்களை விற்கும் கடைகளும் பார்க்கவே நன்றாக இருந்தது.

சூரியன் மறைவுக்குப் பிறகு அங்கு அமைக்கப்பட்டிருந்த மேடையில் பலவிதமான கலை நிகழ்ச்சிகள் நிகழ்த்தப்பட்டன. என் பெற்றோர் எனக்கும் என் நண்பர்களுக்கும் சிறு தீனி வாங்கிக் கொடுத்தார்கள். அதனைச் சுவைத்துக் கொண்டே மேடை நிகழ்ச்சிகளைக் கண்டு களித்தோம். அன்று நேரம் போனதே எங்களுக்குத் தெரியவில்லை. தீவுத்திடலில் அலைகடலென மக்கள் கூட்டம், எங்களைத் திக்குமுக்காடச் செய்துவிட்டது. மீண்டும் வரவேண்டும் என்ற எண்ணிக்கொண்டே பொருட்காட்சியை விட்டு வெளியேறினோம்.

★★★

என்னுடைய ஆசிரியர்

ஆசிரியர் என்பவர் மாணவர்களுக்கும் பெற்றோர்களுக்கும் முன் மாதிரியாக திகழ வேண்டும். அதாவது ஒழுக்கத்துடனும் நல்ல பண்புடனும் அரவணைப்புடனும் இருக்க வேண்டும். மாணவர்களையும் சமமாக நடத்த வேண்டும். நன்கு படிக்கும் மாணவர்கள், படிக்காத மாணவர்கள் எனப் பாகுபாடுப் பார்க்காமல் இருக்க வேண்டும்.

நன்றாக படிக்கும் மாணவர்களிடம் காட்டும் அக்கறையை விட, மெதுவாக கற்கும் மாணவர்கள் மீது அதிக அக்கறையை செலுத்த வேண்டும். அதேபோல்

ஒழுக்கமான மாணவர்களிடம் காட்டும் அன்பை விட ஒழுக்கமற்ற மாணவர்களிடம் அதிகமான அன்பைக் காட்டினால், அவ்வாறான மாணவர்கள் திருந்தி ஒழுக்கத்துடன் நல்லக் கல்வியையும் பெறுவார்கள்.

ஒவ்வோர் ஆசிரியரும் தன்னுடைய மாணவர்களைத் தன் பிள்ளைகளைப் போல பார்க்க வேண்டும். ஒழுக்கமற்ற மாணவர்களைத் திருத்தும் வகையில் அறிவுரை கூற வேண்டும். கல்வி கற்காத மாணவர்கள் மீது அதிக கவனம் செலுத்த வேண்டும். அப்படி அதிக கவனம் செலுத்தும்போது அம்மாணவன் கல்வியின் மீது ஆர்வம் கொண்டு கல்வி கற்பான்.

ஒழுக்கமற்ற மாணவர்களைத் தனியாக அழைத்து அவனுடைய குறைகளைக் கேட்டறிந்து அந்தக் குறைகளைத் தீர்க்கும் வழிமுறைகளை அந்த மாணவருக்குக் கூற வேண்டும். அந்த மாணவர்களிடம் அடிக்கடி உரையாடும் போது ஆசிரியர் மீது நன் மதிப்பு ஏற்பட்டு கல்வியின் மீது ஆர்வம் வரும். மேலும் ஒழுக்கமற்ற செயல்களிலிருந்து விடுபட்டு நல்ல மாணவர்களாக உருவாவார்கள்.

ஒரு மாணவன் நல்ல செயல்களில் ஈடுபடும்போது அவனை ஊக்கப்படுத்த வேண்டும். அப்படி ஊக்கப்படுத்தும்போது அவன் அந்த செயல்களில் வெற்றிபெற்று பல சாதனைகள் புரிய வழிவகுக்கும். ஓர் ஆசிரியர் பொது சேவைகளில் ஈடுபட்டு சமுதாயத்தில் நல்ல பண்பாளராக திகழ வேண்டும். நல்ல சகோதர – சகோதரியாகவும் ஒழுக்கத்தின் மறு வடிவமாக திகழ வேண்டும் என்பது அனைவரின் கனவாகும்.

ஓர் ஆசிரியர் அன்பு, பண்பு, பாசம், அரவணைப்பு ஆகிய அனைத்தும் ஒருங்கே பெற்று இருக்க வேண்டும். தாயாகவும், தந்தையாகவும், சகோதர சகோதரியாகவும் இருக்க வேண்டும். அனைவரும் போற்றும் நல்ல பண்புள்ளவராகவும் இருக்க வேண்டும். மொத்தத்தில் மாணவர்களுக்கும், சமுதாயத்திற்கும், முன் மாதிரியாக திகழ வேண்டும் என்பதே என் கனவு.

பிரித்தெழுதுதல்

அதற்கு	–	அதன் + கு
செந்தமிழ்	–	செம்மை + தமிழ்
நறுங்கனி	–	நறுமை + கனி
நாட்டிடையில்	–	நாடு + இடையில்
மண்ணுலகம்	–	மண் + உலகம்
நற்கணக்கு	–	நன்மை + கணக்கு
செப்பரிய	–	செப்பு + அரிய
உணர்வெழுப்ப	–	உணர்வு + எழுப்ப
பேரரசு	–	பெருமை + அரசு
எந்தமிழ் நா	–	எம் + தமிழ் + நா
முத்தமிழ்	–	மூன்று + தமிழ்
முச்சங்கம்	–	மூன்று + சங்கம்
மயலுறுத்து	–	மயல் + உறுத்து
நீரலைகள்	–	நீர் + அலைகள்
நல்லொளி	–	நன்மை + ஒளி
விருந்தினனாக	–	விருந்தினன் + ஆக
நன்மொழி	–	நன்மை + மொழி
செல்வதாதல்	–	செல்வது + ஆதல்
உனதருளே	–	உனது + அருளே
வானத்து	–	வான் + அத்து ('அத்து' என்பது சாரியை)
செந்தீ	–	செம்மை + தீ
தண்பெயல்	–	தண்மை + பெயல்
அருந்துணை	–	அருமை + துணை
கல்வியென்றே	–	கல்வி + என்றே
பனுவலொடு	–	பனுவல் + ஒடு
கேள்வியினான்	–	கேள்வி + இனான்
கேண்மையினான்	–	கேண்மை + இனான்
பொலிவுமாற்றான்	–	பொலியும் + ஆற்றான்
பிரானெழுந்து	–	பிரான் + எழுந்து
ஆலயங்கண்டு	–	ஆலயம் + கண்டு
விண்ணிடை	–	விண் + இடை
புதியதோர்	–	புதியது + ஓர்
செய்தேற்றி	–	செய்து + ஏற்றி
பொற்சேக்கை	–	பொன் + சேக்கை
சாந்தமானதொரு	–	சாந்தமானது + ஒரு
முடிச்சிட்டால்	–	முடிச்சு + இட்டால்
நிற்பதறிந்தும்	–	நிற்பது + அறிந்தும்

நுண்மையுற்றாலொழிய	–	நுண்மை + உற்றார் + ஒழிய
செம்பொன்	–	செம்மை + பொன்
திகழரை	–	திகழ் + அரை
திருவரை	–	திரு + அரை
வடமாட	–	வடம் + ஆட
பைம்பொன்	–	பசுமை + பொன்
சரிந்தாட	–	சரிந்து + ஆட
மேனியுமாடிட	–	மேனியும் + ஆடிட
குகனாடுக	–	குகன் + ஆடுக
போதவிழ்	–	போது + அவிழ்
உயிரென	–	உயிர் + என
மயில்களாட	–	மயில்கள் + ஆட
முழவினோங்க	–	முழவின் + ஓங்க
பொய்யுரை	–	பொய் + உரை
வறுமையின்மையால்	–	வறுமை + இன்மையால்
செறுநரின்மையால்	–	செறுநர் + இன்மையால்
நெடுந்திரை	–	நெடுமை + திரை
நெடும்படை	–	நெடுமை + படை
வாழ்வெலாம்	–	வாழ்வு + எலாம்
அருவினை	–	அருமை + வினை
கற்றறிதல்	–	கற்று + அறிதல்
அறனீனும்	–	அறன் + ஈனும்
திறனறிந்து	–	திறன் + அறிந்து
தீதின்றி	–	தீது + இன்றி
பொருளாக்கம்	–	பொருள் + ஆக்கம்
குன்றேறி	–	குன்று + ஏறி
கண்டற்றால்	–	கண்டு + அற்றால்
செருக்கறுக்கும்	–	செருக்கு + அறுக்கும்
கூரியதில்	–	கூரியது + இல்
எஃகதனின்	–	எஃகு + அதனின்
கையுள்ளும்	–	கை + உள்ளும்
படையொடுங்கும்	–	படை + ஒடுங்கும்
அன்பிலன்	–	அன்பு + இலன்
துணையிலன்	–	துணை + இலன்
யாதெனின்	–	யாது + எனின்
கரப்பிடும்பை	–	கரப்பு + இடும்பை
நிரப்பிடும்பை	–	நிரப்பு + இடும்பை
மகிழ்ந்துள்ளம்	–	மகிழ்ந்து + உள்ளம்
கண்டதில்	–	கண்டது + இல்

அவரன்ன	–	அவர் + அன்ன
புதிதன்று	–	புதிது + அன்று
கவலையில்லை	–	கவலை + இல்லை
பொழுதேற	–	பொழுது + ஏற
ஏரடியில்	–	ஏர் + அடியில்
செல்லோடை	–	செல் + ஓடை
கள்ளுண்பன	–	கள் + உண்பன
பொய்யுடையன	–	பொய் + உடையன
மையுடையன	–	மை + உடையன
மருளுடையன	–	மருள் + உடையன
பிறழ்ந்தொழுகும்	–	பிறழ்ந்து + ஒழுகும்
கடிந்தொறுப்பர்	–	கடிந்து + ஒறுப்பார்
திருநாட்டினியல்	–	திரு + நாட்டின் + இயல்
இதுவென	–	இது + என
நெறியல்லது	–	நெறி + அல்லது
தந்தையில்லோர்	–	தந்தை + இல்லோர்
தந்தையாகி	–	தந்தை + ஆகி
தாயரில்லோர்	–	தாயர் + இல்லோர்
தாயராகியும்	–	தாயர் + ஆகியும்
பயனென்னவும்	–	பயன் + என்னவும்
அருளென்னவும்	–	அருள் + என்னவும்
பொருளென்னவும்	–	பொருள் + என்னவும்
பனுவலென்னவும்	–	பனுவல் + என்னவும்
எத்துறை	–	எ + துறை
இறைவனென்னவும்	–	இறைவன் + என்னவும்
அருங்கலம்	–	அருமை + கலம்
பண்டமொடு	–	பண்டம் + ஒடு
நன்கலம்	–	நன்மை + கலம்
வழுவின்றி	–	வழு + இன்றி
அரும்பெறல்	–	அருமை + பெறல்
காற்றுடைக்கும்	–	காற்று + உடைக்கும்
வந்தொட்டும்	–	வந்து + ஒட்டும்
ஓய்வதில்லை	–	ஓய்வது + இல்லை
காலக்கழுதை	–	காலம் + கழுதை
உலகமில்லை	–	உலகம் + இல்லை
யானோர்	–	யான் + ஓர்
நானோர்	–	நான் + ஓர்
புகழுடை	–	புகழ் + உடை

பொருளென்	–	பொருள் + என்
இயம்புவதென்	–	இயம்புவது + என்
எதிர்ப்பதென்	–	எதிர்ப்பது + என்
தங்கையில்	–	தம் + கையில்
வண்டாயெழுந்து	–	வண்டாய் + எழுந்து
புறந்தருவேன்	–	புறம் + தருவேன்
விலங்கல்லன்	–	விலங்கு + அல்லன்
என்பதறிந்து	–	என்பது + அறிந்து
ஏகுமென்	–	ஏகும் + என்
நானுரைப்பது	–	நான் + உரைப்பது
மாறாதிருக்க	–	மாறாது + இருக்க
பொற்காலம்	–	பொன் + காலம்
கற்காலம்	–	கல் + காலம்
மனச் சுமைகள்	–	மனம் + சுமைகள்
சிறிதளவே	–	சிறிது + அளவே
பூக்கை	–	பூ + கை
பிணித்தென்று	–	பிணித்து + என்று
இனிதிலுள்	–	இனிதில் + உள்
நீராகி	–	நீர் + ஆகி
மணியாக	–	மணி + ஆக
தயங்கியுள்	–	தயங்கி + உள்
துளியிலது	–	துளி + இலது
காய்ந்தென	–	காய்ந்து + என
வீயென	–	வீ + என
பெரிதழுது	–	பெரிது + அழுது
தடவிலா	–	தடம் + இலா
உணர்வினொத்து	–	உணர்வின் + ஒத்து
கடிந்தென	–	கடிந்து + எனை

★ ★ ★

இலக்கணக்குறிப்பு

எத்தனை எத்தனை, விட்டு விட்டு	–	அடுக்குத்தொடர்கள்
ஏந்தி	–	வினையெச்சம்
காலமும்	–	முற்றும்மை
முத்திக்கனி	–	உருவகம்
தெள்ளமுது	–	பண்புத்தொகை
குற்றமிலா	–	ஈறுகெட்ட எதிர்மறைப் பெயரெச்சம்

நா	–	ஓரெழுத்து ஒருமொழி
செவிகள் உணவான	–	நான்காம் வேற்றுமைத்தொகை
சிந்தாமணி	–	ஈறுகெட்ட எதிர்மறைப் பெயரெச்சம்
வெந்து, வெம்பி, எய்தி	–	வினையெச்சங்கள்
மூடுபனி, ஆடுகிளை	–	வினைத்தொகைகள்
வெறுங்கனவு	–	பண்புத்தொகை
ஆடுங்கிளை	–	பெயரெச்சத் தொடர்
கருங்குவளை, செந்நெல்	–	பண்புத்தொகைகள்
விரிமலர்	–	வினைத்தொகை
தடவரை	–	உரிச்சொல் தொடர்
மூதூர், நல்லிசை, புன்புலம்	–	பண்புத்தொகைகள்
நிறுத்தல்	–	தொழிற்பெயர்
அமையா	–	ஈறுகெட்ட எதிர்மறைப் பெயரெச்சம்
நீரும் நிலமும், உடம்பும் உயிரும்	–	எண்ணும்மைகள்
அடுபோர்	–	வினைத்தொகை
கொடுத்தோர்	–	வினையாலணையும் பெயர்
தோரணவீதியும் தோமறு கோட்டியும்	–	எண்ணும்மை
காய்க்குலைக் கமுகு, பூக்கொடி வல்லி, முத்துத்தாமம்	–	இரண்டாம் வேற்றுமை உருபும் பயனும் உடன்தொக்கத் தொகைகள்
மாற்றுமின், பரப்புமின்	–	ஏவல் வினைமுற்றுகள்
உறுபொருள்	–	உரிச்சொல் தொடர்
தாழ்பூந்துறை	–	வினைத்தொகை
பாங்கறிந்து	–	இரண்டாம் வேற்றுமைத்தொகை
நன்பொருள், தண்மணல், நல்லுரை	–	பண்புத்தொகைகள்
பண்பும் அன்பும், இனமும் மொழியும்	–	எண்ணும்மைகள்
சொன்னோர்	–	வினையாலணையும் பெயர்
உணர்ந்தோர்	–	வினையாலணையும் பெயர்
மாக்கடல்	–	உரிச்சொல் தொடர்
ஆக்கல்	–	தொழிற்பெயர்
பொன்னேபோல்	–	உவம உருபு
மலர்க்கை	–	உவமைத்தொகை
வில்வாள்	–	உம்மைத்தொகை
தவிர்க்க ஒணா	–	ஈறுகெட்ட எதிர்மறைப் பெயரெச்சம்
அறிவார், வல்லார்	–	வினையாலணையும் பெயர்கள்
விதையாமை, உரையாமை	–	எதிர்மறைத் தொழிற்பெயர்கள்
தாவா	–	ஈறுகெட்ட எதிர்மறைப் பெயரெச்சம்
இடிகுரல்	–	உவமைத்தொகை
இன்னுயிர்	–	பண்புத்தொகை

பிடிபசி	–	வேற்றுமைத்தொகை
பைங்கிளி	–	பண்புத்தொகை
பூவையும் குயில்களும்	–	எண்ணும்மை
முதிரையும் சாமையும், வரகும்	–	எண்ணும்மை
பெருங்கடல், முதுவெயில், இன்னிளங்குருளை	–	பண்புத்தொகைகள்
அதிர்குரல்	–	வினைத்தொகை
மன்னிய	–	பெயரெச்சம்
வெரீஇ	–	சொல்லிசை அளபெடை
கடிகமழ்	–	உரிச்சொல் தொடர்
மலர்க்கண்ணி	–	மூன்றாம் வேற்றுமை உருபும் பயனும்
உடன் தொக்க தொகை		
எருத்துக்கோடு	–	ஆறாம் வேற்றுமைத்தொகை
கரைபொரு	–	இரண்டாம் வேற்றுமைத்தொகை
மரைமுகம்	–	உவமைத் தொகை
கருமுகில்	–	பண்புத்தொகை
வருமலை	–	வினைத்தொகை
முத்துடைத்தாமம்	–	இரண்டாம் வேற்றுமைத் தொகை
செந்நெல், தண்கடல், நற்றவம்	–	பண்புத்தொகைகள்
தேமாங்கனி (தேன்போன்ற மாங்கனி)	–	உவமைத்தொகை
விளைக	–	வியங்கோள் வினைமுற்று
செய்கோலம்	–	வினைத்தொகை
தேர்ந்த	–	பெயரெச்சம்
இறைஞ்சி	–	வினையெச்சம்
கொடியனார்	–	இடைக்குறை
அஞ்சி	–	வினையெச்சம்
வெண்குடை, இளங்கமுகு	–	பண்புத்தொகைகள்
கொல்யானை, குவிமொட்டு	–	வினைத்தொகைகள்
வெரீஇ	–	சொல்லிசையளபெடை
ஓங்கிய	–	பெயரெச்சம்
நிலை இய	–	சொல்லிசை அளபெடை
குழா அத்து	–	செய்யுளிசை அளபெடை
வாயில்	–	இலக்கணப்போலி
மா கால்	–	உரிச்சொல் தொடர்
முழங்கிசை, இமிழிசை	–	வினைத்தொகைகள்
நெடுநிலை, முந்நீர்	–	பண்புத்தொகைகள்
மகிழ்ந்தோர்	–	வினையாலணையும் பெயர்
உருண்டது	–	ஒன்றன்பால் வினைமுற்று
போனது	–	ஒன்றன்பால் வினைமுற்று

சரிந்து	–	வினையெச்சம்
அனைவரும்	–	முற்றும்மை
களைஇய	–	சொல்லிசை அளபெடை
பெருங்கை, மென்சினை	–	பண்புத்தொகைகள்
பொளிக்கும்	–	செய்யும் என்னும் வினைமுற்று
பிடிபசி	–	ஆறாம் வேற்றுமைத்தொகை
அன்பின	–	பலவின்பால் அஃறிணை வினைமுற்று
செந்தமிழ்	–	பண்புத்தொகை
நறுங்கனி	–	பண்புத்தொகை
செந்தாமரை	–	பண்புத்தொகை
பேரரசு	–	பண்புத்தொகை
முகிழ்த்த	–	பெயரெச்சம்
சிறகார்ந்த	–	பெயரெச்சம்
கன்னிக்குமரி	–	உருவகம்
மண்ணுலகம்	–	உருவகம்
தென்னன் மகள்	–	இரண்டாம் வேற்றுமைத் தொகை
நின்பெருமை	–	ஆறாம் வேற்றுமைத் தொகை
குடித்து	–	வினையெச்சம்
வாழ்த்துவமே	–	தன்மைப் பன்மை வினைமுற்று
முந்துற்றோம்	–	தன்மைப் பன்மை வினைமுற்று
யாண்டும்	–	முற்றும்மை
முத்தமிழ்	–	பண்புத்தொகை
முச்சங்கம்	–	பண்புத்தொகை
காக்க	–	வியங்கோள் வினைமுற்று
கிடந்த	–	பெயரெச்சம்
உயிர் நெருப்பு	–	உருவகம்
நல்லொளி	–	பண்புத்தொகை
நெடுங்காலம்	–	பண்புத்தொகை
பாடுகிறோம்	–	தன்மைப் பன்மை வினைமுற்று
மூதூர்	–	பண்புத்தொகை
உறுதுயர்	–	வினைத்தொகை
கைதொழுது	–	மூன்றாம் வேற்றுமைத்தொகை
தடக்கை	–	உரிச்சொல் தொடர்
வளைஇ	–	சொல்லிசை அளபெடை
நிமிர்ந்த	–	பெயரெச்சம்
எழுந்த	–	பெயரெச்சம்
பொழிந்த	–	பெயரெச்சம்
நோக்கி	–	பெயரெச்சம்

பொறித்த	–	பெயரெச்சம்
நன்மொழி	–	பண்புத்தொகை
கேட்டனம்	–	தன்மை பன்மை வினைமுற்று விகுதி
நன்மொழி	–	பண்புத்தொகை
வியத்தல், நோக்கல்	–	தொழிற்பெயர்கள்
எழுதல், உரைத்தல்	–	தொழிற்பெயர்கள்
செப்பல், இருத்தல்	–	தொழிற்பெயர்கள்
வழங்கல்	–	தொழிற்பெயர்
வருக	–	வியங்கோள் வினைமுற்று
அசைஇ, கெழீஇ	–	சொல்லிசை அளபெடைகள்
பரூஉக்,	–	செய்யுளிசை அளபெடை
குரூஉக்கண்	–	செய்யுளிசை அளபெடை
கன்று எரி	–	வினைத்தொகை
மலைந்து	–	வினையெச்சம்
கூறி	–	வினையெச்சம்
எய்தி	–	வினையெச்சம்
பொழிந்த	–	பெயரெச்சம்
குறை	–	ஆகுபெயர்
அறுத்து	–	வினையெச்சம்
மாளாத, மீளா, ஆளா	–	ஈறுகெட்ட எதிர்மறைப் பெயரெச்சங்கள்
ஊழ் ஊழ்	–	அடுக்குத் தொடர்
வளர் வானம்	–	வினைத்தொகை
உந்துவளி	–	வினைத்தொகை
கிளர்ந்த	–	பெயரெச்சம்
தோன்றி	–	வினையெச்சம்
வாரா	–	ஈறுகெட்ட எதிர்மறைப் பெயரெச்சம்
செந்தீ	–	பண்புத்தொகை
தண்பெயல்	–	பண்புத்தொகை
தலைஇய	–	செய்யுளிசை அளபெடை
மூழ்கி	–	வினையெச்சம்
ஈண்டி	–	வினையெச்சம்
பெருக்கி	–	வினையெச்சம்
திருத்தி	–	வினையெச்சம்
அகற்றி	–	வினையெச்சம்
அருந்துணை	–	பண்புத்தொகை
கேள்வியினான்	–	வினையாலணையும் பெயர்
கேட்டு	–	வினையெச்சம்
உணர்ந்த	–	பெயரெச்சம்
பொழிந்த	–	பெயரெச்சம்

தொடுத்த	–	பெயரெச்சம்
வழிந்து	–	வினையெச்சம்
தொடுத்து	–	வினையெச்சம்
வீழ்ந்து	–	வினையெச்சம்
எழுந்து	–	வினையெச்சம்
கேட்டு	–	வினையெச்சம்
தொடுத்தேன்	–	தன்மை ஒருமை வினைமுற்று
பிரியா	–	ஈறுகெட்ட எதிர்மறைப் பெயரெச்சம்
தணியாத	–	எதிர்மறைப் பெயரெச்சம்
முந்தி	–	வினையெச்சம்
காடனுக்கும் கபிலனுக்கும்	–	எண்ணும்மை
மறைத்து	–	வினையெச்சம்
இல்லறனும் துறவறனும்	–	எண்ணும்மை
எந்தாய்	–	'எம் தந்தையாய்' என்பதன் மரூஉ
அறியேன்	–	எதிர்மறை வினைமுற்று
பெருந்தகை	–	பண்புத்தொகை
எண்ணிய	–	பெயரெச்சம்
புண்ணிய	–	பெயரெச்சம்
இகழ்தல்	–	தொழிற்பெயர்
புனைந்த	–	பெயரெச்சம்
கோபத்தீ	–	உருவகம்
நுவன்ற	–	பெயரெச்சம்
பண்ணிய	–	பெயரெச்சம்
நுண்ணிய	–	பெயரெச்சம்
தண்ணிய	–	பெயரெச்சம்
பரவி	–	வினையெச்சம்
பொறுக்க	–	வியங்கோள் வினைமுற்று
குற்றம்	–	தொழிற்பெயர்
தொடுக்க	–	பெயரெச்சம்
செம்பொன்	–	பண்புத்தொகை
பைம்பொன்	–	பண்புத்தொகை
பதிந்து	–	வினையெச்சம்
பொலிபொட்டு	–	வினைத்தொகை
குண்டலமும் குழைகாதும்	–	எண்ணும்மை
ஆடுக	–	வியங்கோள் வினைமுற்று
கட்டிய	–	பெயரெச்சம்
ஓதிய	–	பெயரெச்சம்
விரிசோதி	–	வினைத்தொகை

இடையாளொடும், இளையானொடும்	–	எண்ணும்மை
அழியா	–	ஈறுகெட்ட எதிர்மறைப் பெயரெச்சம்
நெடுந்திரை	–	பண்புத்தொகை
நெடும்படை	–	பண்புத்தொகை
கடந்து	–	வினையெச்சம்
சொல்லிய	–	பெயரெச்சம்
எலாம்	–	'எல்லாம்' என்பதன் இடைக்குறை
எழுந்திராய்! எழுந்திராய்	–	அடுக்குத்தொடர்
வில்பிடித்த	–	இரண்டாம் வேற்றுமைத்தொகை
காலதூதர்	–	நான்காம் வேற்றுமைத்தொகை
உறங்குவாய்! உறங்குவாய்!	–	அடுக்குத்தொடர்
கிடந்து	–	வினையெச்சம்
அருவினை	–	பண்புத்தொகை
அறிந்து	–	வினையெச்சம்
இல்லை	–	குறிப்பு வினைமுற்று
அறனீனும்	–	இரண்டாம் வேற்றுமைத் தொகை
இன்பமும் ஈனும்	–	இரண்டாம் வேற்றுமைத் தொகை
திறனறிந்து	–	இரண்டாம் வேற்றுமைத் தொகை
அறன்	–	கடைப்போலி (அறம்)
திறன்	–	கடைப்போலி (திறம்)
வந்த	–	பெயரெச்சம்
அருளொடும் அன்பொடும்	–	எண்ணும்மை
வாரா	–	ஈறுகெட்ட எதிர்மறைப் பெயரெச்சம்
விடல்	–	'அல்' ஈற்று வியங்கோள் வினைமுற்று
குன்றேறி	–	ஏழாம் வேற்றுமைத்தொகை
செய்க	–	வியங்கோள் வினைமுற்று
செறுநர் செருக்கு	–	ஆறாம் வேற்றுமைத் தொகை
இல்	–	'இல்லை' என்பதன் இடைக்குறை
தொழுத கை	–	வினைத்தொகை
அழுத கண்ணீர்	–	வினைத்தொகை
அழுத	–	பெயரெச்சம்
ஆன்ற	–	பெயரெச்சம்
உலகு	–	இடவாகு பெயர்
இன்மை	–	பண்புப்பெயர்
இல்லாரை	–	எதிர்மறை வினையாலணையும் பெயர்
கெடும்	–	'செய்யும்' என்னும் வாய்பாட்டு வினைமுற்று
இகழ்ந்து	–	வினையெச்சம்

ஈவார்	–	வினையாலணையும் பெயர்
கண்டது	–	தொழிற்பெயர்
அன்ன	–	உவமஉருபு
இல்	–	'இல்லை' என்பதன் கடைக்குறை
விரைந்து	–	வினையெச்சம்
தொழுது	–	வினையெச்சம்
புலன்	–	'புலம்' என்பதன் ஈற்றுப்போலி
பூட்டி	–	வினையெச்சம்
ஓட்டி	–	வினையெச்சம்
கீறுவோம்	–	தன்மைப் பன்மை வினைமுற்று
தூண்டி	–	வினையெச்சம்
நண்பா	–	விளித்தொடர்
மாட்டைப்பூட்டி	–	இரண்டாம் வேற்றுமை
காட்டைக் கீறுவோம்	–	இரண்டாம் வேற்றுமை
செல்லோடை	–	வினைத்தொகை
வருபுனல்	–	வினைத்தொகை
மாமலர்	–	உரிச்சொல்
எழுகழனி	–	வினைத்தொகை
நெடுவரை	–	பண்புத்தொகை
பிறழ்ந்து	–	வினையெச்சம்
கடிந்து	–	வினையெச்சம்
ஒறுப்பார்	–	வினையாலணையும் பெயர்
வைப்பார்	–	பலர்பால் வினைமுற்று
செய்வார்	–	பலர்பால் வினைமுற்று
நின்று	–	வினையெச்சம்
பூண்டு	–	வினையெச்சம்
பெற்ற	–	பெயரெச்சம்
கூறி	–	வினையெச்சம்
வண்ணமும் சுண்ணமும்	–	எண்ணும்மை
பூவும் புகையும்	–	எண்ணும்மை
பட்டினும் மயரினும்	–	எண்ணும்மை
மேவிய	–	பெயரெச்சம்
தூசும் துகிரும்	–	எண்ணும்மை
ஆரமும் அகிலும்	–	எண்ணும்மை
முத்தும் மணியும் பொன்னும்	–	எண்ணும்மை
அருங்கலம்	–	பண்புத்தொகை
அளந்து	–	வினையெச்சம்
அறியா	–	ஈறுகெட்ட எதிர்மறைப் பெயரெச்சம்

மயங்கிய	–	பெயரெச்சம்
தெரிந்த	–	பெயரெச்சம்
செறிந்த	–	பெயரெச்சம்
கிழியினும் கிடையினும்	–	எண்ணும்மை
பெருக்கி	–	வினையெச்சம்
செய்கொல்லர்	–	வினைத்தொகை
இசைத்து	–	வினையெச்சம்
குழலினும் யாழினும்	–	எண்ணும்மை
அரும்பெறல்	–	பண்புத்தொகை
பொன்னினும்	–	உயர்வு சிறப்பும்மை
ஆக்கல்	–	தொழிற்பெயர்
அளித்தல்	–	தொழிற்பெயர்
அழித்தல்	–	தொழிற்பெயர்
அவனும் யானும்	–	எண்ணும்மை
எழுந்து	–	வினையெச்சம்
எழுதுக	–	வியங்கோள் வினைமுற்று
எவ்வெவை	–	அடுக்குத்தொடர்
அறிந்து	–	வினையெச்சம்
கொள்க	–	வியங்கோள் வினைமுற்று
குரைக்க	–	வியங்கோள் வினைமுற்று
கொள்வோர்	–	வினையாலணையும் பெயர்
குரைப்போர்	–	வினையாலணையும் பெயர்
பற்றுதல்	–	தொழிற்பெயர்
செங்கல்	–	பண்புத்தொகை
மனச்சுமை	–	ஏழாம் வேற்றுமை உருபும் பயனும் உடன்தொக்க தொகை
காக்கென்று	–	'காக்கவென்று' என்பதன் தொகுத்தல் விகாரம்
கணீர்	–	'கண்ணீர்' என்பதன் தொகுத்தல் விகாரம்
பூக்கை	–	உவமைத்தொகை
பூஞ்சேக்கை	–	உவமைத்தொகை
குவித்து	–	வினையெச்சம்
காய்மணி	–	வினைத்தொகை
இளங்கூழ்	–	பண்புத்தொகை
கொய்த	–	பெயரெச்சம்
இரங்கி	–	வினையெச்சம்
தடவிலா	–	ஈறுகெட்ட எதிர்மறைப் பெயரெச்சம்
உய்முறை	–	வினைத்தொகை
செய்முறை	–	வினைத்தொகை

மெய்முறை	–	வேற்றுமைத்தொகை
கைமுறை	–	மூன்றாம் வேற்றுமை உருபும் பயனும் உடன்தொக்க தொகை
ஓர்ந்த	–	பெயரெச்சம்
விரும்பிய்	–	பெயரெச்சம்
செல்வழி	–	வினைத்தொகை
நல்லறம்	–	பண்புத்தொகை
ஒலித்து	–	வினையெச்சம்

★★★

பகுபத உறுப்பிலக்கணம்

வளர்ப்பாய் – வளர் + ப் + ப் + ஆய்

வளர்	–	பகுதி,
ப்	–	சந்தி
ப்	–	எதிர்கால இடைநிலை
ஆய்	–	முன்னிலை ஒருமை வினைமுற்று விகுதி.

கொள்வார் – கொள் + வ் + ஆர்

கொள்	–	பகுதி
வ்	–	எதிர்கால இடைநிலை
ஆர்	–	பலர்பால் வினைமுற்று விகுதி.

உணர்ந்த – உணர் + த்(ந்) + த் + அ

உணர்	–	பகுதி
த்	–	சந்தி (ந்) ஆனது விகாரம்
த்	–	இறந்தகால இடைநிலை
அ	–	பெயரெச்ச விகுதி.

விரித்த – விரி + த் + த் + அ

விரி	–	பகுதி
த்	–	சந்தி
த்	–	இறந்தகால இடைநிலை;
அ	–	பெயரெச்ச விகுதி

குமைந்தனை – குமை + த்(ந்) + த் + அன் + ஐ

குமை	–	பகுதி
த்	–	சந்தி 'ந்' ஆனது விகாரம்
த்	–	இறந்தகால இடைநிலை
அன்	–	சாரியை
ஐ	–	முன்னிலை ஒருமை வினைமுற்று விகுதி

பாய்வன – பாய் + வ் + அன் + அ

பாய்	–	பகுதி
வ்	–	எதிர்கால இடைநிலை,
அன்	–	சாரியை,
அ	–	பலவின்பால் வினைமுற்று விகுதி

நிறுத்தல் – நிறு + த் + தல்

நிறு	–	பகுதி
த்	–	சந்தி
தல்	–	தொழிற்பெயர் விகுதி

கொடுத்தோர் – கொடு + த் + த் + ஓர்

கொடு	–	பகுதி
த்	–	சந்தி
த்	–	இறந்தகால இடைநிலை
ஓர்	–	பலர்பால் வினைமுற்று விகுதி

பரப்புமின் – பரப்பு + மின்

பரப்பு	–	பகுதி
மின்	–	முன்னிலைப் பன்மை வினைமுற்று விகுதி

அறைந்தனன் – அறை + த்(ந்) + த் + அன் + அன்

அறை	–	பகுதி
த்	–	சந்தி
ந்	–	ஆனது விகாரம் ;
த்	–	இறந்தகால இடைநிலை
அன்	–	சாரியை
அன்	–	ஆண்பால் வினைமுற்று விகுதி

அதற்கு – அது + அன் + கு

அது	–	சுட்டுப்பெயர்
அன்	–	சாரியை
கு	–	வேற்றுமை உருபு

பொருத்துங்கள் – பொருத்து + உம் + கள்

பொருத்து	–	பகுதி
உம்	–	முன்னிலைப் பன்மை விகுதி,
கள்	–	விகுதி மேல் விகுதி

விளைவது – விளை + வ் + அ + து

விளை	–	பகுதி
வ்	–	எதிர்கால இடைநிலை ;
அ	–	சாரியை ;
து	–	ஒன்றன்பால் வினைமுற்று விகுதி

சமைக்கின்றார் – சமை + க் + கின்று + ஆர்

சமை	–	பகுதி
க்	–	சந்தி
கின்று	–	நிகழ்கால இடைநிலை
ஆர்	–	பலர்பால் வினைமுற்று விகுதி

உரையாமை – உரை + ய் + ஆ + மை

உரை	–	பகுதி
ய்	–	சந்தி (உடம்படுமெய்)
ஆ	–	எதிர்மறை இடைநிலை
மை	–	தொழிற்பெயர் விகுதி

காய்க்கும் – காய் + க் + க் + உம்

காய்	–	பகுதி
க்	–	சந்தி
க்	–	எதிர்கால இடைநிலை
உம்	–	பெயரெச்ச விகுதி

பருகிய – பருகு + இன் + ய் + அ

பருகு	–	பகுதி
இன்	–	இறந்தகால இடைநிலை (ன் கெட்டது விகாரம்)
ய்	–	உடம்படுமெய் சந்தி
அ	–	பெயரெச்ச விகுதி

பூக்கும் – பூ + க் + க் + உம்

பூ	–	பகுதி
க்	–	சந்தி
க்	–	எதிர்கால இடைநிலை
உம்	–	வினைமுற்று விகுதி

தொட்டு – தொடு (தொட்டு) + உ

தொடு	–	பகுதி
'தொட்டு'	–	என ஒற்று இரட்டித்து இறந்தகாலம் காட்டியது விகாரம்
உ	–	வினையெச்ச விகுதி

கண்டேன் – காண் (கண்) + ட் + ஏன்

காண்	–	பகுதி ('கண்' எனக் குறுகியது விகாரம்)
ட்	–	இறந்தகால இடைநிலை
ஏன்	–	தன்மை ஒருமை வினைமுற்று விகுதி

அளந்து – அள + த் (ந்) + த் + உ

அள	–	பகுதி
த்	–	சந்தி 'ந்' ஆனது விகாரம்
த்	–	இறந்தகால இடைநிலை
உ	–	வினையெச்ச விகுதி

இறைஞ்சி – இறைஞ்சு + இ

இறைஞ்சு	–	பகுதி
இ	–	வினையெச்ச விகுதி

ஓம்புவார் – ஓம்பு + வ் + ஆர்

ஓம்பு	–	பகுதி
வ்	–	எதிர்கால இடைநிலை
ஆர்	–	பலர்பால் வினைமுற்று விகுதி

கொண்ட – கொள்(ண்) + ட் + அ

கொள்	–	பகுதி
'ள்'	–	'ண்' ஆனது விகாரம்
ட்	–	இறந்தகால இடைநிலை
அ	–	பெயரெச்ச விகுதி

ஆழ்ந்த – ஆழ் + த்(ந்) + த் + அ

ஆழ்	–	பகுதி
த்	–	சந்தி (ந்) ஆனது விகாரம்
த்	–	இறந்தகால இடைநிலை
அ	–	பெயரெச்ச விகுதி

ஓங்கிய – ஓங்கு + இ(ன்) + ய் + அ

ஓங்கு	–	பகுதி
இ(ன்)	–	இறந்தகால இடைநிலை
ய்	–	உடம்படுமெய் சந்தி
அ	–	பெயரெச்ச விகுதி

மகிழ்ந்தோர் – மகிழ் + த்(ந்) + த் + ஓர்

மகிழ்	–	பகுதி
த்	–	சந்தி (ந்) ஆனது விகாரம்
த்	–	இறந்தகால இடைநிலை
ஓர்	–	பலர்பால் வினைமுற்று விகுதி

சரிந்து – சரி + த்(ந்) + த் + உ

சரி	–	பகுதி
த்	–	சந்தி 'ந்' ஆனது விகாரம்
த்	–	இறந்தகால இடைநிலை
உ	–	வினையெச்ச விகுதி

உடையர் – உடை + ய் + அர்

உடை	–	பகுதி
ய்	–	சந்தி (உடம்படுமெய்)
அர்	–	பலர்பால் வினைமுற்று விகுதி

பொளிக்கும் – பொளி + க் + க் + உம்

பொளி	– பகுதி
க்	– சந்தி
க்	– எதிர்கால இடைநிலை
உம்	– வினைமுற்று விகுதி

உராய்ந்து – உராய் + த்(ந்) + த் + உ

உராய்	– பகுதி
த்	– சந்தி 'ந்' ஆனது விகாரம்
த்	– இறந்தகால இடைநிலை
உ	– வினையெச்ச விகுதி

பாடுகிறோம் – பாடு + கிறு + ஓம்

கூறு	– பகுதி
கிறு	– நிகழ்கால இடைநிலை
ஓம்	– தன்மைப் பன்மை வினைமுற்று விகுதி

வழிபடுகின்றோம் – வழிபடு + கின்று + ஓம்

வழிபடு	– பகுதி
கின்று	– நிகழ்கால இடைநிலை
ஓம்	– தன்மைப் பன்மை வினைமுற்று விகுதி

பொறித்த – பொறி + த் + த் + அ

பொறி	– பகுதி
த்	– சந்தி
த்	– இறந்தகால இடைநிலை
அ	– பெயரெச்ச விகுதி

நிமிர்ந்த – நிமிர் + த் (ந்) + த் + அ

நிமிர்	– பகுதி
த்	– சந்தி 'ந்' ஆனது விகாரம்
த்	– இறந்தகால இடைநிலை
அ	– பெயரெச்ச விகுதி

பொழிந்த – பொழி + த் (ந்) + த் + அ

பொழி	– பகுதி
த்	– சந்தி 'ந்' ஆனது விகாரம்
த்	– இறந்தகால இடைநிலை
அ	– பெயரெச்ச விகுதி

உரைத்த – உரை + த் + த் + அ

உரை	– பகுதி
த்	– சந்தி
த்	– இறந்தகால இடைநிலை
அ	– பெயரெச்ச விகுதி

வருக – வா(வரு) + க
வா	–	பகுதி, 'வரு' எனக் குறுகியது விகாரம்
க	–	வியங்கோள் வினைமுற்று விகுதி

மலைந்து – மலை + த்(ந்) + த் + உ
மலை	–	பகுதி
த்	–	சந்தி 'ந்' ஆனது விகாரம்
த்	–	இறந்தகால இடைநிலை
உ	–	வினையெச்ச விகுதி

பொழிந்த – பொழி + த்(ந்) + த் + அ
பொழி	–	பகுதி
த்	–	சந்தி 'ந்' ஆனது விகாரம்
த்	–	இறந்தகால இடைநிலை
அ	–	பெயரெச்ச விகுதி

கூறி – கூறு + இ
கூறு	–	பகுதி
இ	–	வினையெச்ச விகுதி

எய்தி – எய்து + இ
எய்து	–	பகுதி
இ	–	வினையெச்ச விகுதி

பார்ப்பன் – பார் + ப் + ப் + அன்
பார்	–	பகுதி
ப்	–	சந்தி
ப்	–	எதிர்கால இடைநிலை
அன்	–	ஆண்பால் வினைமுற்று விகுதி

தோன்றி – தோன்று + இ
தோன்று	–	பகுதி
இ	–	வினையெச்ச விகுதி

கிளர்ந்த – கிளர் + த்(ந்) + த் + அ
கிளர்	–	பகுதி
த்	–	சந்தி 'ந்' ஆனது விகாரம்
த்	–	இறந்தகால இடைநிலை
அ	–	பெயரெச்ச விகுதி

மூழ்கி – மூழ்கு + இ
மூழ்கு	–	பகுதி
இ	–	வினையெச்ச விகுதி

பெருக்கி – பெருக்கு + இ
பெருக்கு	–	பகுதி
இ	–	வினையெச்ச விகுதி

திருத்தி – திருத்து + இ

திருத்து	–	பகுதி
இ	–	வினையெச்ச விகுதி

அகற்றி – அகற்று + இ

அகற்று	–	பகுதி
இ	–	வினையெச்ச விகுதி

பொழிந்த – பொழி + த்(ந்) + த் + அ

பொழி	–	பகுதி
த்	–	சந்தி 'ந்' ஆனது விகாரம்
த்	–	இறந்தகால இடைநிலை
அ	–	பெயரெச்ச விகுதி

கழிந்த – கழி + த்(ந்) + த் + அ

கழி	–	பகுதி
த்	–	சந்தி 'ந்' ஆனது விகாரம்
த்	–	இறந்தகால இடைநிலை
அ	–	பெயரெச்ச விகுதி

வழிந்து – வழி + த்(ந்) + த் + உ

வழி	–	பகுதி
த்	–	சந்தி 'ந்' ஆனது விகாரம்
த்	–	இறந்தகால இடைநிலை
உ	–	வினையெச்ச விகுதி

தொடுத்த – தொடு + த் + த் + அ

தொடு	–	பகுதி
த்	–	சந்தி
த்	–	இறந்தகால இடைநிலை
அ	–	பெயரெச்ச விகுதி

தொடுத்து – தொடு + த் + த் + உ

தொடு	–	பகுதி
த்	–	சந்தி
த்	–	இறந்தகால இடைநிலை
உ	–	வினையெச்ச விகுதி

வீழ்ந்து – வீழ் + த்(ந்) + த் + உ

வீழ்	–	பகுதி
த்	–	சந்தி 'ந்' ஆனது விகாரம்
த்	–	இறந்தகால இடைநிலை
உ	–	வினையெச்ச விகுதி

எழுந்து – எழு + த்(ந்) + த் + உ

எழு	–	பகுதி
த்	–	சந்தி 'ந்' ஆனது விகாரம்
த்	–	இறந்தகால இடைநிலை
உ	–	வினையெச்ச விகுதி

கேட்டு – கேள் (ட்) + ட் + உ

கேள்	–	பகுதி 'ள்' 'ட்' ஆனது விகாரம்
ட்	–	இறந்தகால இடைநிலை
உ	–	வினையெச்ச விகுதி

தொடுத்தேன் – தொடு + த் + த் + ஏன்

தொடு	–	பகுதி
த்	–	சந்தி 'ந்' ஆனது விகாரம்
த்	–	இறந்தகால இடைநிலை
ஏன்	–	தன்மை ஒருமை வினைமுற்று விகுதி.

இகழ்ந்தனன் – இகழ் + த்(ந்) + த் + அன் + அன்

இகழ்	–	பகுதி
த்	–	சந்தி 'ந்' ஆனது விகாரம்
த்	–	இறந்தகால இடைநிலை
அன்	–	சாரியை
அன்	–	ஆண்பால் வினைமுற்று விகுதி

சென்றான் – செல்(ன்) + ற் + ஆன்

செல்	–	பகுதி 'ல்' 'ன்' ஆனது விகாரம்
ற்	–	இறந்தகால இடைநிலை
ஆன்	–	ஆண்பால் வினைமுற்று விகுதி

முந்தி – முந்து + இ

முந்து	–	பகுதி
இ	–	வினையெச்ச விகுதி

மறைத்து – மறை + த் + த் + உ

மறை	–	பகுதி
த்	–	சந்தி
த்	–	இறந்தகால இடைநிலை
உ	–	வினையெச்ச விகுதி

அமர்ந்தான் – அமர் + த்(ந்) + த் + ஆன்

அமர்	–	பகுதி
த்	–	சந்தி 'ந்' ஆனது விகாரம்
த்	–	இறந்தகால இடைநிலை
ஆன்	–	ஆண்பால் வினைமுற்று விகுதி

அறியேன் – அறி + ய் + ஏன்

அறி	–	பகுதி
ய்	–	உடம்படுமெய் சந்தி
ஏன்	–	தன்மை ஒருமை வினைமுற்று விகுதி

இறைஞ்சினான் – இறைஞ்சு + இன் + ஆன்

இறைஞ்சு	–	பகுதி
இன்	–	இறந்தகால இடைநிலை
ஆன்	–	ஆண்பால் வினைமுற்று விகுதி

ஏத்தினான் – ஏத்து + இன் + ஆன்

ஏத்து	–	பகுதி
இன்	–	இறந்தகால இடைநிலை
ஆன்	–	ஆண்பால் வினைமுற்று விகுதி

நீங்குவம் – நீங்கு + வ் + அம்

நீங்கு	–	பகுதி
வ்	–	எதிர்கால இடைநிலை
அம்	–	தன்மை பன்மை வினைமுற்று விகுதி

புனைந்த – புனை + த்(ந்) + த் + அ

புனை	–	பகுதி
த்	–	சந்தி 'ந்' ஆனது விகாரம்
அ	–	பெயரெச்ச விகுதி

தணிந்தது – தணி + த்(ந்) + த் + அ + து

தணி	–	பகுதி
த்	–	சந்தி 'ந்' ஆனது விகாரம்
த்	–	இறந்தகால இடைநிலை
அ	–	சாரியை
து	–	படர்க்கை வினைமுற்று விகுதி

பொறுக்க – பொறு + க் + க

பொறு	–	பகுதி
க்	–	சந்தி
க	–	வியங்கோள் வினைமுற்று விகுதி

பரவி – பரவு + இ

| பரவு | – | பகுதி |
| இ | – | வினையெச்ச விகுதி |

இறைஞ்சினான் – இறைஞ்சு + இன் + ஆன்

இறைஞ்சு	–	பகுதி
இன்	–	இறந்தகால இடைநிலை
ஆன்	–	ஆண்பால் வினைமுற்று விகுதி

ஏத்தினான் – ஏத்து + இன் + ஆன்

ஏத்து – பகுதி
இன் – இறந்தகால இடைநிலை
ஆன் – ஆண்பால் வினைமுற்று விகுதி

தொடுக்க – தொடு + க் + க் + அ

தொடு – பகுதி
க் – சந்தி
க் – எதிர்கால இடைநிலை
அ – பெயரெச்ச விகுதி

பதிந்து – பதி + த்(ந்) + த் + உ

பதி – பகுதி
த் – சந்தி 'ந்' ஆனது விகாரம்
த் – இறந்தகால இடைநிலை
உ – வினையெச்ச விகுதி

ஆடுக – ஆடு + க

ஆடு – பகுதி
க – வியங்கோள் வினைமுற்று விகுதி

ஓதிய – ஓது + இன் + ய் + அ

ஓது – பகுதி
இன் – இறந்தகால இடைநிலை. 'ன்' கெட்டது விகாரம்.
ய் – உடம்படுமெய் சந்தி
அ – பெயரெச்ச விகுதி

விழித்து – விழி + த் + த் + உ

விழி – பகுதி
த் – சந்தி
த் – இறந்தகால இடைநிலை
உ – வினையெச்ச விகுதி

கடந்து – கட + த் (ந்) + த் + உ

கட – பகுதி
த் – சந்தி 'ந்' ஆனது விகாரம்
த் – இறந்தகால இடைநிலை
உ – வினையெச்ச விகுதி

சொல்லிய – சொல் + இன் + ய் + அ

சொல் – பகுதி
இன் – இறந்தகால இடைநிலை 'ன'கரம் புணர்ந்து கெட்டது.
ய் – உடம்படுமெய் சந்தி
அ – பெயரெச்ச விகுதி

கிடந்து – கிட + த் (ந்) + த் + உ

கிட	–	பகுதி
த்	–	சந்தி 'ந்' ஆனது விகாரம்
த்	–	இறந்தகால இடைநிலை
உ	–	வினையெச்ச விகுதி

அறிந்து – அறி + த் (ந்) + த் + உ

அறி	–	பகுதி
த்	–	சந்தி 'ந்' ஆனது விகாரம்
த்	–	இறந்தகால இடைநிலை
உ	–	வினையெச்ச விகுதி

வந்த – வா (வ) + த் (ந்) + த் + அ

வா	–	பகுதி 'வ' எனக் குறுகியது விகாரம்
த்	–	சந்தி 'ந்' ஆனது விகாரம்
த்	–	இறந்தகால இடைநிலை
அ	–	பெயரெச்ச விகுதி

செய்வான் – செய் + வ் + ஆன்

செய்	–	பகுதி
வ்	–	எதிர்கால இடைநிலை
ஆன்	–	ஆண்பால் வினைமுற்று விகுதி

செய்க – செய் + க

செய்	–	பகுதி
க	–	வியங்கோள் வினைமுற்று

அழுத – அழு + த் + அ

அழு	–	பகுதி
த்	–	இறந்தகால இடைநிலை
அ	–	பெயரெச்ச விகுதி

வாழ்வான் – வாழ் + வ் + ஆன்

வாழ்	–	பகுதி
வ்	–	எதிர்கால இடைநிலை
ஆன்	–	ஆண்பால் வினைமுற்று விகுதி

இகழ்ந்து – இகழ் + த் (ந்) + த் + உ

இகழ்	–	பகுதி
த்	–	சந்தி 'ந்' ஆனது விகாரம்
த்	–	இறந்தகால இடைநிலை
உ	–	வினையெச்ச விகுதி

கண்டது – காண் (காண்) + ட் + த் + உ

காண்	–	பகுதி 'கண்' எனக் குறுகியது விகாரம்
ட்	–	இறந்தகால இடைநிலை
த்	–	சாரியை
உ	–	தொழிற்பெயர் விகுதி

ஒட்டி – ஒட்டு + இ

ஒட்டு – பகுதி

இ – வினையெச்ச விகுதி

பூட்டி – பூட்டு + இ

பூட்டு – பகுதி

இ – வினையெச்ச விகுதி

தொழுது – தொழு + த் + உ

தொழு – பகுதி

த் – இறந்தகால இடைநிலை

உ – வினையெச்ச விகுதி

கீறுவோம் – கீறு + வ் + ஓம்

கீறு – பகுதி

வ் – எதிர்கால இடைநிலை

ஓம் – தன்மைப்பன்மை வினைமுற்று விகுதி

கண்டது – காண் (கண்) + ட் + த் + உ

காண் – பகுதி 'கண்' எனக் குறுகியது விகாரம்

ட் – இறந்தகால இடைநிலை

த் – சாரியை

உ – தொழிற்பெயர் விகுதி

பிறழ்ந்து – பிறழ் + த்(ந்) + த் + உ

பிறழ் – பகுதி

த் – சந்தி 'ந்' ஆனது விகாரம்

த் – இறந்தகால இடைநிலை

உ – வினையெச்ச விகுதி

வைப்பர் – வை + ப் + ப் + அர்

வை – பகுதி

ப் – சந்தி

ப் – எதிர்கால இடைநிலை

ஆர் – பலர்பால் வினைமுற்று விகுதி

செய்வார் – செய் + வ் + ஆர்

செய் – பகுதி

வ் – எதிர்கால இடைநிலை

ஆர் – பலர்பால் வினைமுற்று விகுதி

நின்று – நில்(ன்) + ற் + உ

நில் – பகுதி. 'ல்', 'ன்' ஆனது விகாரம்

ற் – இறந்தகால இடைநிலை

உ – வினையெச்ச விகுதி

பூண்டு – பூண் + ட் + உ

பூண்	–	பகுதி
ட்	–	இறந்தகால இடைநிலை
உ	–	வினையெச்ச விகுதி

பெற்ற – பெறு(பெற்று) + அ

பெறு	–	பகுதி. 'பெற்று' என ஒற்று இரட்டித்து இறந்தகாலம் காட்டியது
அ	–	பெயரெச்ச விகுதி

கூறி – கூறு + இ

கூறு	–	பகுதி
இ	–	வினையெச்ச விகுதி

மேவிய – மேவு + இ(ன்) + ய் + அ

மேவு	–	பகுதி
இன்	–	இறந்தகால இடைநிலை 'ன்' கெட்டது விகாரம்
ய்	–	உடம்படுமெய் சந்தி
அ	–	பெயரெச்ச விகுதி

அளந்து – அள + த்(ந்) + த் + உ

அள	–	பகுதி
த்	–	சந்தி 'ந்' ஆனது விகாரம்
த்	–	இறந்தகால இடைநிலை
உ	–	வினையெச்ச விகுதி

மயங்கிய – மயங்கு + இ(ன்) + ய் + அ

மயங்கு	–	பகுதி
இ(ன்)	–	இறந்தகால இடைநிலை 'ன்' புணர்ந்து கெட்டது
ய்	–	உடம்படுமெய்
அ	–	பெயரெச்ச விகுதி

செறிந்த – செறி + த் (ந்) + த் + அ

செறி	–	பகுதி.
த்	–	சந்தி 'ந்' ஆனது விகாரம்
த்	–	இறந்தகால இடைநிலை
அ	–	பெயரெச்ச விகுதி

பெருக்கி – பெருக்கு + இ

பெருக்கு	–	பகுதி
இ	–	வினையெச்ச விகுதி

இசைத்து – இசை + த் + த் + உ

இசை	–	பகுதி
த்	–	சந்தி
த்	–	இறந்தகால இடைநிலை
உ	–	வினையெச்ச விகுதி

துடைத்தேன் – துடை + த் + த் + ஏன்

துடை	–	பகுதி
த்	–	சந்தி
த்	–	இறந்தகால இடைநிலை
ஏன்	–	தன்மை ஒருமை வினைமுற்று விகுதி

அடித்தேன் – அடி + த் + த் + ஏன்

அடி	–	பகுதி
த்	–	சந்தி
த்	–	இறந்தகால இடைநிலை
ஏன்	–	தன்மை ஒருமை வினைமுற்று விகுதி

பொருத்தினேன் – பொருத்து + இன் + ஏன்

பொருத்து	–	பகுதி
இன்	–	இறந்தகால இடைநிலை
ஏன்	–	தன்மை ஒருமை வினைமுற்று விகுதி

ஆக்கல் – ஆக்கு + அல்

ஆக்கு	–	பகுதி
அல்	–	தொழிற்பெயர் விகுதி

அளித்தல் – அளி + த் + த் + அல்

அளி	–	பகுதி
த்	–	சந்தி
த்	–	இறந்தகால இடைநிலை
அல்	–	தொழிற்பெயர் விகுதி

அழித்தல் – அழி + த் + த் + அல்

அழி	–	பகுதி
த்	–	சந்தி
த்	–	இறந்தகால இடைநிலை
அல்	–	தொழிற்பெயர் விகுதி

எழுந்து – எழு + த் (ந்) + த் + உ

எழு	–	பகுதி
த்	–	சந்தி 'ந்' ஆனது விகாரம்
த்	–	இறந்தகால இடைநிலை
உ	–	வினையெச்ச விகுதி

எழுதுக – எழுது + க

எழுது	–	பகுதி
க	–	வியங்கோள் வினைமுற்று

அறிந்து – அறி + த் (ந்) + த் + உ

அறி	–	பகுதி
த்	–	சந்தி 'ந்' ஆனது விகாரம்
த்	–	இறந்தகால இடைநிலை
உ	–	வினையெச்ச விகுதி

கொள்க – கொள் + க

கொள்	–	பகுதி
க	–	வியங்கோள் வினைமுற்று விகுதி

புலம்புவார் – புலம்பு + வ் + ஆர்

புலம்பு	–	பகுதி
வ்	–	எதிர்கால இடைநிலை
ஆர்	–	பலர்பால் வினைமுற்று விகுதி

குவித்து – குவி + த் + த் + உ

குவி	–	பகுதி
த்	–	சந்தி
த்	–	இறந்தகால இடைநிலை
உ	–	வினையெச்ச விகுதி

பொழிந்தான் – பொழி + த்(ந்) + த் + ஆன்

பொழி	–	பகுதி
த்	–	சந்தி 'ந்' ஆனது விகாரம்
த்	–	இறந்தகால இடைநிலை
ஆன்	–	ஆண்பால் வினைமுற்று விகுதி

காய்ந்தேன் – காய் + த் (ந்) + த் + ஏன்

காய்	–	பகுதி
த்	–	சந்தி 'ந்' ஆனது விகாரம்
த்	–	இறந்தகால இடைநிலை
ஏன்	–	தன்மை ஒருமை வினைமுற்று விகுதி

கொய்த – கொய் + த் + அ

கொய்	–	பகுதி
த்	–	இறந்தகால இடைநிலை
அ	–	பெயரெச்ச விகுதி

இரங்கி – இரங்கு + இ

இரங்கு	–	பகுதி
இ	–	வினையெச்ச விகுதி

விரிந்தன – விரி + த்(ந்) + த் + அன் + அ

விரி	–	பகுதி
த்	–	சந்தி 'ந்' ஆனது விகாரம்
த்	–	இறந்தகால இடைநிலை
அன்	–	சாரியை
அ	–	பலவின்பால் படர்க்கை வினைமுற்று விகுதி

விரும்பிய – விரும்பு + இ(ன்) + ய் + அ

விரும்பு	–	பகுதி
இ(ன்)	–	இறந்தகால இடைநிலை 'ன்' புணர்ந்து கெட்டது.
ய்	–	உடம்படுமெய் சந்தி
அ	–	பெயரெச்ச விகுதி

ஓர்ந்த – ஓர் + த்(ந்) + த் + அ

ஓர் – பகுதி

த் – சந்தி 'ந்' ஆனது விகாரம்

த் – இறந்தகால இடைநிலை

அ – பெயரெச்ச விகுதி

குறிப்பு : 'ஓர்' என்றால் இங்கு 'நினை' என்பது பொருளாகும்.

அறியேன் – அறி + ய் + ஆ + ஏன்

அறி – பகுதி

ய் – உடம்படுமெய் சந்தி

ஆ – எதிர்மறை இடைநிலை புணர்ந்து கெட்டது

ஏன் – தன்மை ஒருமை வினைமுற்று விகுதி

அறிந்தேன் – அறி + த்(ந்) + த் + ஏன்

அறி – பகுதி

த் – சந்தி 'ந்' ஆனது விகாரம்

த் – இறந்தகால இடைநிலை

ஏன் – தன்மை ஒருமை வினைமுற்று விகுதி

ஒலித்து – ஒலி + த் + த் + உ

ஒலி – பகுதி

த் – சந்தி

த் – இறந்தகால இடைநிலை

உ – வினையெச்ச விகுதி

புணர்ச்சி

1. **கருத்தோடிசைத்து - கருத்தோடு + இசைத்து**

   (*i*) 'உயிர்வரின் உக்குறள் மெய்விட்டோடும்' என்ற விதிப்படி கருத்தோட் + இசைத்து என்றானது.

   (*ii*) 'உடல் மேல் உயிர்வந்து ஒன்றுவது இயல்பே' என்ற விதிப்படி புணர்ந்து கருத்தோட் + இசைத்து

   - கருத்தோடிசைத்து என்று புணர்ந்தது.

2. **நானென்று - நான் + என்று**

   'உடல் மேல் உயிர்வந்து ஒன்றுவது இயல்பே' என்ற விதிப்படி நானென்று என்று புணர்ந்தது.

3. **தினந்தினம் - தினம் + தினம்**

   'வன்மைக்கு இனமாத் திரிபவும் ஆகும்' என்னும் விதிப்படி, வருமொழி முதலில் வல்லினம் (த்) வந்ததால் நிலைமொழி ஈற்றில் உள்ள மகர மெய் 'ந'கரமாய் திரிந்து 'தினந் + தினம் - தினந்தினம்' எனப் புணர்ந்தது.

4. **ஒன்றேயென்னின் - ஒன்றே + என்னின்**

இது உடம்படுமெய் புணர்ச்சி ஆகும். உடம்படுமெய் - ய், வ்.
நிலைமொழியீற்றில் உயிர் வந்து வருமொழி முதல் உயிரெழுத்து வந்தால் இவ்விரண்டு உயிர்களையும் உடம்படுத்த 'ய்' அல்லது 'வ்' என்ற உடம்படுமெய் தோன்றும்.

ஒன்றேயென்னின் - ஒன்றே + என்னின் - ஒன்றே + ய் + என்னின்

'உடல் மேல் உயிர்வந்து ஒன்றுவது இயல்பே' என்னும் விதிப்படி 'ய் + எ - யெ' என்றாகி ஒன்றேயென்னின் என்றுபுணர்ந்தது.

ஒன்றேவென்னின் - ஒன்றே + வ் + என்னின்

ஒன்றேவென்னின் என்றும் புணரும்.

5. **கூர்ம்படை - கூர்மை + படை**

(*i*) 'ஈறுபோதல்' என்ற விதிப்படி 'மை' விகுதி கெட்டு கூர் + படை என்றானது.

(*ii*) 'இனம் மிகல்' என்னும் விதிப்படி வருமொழி முதலில் வந்துள்ள வல்லினத்திற்கு (ப்) இனமான மெல்லினம் (ம்) மிகுந்து கூர்+ம்+படை - கூர்ம்படை என்றானது.

6. **கயன்முள் - கயல் + முள்**

'லள வேற்றுமையில் மெலிமேவின் னணவும்' என்ற விதிப்படி வருமொழி முதலில் 'ம'கர மெல்லினம் வந்ததால் நிலைமொழி ஈற்றில் வந்துள்ள 'ல'கரம் 'ன'கரமாய்த் திரிந்து கயன் + முள் என்றானது.

7. **கடுந்திறல் - கடுமை + திறல்**

(*i*) 'ஈறுபோதல்' என்னும் விதிப்படி 'மை' விகுதி கெட்டு கடு + திறல் என்றானது.

(*ii*) 'இனம் மிகல்' என்ற விதிப்படி வருமொழி முதல் எழுத்தான 'த'கரத்திற்கு இனமான 'ந'கர மெல்லினம் (ந்) தோன்றி கடு + ந் + திறல் - கடுந்திறல் என்றானது.

8. **பகலுறை - பகல் + உறை**

'உடல் மேல் உயிர்வந்து ஒன்றுவது இயல்பே' என்னும் விதிப்படி (ல் + உ - லு) என்று புணர்ந்து பகலுறை என்றானது.

9. **முதுமரம் - முதுமை + மரம்**

ஈறுபோதல் விதிப்படி மை விகுதி கெட்டு முது + மரம் என்றாக இயல்பாகப் புணர்ந்து முதுமரம் என்றானது.

10. **வண்டினம் - வண்டு + இனம்**

(*i*) 'உயிர்வரின் உக்குறள் மெய்விட்டோடும்' என்ற விதிப்படி வண்ட் + இனம் என்றானது.

(*ii*) 'உடல் மேல் உயிர்வந்து ஒன்றுவது இயல்பே' என்ற விதிப்படி புணர்ந்து வண்ட் + இனம் - வண்டினம் என்றானது.

11. ஆண்டவர்க்கு - ஆண்டு + அவர்க்கு

(*i*) 'உயிர்வரின் உக்குறள் மெய்விட்டோடும்' என்ற விதிப்படி ஆண்ட் + அவர்க்கு என்றானது.

(*ii*) 'உடல் மேல் உயிர்வந்து ஒன்றுவது இயல்பே' என்ற விதிப்படி புணர்ந்து ஆண்ட் + அவர்க்கு - ஆண்டவர்க்கு என்றானது.

12. அருந்துயர் - அருமை + துயர்

(*i*) ஈறுபோதல் விதிப்படி மை விகுதி கெட்டு அரு + துயர் என்றானது.

(*ii*) 'இனம் மிகல்' என்ற விதிப்படி வருமொழியின் முதல் எழுத்தான வல்லினத்திற்கு (து) இனமான (ந்) தோன்றி அருந் + துயர் என்றாகி அருந்துயர் என்றானது.

13. பெருங்களிறு - பெருமை + களிறு

(*i*) ஈறுபோதல் விதிப்படி மை விகுதி கெட்டு பெரு + களிறு என்றானது.

(*ii*) 'இனம் மிகல்' என்ற விதிப்படி வருமொழி முதலான வல்லினத்திற்கு (க) இனமான (ங்) தோன்றி பெருங்களிறு என்றானது.

14. முள்ளிலை - முள் + இலை

(*i*) 'தனிக்குறில் முன் ஒற்று இரட்டிக்கும்' என்ற விதிப்படி வருமொழி முதலில் உயிர் வந்ததால், நிலைமொழி ஈற்றிலுள்ள ஒற்று இரட்டித்து முள்ள் + இலை என்றானது.

(*ii*) 'உடல் மேல் உயிர்வந்து ஒன்றுவது இயல்பே' என்ற விதிப்படி புணர்ந்து முள்ள் + இலை - முள்ளிலை என்றானது.

15. மானுழை - மான் + உழை

'உடல் மேல் உயிர்வந்து ஒன்றுவது இயல்பே' என்னும் விதிப்படி புணர்ந்து மானுழை என்றானது.

16. சின்னாள் - சில + நாள்

(*i*) 'பலசில எனும் இவை தம்முன் பிறவரின் அகரம் விகற்பமாகலும்' என்னும் விதிப்படி, சில என்னும் நிலைமொழியின் முன் பிற சொல்லான 'ந'கரம் வந்ததால் நிலைமொழி ஈற்றின் அகரம் கெட்டு சில் + நாள் என்றானது.

(*ii*) 'லள வேற்றுமையில் மெலிமேவின் னணவும்' என்ற விதிப்படி வருமொழி முதலில் மெல்லினம் (நா) வந்ததால் நிலைமொழி ஈற்றெழுத்தான 'ல'கரம் 'ன'கரமாகி சின் + நாள் என்றானது.

(*iii*) 'னல முன் றனவும் ஆகும் தநக்கள்' என்ற விதிப்படி 'ன'கர மெய் முன் வந்த 'ந'கரம் 'ன'கரமாகி சின்னாள் என்றானது.

17. யாருமில்லை - யாரும் + இல்லை

'உடல் மேல் உயிர்வந்து ஒன்றுவது இயல்பே' என்னும் விதிப்படி புணர்ந்து யாருமில்லை என்றானது.

18. **யானெவன் - யான் + எவன்**

‘உடல் மேல் உயிர்வந்து ஒன்றுவது இயல்பே’ என்னும் விதிப்படி புணர்ந்து யானெவன் என்றானது.

19. **குருகுமுண்டு - குருகும் + உண்டு**

‘உடல் மேல் உயிர்வந்து ஒன்றுவது இயல்பே’ என்னும் விதிப்படி புணர்ந்து குருகுமுண்டு என்றானது.

20. **அன்புடை - அன்பு + உடை**

(*i*) ‘உயிர்வரின் உக்குறள் மெய்விட்டோடும்’ என்ற விதிப்படி நிலைமொழி ஈற்றிலுள்ள உகரம் கெட்டு அன்ப் +உடை என்றானது.

(*ii*) ‘உடல்மேல் உயிர்வந்து ஒன்றுவது இயல்பே’ என்னும் விதிப்படி புணர்ந்து அன்ப் + உடை - அன்புடை என்றானது.

21. **பச்சூன் - பசுமை + ஊன்**

(*i*) ஈறுபோதல் விதிப்படி மை விகுதி கெட்டு பசு + ஊன் என்றானது.

(*ii*) ‘முற்றும் அற்று ஒரோவழி’ என்னும் விதிப்படி நிலைமொழி ஈற்று முற்றுகரம் கெட்டு பச் + ஊன் என்றானது.

(*iii*) “தனிக்குறில் முன் ஒற்று உயிர்வரின் இரட்டும்” என்ற விதிப்படி பச்ச் + ஊன் என்றானது.

(*iv*) ‘உடல்மேல் உயிர்வந்து ஒன்றுவது இயல்பே’ என்னும் விதிப்படி புணர்ந்து பச்ச் + ஊன் - பச்சூன் என்றானது.

22. **பைந்நிணம் - பசுமை + நிணம்**

(*i*) ‘ஈறுபோதல்’ விதிப்படி மை விகுதி கெட்டு பசு + நிணம் என்றானது.

(*ii*) ‘அடியகரம் ஐயாதல்’ என்ற விதிப்படி பைசு + நிணம் என்றானது.

(*iii*) ‘இனையவும்’ என்ற விதிப்படி ‘சு’ கெட்டு பை + நிணம் என்றானது.

(*iv*) ‘குறில் வழி ய, தனி ஐ, நொ, து முன் மெலி மிகலுமாம்’ என்ற விதிப்படி பைந் + நிணம் எனப் புணர்ந்து பைந்நிணம் என்றானது.

23. **வெஞ்சினம் - வெம்மை + சினம்**

(*i*) ‘ஈறுபோதல்’ விதிப்படி மை விகுதி கெட்டு வெம் + சினம் என்றானது.

(*ii*) ‘முன்னின்ற மெய் திரிதல்’ என்ற விதிப்படி நிலைமொழி ஈற்றிலுள்ள ‘ம’கரம் (ம்) வருமொழி முதலிலுள்ள ‘ச’கரத்திற்கு இனமான (ஞ்) ‘ஞ’கரமாய்த் திரிந்து வெஞ்சினம் என்றானது.

24. **மாசற்றார் - மாசு + அற்றார்**

(*i*) ‘உயிர்வரின் உக்குறள் மெய்விட்டோடும்’ என்ற விதிப்படி நிலைமொழி ஈற்றிலுள்ள உகரம் கெட்டு மாச் + அற்றார் **என்றானது.**

(ii) 'உடல் மேல் உயிர்வந்து ஒன்றுவது இயல்பே' என்ற விதிப்படி புணர்ந்து மாச் + அற்றார் - மாசற்றார் என்றானது.

25. **நன்றன்று – நன்று + அன்று**
    (i) 'உயிர்வரின் உக்குறள் மெய்விட்டோடும்' என்ற விதிப்படி நிலைமொழி ஈற்றிலுள்ள உகரம் கெட்டு நன்ற் + அன்று என்றானது.
    (ii) 'உடல் மேல் உயிர்வந்து ஒன்றுவது இயல்பே' என்ற விதிப்படி புணர்ந்து நன்ற் + அன்று - நன்றன்று என்றானது.

26. **அறனல்ல – அறன் + அல்ல**
    'உடல் மேல் உயிர்வந்து ஒன்றுவது இயல்பே' என்ற விதிப்படி புணர்ந்து அறனல்ல என்றானது.

27. **விருந்தொரால் – விருந்து + ஒரால்**
    (i) 'உயிர்வரின் உக்குறள் மெய்விட்டோடும்' என்ற விதிப்படி நிலைமொழியீற்றில் உள்ள உகரம் கெட்டு விருந்த் + ஒரால் என்றானது.
    (ii) 'உடல் மேல் உயிர்வந்து ஒன்றுவது இயல்பே' என்ற விதிப்படி புணர்ந்து விருந்த் + ஒரால் - விருந்தொரால் என்றானது.

28. **நிறையுடைமை – நிறை + உடைமை**
    (i) நிலைமொழி ஈற்றில் உள்ள உயிரெழுத்தையும் (ஐ) வருமொழி முதலில் வந்துள்ள உயிரெழுத்தையும் (உ) இணைக்க உடம்படுமெய் தோன்றி நிறை + ய் + உடைமை என்றானது.
    (ii) 'உடல் மேல் உயிர்வந்து ஒன்றுவது இயல்பே' என்ற விதிப்படி புணர்ந்து நிறை + ய் + உடைமை - நிறையுடைமை என்றானது.

29. **எண்பொருள – எண்மை + பொருள**
    (i) ஈறுபோதல் என்ற விதிப்படி மை விகுதி கெட்டு எண் + பொருள என்றானது.
    (ii) பின் இயல்பாகப் புணர்ந்து எண்பொருள என்றானது.

30. **அறிவில்லார் – அறிவு + இல்லார்**
    (i) 'முற்றும் அற்று ஒரோவழி' என்ற விதிப்படி வருமொழி முதலில் உயிர் வந்ததால் நிலைமொழி ஈற்றிலுள்ள உகரம் கெட்டு அறிவ் + இல்லார் என்றானது.
    (ii) 'உடல் மேல் உயிர்வந்து ஒன்றுவது இயல்பே' என்ற விதிப்படி புணர்ந்து அறிவ் + இலார் - அறிவில்லார் என்றானது.

மாதிரி வினாத்தாள் (9-ஆம் வகுப்பு)

காலம் : 3 மணி நேரம் **மொத்த மதிப்பெண்கள் : 90**

இக்கேள்வித் தாள் நான்கு பிரிவுகளைக் கொண்டது.

பிரிவு:	(அ)	படித்தல் (உரைநடைப் பகுதி)	– 15 மதிப்பெண்கள்
பிரிவு:	(ஆ)	எழுதுதல்	– 21 மதிப்பெண்கள்
பிரிவு:	(இ)	இலக்கணம்	– 15 மதிப்பெண்கள்
பிரிவு:	(ஈ)	இலக்கியம்/தமிழ்ப் பாடநூல்	– 39 மதிப்பெண்கள்

* **எல்லா வினாக்களுக்கும் கட்டாயம் விடையளிக்கப்பட வேண்டும்.**

* **ஒவ்வொரு வினாவிற்கும் உரிய மதிப்பெண்கள் அதனதன் இடத்தில் குறிப்பிடப்பட்டுள்ளன.**

பிரிவு – அ

1. **கீழ்வரும் பத்தியைப் படித்து அதனைத் தொடர்ந்து வரும் பல்விடை வினாக்களுக்கு உரிய சரியான விடைகளை எழுதுக.** **(5)**

சைவ சமயத்தைப் புத்துயிர் பெறச் செய்யப் பலர் முயன்றனர். அவர்களில் அறுபத்து மூன்று நாயன்மார்கள் மிகவும் குறிப்பிடத்தக்கவர்கள். மன்னன் எவ்வழி மக்கள் அவ்வழி என்கின்ற வகையில், மன்னன் பின்பற்றிய மதத்தைப் பின்பற்றும் மரபை மக்கள் கொண்டிருந்தனர். எனவே, நாயன்மார்கள் மன்னர்களைச் சைவ சமயத்தில் ஈடுபாடு கொள்ளச் செய்யப் பெரிதும் முயன்றனர். நாயன்மார்களுக்குச் சமுதாயத்தில் நல்ல மதிப்பு இருந்தது. சிறுத்தொண்டர், அப்பர், திருநாவுக்கரசர், திருஞான சம்பந்தர், கரைக்கால் அம்மையார், சுந்தர மூர்த்தி நாயனார் முதலானோர் முக்கியமான நாயன்மார்கள் ஆவர். திருநாவுக்கரசர் அவரது சகோதரி திலகவதி அம்மையாரால் சமணத்திலிருந்து சைவத்திற்கு மாற்றப்பட்டார். பல்லவன் முதலாம் மகேந்திரவர்மனைச் சமணத்திலிருந்து சைவத்திற்கு மாற்றினார் திருநாவுக்கரசர். தமது மூன்று வயதில் பார்வதியிடம் ஞானப்பால் பெற்றாராம் திருஞான சம்பந்தர். இவர் கூன் பாண்டியன் எனும் மன்னனின் தீராத வயிற்று வலியை தீர்த்து அவரைச் சமணத்திலிருந்து சைவத்திற்கு மாற்றினார். கடவுளுக்காகத் தம் கண்ணைப் பிடுங்கி சார்த்திய கண்ணப்ப நாயனாரின் கதையும் உள்ளது. கடவுளுக்காக எவ்வித இன்னல்களையும் பொறுத்துக் கொண்டு தியாகத்தை செய்ய மனிதன் தயாராக இருக்க வேண்டும் எனும் கருத்தை உணர்த்தும் வகையில் இக்கதைகள் அமைந்துள்ளன.

வினா–விடைகள்:

1. **நாயன்மார்கள் வளர்த்த சமயம்**
   A) சைவம் B) வைணவம்
   C) சமணம் D) பௌத்தம் **விடை : (A)**

2. **திலகவதி அம்மையாரால் சமணத்திலிருந்து சைவத்திற்கு மாற்றப்பட்டவர்**
   A) திருஞான சம்பந்தர் B) திருநாவுக்கரசர்
   C) சுந்தரர் D) சிறுத்தொண்டர் **விடை : (B)**

3. **கூன் பாண்டியனின் தீராத வயிற்று நோயைத் தீர்த்து வைத்தவர்**
   A) அப்பர் B) திருஞான சம்பந்தர்
   C) சுந்தரர் D) காரைக்கால் அம்மையார் **விடை : (B)**

4. **கடவுளுக்காகத் தம் கண்ணை வழங்கியவர்**
   A) சிறுத்தொண்டர் B) அப்பர்
   C) கண்ணப்பர் D) சுந்தரர் **விடை : (C)**

5. **இன்னல் எனும் சொல்லின் பொருள்**
   A) இன்பம் B) தியாகம்
   C) துன்பம் D) வேகம் **விடை : (C)**

2. **கீழ்வரும் பத்தியைப் படித்து அதனைத் தொடர்ந்து வரும் பல்விடை வினாக்களுக்கு உரிய சரியான விடைகளை எழுதுக.** (5)

நாம் பிறரை எவ்விதப் பேதமுமின்றி அன்புடன் பாவித்து மதிக்க வேண்டும். அன்பற்று மற்றவரை நோக்கும் போது பேதம் தோன்றும். சுவாமி இராமதீர்த்தர் இவ்வுண்மையை ஒரு கதை வடிவில் விளக்குகின்றார். ஒரு கண்ணாடி மாளிகைக்குள் நாய் ஒன்று நுழைந்தது. அதற்குள் நுழைந்ததும், பதிக்கப்பட்ட கண்ணாடிகளில் எல்லாம் நாயின் பிம்பங்களே தெரிந்தன. நாய் அவற்றைத் தனக்குப் பகையான நாய்கள் என்றெண்ணி முறைத்தது. நாய் பிம்பங்கள் எல்லாம் அதை பார்த்து முறைத்தன. தன்னைப் பகை நாய்கள் பல சூழ்ந்து கொண்டுவிட்டன என எண்ணிய நாய் அப்பிம்பங்களைக் கண்டு குரைத்தது. உடனே அதன் எதிரொலி கேட்டுப் பல நாய்கள் தன்னை எதிர்ப்பதாகப் புரிந்து கொண்ட நாய் மேலும் வலுவுள்ள மட்டும் குரைத்தது. குரைத்து குரைத்து இறுதியில் உயிரையே விட்டுவிட நேர்ந்தது. நாய் பிம்பங்களைக் கண்டு அவை தன் இனத்தைச் சார்ந்த நாய்கள் அல்ல; தன் தோற்றங்களே என்று கண்டு கொள்ள முடிந்திருந்தால் நலமாயிருந்திருக்கும். அவ்வாறு இல்லாததால் துயர முடிவு ஏற்பட்டது. மனிதர் மற்றவரைப் பார்க்கும் பார்வைக்கு ஏற்றதாகவே எல்லாம் தெரியும் என்பதும் வேறுபாட்டுணர்வோடு காணும் போது எல்லாம் தம்மிலிருந்து வேறுபட்டனவாய்த் தெரியும் என்பதும் இக்கதையால் அறியப்படும் உண்மைகளாகும்.

வினாக்கள் :

1. **நம் மனதில் எப்போது பேதம் தோன்றும்?**
   A) பிறரிடம் அன்பு காட்டும் போது
   B) பிறரை நேசிக்கும் போது
   C) பிறர் நம்மை வெறுக்கும் போது
   D) அன்பற்று பிறரை நோக்கும் போது **விடை : (D)**

2. **நாய் உயிரைவிடக் காரணம்**
   A) பல நாய்கள் தாக்கியன
   B) கண்ணாடி மாளிகைக்குள் நுழைந்தது
   C) தன் பிம்பத்தைக் கண்டு தன் இன நாய்கள் தாக்க வந்ததாக எண்ணியது
   D) நோயுற்றமை **விடை : (C)**

3. **பேதம் என்ற சொல்லின் பொருள்**
   A) வேதம் B) உண்மை
   C) ஒற்றுமை D) வேறுபாடு **விடை : (D)**

4. **இக்கதையைக் கூறியவர்**
   A) இராமர் B) இராவணன்
   C) இலட்சுமணன் D) இராமதீர்த்தர் **விடை : (D)**

5. **பலமுள்ள என்பதன் நேர்ப்பொருள் தரும் சொல்**
   A) தம்மில் B) எதிரொலி
   C) வலுவுள்ள D) நலமாய் **விடை : (C)**

3. **கீழ்வரும் பத்தியைப் படித்து அதனைத் தொடர்ந்து வரும் பல்விடை வினாக்களுக்கு உரிய சரியான விடைகளை எழுதுக.** **(5)**

நடிப்பு என்பது கவின் கலைகளுள் ஒன்றாகும். சங்க காலத்தில் நாடகம் மிகவும் முக்கியத்துவம் பெற்றுத் திகழ்ந்தது. திராவிட நாகரிகத்தின் ஒரு முக்கிய அம்சமாக கருதபடக்கூடிய நாட்டிய நாடகம் சங்க காலத்தில் சிறப்புற்றுத் திகழ்ந்தது. சிலப்பதிகாரத்திற்கு உரை எழுதிய அடியார்க்கு நல்லார் சங்க காலத்தில் நாட்டிய நாடகம் பெற்றிருந்த சிறப்பினை விளக்குகிறார். ஒரு நடிகனுக்குத் தேவையான ஒன்பது வகையான பாவங்களைச் சிலப்பதிகாரம் குறிப்பிடுகின்றது. வீரம், பயம், வெட்கம், வியப்பு, மகிழ்ச்சி, துக்கம், சாந்தம், அருவெறுப்பு, கோபம் ஆகிய உணர்வுகளை வெளிப்படுத்தும் முகபாவங்கள் ஒரு நடிகனுக்கு இருக்க வேண்டுமென அந்நூல் குறிப்பிடுகின்றது. நடிப்பில் இருபத்து நான்கு வகைகள் இருப்பதாகவும் அக்குறிப்புக் கூறுகின்றது.

வினாக்கள் :

1. **திராவிட நாகரிகத்தின் முக்கிய அம்சமாக விளங்கியது**
   A) நாட்டியம் B) நாடகம்
   C) நாட்டிய நாடகம் D) திரைப்படம் **விடை : (C)**

2. **சிலப்பதிகாரத்திற்கு உரை எழுதியவர்**
   A) அடியார்க்கு நல்லார் B) இளங்கோவடிகள்
   C) சீத்தலைச் சாத்தனார் D) மறைமலையடிகள் **விடை : (A)**

3. **நடிகனுக்குத் தேவையானப் பாவங்களைப் பற்றிக் கூறும் நூல்**
   A) மணிமேகலை B) சிலப்பதிகாரம்
   C) சிந்தாமணி D) வளையாபதி **விடை : (B)**

4. **நடிப்பில் உள்ள வகைகள்**
   A) 28 B) 12
   C) 9 D) 24 **விடை : (D)**

5. **கவின் என்ற சொல்லின் பொருள்**
   A) சிறப்பு B) முக்கியம்
   C) அழகு D) கவிஞன் **விடை : (C)**

பிரிவு – ஆ

1. **நீ வாழும் பகுதியில் அமைந்துள்ள தொழிற்சாலையால் ஏற்படும் சுற்றுச்சூழல் பாதிப்பைச் சுட்டிக் காட்டி மாசு கட்டுப்பாட்டுத் துறை அதிகாரிக்குக் கடிதம் ஒன்று எழுதுக.** **(8)**

01-12-2022
சென்னை

அனுப்புநர்
கவின்,
28, காந்தி நகர்,
சென்னை – 18.

பெறுநர்

உயர்திரு ஆணையர் அவர்கள்,

மாசுக் கட்டுப்பாட்டு வாரியம்,

76, மவுண்ட் சாலை, கிண்டி

சென்னை – 32.

பெருமதிப்பிற்குரிய ஐயா!

பொருள்: எங்கள் பகுதியிலுள்ள தொழிற்சாலையால் ஏற்படும் சுற்றுச்சூழல் பாதிப்புகளை எடுத்துரைத்தல்.

வணக்கம்! நாங்கள் வசிக்கும் காந்தி நகர் பகுதியில் ஏறத்தாழ ஐந்நூறு குடும்பங்கள் உள்ளன. எங்கள் பகுதியில் புதிதாக அமைக்கப்பட்டுள்ள, சாயங்கள் தயாரிக்கும் தொழிற்சாலையிலிருந்து, கழிவுநீர் முறையாக வெளியேற்றப்படவில்லை. அக்கழிவு நீரானது சில இடங்களில் சாலை வழியாக வழிந்தோடுகிறது.

வேதிபொருள்கள் நிறைந்த அந்தக் கழிவு நீரினால் சுற்றுப்புறச் சூழல் மாசுபடுவதுடன் எங்கள் பகுதியில் உள்ள நிலத்தடி நீரும் மாசுபடுவதால், குடிநீருக்காக நாங்கள் வெகு தொலைவிற்குச் செல்கிறோம். மாசுபட்ட நிலத்தடி நீரை உபயோகிப்பதால் தோல் வியாதி ஏற்பட்டு பலர் துன்பப்படுகின்றனர். எனவே எங்கள் பகுதி மக்கள் நலனைக் கருத்தில் கொண்டு தொழிற்சாலையால் எங்களுக்கு ஏற்படும் இன்னல்களை மிக விரைவில் தீர்ப்பதற்கு ஆவன செய்யும்படி எங்கள் பகுதி மக்கள் சார்பாக மிகத் தாழ்மையுடன் கேட்டுகொள்கிறோம்.

நன்றி!

இப்படிக்கு,
தங்கள் உண்மையுள்ள
கவின்

உறைமேல் முகவரி:
பெறுநர்

உயர்திரு ஆணையர் அவர்கள்,

மாசுக் கட்டுப்பாட்டு வாரியம்,

76, மவுண்ட் சாலை, கிண்டி

சென்னை – 32.

(அல்லது)

நீ கண்டு களித்த சுற்றுலா இடங்களை பற்றி உன் நண்பனுக்குக் கடிதம் எழுதுக.

(உமது முகவரி, கவிதா/கவின், 28, காந்தி நகர், சென்னை–18 எனக் கொள்க.)

17.12.2022
சென்னை.

அன்புள்ள தோழி செல்விக்கு,

இங்கு நான், எனது சகோதரன் மற்றும் என் பெற்றோர்கள் அனைவரும் நலமாக உள்ளோம். அங்கு நீ, உன் தங்கை மற்றும் உன் பெற்றோர்கள் நலமாக இருக்க இறைவனைப் பிரார்த்திக்கின்றேன்.

இந்த வருடம் என் குடும்பத்துடன் முதல் முறையாக ஊட்டிக்கு அருகே உள்ள முதுமலைக்குச் சென்றோம். என் பயண அனுபவத்தை இங்கு காண்போம்.

நீலகிரி மலையின் அடிவாரத்தில் தமிழ்நாடு, கேரளா, கர்நாடகா ஆகிய மூன்று மாநிலங்களும் முக்கோண வடிவில் சந்திக்கும் இடத்தில் முதுமலை அமைந்துள்ளது. இவ்விடம் அவசியம் அனைவரும் பார்க்க வேண்டிய இடம். தென்னிந்தியாவின் முக்கியமான வனப் பகுதியும்கூட. யானை, புலி, கரடி போன்ற அபூர்வ விலங்குகள் அதிகம் வசிக்கும் இந்தக் காட்டுக்குள் ஒருமுறை வலம் வந்தால், கானகத்தின் முக்கியத்தவத்தை நாம் உணர்ந்தவர்கள் ஆவோம். முதுமலை என்பது தமிழக வனப் பகுதியைக் குறிக்கிறது. இதில் சில கிராமங்கள் இருந்தாலும் அவை அளவில் மிகச் சிறியவை. இதில், பெரும்பாலும் பழங்குடியினர்கள் வசிக்கிறார்கள். அதில், முக்கியமான ஓர் ஊர்தான் மசினகுடி. முதுமலை வன விலங்குச் சரணாலயத்தின் நுழைவாயில் அமைந்திருக்கும் இடமான தெப்பக்காடு, மாயாறு மின் திட்டப் பணியாளர்கள் குடியிருப்பு மற்றும் இந்தப் பகுதியில் உள்ள சிற்றூர்கள் போன்றவற்றிற்கு மசினகுடிதான் முக்கியமான ஊர். எனக்கு மிகவும் இக்கிராமத்தைப் பிடித்திருந்தது.

ஊட்டியைப்போல குளிரோ அல்லது சென்னையைப் போல வெயிலோ மசினகுடியில் இருக்காது. வனத்துறையின் சஃபாரியில் காட்டுக்குள் சென்று வந்தால், த்ரில் குறையாத அனுபவம் நிச்சயமாக இருக்கும். யானைகள், மான்கள், மலை அணில், சிறுத்தை, காட்டு மாடுகள், அதிர்ஷ்டம் இருந்தால் புலியைக்கூட பார்க்கலாம்.

காலை, மாலை வேளைகளில் ஊட்டி – மைசூரு நெடுஞ்சாலையைக் கடந்து, காட்டு யானைகள் நீர் அருந்த குடும்பம் குடும்பமாக வருவதையும் கண்டோம். தெப்பக்காடு யானைகள் காப்பகத்தில் உள்ள யானைகளுக்குக் காலை, மாலை உணவு அளிப்பதைப் பார்க்கலாம். காட்டுக்குள் ஓடும் ஒரு சிறு ஓடைதான் தமிழக – கர்நாடக எல்லையைப் பிரிக்கும் கோடு. அந்தப் பக்கம் பந்திப்பூர் வன விலங்குச் சரணாலயம். அங்கும் சஃபாரி, டரெக்கிங் போன்றவை உண்டு. அப்படியே பந்திப்பூரைக் கடந்து குண்டக்கல் என்ற ஊரில் இருந்து இடதுபுறம் செல்லும் சாலையைப் பிடித்து சில கி.மீ தூரம் சென்று, கேரளா மாநிலத்தில் நுழைந்தவுடன் வயநாடு வன விலங்குகள் சரணாலயம் வந்தது. அதையும் கண்டு களித்தோம். அப்படியே சுல்தான்பத்தேரி என்ற ஊருக்குள் புகுந்து, இடதுபுறம் திரும்பி கூடலூர் வழியாக மீண்டும் மசினகுடிக்கு வந்தடைந்தோம். இப்பயணத்தை என்னால் என்றுமே மறக்கமுடியாது. காடுகள் நாட்டின் கண்கள். நாமும் காடுகளின் பயன் கருதி அவற்றைப் பேணிப் பாதுகாத்து வளர்ப்போம்! குறைந்தபட்சம் ஒரு விதையேனும் நம் எதிர்காலத்துக்காக விதைப்போம்!

இப்படிக்கு,
உன் அன்புத் தோழி
கவிதா

பெறுநர்

ம. செல்வி,
எண் 8, மேலமாசி வீதி,
மதுரை – 1.

2. **ஏதேனும் ஒரு பகுதியிலுள்ள குறிப்புகளைக் கொண்டு கட்டுரை ஒன்று எழுதுக.** (8)

A) **முன்னுரை – யாவர்க்கும் கல்வி – கிராமங்களிலும் கற்றல் ஆர்வம் – வாழ்வுக்கு உதவும் வகையில் கல்வியில் மாற்றம் – தன் காலில் நிற்கும் ஆற்றல் வளர்த்திடக் கல்வி உதவுதல் – ஒளிமயமான எதிர்காலத்திற்கு வழிவகை செய்தல் – முடிவுரை.**

கல்விச் செல்வம்

முன்னுரை

"கேடில் விழுச்செல்வம் கல்வி ஒருவற்கு
மாடல்ல மற்றவை யவை"

– குறள் 400

ஒருவருக்கு அழிவில்லாத சிறந்த செல்வம் என்பது கல்விச் செல்வமே ஆகும். கல்வியைத் தவிர மற்ற பொருட்செல்வங்கள் எல்லாம் அழியக்கூடியவை ஆகையால் அவை சிறப்புடைய செல்வம் ஆகா. கல்விச் செல்வமானது வெள்ளத்தால் அழியாது; வெந்தணலால் வேகாது; கள்வரால் கவர முடியாது; வேந்தரால் கொள்ள முடியாது. அத்தகைய கல்விச் செல்வம் பற்றி இக்கட்டுரையில் காண்போம்.

இளமையில் கல்

சிறு வயதிலிருந்தே கல்வியைத் தொடங்கிட வேண்டும். இளம் வயதிலிருந்து நாம் கற்றுக் கொள்ளும் கல்வியானது **'பசுமரத்தாணி போல'** நம் மனதில் ஆழப் பதிந்துவிடும். நம் சமுதாய அமைப்பில் பொருளாதாரத்தில் பின்தங்கியுள்ள மக்கள் தங்கள் குழந்தைகளைப் பள்ளிக்கு அனுப்பாமல், வேலைக்கு அனுப்புகின்றனர். இந்த நிலையை மாற்றியமைப்பதற்காகத்தான் பெருந்தலைவர் காமராசர் பள்ளிகளில் மதிய உணவுத் திட்டத்தைக் கொண்டு வந்தார். ஒருவேளை உணவுகூட கிடைக்காத நிலையில் குழந்தைகளிடம் படியென்றால் எப்படி படிப்பார்கள் என்று காமராசர் அவர்கள் சிந்தித்தார். மதிய உணவுத் திட்டம் தோன்றியது. வளர்ந்து வருகின்ற பாரதநாட்டின் வருங்கால சந்ததியினர் மிகுந்த கல்வியறிவு பெற்றவர்களாக விளங்க வேண்டும். அதற்கு இளமையிலிருந்தே கற்பதுதான் சிறந்தது.

கல்வியும் சமுதாயமும்

ஒரு சமுதாயத்தின் முன்னேற்றததை அளவிடும் அளவுகோல்களில் முதன்மையானது கல்வியாகும். எந்த அளவிற்கு சமுதாயத்திற்கு கல்வி கிடைக்கின்றதோ அந்த அளவிற்கு அந்தச் சமுதாயம் முன்னேறுகிறது. சமுதாய முன்னேற்றத்திற்கு அவசியமானது கல்வியாகும். அதனால்தான் தமிழக அரசு அனைத்து மாவட்டங்களிலும் **'அனைவருக்கும் கல்வி'** என்ற திட்டத்தினைத் தொடங்கி தீவிரமாக நடைமுறைப்படுத்துகின்றது.

கல்வியின் முக்கியத்துவம்

"கற்கை நன்றே கற்கை நன்றே
பிச்சை புகினும் கற்கை நன்றே"

என்று அதிவீரராம பாண்டியர் கல்வியின் முக்கியத்துவத்தை சங்க காலத்திலேயே கூறியுள்ளார். பிச்சையெடுத்துப் பொருள் பெற்றாவது கல்வி கற்றிட வேண்டும் என்று அதிவீரராம பாண்டியர் கூறியுள்ளார்.

உடன்பிறந்தார் இருவருள் மூததவனை விடுத்து கல்வி கற்ற இளையோனை சபை வரவேற்கும் என்று புறநானூற்றுப் பாடல் ஒன்று கூறுகிறது. கல்லாதவர், கண் இருந்தாலும் முகத்திலிரண்டு புண்ணுடையார் என்றும், கல்வி கற்காதவர் உயிர் வாழ்ந்தாலும் பயனற்ற களர்நிலம் போன்றவர்கள் என்றும் வள்ளுவர் கூறியுள்ளார். இதிலிருந்து நாம் கல்வியின் இன்றியமையாமையை உணர்ந்து கொள்ளலாம்.

தொழிற்கல்வி

"உழவுக்கும் தொழிலுக்கும் வந்தனை செய்வோம், வீணில் உண்டு களித்திருப்போரை நிந்தனை செய்வோம்" என்று பாரதி கூறியதோடு,

மேலும் **"பயிற்றிப் பல கல்வி தந்து பாரை உயர்த்திட வேண்டும்"** என்றும் கூறியுள்ளார். ஏட்டுக்கல்வியோடு தொழிற்கல்வியும் இணைந்தால்தான் மாணவர்களின் கல்வி முழுமையானதாக இருக்கும். தொழிற்கல்வி வேலை வாய்ப்பை உருவாக்குகின்ற கல்வியாகும்.

ஏட்டுக்கல்வி

"ஏட்டுச் சுரைக்காய் கறிக்கு உதவுமா ?" என்பது பழமொழி. வெறும் ஏட்டுக் கல்வியினால் பயன் கிடையாது. இன்றையக் காலக்கட்டத்தில் வெறும் ஏட்டுக் கல்வி பயின்றவர்கள் அவர்களுக்கேற்ற பணியைத் தேடிக் கொண்டேதான் இருக்கிறார்கள். தன் படிப்புக்கேற்ற வேலைதான் வேண்டும், கிடைத்த வேலையைப் பார்க்க மாட்டேன் என்று கூறுபவர்கள் நாட்டில் பலர் உள்ளனர். படித்த அனைவருக்குமே அரசு வேலை வாய்ப்பைத் தர முடியாது. பெருகி வரும் மக்கள் தொகைக்கேற்ப வேலையில்லாத் திண்டாட்டமும் பெருகி வருகிறது. ''ஒவ்வொரு மாணவரும், கல்வியுடன் ஒரு தொழிலையும் பாடமாகக் கற்றுக்கொண்டால், அவர்கள் எதிர்கால வாழ்க்கையோடு இந்தியாவின் தொழில் உற்பத்தித் திறனும் மேம்படும்'' என்று காந்தியடிகள் குறிப்பிட்டார். எனவே ஏட்டுக் கல்வியோடு தொழிற்கல்வியும கட்டாயமாக்கப்பட வேண்டும்.

தொழிற்கல்வியின் பயன்கள்

தொழிற்கல்வி கற்பதனால் நமது எதிர்காலம் பற்றிய பயம் நமக்கு வராது. அரசாங்கமோ அல்லது பிற தனியார் நிறுவனங்களோ நமக்கு வேலை வாய்ப்பைத் தரும் என்று காத்திருக்கத் தேவையில்லை. நாமே சுயமாகத் தொழில் தொடங்குவதுடன் மற்றவர்களுக்கும் வேலை வாய்ப்பினை வழங்கலாம். சுயமாகத் தொழில் தொடங்குவதால் தன்னம்பிக்கையுடன் வாழ முடியும். தொழிற்கல்வியை முறையாகக் கற்பதன் மூலம் நாட்டின் தொழில் வளர்ச்சி மேம்படுவதுடன் நாட்டின் பொருளாதாரமும் உயரும்.

வெற்றி மனிதர்

பள்ளிக்கூடம் செல்லாமல், யாரிடமும் சென்று தொழில் கற்காமல் தானே சுயமாகத் தொழில் கற்று இந்த உலகமே வியந்து நோக்கும் அளவிற்கு வாழ்ந்தவர் வெற்றி மனிதர் ஜி.டி. நாயுடு அவர்கள். வெளிநாடுகளிலிருந்து கூட அவரிடம் வந்து தொழிற்கல்வியை கற்றவர்கள் ஏராளம்! பட்டப்படிப்பு படித்த மாணவர்களுக்கு அவர் தொழிற்கல்வியை கற்றுத் தந்திருக்கிறார் என்றால், அவருடைய உழைப்பும், விடாமுயற்சியும் எல்லாவற்றிற்கும் மேலாக தான் எடுத்துக்கொண்ட காரியத்தில் இருந்த ஆர்வமும் அவரை வெற்றி மனிதராக்கியது. அதே ஆர்வம் தொழிற்கல்வி பயிலும் அனைவரிடமும் இருக்க வேண்டும்.

முதியோர் கல்வி

'எண்ணும் எழுத்தும் கண்ணெனத் தகும்' என்று ஔவை கூறியதிலிருந்து கல்வியைப் பெறாதவர்கள் கண்ணிருந்தும் குருடர்களாகவே இருக்கிறார்கள். இந்த நிலை மாற வேண்டும். இளமையில் ஏதோ சில காரணங்களால் கல்வி பெற முடியாதவர்களை அப்படியே விட்டுவிடக்கூடாது. **'கல்வி கற்பதற்கு வயது ஒரு தடையில்லை'**, ஆர்வமும் நம்பிக்கையும் இருந்தால் போதும் என்பதற்காக அரசு ஆரம்பித்த திட்டம்தான் **'முதியோர் கல்வி'** ஆகும்.

முதியோர் கல்வியின் இன்றியமையாமை

கிராமப்புறத்தின் உயிர்நாடியான விவசாயிகள், தொழிலாளர்கள் முறையான கல்வியறிவு இல்லாததால் பல சிறப்புகளைப் பெற முடியாமல் போய்விடுகிறது. அரசாங்கத்தால் அறிவிக்கப்படும் பல நல்ல திட்டங்கள் இவர்களிடம் சென்றடைவதில்லை.

அதற்குக் காரணம் அவர்களின் அறியாமையாகும். கல்வியறிவு இருந்திருந்தால் அன்றைய செய்திகளை தினசரி மூலமாகப் படித்துத் தெரிந்து கொண்டிருப்பார்கள்.

விவசாயிகள், சுயதொழில் செய்வோர் போன்றோர் எந்தெந்த விதத்தில் தங்கள் தொழிலை விரிவாக்கம் செய்வது, பணப் பற்றாக்குறை ஏற்படும் போது எந்த வங்கியை அணுகுவது, தங்களுடைய தயாரிப்புகளை எங்கு சேர்த்தால் நல்ல இலாபம் கிட்டும் போன்ற விபரங்களை கல்வியறிவு இருந்தால் மட்டுமே பெறமுடியும். மேலும் கல்வியறிவு அவர்களுக்குத் தன்னம்பிக்கையையும் கொடுக்கும். பிறரால் அவர்கள் ஏமாற்றப்பட முடியாது.

முதியோர் கல்வியின் நோக்கம்

தங்கள் உழைப்பிற்கேற்ற ஊதியம், விழிப்புணர்வு, உலக நடப்பு, நாட்டு நடப்பு, பொது அறிவு போன்றவற்றிலும் அவர்களுக்கு பாடம் நடத்தப்படுகிறது. மாலை நேரங்களில் முதியோர்களின் ஓய்வு நேரங்களில் வாரத்தின் எல்லா நாட்களும் அவர்களுடைய இருப்பிடத்திற்கே சென்று கல்வி கற்றுக் கொடுக்கப்படுகிறது. பொறுமையுள்ள ஆசிரியப் பெருமக்களும், சமூகநலனில் அக்கறையுள்ள கல்லூரி மாணவர்களும் முதியோர் கல்வித் திட்டத்தில் ஆசிரியராக உள்ளனர். முதியோர்களிடமுள்ள தாழ்வு மனப்பான்மையை அகற்றி அவர்கள்தான் இந்த சமூகத்தில் முக்கியமானவர்கள் என்பதை உணர வைப்பதே இத்திட்டத்தின் நோக்கமாகும்.

'கிராமங்கள்தான் இந்தியாவின் உயிர்நாடி' என்று காந்தியடிகள் குறிப்பிட்டார். இந்தியாவின் உயிர்நாடியான கிராமத்தில் கல்வியறிவு பெருகிவிட்டால் இந்தியாவின் முன்னேற்றம் பல மடங்கு உயர்ந்துவிடும். மேலும் கிராமப்புற முதியவர்களின் அனுபவ அறிவோடு கல்வியறிவும் இணைந்துவிட்டால், உலக அரங்கில் இந்தியாவின் பெயர்தான் ஓங்கி ஒலிக்கும்.

தாய்மொழி வழிக் கல்வி

“பெற்ற தாயும் பிறந்த பொன்னாடும்
நற்றவ வானினும் நனி சிறந்தனவே”

என்றார் பாரதியார். பெற்ற தாயை விட சிறந்தது தாய்மொழியாகும். எந்நாட்டவராக இருப்பினும் அவரவர் தாய்மொழியிலேயே கல்வி கற்பதுதான் மிகச் சிறந்ததாகும்.

தாய்மொழி வழிக் கல்வியின் சிறப்பு

தாய்மொழியிலேயே கல்வி கற்க வேண்டும் என்று கூறுவதானல் பிற மொழிகளை கற்கக் கூடாது என்பது பொருள் அல்ல. எத்தனை மொழிகளை வேண்டுமானாலும் கற்கலாம். ஆனால் கல்வி என்பது தாய்மொழி வழியாக மட்டுமே கற்பிக்கப்பட வேண்டும் என்று காந்தியடிகள் வலியுறுத்திக் கூறிவந்தார். **“தாய்மொழியில் கல்வி கற்பிக்கப்பட்டிருந்தால், நம்மிடையே பல ஜெகதீஸ் சந்திரபோஸ்களும், பி.சி.ராய்களும் தோன்றியிருப்பார்கள்”** என்று காந்தியடிகள் கூறி வருத்தப்பட்டார். மனிதர்களின் சிந்தனையும் கற்பனையும் தாய்மொழியில்தான் உருவாகின்றன. எனவே மாணவர்களின் சிந்தனை வளர்ச்சிக்குத் தேவை தாய்மொழி வழிக் கல்வி.

தாய்மொழியில் அறிவியல் கல்வி

ஜப்பான், ஜெர்மனி, ரஷ்யா போன்ற அயல்நாட்டு மக்கள் அந்நிய மொழியைப் புறக்கணித்து தாய்மொழிக்கு முக்கியத்துவம் கொடுத்து தாய்மொழியிலேயே கல்வி பயின்றதால்தான் இன்று உலக மேதைகளாக இருக்கின்றனர். புதுப்புது அறிவியல் சாதனங்களை உருவாக்குவதிலிருந்து கோள்களை ஆராய்ச்சி செய்வது வரை அவர்கள் உலக அரங்கில் புகழ் பெற்றுள்ளனர்.

தமிழ்மொழியில் அறிவியலைப் போதிப்பதற்கான கலைச்சொற்கள் அதிகம் இல்லையென்று ஒருசிலர் கூறுகின்றனர். அது தவறான கூற்று. புதியவற்றைக் கண்டுபிடிக்க வேண்டும்; புதிய கலைச்சொற்களை தமிழில் உருவாக்க வேண்டும்.

உலகிலுள்ள பிற நாடுகளில் எல்லாம் அறிவியலை அவரவர் தாய்மொழியிலேயே கற்கின்றனர். அவர்கள் மொழியிலெல்லாம் அறிவியலுக்கான கலைச்சொற்கள் இருக்கும் போது உலகின் தொன்மை மொழியான உயர்தனிச் செம்மொழியான நம் தாய்மொழியில் கலைச்சொற்களை உருவாக்குவது கடினமல்லவே.

"யாமறிந்த மொழிகளிலே தமிழ்மொழிபோல் இனிதாவதெங்கும் காணோம்" என்று பாரதி கூறியுள்ளார். பல மொழிகளை கற்றறிந்தவர் பாரதியார். அவர்கள் கற்ற அத்தனை மொழிகளிலும் இனிமை இல்லையென்றும் தன் தாய்மொழியான தமிழ்மொழியில்தான் இனிமை உள்ளது என்று பாரதி கூறியுள்ளார். தன் தாய்மொழியின் மீது இருந்த பற்றினையும் உயர்வினையும் எவ்வளவு அழகாக அவர் வெளிப்படுத்தியுள்ளார். உலகிலுள்ள மற்ற நாடுகள் தாய்மொழியில் கல்வி கற்று சிறந்து விளங்குவது போல, நாமும் தாய்மொழியில் கல்வி பெற்று சாதனைகள் பல படைக்க வேண்டும்.

முடிவுரை

அரசோ அல்லது பொதுநல அமைப்புகளோ மட்டும் முயற்சி செய்தால் எந்தவொரு திட்டமும் முழு வெற்றியடையாது. அதைப் பயன்படுத்துவோரும் முழு அளவில் பயன்படுத்த வேண்டும். அனைத்துத் தரப்பு மக்களும் கல்வியின் பயன்களை, கல்வியால் இச்சமுதாயம் அடையப்போகும் உயர்வினை அறிந்து செயல்பட்டால் வெற்றி நிச்சயம். கல்வியால் அறிவுமிகுந்த, ஆக்கப்பூர்வமான சமுதாயம் மலர வழி வகுப்போம்.

B) இந்திய நதிகள் – பாயும் நிலப் பகுதிகள் – பல்வேறு பருவ காலங்கள் – வெள்ளப் பெருக்கால் மழை நீர் கடலில் வீணாகக் கலத்தல் – நீர்த் தட்டுப்பாடு – பயனுள்ள வகையில் நீர் ஆதாரத்தை சீர்படுத்தல் – நதிகளை இணைத்தல் – முடிவுரை.

இந்திய நதிகள்

முன்னுரை

இந்தியா முழுவதும் ஏராளமான நதிகள் உற்பத்தியாவதால் இந்தியா 'நதிகளின் பூமி' என்று புகழப்படுகிறது. இந்திய நதிகளின் நிலம் மற்றும் வலிமையான நீர்நிலைகள் நாட்டின் பொருளாதார வளர்ச்சியில் பெரும் பங்கு வகிக்கின்றன. இந்தியாவில் வற்றாத நதிகள் மற்றும் வற்றும் நதிகள் உள்ளன. இவை இமயமலை நதிகள் (இமயமலையில் இருந்து உருவாகும் நதிகள்) மற்றும் தீபகற்ப நதிகள் (தீபகற்பத்தில் உருவாகும் நதிகள்) என இரண்டாகப் பிரிக்கப்படுகின்றன. இதில் இமயமலை நதிகள் வற்றாதவை, தீபகற்ப நதிகள் பருவ மழையை அடிப்படையாகக் கொண்டவை.

இமயமலை நதிகள்

இமயமலையில் உள்ள பனியாறுகளில் இருந்து உற்பத்தி ஆகி பல துணையாறுகளையும் கிளை ஆறுகளையும் உருவாக்கும் நதிகள் அப்பகுதிகளுக்கு பெரும் வளத்தை அளிக்கின்றன. இவை வற்றாத ஜீவ நதிகள் ஆகும். சிந்து, கங்கை மற்றும் பிரம்மபுத்திரா போன்ற நதிகள் இமயமலை நதிகளுக்கு எடுத்துக்காட்டுகளாகும். சிந்து நதியானது திபெத் பகுதியில் உள்ள கைலாஷ் மலைத் தொடரின் வடக்கு சரிவில் மானசரோவர் ஏரிக்கு அருகில் உருவாகி ஜம்மு & காஷ்மீர் வழியாக பாய்ந்து பின் பாகிஸ்தானில் நுழைந்து அரபிக் கடலில் கலக்கிறது. இதன் துணையாறுகள் ஜீலம், ஜினாப், ராவி, பியாஸ் மற்றும் சட்லெஜ் ஆகியனவாகும்.

இந்தியாவின் மிகப்பெரிய வடிகாலமைப்பு கொண்ட கங்கை நதி கங்கோத்ரி பனியாற்றிலிருந்து உற்பத்தி ஆகிறது. கங்கை சமவெளியில் பல நகரங்கள் ஆற்றங்கரையையொட்டியும் அதிக மக்களடர்த்தி கொண்டதாகவும் உள்ளன.

கோமதி, காக்ரா, கண்டக், கோசி, யமுனை, சோன் மற்றும் சாம்பல் போன்றவை கங்கை நதியின் துணையாறுகளாகும். கங்கை நதி பிரம்மபுத்திரா நதியுடன் இணைந்து உலகிலேயே மிகப்பெரிய டெல்டாவை உருவாக்கி பின் வங்காள விரிகுடாவில் கலக்கிறது.

பிரம்மபுத்திரா, திபெத்தில் உள்ள மானசரோவர் ஏரிக்கு கிழக்கே கைலாஷ் மலைத் தொடரில் உள்ள செம்மாயுங்டங் என்ற பனியாற்றில் இருந்து உற்பத்தியாகிறது. இந்த நதி அருணாச்சலப் பிரதேசத்திலுள்ள திகாங் என்ற மலை இடுக்கின் வழியாக இந்தியாவிற்குள் நுழைகிறது. திஸ்டா, மனாஸ், பராக், சுபன்ஸ்ரீ போன்றவை இதன் துணை நதிகளாகும்.

தீபகற்ப நதிகள்

தென்னிந்தியாவில் பாயும் நதிகள் தீபகற்ப நதிகள் என அழைக்கப்படுகின்றன. இவற்றில் பெரும்பான்மையான நதிகள் மேற்குத்தொடர்ச்சி மலையில் உற்பத்தியாகின்றன. இவை பருவகால நதிகள் மற்றும் வற்றும் நதிகள் என அழைக்கப்படுகின்றன. நீரின் அளவு மழைப் பொழிவிற்கு ஏற்றாற்போல் மாறுபடுகிறது. இவ்வாறுகள் செங்குத்து சரிவுடன் கூடிய பள்ளதாக்கு வழியே பாய்கின்றன. தீபகற்ப நதிகளை கிழக்கு நோக்கி பாயும் நதிகள், மேற்கு நோக்கி பாயும் நதிகள் என இரண்டாகப் பிரிக்கலாம். மகாநதி, கோதாவரி, கிருஷ்ணா, காவிரி போன்றவை கிழக்கு நோக்கி பாயும் நதிகளாகும். நர்மதை, தபதி போன்றவை மேற்கு நோக்கி பாயும் நதிகளாகும்.

வெள்ளப்பெருக்கு மற்றும் நீர்த் தட்டுப்பாடு

இந்தியாவில் பருவ காலங்களில் மழைப் பொழிவு ஏற்படுகிறது. அதிகளவு மழைப்பொழிவு ஏற்படும் காலங்களில் நதிகளில் வெள்ளப்பெருக்கு ஏற்பட்டு நீர் வீணாகக் கடலில் கலக்கிறது. இதற்கு முரணாக கோடைக் காலங்களில் வறட்சி ஏற்பட்டு நீர்த் தட்டுப்பாடு ஏற்படுகிறது. எனவே, பயனுள்ள வகையில் நீர் ஆதாரங்களை சீர்படுத்த வேண்டும். வெள்ளப் பெருக்கினால் ஏற்படும் பாதிப்பினையும் நீர்த் தட்டுப்பாட்டினையும் குறைக்க நடவடிக்கைகளை மேற்கொள்ள வேண்டும்.

முடிவுரை

இந்திய நதிகளும் பருவ மழையும் இந்தியப் பகுதியினை ஒரு வளமிக்கப் பகுதியாக மாற்றுகின்றன. இருப்பினும் ஒரு பகுதியில் அதிக வளமையும் மற்றொரு பகுதியில் அதிக வறட்சியும் இந்தியாவில் காணப்படுகிறது. இதற்கு காரணம் சரியான நீர் மேலாண்மை இல்லாமல் இருப்பதே ஆகும். பருவமழைக் காலங்களில் அதீத மழைப் பொழிவினால் வீணாகக் கடலில் கலக்கும் நீரை முடிந்த அளவு சேமிக்க மாற்று ஏற்பாடு செய்ய வேண்டும். நதிநீர் இணைப்பை ஏற்படுத்துவதன் மூலம் இந்தியாவில் உள்ள அனைத்துப் பகுதியினையும் வளமாக்க முடியும்.

மழைநீரை சேமிப்போம்! மண்ணுயிர் காப்போம்!

C) முன்னுரை – நிலையற்ற செல்வம் – சேமிப்பின் அவசியம் – பல்வகைச் சேமிப்புத் திட்டங்கள் – மாணவர் சேமிப்புத் திட்டம் – முடிவுரை.

சேமிப்பின் அவசியம்

முன்னுரை

"அருளில்லார்க்கு அவ்வுலகம் இல்லை பொருளில்லார்க்கு
இவ்வுலகம் இல்லாகி யாங்கு"

– குறள் 247

என்பது வள்ளுவர் வாக்கு. இது மிகச் சரியான கருத்து. இவ்வுலகத்தில் பொருள் இல்லாமல் எதையும் சாதிக்க முடியாது. எவ்வளவுதான் சம்பாதித்தாலும், சேமிப்பு இல்லையெனில் எதிர்காலம் இருளாகத்தான் இருக்கும்.

சேமிப்பின் அவசியம்

மழைக்காலத்திற்குத் தேவையான உணவை எறும்புகள் முன்னரே சேமித்து வைத்துக் கொள்கின்றன. தேனீக்கள் ஒவ்வொரு பூவிலிருந்தும் தேனை எடுத்து தேனடையில் சேமித்து வைத்துக் கொள்கின்றன. எலியானது தன்னுடைய உணவை சேகரித்து தன்னுடைய வளையில் வைத்துக் கொண்டு உணவில்லாத போது உண்கிறது. அதுபோல மனிதன் தனது எதிர்காலத்திற்காக சேமிக்க வேண்டியது காலத்தின் கட்டாயம் என்று சொல்லலாம். மனிதனுக்கு அவசர பணத் தேவை எந்தக் காலத்திலும் எப்போது வேண்டுமானாலும் வரலாம். அப்படி அவசரத் தேவை வரும்போது செய்வதறியாது திகைக்காமல், முன்பே சேமித்து வைத்திருந்தால் அது கை கொடுக்கும்.

ஒரு மலையிலிருந்து விழுகின்ற அருவி ஆறாக மாறி பல ஊர்களைக் கடந்து கடலில் கலந்துவிடுகிறது. அதனால் யாருக்கும் நன்மை கிடையாது. ஆனால் அந்த ஆற்று நீரை அணைகளில் தேக்கி வைத்திருந்து பின் வாய்க்கால் வழியாகப் பாய்ச்சி வயல்களில் நிரப்பினால் பயிர் செழித்து வளரும். அதுபோலத்தான் சிறு சேமிப்பும்.

சேமிப்புத் திட்டங்கள்

நேர்மையான முறையில் கடினமாக உழைத்து பணம் சம்பாதிப்பது மட்டுமல்லாமல், அதை சிக்கனமாகச் செலவு செய்து எஞ்சியதை திட்டமிட்டு சேமிப்பது மிக முக்கியமாகும்.

தேவையற்ற ஆடம்பரச் செலவுகளை தவிர்ப்பதே சேமித்தலின் முதற்படியாகும். வருவாயின் ஒரு பகுதியை சேமிப்பதற்கு என்று ஒதுக்கி வைத்துவிட வேண்டும். பள்ளிகளில் **'சஞ்சாயிகா'** என்ற திட்டத்தின் மூலம் மாணவர்களுக்கு சேமிக்கும் பழக்கத்தை கற்றுக் கொடுக்க வேண்டும். இது மட்டுமல்லாமல் அஞ்சலகத்தில் மாத சேமிப்புத் திட்டம், ஏழாண்டு தேசிய சேமிப்புத் திட்டம், பாதுகாப்பு சேமிப்புத் திட்டம், முதுமை கால சேமிப்புத் திட்டம், பரிசு பத்திரத் திட்டம் எனப் பல வகையான சேமிப்புகள் உள்ளன.

சேமிக்கும் முறை

சிறுகச் சிறுக சேமிப்பதால் **'சிறு துளி பெரு வெள்ளம்'** என்பது போல் அவை வட்டியுடன் பெரும் முதலீடாக நாளடைவில் வளர்ந்துவிடுகிறது. அரசாங்க நிறுவனங்களில் சேமிப்பதால் பணத்திற்கு பாதுகாப்பு கிடைப்பதுடன் நியாயமான வட்டியும் கிடைக்கிறது. அதே சமயம் நமது முதலீடு, நாட்டு நலப்பணித் திட்டங்களை நிறைவேற்றப் பயன்படுகிறது. அவரவர் சேமிப்புக்கு ஏற்ப வங்கிகள், அஞ்சலகங்கள், எல்.ஐ.சி., கூட்டுறவு நிறுவனங்கள் போன்றவற்றில் பல வகையான திட்டங்கள் உள்ளன. அவற்றில் எந்த முறை நமக்கு ஏற்றதோ அத்திட்டத்தில் சேரலாம். போலியான, கவர்ச்சியான வாக்குறுதிகளை நம்பி தனியாரிடம் முதலீடு செய்வதை மக்கள் தவிர்க்க வேண்டும்.

முடிவுரை

மனித வாழ்க்கையில் அறம், பொருள், இன்பம் ஆகிய மூன்றும் மிக முக்கியமானது. இதில் பொருள் இருந்தால் மற்ற இரண்டும் தானே வரும். சேமிப்பது மிக நல்ல விஷயம். ஆனால் சேமித்த பணத்தை தொலைக்காமல் இருப்பது மிகமிக நல்ல விஷயம். பல இடங்களில் பெற்றோர்கள் தாங்கள் சிறுகச் சிறுக சேர்த்த பணத்தை பிள்ளைகளுக்கு பங்கிட்டு கொடுத்துவிட்டு, பின் அநாதைகளாய் முதியோர் இல்லத்தை தஞ்சமடைகின்றனர். அதனால் சேமிப்பைவிட முக்கியம் அதை பாதுகாப்பதும் பயன்படுத்துவதுமாகும்.

3. உமது பகுதியில் நடைபெற்ற இலவச உடல் பரிசோதனை முகாம் குறித்து அறிக்கை ஒன்று எழுதுக. (5)

2022 டிசம்பர் 4, ஞாயிற்றுகிழமை அன்று எங்கள் பகுதியில் உள்ள சமுதாயக் கூடத்தில் அரசின் உடல்நலம் மற்றும் சுகாதாரத் துறை சார்பில் இலவச உடல் பரிசோதனை முகாம் நடைபெற்றது. இந்த முகாமில் 3 அரசு மருத்துவர்களும் 10 செவிலியர்களும் எங்கள் பகுதியில் உள்ள அனைத்து வயதினருக்கும் உடல் பரிசோதனை செய்தனர். கண் பரிசோதனை, ரத்த அழுத்தம், சர்க்கரை அளவு, இதய பரிசோதனை முதல் காய்ச்சல் வரை அனைத்தும் பரிசோதிக்கப்பட்டன. இதனால் எங்கள் பகுதியில் வாழும் முதியவர்கள் மிகவும் பலனடைந்தனர். பரிசோதனையின் முடிவில் தேவையானவர்களுக்கு மருத்துவ உதவிகளும் அளிக்கப்பட்டன. மேலும் பெண்களுக்கும் குழந்தைகளுக்கும் ஊட்டச்சத்து மாத்திரைகளும் இலவசமாக அளிக்கப்பட்டன. இந்த இலவச பரிசோதனை முகாம் மிகவும் பயனுள்ளதாக அமைந்தது.

(அல்லது)

உமது பள்ளியில் நடைபெற்ற 'கைவினைப் பொருள் கண்காட்சி' குறித்து அறிக்கை ஒன்று எழுதுக.

2022 டிசம்பர் 4 அன்று எங்கள் பள்ளியில் கைவினைப் பொருள் கண்காட்சி நடைபெற்றது. இந்தக் கண்காட்சியில் கைகளால் செய்யப்பட்ட பல பாரம்பரிய பொருட்கள் காட்சிபடுத்தப்பட்டன. மட்பாண்டங்கள், மூங்கில் கூடைகள், முடைந்த பாய், நெசவு செய்த பட்டு, மண் பொம்மைகள், அணிகலன்கள், பனை மர ஓலையில் செய்த பொருட்கள், வீட்டு உபயோகப் பொருட்கள் மற்றும் வீட்டு அலங்காரப் பொருட்கள் போன்ற ஏராளமானவை காட்சிப்படுத்தப்பட்டதுடன் அவற்றின் செய்முறை விளக்கக் குறிப்புகளும் விளக்கப் படங்களுடன் கண்காட்சியில் இடம்பெற்றன. இவற்றின் மூலம் நம் பாரம்பரிய கைவினைப் பொருட்களை பற்றிய புரிதல்களும் ஏற்பட்டன. சுற்றுச்சூழலுக்கும் உடலுக்குத் தீங்கு விளைவிக்ககூடிய நெகிழிப் பொருட்களை விடுத்து சுற்றுச்சூழலுடன் இணைந்த பாரம்பரியக் கைவினைப் பொருட்களை பயன்படுத்துவோம் என்பதே இந்தக் கண்காட்சியின் கருப்பொருளாகும்.

பிரிவு – இ

1. சான்று தருக. (எவையேனும் மூன்றனுக்கு மட்டும்) (3)

i) கெடுதல் விகாரம்

A) கற்கோட்டை **B)** மரவேல்

C) வாழைப்பழம் **D)** பொன் வளையல்

விளக்கம்: **விடை : (B)**

கல் + கோட்டை – கற்கோட்டை (திரிதல் விகாரம்)

மரம் + வேல் – மரவேல் (கெடுதல் விகாரம்)

வாழை + பழம் – வாழைப்பழம் (தோன்றல் விகாரம்)

பொன் + வளையல் – பொன் வளையல் (இயல்புப் புணர்ச்சி)

ii) மூவசைச் சீர்

A) கண்ணன் **B)** நீர்

C) மணிமேகலை **D)** வேதனை

விளக்கம்: **விடை : (C)**

கண்/ணன் – நேர், நேர் – தேமா (ஈரசைச்சீர்)

நீர் – நேர் – நாள் (ஓரசைச்சீர்)

மணி/மே/கலை – நிரை, நேர், நிரை (மூவசைச்சீர்)

வே/தனை – நேர், நிறை (ஈரசைச்சீர்)

iii) முற்று மோனை
   A) இருள்சேர் இருவினையும் சேரா இறைவன்
      பொருள்சேர் புகழ்புரிந்தார் மாட்டு.
   B) விண்ணின்று பொய்ப்பின் விரிநீர் வியனுலகத்
      துள்நின்று உடற்றும் பசி.
   C) கற்க கசடறக் கற்பவை கற்றபின்
      நிற்க அதற்குத் தக.
   D) தானம் தவமிரண்டும் தங்கா வியனுலகம்
      வானம் வழங்கா தெனின்.

விளக்கம்: விடை : (C)

அடிதோறும் முதலெழுத்து ஒன்றி வருவது மோனைத்தொடை ஆகும்.

$\boxed{\text{இ}}^1$ருள்சேர் $\boxed{\text{இ}}^2$ருவினையும் சேரா $\boxed{\text{இ}}^4$றைவன்

பொருள்சேர் புகழ்புரிந்தார் மாட்டு.

1, 2 மற்றும் 4 ஆம் சீர்களில் முதலெழுத்து ஒன்றி வந்ததால் இது கீழ்க்கதுவாய் மோனை ஆகும்.

$\boxed{\text{வி}}^1$ண்ணின்று பொய்ப்பின் $\boxed{\text{வி}}^3$ரிநீர் $\boxed{\text{வி}}^4$யனுலகத்து

உள்நின்று உடற்றும் பசி.

1, 3 மற்றும் 4 ஆம் சீர்களில் முதலெழுத்து ஒன்றி வந்ததால் இது மேற்கதுவாய் மோனை ஆகும்.

$\boxed{\text{க}}^1$ற்க $\boxed{\text{க}}^2$சடறக் $\boxed{\text{க}}^3$ற்பவை $\boxed{\text{க}}^4$ற்றபின்

நிற்க அதற்குத் தக.

நான்கு சீர்களிலும் முதலெழுத்து ஒன்றி வந்ததால் இது முற்று மோனை ஆகும்.

$\boxed{\text{தா}}^1$னம் $\boxed{\text{த}}^2$வமிரண்டும் $\boxed{\text{த}}^3$ங்கா வியனுலகத்து

வானம் வழங்கா தெனின்.

1, 2 மற்றும் 3 ஆம் சீர்களில் முதலெழுத்து ஒன்றி வந்ததால் இது கூழை மோனை ஆகும்.

iv) வேற்றுமையணி
   A) அன்பும் அறனும் உடைத்தாயின் இல்வாழ்க்கை
      பண்பும் பயனும் அது.
   B) பீலிபெய் சாகாடும் அச்சிறும் அப்பண்டம்
      சால மிகுத்துப் பெயின்.
   C) தீயினால் சுட்டபுண் உள்ளாறும் ஆறாதே
      நாவினால் சுட்ட வடு.
   D) அன்பகத் தில்லா உயிர்வாழ்க்கை வன்பாற்கண்
      வற்றல் மரத்தளிர்த் தற்று

விளக்கம்: விடை : (C)

✻ அன்பு, அறன் இரண்டையும் முறையாக நிறுத்தி, அன்பே பண்பு எனவும் அறனே பயன் எனவும் வரிசைப்படி கூறியதால் இது **நிரல் நிறை அணி** ஆகும்.

(எ.கா) அன்பும் அறனும் உடைத்தாயின் இல்வாழ்க்கை
      பண்பும் பயனும் அது

* புலவர் தான் கருதிய பொருளை அப்படியே கூறாமல் மறைத்து, அதனை விளக்குவதற்கு அதைப் போன்ற பிறிதொன்றினைக் கூறுவது **பிறிது மொழிதல் அணி** ஆகும்.

(எ.கா) பீலிபெய் சாகாடும் அச்சிறும் அப்பண்டம்
சால மிகுத்துப் பெயின்

கூறப்பட்ட கருத்து: மென்மையாக இருக்கும் மயிலிறகையும் அளவுக்கு மீறி வண்டியில் ஏற்றினால் வண்டியின் அச்சு முறிந்துவிடும்.

விளக்க வந்த கருத்து: எந்த செயலையும் அளவுக்கு மீறி செய்தால் அழிவு நேரிடும்.

* ஏதேனும் ஒற்றுமையுடைய இரு பொருள்களுக்கு இடையே வேற்றுமை கற்பித்துக் கூறுதல் **வேற்றுமை அணி** ஆகும்.

(எ.கா) தீயினால் சுட்டபுண் உள்ளாறும் ஆறாதே
நாவினால் சுட்ட வடு.

தீ சுடுவதால் காயம் ஏற்படும் நாவினால் ஒருவரை கடுமையாகப் பேசிவிட்டால் இது அவரது உள்ளத்தைக் காயப்படுத்திவிடும். தீ, நாவு இரண்டிற்கும் சுடுகின்ற ஒற்றுமை குணம் உள்ளது.

ஆனால் தீப்புண் ஆறிவிடும். நாவினால் சுட்ட புண் ஆறாது என்பது வேற்றுமை ஆகும்.

* **இல்பொருள் உவமை அணி** என்பது உலகில் இல்லாத பொருளை இருப்பது போல உவமையாக்கிக் கூறுவது ஆகும்.

(எ.கா) அன்பகத் தில்லா உயிர்வாழ்க்கை வன்பாற்கண்
வற்றல் மரத்தளிர்த் தற்று

அன்பில்லாதவனின் வாழ்க்கை பாலை நிலத்தில், பட்டுப்போன மரம் தளிர்விட்டு வளர்வது போன்றது.

v) நேரொன்றாசிரியத் தளை

A) அகர முதல **B)** நிலவரை நீன்புகழ்
C) பாரி பாரி **D)** யாதானும் நாடாமல்

விளக்கம்: **விடை : (C)**

அகர முதல

அக/ர – நிரை நேர் – புளி<u>மா</u>
முத/ல – <u>நிரை</u> நேர் – புளிமா
மா முன் நிரை – இயற்சீர் வெண்டளை

நிலவரை நீள் புகழ்

நில/வரை – நிரை நிரை – கரு<u>விளம்</u>
நீள்/புகழ் – <u>நேர்</u> நிரை – கூவிளம்
விளம் முன் நேர் – இயற்சீர் வெண்டளை

பாரி பாரி

பா/ரி – நேர் நேர் – <u>தேமா</u>
பா/ரி – <u>நேர்</u> நேர் – தேமா
மா முன் நேர் வருவது நேரொன்றா ஆசிரியத் தளை

யாதானும் நாடாமல்

யா/தா/னும் – நேர் நேர் நேர் – தேமாங்கா<u>ய்</u>
நா/டா/மல் – <u>நேர்</u> நேர் நேர் – தேமாங்காய்
காய் முன் நேர் – வெண்சீர் வெண்டளை

2. நிரப்புக (எவையேனும் மூன்றை மட்டும்) (3)

i) **ஊஞ்சல் கயிறு போல முன் பின்னாகப் பொருள் கொள்வது .... பொருள்கோள்.**

A) விற்பூட்டுப் பொருள்கோள் **B)** அடிமறிமாற்றுப் பொருள்கோள்

C) தாப்பிசைப் பொருள்கோள் **D)** மொழிமாற்றுப் பொருள்கோள்

விளக்கம்: **விடை : (C)**

தாப்பிசைப் பொருள்கோள்

தாம்பு + இசை – தாப்பிசை

ஊஞ்சல் கயிறு அசைவது போல செய்யுளின் நடுவில் அமைந்துள்ள சொல் செய்யுளின் முதலிலும் இறுதியிலும் அமைந்திருக்கும் சொற்களுடன் பொருந்திப் பொருளைத் தருவதாகும்.

(எ.கா) இறந்தார் இறந்தார் அனையர் சினத்தைத்
துறந்தார் துறந்தார் துணை

'சினத்தை' என்ற சொல்லை நடுவில் அமைத்து, சினத்தை உடையவர் இறந்தாரனையர் என்றும் சினத்தைத் துறந்தவர் மேலோர்களோடு ஒப்பிட்டுக் கூறக்கூடியவர் என்றும் பொருள் கொள்ளுதல் வேண்டும்.

ii) **இரும்பு + ஆணி என்பது .... எனப் புணரும்.**

A) இரும்பாணி **B)** இருப்பாணி

C) ஈராணி **D)** இருப்பணி

விளக்கம்: **விடை : (B)**

இரும்பு + ஆணி = இருப்பாணி

'உயிர்வரின் உக்குறள் மெய்விட்டோடும்' என்ற விதிப்படி. 'இரும்ப் + ஆணி' என்றானது. 'உடல்மேல் உயிர்வந்து ஒன்றுவது இயல்பே' என்ற விதிப்படி (ப் + ஆ – பா) இருப்பாணி என்று புணர்ந்தது.

iii) **எழுத்துத் தனியாகவோ, பல சேர்ந்தோ ஓசைபட பிரிந்து நிற்பது .... எனப்படும்.**

A) தளை **B)** அடி

C) அசை **D)** சீர்

விளக்கம்: **விடை : (C)**

- எழுத்துகள் தனித்தோ இணைந்தோ தக்க ஒலியுடன் சீருக்கு உறுப்பாகி நின்றால் அஃது '**அசை**' எனப்படும்.
- ஒன்று (அ) அதற்கு மேற்பட்ட அசைகள் இணைந்து வருவது **சீர்கள்** எனப்படும். ஓரசைச்சீர், ஈரசைச்சீர், மூவசைச் சீர், நாலசைச் சீர் என நான்கு வகைப்படும்.
- சீர்கள் பல அடுத்தடுத்து அமைவது '**அடி**' எனப்படும் குறளடி, சிந்தடி, அளவடி, நெடிலடி, கழிநெடிலடி என ஐந்து வகைப்படும்.
- சீர்கள் ஒன்றுடன் ஒன்று இயைந்து கட்டுப்பட்டு நிற்பது '**தளை**' ஆகும்.

தளையின் வகைகள்

1. ஆசிரியத் தளை
   - நேரொன்றா ஆசிரியத் தளை
   - நிரையொன்றா ஆசிரியத் தளை
2. வெண்டளை
   - இயற்சீர் வெண்டளை
   - வெண்சீர் வெண்டளை

3. கலித்தளை

4. வஞ்சித் தளை — ஒன்றிய வஞ்சித் தளை / ஒன்றாத வஞ்சித் தளை

iv) காய்முன் நேர் வரின் .... ஆகும்.

A) வெண்சீர் வெண்டளை B) இயற்சீர் வெண்டளை

C) கலித்தளை D) நேரொன்றாசிரியத் தளை

விளக்கம்: **விடை : (A)**

காய் முன் நேர் வருவது – வெண்சீர் வெண்டளை

மா முன் நிரை வருவது
விளம் முன் நேர் வருவது } – இயற்சீர் வெண்டளை

காய் முன் நிரை வருவது – கலித்தளை

மா முன் நேர் வருவது – நேரொன்றா ஆசிரியத்தளை

விளம் முன் நிரை வருவது – நிரையொன்றா ஆசிரியத்தளை

v) சொல்லையும் பொருளையும் வரிசையாக நிறுத்தி நேரே பொருள் கொள்வது

A) வேற்றுமையணி B) ஏகதேச உருவக அணி

C) நிரல் நிரையணி D) எடுத்துக்காட்டு உவவை அணி**விடை : (C)**

3. அடைப்புக் குறிக்குள் உள்ளவாறு மாற்றுக. (எவையேனும் மூன்றை மட்டும்) **(3)**

i) ஆறு + பாலம் (சேர்த்து எழுதுக)

A) அறுபாலம் B) ஆறுபாலம்

C) ஆற்று பாலம் D) ஆற்றுப்பாலம்

விளக்கம்: **விடை : (D)**

ட், ற் என்றும் இரு மெய்களோடு ஊர்ந்து வரும் நெடில் தொடர் உயிர்த்தொடர்க் குற்றியலுகரங்கள் வருமொழியோடு சேரும் போது ஒற்று இரட்டித்துப் புணரும்.

ஆறு + பாலம் → ஆற்று + பாலம் → ஆற்றுப்பாலம்

ii) சான்றாண்மை (அசை பிரித்து வாய்பாடு கூறுக)

A) புளிமாங்காய் B) தேமாங்காய்

C) கருவிளங்காய் D) கூவிளங்காய்

விளக்கம்: **விடை : (B)**

சான்/றாண்/மை

நேர் நேர் நேர் – தேமாங்காய்

iii) படும் (இறுதிச்சீரைக் கூறுக)

A) நாள் B) மலர்

C) காசு D) பிறப்பு

விளக்கம்: **விடை : (B)**

படும் – நிரை

இறுதிச் சீர் நிரையாக இருந்தால் அது 'மலர்' ஆகும்.

iv) உயர்வு + அடைந்தார் (சேர்த்து எழுதுக)

A) உயர்வுடைந்தார் B) உயரடைந்தார்

C) உயிரடைந்தார் D) உயர்வடைந்தார்

விளக்கம்: **விடை : (D)**

உயர்வு + அடைந்தார் – உயர்வடைந்தார்

'முற்றும் அற்று ஒரோ வழி' என்ற விதிப்படி, நிலைமொழி ஈற்றிலுள்ள உகரம் கெட்டு 'உயர்வ் + அடைந்தார்' என்றானது.

'உடல்மேல் உயிர்வந்து ஒன்றுவது இயல்பே' என்ற விதிப்படி 'உயர்வடைந்தார்' என்றானது.

v) கூவினான் (வாய்பாடு கூறுக.)

A) தேமா B) புளிமா

C) கருவிளம் D) கூவிளம்

விளக்கம்: **விடை : (D)**

கூ/வினான் – நேர் + நிரை – கூவிளம்

4. சரியான விடையளி. (மூன்றுக்கு மட்டும்) **(3)**

i) செந்தாமரை

A) கருவிளங்கனி B) கூவிளங்கனி

C) தேமாங்கனி D) புளிமாங்கனி

விளக்கம்: **விடை : (C)**

செந்/தா/மரை → நேர் + நேர் + நிரை – தேமாங்கனி

**ii) பீலிபெய் சாகாடும் அச்சிறும் அப்பண்டம்
சால மிகுத்துப் பெயின்**

A) வேற்றுமையணி B) நிரல் நிரையணி

C) ஏகதேச உருவக அணி D) பிறிதுமொழிதல் அணி **விடை : (D)**

**iii) இன்சொல் இனிதீன்றல் காண்பான் எவன்கொலோ
வன்சொல் வழங்கு வது**

A) பொழிப்பு மோனை B) இணை மோனை

C) ஒரூஉ மோனை D) கூழை மோனை

விளக்கம்: **விடை : (B)**

1 2
[இ]ன்சொல் [இ]னிதீன்றல் காண்பான் எவன்கொலோ

வன்சொல் வழங்கு வது.

1 மற்றும் 2 ஆம் சீர்களில் முதலெழுத்து ஒன்றி வருவதால் இது இணைமோனை ஆகும்.

iv) தமிழ்ப்பாடம்

A) தோன்றல் புணர்ச்சி B) திரிதல் புணர்ச்சி

C) கெடுதல் புணர்ச்சி D) இயல்புப் புணர்ச்சி

விளக்கம்: **விடை : (A)**

தமிழ் + பாடம் – தமிழ்ப்பாடம்

நிலைமொழிக்கும் வருமொழிக்கும் இடையில் 'ப்' தோன்றியுள்ளதால் இது தோன்றல் புணர்ச்சி ஆகும்.

**v) மாறாக் காதலர் மலைமறைந்தனரே
ஆறாக் கட்பனி வரலா னாவே
வேறா மென்தோள் வளை நெகிழும்மே
கூறாங் தோழி யான் வாழுமாறே**

A) தாப்பிசைப் பொருள்கோள்

B) அளைமறி பாப்புப் பொருள்கோள்

C) அடிமறிமாற்றுப் பொருள்கோள்

D) கொண்டு கூட்டுப் பொருள்கோள்

விளக்கம்: **விடை : (C)**

செய்யுளின் ஈரடிகளுக்குள் உள்ள அடிகளை முன்பின்னாக மாற்றிப் பொருள் கொண்டாலும் பொருளும் ஓசையும் சிதையாமல் வருவது அடிமறி மாற்றுப் பொருள்கோளாகும்.

இப்பாடலிலுள்ள அடிகளை முன்பின்னாக மாற்றிப் படித்தாலும் பொருளும் ஓசையும் சிதையாது.

5. சரியான சொற்றொடரைத் தேர்வு செய்க. (மூன்று மட்டும்) **(3)**

i) **A)** நிலைமொழயின் ஈற்றெழுத்துக் குற்றியலுகரமாக இருந்து, வருமொழியின் முதலெழுத்து உயிராக இருந்தால், நிலை மொழியிலுள்ள குற்றியலுகரம் தான் ஊர்ந்து வந்த வல்லின மெய்யை விட்டு நீங்கும்.

B) நிலைமொழியில் ஈற்றெழுத்துக் குற்றியலுகரமாக இருந்து, வருமொழியின் முதலெழுத்து உயிராக இருந்தால், நிலை மொழியிலுள்ள குற்றியலுகரம் தான் ஊர்ந்த வந்த வல்லின மெய்யை விட்டு நீங்காது.

C) நிலைமொழியின் ஈற்றெழுத்துக் குற்றியலுகரமாக இருந்து, வருமொழியின் முதலெழுத்து உயிராக இருந்தால், நிலை மொழியிலுள்ள குற்றியலுகரம் கெடும்.

D) நிலைமொழியின் ஈற்றெழுத்துக் குற்றியலுகரமாக இருந்து, வருமொழியின் முதலெழுத்து உயிராக இருந்தால், நிலை மொழியிலுள்ள குற்றியலுகரம் குற்றியலிகரமாகும்.

விளக்கம்: **விடை : (A)**

குற்றியலுகரப்புணர்ச்சி

நிலைமொழியின் ஈற்றெழுத்து குற்றியலுகரமாக இருந்து, வருமொழியின் முதலெழுத்து உயிரெழுத்தாக இருந்தால், 'உயிர் வரின் உக்குறள் மெய்விட்டோடும்' என்ற விதிப்படி குற்றியலுகரம் தான் ஊர்ந்து வந்த வல்லின மெய்யைவிட்டு நீங்கும்.

ii) **A)** வெண்பாவில் இயற்சீரும் வெண்சீரும் மட்டுமே வரும்.

B) வெண்பாவில் காய்ச்சீரும் கனிச்சீரும் மட்டுமே வரும்.

C) வெண்பாவில் காய்ச்சீரும் வெண்சீரும் மட்டுமே வரும்.

D) வெண்பாவில் இயற்சீரும் கனிச்சீரும் மட்டுமே வரும்.

விளக்கம்: **விடை : (A)**

வெண்பாவில் இயற்சீரும் (மாச்சீர், விளச்சீர்) வெண்சீரும் (காய்ச்சீர்) மட்டுமே அமையும்.

iii) **A)** அடிதோறும் மூன்று சீர்களைப் பெற்று வருவது 'சிந்தடி' எனப்படும்.

B) அடிதோறும் மூன்று சீர்களைப் பெற்று வருவது 'அளவடி' எனப்படும்.

C) அடிதோறும் மூன்று சீர்களைப் பெற்று வருவது 'நெடிலடி' எனப்படும்.

D) அடிதோறும் மூன்று சீர்களைப் பெற்று வருவது 'குறளடி' எனப்படும்.

விளக்கம்: **விடை : (A)**

அடி வகைகள்

குறளடி	–	இரண்டு சீர்கள்
சிந்தடி	–	மூன்று சீர்கள்
அளவடி	–	நான்கு சீர்கள்
நெடிலடி	–	ஐந்து சீர்கள்
கழிநெடிலடி	–	ஆறு சீர்கள்

iv) **A)** ஓர் அடியுள் முதற் சீரிலும் நான்காம் சீரிலும் முதலெழுத்து ஒன்றி வரத் தொடுப்பது ஒரூஉ. மோனை எனப்படும்.

B) ஓர் அடியுள் முதற் சீரிலும் நான்காம் சீரிலும் முதலெழுத்து ஒன்றி வரத் தொடுப்பது முற்று மோனை எனப்படும்.

C) ஓர் அடியுள் முதற் சீரிலும் நான்காம் சீரிலும் முதலெழுத்து ஒன்றி வரத் தொடுப்பது பொழிப்பு மோனை எனப்படும்.

D) ஓர் அடியுள் முதற் சீரிலும் நான்காம் சீரிலும் முதலெழுத்து ஒன்றி வரத் தொடுப்பது இணை மோனை எனப்படும்.

விளக்கம்: **விடை : (A)**

மோனை வகை	ஒன்றிவரும் சீர்கள்
இணை மோனை	1 மற்றும் 2–ஆம் சீர்கள்
பொழிப்பு மோனை	1 மற்றும் 3–ஆம் சீர்கள்
ஒரூஉ மோனை	1 மற்றும் 4–ஆம் சீர்கள்
கூழை மோனை	1, 2 மற்றும் 3–ஆம் சீர்கள்
மேற்கதுவாய் மோனை	1, 3 மற்றும் 4–ஆம் சீர்கள்
கீழ்க்கதுவாய் மோனை	1, 2 மற்றும் 4–ஆம் சீர்கள்
முற்று மோனை	1, 2, 3 மற்றும் 4–ஆம் சீர்கள்

v) **A)** உலகில் இல்லாத பொருள் ஒன்றுக்கு உவமையாக்கிக் கூறுவது உவமையணி எனப்படும்.

B) உலகில் இல்லாத பொருள் ஒன்றுக்கு உவமையாக்கிக் கூறுவது ஏகதேச உருவக அணி எனப்படும்.

C) உலகில் இல்லாத பொருள் ஒன்றுக்கு உவமையாக்கிக் கூறுவது இல்பொருள் உவமை அணி எனப்படும்.

D) உலகில் இல்லாத பொருள் ஒன்றுக்கு உவமையாக்கிக் கூறுவது நிரல் நிறை அணி எனப்படும்.

விடை : (C)

பிரிவு – ஈ

1. கீழ்வரும் பத்தியைப் படித்து அதனைத் தொடர்ந்து வரும் பல்விடை வினாக்களுக்கு உரிய சரியான விடைகளை எழுதுக. (5)

மலையும் கடலும் காடும் கொண்ட உலகம் பிறந்து அளவற்ற காலம் ஆகிவிட்டது. காய்கின்ற கதிரவன் சுழன்ற போது சிதறி வந்த ஒரு பகுதி, உருண்டை வடிவம் பெற்றுத் தானும் சுழன்றது. நெருப்புக் கோளமாக இருந்த அது, காலப்போக்கில் குளிர்ந்தது. நீரும் நிலமும் தோன்றின. உயிரினங்கள் வாழ்வதற்கேற்ற உயிர்க்கோளமாக அது மாறுவதற்குச் சுமார் நூற்றைம்பது கோடி ஆண்டுகளுக்கும் மேலானது. முதன் முதல் நீரில் உயிர்கள் தோன்றின. அவை நாளடைவில் நிலத்திலும் பரவின, பின்னர் அவை படிப்படியாக ஊர்வன, பறப்பன, நிற்பன, நடப்பன, மனிதன் என வளர்ச்சி நிலைகளைப் பெற்றன. காலம் என்னும் குயவன், சுழலும் உலகச் சக்கரத்தில் எண்ணற்ற உயிரினங்களை உருவாக்கினான். அண்டத்தில் நிலவும் சந்திரன், செவ்வாய் முதலான கோள்களில் உயிரினங்கள் வாழயிலா, நிலத்தில் மட்டுமே உயிர்கள் வாழ இயலுமாதலால் அதனை உயிர்க்கோளம் என வழங்குகிறோம்.

வினாக்கள் :

1. **உலகம், உயிர்க்கோளமாக மாறுவதற்கு எடுத்துக்கொண்ட காலஅளவு**
   A) சுமார் நூற்றி இருபத்தைந்து கோடி ஆண்டுகள்
   B) சுமார் இருநூற்று ஐம்பது கோடி ஆண்டுகள்
   C) சுமார் நூற்று ஐம்பது கோடி ஆண்டுகள்
   D) சுமார் முந்நூற்றைம்பது கோடி ஆண்டுகள் **விடை : (C)**

2. **உயிரினங்கள் வாழ இயலும் கோள்**
   A) சந்திரன் B) சூரியன்
   C) செவ்வாய் D) பூமி **விடை : (D)**

3. **கதிரவன் சுழன்ற போது சிதறிய ஒரு பகுதி**
   A) தட்டை வடிவம் பெற்று உடன் சுழன்றது
   B) கோள வடிவம் பெற்றுத் தானும் சுழன்றது
   C) உருண்டை வடிவம் பெற்றுத் தானும் சுழன்றது
   D) கோர வடிவம் பெற்றுத் தனியே சுழன்றது **விடை : (C)**

4. **காலம் என்னும் குயவன் உருவாக்கியவை**
   A) எண்ணற்ற உயிரினங்கள்
   B) எண்ணற்ற உயிர் – பயிரினங்கள்
   C) எண்ணற்ற மண்பாண்டங்கள்
   D) எண்ணற்ற பொம்மைகள் **விடை : (A)**

5. **முதன் முதல் உயிர்கள்**
   A) நிலத்தில் தோன்றின B) மலையில் தோன்றின
   C) காட்டில் தோன்றின D) நீரில் தோன்றின **விடை : (D)**

2. **கீழ்வரும் பத்தியைப் படித்து அதனைத் தொடர்ந்து வரும் பல்விடை வினாக்களுக்கு உரிய சரியான விடைகளை எழுதுக.** **(5)**

புதுச்சேரியில் வாழ்ந்த முனுசாமி என்ற நெசவாளி தில்லையாடி என்னும் ஊரில் பிறந்த மங்களம் என்ற மங்கையை மணந்தார். திருமணத்திற்குப் பின்னர் நெசவுத் தொழில் செய்து வாழ்ந்து வந்தனர். ஆங்கிலேயர்கள் தம் நாட்டுத் துணிகளை இந்தியாவுக்குக் கொண்டு வந்து விற்பனை செய்ததால் நம் நாட்டில் உற்பத்தி செய்த துணிகளின் விலை குறைந்தது. நெசவுத் தொழில் பாதிக்கப்பட்டது. வறுமையின் காரணமாக முனுசாமி தென் ஆப்பிரிக்காவுக்குச் சென்று மனைவியோடு குடியேறினார். அங்கு 'ஜோகன்ஸ்பர்க்' என்ற நகரத்தில் சிறிய காய்கறிக்கடை நடத்தினார். இந்நிலையில் இவர்களுக்கு 1898–ஆம் ஆண்டு பெண் குழந்தையொன்று பிறந்தது. அக் குழந்தையே வீர மங்கை வள்ளியம்மை ஆவார்.

வினாக்கள் :

1. **முனுசாமி செய்து வந்த தொழில்**
   A) நெசவுத் தொழில்
   B) மண்பாண்டம் செய்தல்
   C) பயிர்த்தொழில்
   D) பொம்மை செய்யும் தொழில் **விடை : (A)**

2. **வள்ளியம்மையின் தாயார் பெயர்**
   A) மங்கம்மா B) மங்களம்
   C) தில்லையாடி D) மங்கை **விடை : (B)**

3. நம் நாட்டுத் துணிகளின் விலை குறையக் காரணம்
   A) உற்பத்தியின்மை
   B) அதிக உற்பத்தி
   C) வெளிநாட்டுத் துணிகளின் வருகை
   D) தரமின்மை   விடை : (C)

4. தென் ஆப்பிரிக்காவில் முனுசாமி செய்து வந்த வியாபாரம்
   A) காய்கறி   B) துணி
   C) தானியம்   D) இரும்புச் சாமான்   விடை : (A)

5. தில்லையாடி வள்ளியம்மை பிறந்த ஆண்டு
   A) 1898   B) 1878
   C) 1988   D) 1897   விடை : (A)

3. கீழ்க்காணும் பாடல் அடிகளைப் படித்து அதனைத் தொடர்ந்து வரும் வினாக்களுக்கு உரிய விடைகளை எழுதுக.   (4)

   உதிர்காலம் இனிமேலே யாருக்கு?
   நெஞ்சம் ஓட்டை அடைந்து – பிறர்
   தேட்டைக் கவர்ந்து பிழைப்பாருக்கு.
   வரும் எதிர்காலம் இனிமேலே யாருக்கு?
   கையால் ஏரைப்பிடித்து – நெற்றி
   நீரைச் சிந்தி உழைப்பாருக்கு.
   சிறைச்சாலை இனிமேலே யாருக்கு?
   பொருள் தேக்கிப் புதைத்துச் – சிறு
   பாக்கி பறித்து வதைப்பாருக்கு

வினாக்கள் :

1. அழிவு காலம் யாருக்கு?
   A) பிறர் செல்வத்தை விரும்பாதவருக்கு
   B) பிறர் செல்வத்தை அழிப்பவருக்கு
   C) பிறர் செல்வத்தைக் கவர்ந்து பிழைப்பவருக்கு
   D) உள்ளத்தில் பேராசை இல்லாதவர்களுக்கு   விடை : (C)

2. நல்ல எதிர்காலம் யாருக்கு?
   A) உழைப்பவர்களுக்கு   B) சோம்பேறிகளுக்கு
   C) செல்வர்களுக்கு   D) ஏமாற்றுபவர்களுக்கு   விடை : (A)

3. 'தேட்டை' என்னும் சொல்லின் பொருள்
   A) கேட்டை   B) வேட்டை
   C) செல்வம்   D) வறுமை   விடை : (C)

4. சிறைச்சாலைக்குச் செல்லப் போவோர்கள் எவர்?
   A) அதிகம் பொருள் சேர்ப்பவர்
   B) அதிகம் பொருள் சேர்த்துப் பதுக்கி வைப்பவர்
   C) செல்வத்தைப் பதுக்குவதோடு வறியவரை வதைப்பவர்
   D) உலக நன்மைக்கு வளம் பெருக்குபவர்   விடை : (C)

மாதிரி வினாத்தாள் (10-ஆம் வகுப்பு)

காலம் : 3 மணி நேரம் | மொத்த மதிப்பெண்கள் : 80

இக்கேள்வித் தாள் நான்கு பிரிவுகளைக் கொண்டது.

பிரிவு:	(அ)	படித்தல் (உரைநடைப் பகுதி)	– 15 மதிப்பெண்கள்
பிரிவு:	(ஆ)	எழுதுதல்	– 14 மதிப்பெண்கள்
பிரிவு:	(இ)	இலக்கணம்	– 15 மதிப்பெண்கள்
பிரிவு:	(ஈ)	இலக்கியம்	– 36 மதிப்பெண்கள்

* **எல்லா வினாக்களுக்கும் கட்டாயம் விடையளிக்கப்பட வேண்டும்.**
* **ஒவ்வொரு வினாவிற்கும் உரிய மதிப்பெண்கள் அதனதன் இடத்தில் குறிப்பிடப்பட்டுள்ளன.**

பிரிவு – அ

1. **கீழ்வரும் பத்தியைப் படித்து அதனைத் தொடர்ந்து வரும் பல்விடை வினாக்களுக்குரிய சரியான விடைகளைத் தேர்ந்தெடுத்து எழுதுக: (5)**

சிலி நாட்டில் ஒரு சுரங்கம். அது பூமிக்கடியில் ஈராயிரம் அடி ஆழம் உடையது. தங்கமும், தாமிரமும் எடுப்பதற்காக வெட்டப்பட்ட சுரங்கம் அது. அங்கு ஒருநாள் பெரிய விபத்து நேர்ந்தது. கீழே சுரங்கத்தில் வேலை செய்த முப்பத்து மூன்று தொழிலாளர்கள் மேலே வர இயலாதவாறு சுரங்கம் இடிந்து மண் மூடியது. அறுபத்தொன்பது நாட்கள் போராட்டம். சிலி நாட்டு அரசின் அனைத்துத் துறைகளும் அவர்களை வெளிக்கொணரப் பெரிதும் முயன்றன.

உள்ளே சிக்கிக் கொண்டவர்கள் சூரியனைக் காணாது நாளும் அல்லல்பட்டாலும் மனந்தளராது இருந்தனர். பூமியின் மேலிருந்து துளைபோட்டு அதன்வழியே உணவும், மருந்தும் அவர்களுக்கு அனுப்பப்பட்டன. உள்ளேயிருந்தவர்கள் மனம் தளராது முறையாக அவற்றைப் பங்கிட்டு உண்டு, வெளியே வரக் காத்திருந்தனர். அவர்களை மீட்கப் பெருந்துளைப் போட்டு அதன்வழியே மீட்புக் குழாயை மீட்புப் படையினர் அனுப்பினர். சுரங்கத்தில் உள்ள ஒவ்வொருவரும் துணிவுடன் பயப்படாது, விரைவு காட்டாது ஒருவர் பின் ஒருவராக வெளியே வந்தனர். சிலிநாட்டு அதிபரே அங்கு காத்திருந்து அவர்களை வரவேற்றார்.

சிலிநாட்டுச் சுரங்கப் பணியாளர்கள் மீட்கப்பட்ட அருஞ்செயல் மண்ணில் மகத்தான மனித சாதனையாகும்.

வினாக்கள் :

1. **தொழிலாளர்கள் எத்தனை பேர்?**

   A) முப்பது B) முப்பத்து மூன்று

   C) முப்பத்தொன்பது D) முப்பத்தாறு **விடை : (B)**

2. **சுரங்கத்துல் சிக்கிக் கொண்டவர்கள் எதனைக் காணாது அல்லல் பட்டனர்?**
A) பூமி B) சூரியன்
C) விண்மீன் D) சந்திரன் **விடை : (B)**

3. **எவற்றை எடுப்பதற்காகச் சுரங்கம் வெட்டப்பட்டது?**
A) தாமிரம், இரும்பு B) தங்கம், தாமிரம்
C) தாமிரம், பித்தளை D) தங்கம், இரும்பு **விடை : (B)**

4. **சுரங்கத்தின் ஆழம் எவ்வளவு?**
A) மூவாயிரம் அடி B) நாலாயிரம் அடி
C) ஆயிரம் அடி D) ஈராயிரம் அடி **விடை : (D)**

5. **தொழிலாளர்களைக் காத்திருந்து வரவேற்றவர் யார்?**
A) சிலிநாட்டு மன்னர் B) சிலிநாட்டு அதிபர்
C) சிலிநாட்டு அரசர் D) சிலிநாட்டு தொழிலாளர் **விடை : (B)**

2. **கீழ்வரும் பத்தியைப் படித்து அதனைத் தொடர்ந்து வரும் பல்விடை வினாக்களுக்குரிய சரியான விடைகளைத் தேர்ந்தெடுத்து எழுதுக: (5)**

சுமார் 2800 ஆண்டுகளுக்கு முன்பிருந்தே தமிழ்நாட்டில் செப்புப் படிமக்கலை மிக உன்னத நிலையில் வளர்ச்சி பெற்றிருந்தது. திருநெல்வேலி மாவட்டம் ஆதிச்சநல்லூரில் கிடைத்துள்ள தெய்வச் செப்புத் திருமேனி இதற்குத் தக்கதொரு சான்றாகும். தமிழ்நாட்டில் பல்லவர்கள் காலத்தில் செப்புத் திருமேனிகளை உருவாக்கும் முறை தொடங்கியது. கூரம் நடராசர், கொடுமுடி திருபுராந்தகர், திரிபுர சுந்தரி போன்ற படிமங்களைப் பல்லவர் காலத் திருமேனிகளுக்கு எடுத்துக்காட்டாகக் கூறலாம். சிற்பங்களில் காணப்பெறும் அதே கலைப் பாணியைச் செப்பத் திருமேனிகளிலும் காணலாம்.

செப்புத் திருமேனியின் பொற்காலம் எனச் சோழர் காலத்தைக் குறிப்பிடலாம். எண்ணிக்கையிலும் அதிக அளவில் சோழர் காலத்தில்தான் செய்யப்பட்டிருக்கின்றன. செம்பியன் மாதேவி போன்ற சோழப் பேரரசி செப்புத் திருமேனிகள் செய்தளிப்பதைத் தாம் இம்மண்ணுலகில் பிறந்ததன் கடமை என்று எண்ணினர். சோழர் காலத்துத் திருமேனிகள் கலை அழகும், கடவுள் தன்மையும் பொருத்தியவை. சிற்பக்கலை எவ்வாறு பிற்காலத்தில் சீரழிந்ததோ அதேபோன்று செப்புப் படிமக்கலையும் விசயநகர காலத்தில் சிறப்பிழந்து காணப்பட்டது.

வினாக்கள் :

1. **பல்லவர் கால செப்புத் திருமேனிகளுள் ஒன்று?**
A) திரிபுரசுந்தரி B) திகம்பர சுந்தரி
C) தில்லையம்பலச் சுந்தரி D) சுந்தரி **விடை : (A)**

2. **செப்புத் திருமேனிகளின் பொற்காலம் எது?**
A) பாண்டியன் B) சேரர்
C) சோழர் D) புத்தர் **விடை : (C)**

3. **செப்புப் படிமங்கள் அதிகமாகக் கிடைக்கப்படும் மாவட்டம் எது?**
A) திண்டுக்கல் B) திருநெல்வேலி
C) ஆதிச்சநல்லூர் D) திருச்சி **விடை : (C)**

4. **செம்பியன் மாதேவி எந்நாட்டுப் பேரரசி?**
A) பாண்டியநாடு B) பல்லவநாடு
C) சோழநாடு D) வடநாடு **விடை : (C)**

5. **எம்மன்னனுடைய ஆட்சிக் காலத்தில் படிமக்கலை வளர்ச்சி குன்றியது?**
A) பல்லவ அரசு **B)** விசயநகர அரசு
C) பாண்டிய அரசு **D)** சோழ அரசு **விடை : (B)**

3. **பின்வரும் பத்தியைப் படித்து அதனை மூன்றில் ஒரு பங்காகச் சுருக்கி எழுதுக:** **(5)**

நம் நாட்டின் முதுகெலும்பாக விளங்குவன கிராமங்கள்தாம். இந்தியாவின் செல்வம் என்றால் நம் மண்ணில் விளையும் அனைத்து உணவுப் பொருட்களே, நம்மை நினைவுப்படுத்தும். கிராமங்களில் நிலவிவரும் கல்வி அறியாமையும், மூடநம்பிக்கையான எண்ணங்களையும் ஒழிக்க நம் முன்னோர்கள் காலங்காலமாகப் பாடுபட்டு வந்தனர்.

"எண்ணென்ப ஏனை எழுத்தென்ப இவ்விரண்டும் கண்ணென்ப வாழும் உயிர்க்கு" எனக் கல்வியின் சிறப்பை அழகாகக் கூறினார் வள்ளுவர். ஒவ்வோர் இளம் வித்தின் கல்வி அறிவே, அந்நாட்டின் முன்னேற்றத்திற்கான அஸ்திவாரம் என்றார் ஓர் அறிஞர். நாம் அனைவரும் நம்மால் முயன்ற அளவு பாடுபட்டு கல்லாமை என்னும் நோயை நம் நாட்டை விட்டே ஓட்டுவோம். அதுவே, நம் இலட்சியத்தின் முதற்படி.

நாம் கூறியது போல கிராமங்கள்தாம் நாட்டின் சுவாசக் காற்று. அவை இப்போது கொஞ்சம் கொஞ்சமாக அழியத் தொடங்கி உள்ளன. நாகரிகம் வளர வளர, மக்கள் மண்வாசனையை அடியோடு மறக்கும் துயர நிலையை இனியும் தொடர விடாமல் இளைஞர்களாகிய நாம் நம் மூத்தவர்களுக்குக் கிராமங்களின் முக்கியத்துவத்தைப் புரியவைக்க வேண்டும். விவசாயம் என்பது ஒரு புனிதமான வேலை. நம் நாட்டின் செல்வம் என்றால் அதில் பசுமையும் ஒன்றே தவிர பணமும் பொருளும் இருந்தால் மட்டுமே அந்த நாடு ஒரு நாடு வல்லரசு நாடாகாது. இதை நமக்கு உணர்த்தவே நமது தேசியக் கொடியில் பச்சை நிறத்தைச் சேர்த்துள்ளனர் நம் முன்னோர்கள்.

விளக்கம்:

திருத்தப்படாத படி

நம்நாட்டின் முதுகெலும்பாக விளங்கும் கிராமங்களில்தான் அனைத்து உணவுப் பொருள்களும் விளைகின்றன. அங்கு நிலவும் கல்லாமையும் மூடநம்பிக்கைகளையும் ஒழிப்பதற்கு நம் முன்னோர்கள் பாடுபட்டனர்.

"எண்ணென்ப ஏனை எழுத்தென்ப இவ்விரண்டும்
கண்ணென்ப வாழும் உயிர்க்கு" என்ற வள்ளுவரின் வாக்கிற்கிணங்க கல்லாமையை நம்நாட்டை விட்டே ஓட்டுவதுதான் நமது இலட்சியம்.

நமது சுவாசக் காற்றாக விளங்கும் கிராமங்கள் தமது முக்கியத்துவத்தை இழந்து, நாகரிகத்தின் பக்கம் திரும்பியுள்ளது. பொருளாதாரம் மட்டுமே ஒரு நாட்டை வல்லரசு நாடாக்காது விவசாயம் மட்டுமே ஒரு நாட்டின் உண்மையான செல்வம். அதனால்தான் நமது தேசியக் கொடியில் பச்சை நிறம் சேர்க்கப்பட்டுள்ளது.

திருந்திய படி

அனைத்து உணவுப் பொருள்களும் விளையும் நம்நாட்டின் முதுகெலும்பாக விளங்கும் கிராமங்கள் தமது முக்கியத்துவத்தை இழந்து, நாகரிகத்தின் வழி சென்று கொண்டிருக்கிறது. வள்ளுவரின் வாக்கிற்கிணங்க கல்வியின் பெருமை மற்றும் விவசாயத்தின் மேன்மை ஆகியவற்றை உணர்ந்து நாம் செயல்பட வேண்டும். நமது சுவாசக் காற்றாக விளங்கும் கிராமங்களின் பசுமையை உயர்த்த விவசாயம்தான் அச்சாணியாகும். பணம் மட்டுமே ஒரு நாட்டை வல்லரசாக உயர்த்தாது.

பிரிவு – ஆ

4. **கொடுக்கப்பட்ட தலைப்புகளுள் ஒரு தலைப்பில் கடிதம் ஒன்று எழுதுக:** **(6)**

A) நடைபாதைக் கடைகளை நீக்கக் கோரி பெருநகர சென்னை மாநகராட்சி ஆணையருக்குக் கடிதம் ஒன்று எழுதுக.

06-12-2022
சென்னை

அனுப்புநர்

எழிலன்,
எண். 15, கம்பன் வீதி,
அமைந்தகரை,
சென்னை – 29.

பெறுநர்

மாநகராட்சி ஆணையர் அவர்கள்,
சென்னை மாநகராட்சி,
சென்னை.

மதிப்பிற்குரிய ஐயா!

பொருள்: நடைபாதைக் கடைகளை நீக்கக் கோரி விண்ணப்பம்.

வணக்கம்! நான் வசிக்கும் பகுதியிலும் பள்ளிக்கு அருகிலும் ஏராளமான நடைபாதைக் கடைகள் உள்ளன. அவை சாலையை ஆக்கிரமித்ததுடன் போக்குவரத்திற்கும் இடையூறாக உள்ளன. இதனால் காலத் தாமதமும் விபத்துகளும் ஏற்படுகின்றன. எனவே, தாங்கள் விரைவில் இப்பகுதியில் உள்ள நடைபாதைக் கடைகளை நீக்குமாறு பணிவன்புடன் கேட்டுக் கொள்கின்றேன்.

நன்றி!

இப்படிக்கு,
தங்கள் உண்மையுள்ள
எழிலன்

உறைமேல் முகவரி:
பெறுநர்
மாநகராட்சி ஆணையர் அவர்கள்,
சென்னை மாநகராட்சி,
சென்னை.

(அல்லது)

B) உம் பள்ளியில் நடந்த விளையாட்டுத் தின நிகழ்ச்சி குறித்து நண்பனுக்குக் கடிதம் எழுதுக.

(எக்கடிதமாயினும் உன் முகவரி : எழிலன் / எழிலி, எண். 15, கம்பன் வீதி, அமைந்தகரை, சென்னை–29 எனக் கொள்க)

06-12-2022
சென்னை

அன்பு நண்பனுக்கு,

நலம் நலமறிய ஆவல். 2022 டிசம்பர் 2 அன்று எங்கள் பள்ளியில் நடைபெற்ற விளையாட்டுத் தின நிகழ்ச்சி குறித்து உன்னிடம் பகிர்ந்துகொள்வதில் மகிழ்ச்சி. விளையாட்டுத் தின சிறப்பு விருந்தினராக எங்கள் பள்ளிக்கு தேசிய விளையாட்டுப் போட்டியில் தடகளத்தில் பதக்கம் வென்ற முன்னாள் விளையாட்டு வீரர் வருகை தந்தார். இந்நிகழ்ச்சியில் அவர் விளையாட்டு துறையில் புரிந்த சாதனைகளையும் அவரின் அனுபவங்களையும் எங்களிடம் பகிர்ந்தார். மேலும் பல விதமான விளையாட்டுப்

போட்டிகள் நடைபெற்றன. நான் 500 மீ ஓட்டத்திலும் உயரம் தாண்டுதலிலும் முதல் பரிசினை வென்றேன். இதனை உன்னிடம் பகிர்ந்து கொள்வதில் மிகுந்த மகிழ்ச்சி அடைகிறேன். எங்கள் பள்ளியில் நடைபெறவுள்ள ஆண்டு விழாவிற்கு நீ வந்தால் எனக்கு மிகவும் மகிழ்ச்சியாக இருக்கும். ஆதலால் கண்டிப்பாக உன் வருகையை எதிர்பார்த்துக் காத்திருப்பேன்.

இவண்,
உன் அன்பு நண்பன்

உறைமேல் முகவரி:
பெறுநர்
 எழிலன்,
 எண். 15, கம்பன் வீதி,
 அமைந்தகரை,
 சென்னை – 29.

5. கொடுக்கப்பட்ட தலைப்புகளுள் ஏதேனும் ஒரு குறிப்பினைப் பயன்படுத்தி கட்டுரை ஒன்று எழுதுக: (8)

 A) தலைப்பு – முன்னுரை – இராஜராஜ சோழன் – பெரிய கோயிலின் சிறப்புகள் – கல்வெட்டுகள் – பாதுகாப்பு நடவடிக்கைகள் – முடிவுரை.

தரணி போற்றும் தஞ்சைப் பெரிய கோயில்

முன்னுரை

 "சேரநாடு வேழமுடைத்து, சோழநாடு சோறுடைத்து, பாண்டியநாடு முத்துடைத்து, தொண்டைநாடு சான்றோர்கள் உடைத்து" என்பது தமிழர் பெருமை கூறும் பழமொழியாகும். 'சோழநாடு சோறுடைத்து' என்பதிலிருந்து நிலவளம் மிக்க நாடு சோழநாடு என்பதை நாம் அறிந்து கொள்ளலாம். அத்தகு பெருமைமிக்க சோழநாடு தமிழகத்தின் நெற்களஞ்சியமாம் தஞ்சையைத் தலைநகராகக் கொண்டிருந்தது. வளமான நிலங்கள், திறமையான கலைஞர்கள் மட்டுமின்றி தரணி போற்றும் பெரிய கோயிலையும் தன்கத்தே கொண்டது தஞ்சை மாநகரம். வரலாற்றுப் புகழ் பெற்ற தஞ்சைப் பெரிய கோயில் பற்றி இக்கட்டுரையில் காண்போம்.

இராஜராஜ சோழன்

 சோழ வம்சத்தில் முப்பது ஆண்டுகளுக்கும் மேல் பேரரசராயிருந்து ஆட்சி புரிந்தவர் இராஜராஜ சோழன் ஆவார். இவர் கடல் கடந்து சென்று தமிழாட்சியை நடத்தியவர். இராஜதந்திரத்தில் இவருக்கு நிகர் இவரேதான். தேவாரம் போன்ற தமிழ் இலக்கியங்களை தேடியெடுத்து அழியாமல் காத்த பெருமை இவருக்குண்டு. புலவர்களை ஆதரித்தும் பல ஆலயங்களை சீரமைத்தும் நற்பணிகள் செய்துள்ளார். அவர் செய்த இறைப்பணிகளிலேயே இமாலயப் பணி தஞ்சைப் பெரிய கோயிலைக் கட்டியதுதான்.

பெரிய கோயிலின் சிறப்புகள்

 கோயிலின் மூல தெய்வமான லிங்க உருவிலுள்ள சிவன் பிரகதீஸ்வரர் என்றழைக்கப்படுகிறார். மூலவரின் எதிரே நந்தி சிலை பெரிய அளவில் கல்லினால் அமைக்கப்பட்டுள்ளது. இக்கோயிலின் கருவறையில் அமைந்துள்ள லிங்கம் ஒரே கல்லினால் ஆனது. இதைப் போல் வெறெங்கும் காண முடியாது.

இத்தெய்வத்தின் எதிரேயுள்ள நந்தி சிலை மிகப் பெரியதாகவும் நாக்கை சுழற்றியபடி இருப்பது காண்போரை வியக்க வைக்கும் கலைப் பெட்டகம் ஆகும்.

இங்கு கருவறை மீதுள்ள கோபுரம் 216 அடி உயரத்தில் எழுப்பப்பட்டு பேரழகுடன் கட்டடக் கலைக்கு சான்றாய்த் திகழ்கின்றது. கோபுரத்தின் மேலே பல டன்கள் எடையுடன் கூடிய ஒற்றைக் கல், மையத்தில் வைத்துக் கட்டப்பட்டுள்ளது. இக்கல்லானது யானைகளின் உதவியுடன் உருட்டிக் கொண்டுவரப்பட்டது. பின் பன்னிரு மைல் தொலைவிலிருந்த **'சாரப்பள்ளம்'** என்ற இடத்திலிருந்து கோபுரத்தின் உயரத்திற்கு சாய்வான தளம் அமைக்கப்பட்டு, அதன் மூலம் கோபுரத்தின் உச்சிக்கு ஏற்றப்பட்டுள்ளது. இது அக்காலச் சிற்பிகளின் அறிவுத் திறமைக்கும் தொழில்நுட்பத் திறமைக்கும் ஓர் எடுத்துக்காட்டாகும்.

கோயிலினுள் விநாயகர், முருகன், சண்டேஸ்வரர் மூவருக்கும் தனித்தனி கோயில் உள்ளது. சிவனுக்கு இடப்பகுதியில் அம்மனுக்கு சன்னதி உள்ளது. கோயிலின் உள்ளே இராஜராஜனுக்கு உலோகத்தாலான சிலை அமைத்து வழிபாடு செய்யப்படுகிறது. வருடந்தோறும் இராஜராஜன் பிறந்தநாளான சதய நாளில் சிறப்புடன் விழா நடத்தப்படுகிறது.

கல்வெட்டுகள்

அக்காலக் கோயில்களில் கோயிலைக் கட்டியதற்குச் சான்றாய்த் திகழ்வது கல்வெட்டுகளேயாகும். இக்கோயிலில் கல்வெட்டுகள் மிகுதியாகக் காணப்படுகின்றன. கோயில் கட்டியதற்கான கல்வெட்டு, கோயிலுக்கு வழங்கப்பட்ட நிலங்கள் என்று பல்வேறு விதமான கல்வெட்டுகள் அமைந்துள்ளன. இவ்வாறு பல கல்வெட்டுகள் இருந்தாலும் **"இக்கோயிலை எனக்குப் பிறகு எழில் குன்றாமல் பரிபாலித்து வருபவர்கள் அடியிரண்டும் முடிமேலன்"** என்று இராஜராஜன் அறிவித்துள்ள கல்வெட்டு மிகச் சிறப்புடையது.

பாதுகாப்பு நடவடிக்கைகள்

அந்தக் காலத்தில் அந்நியர் படையெடுப்பின் போது இக்கோயிலுக்கு பாதிப்பு ஏற்படக்கூடாது என்று கோயிலைச் சுற்றி **'அகழி'** அமைக்கப்பட்டு அதில் முதலைகள் விடப்பட்டிருந்தன. இப்போதும் இக்கோயிலைப் பாதுகாக்கும் பொருட்டு அந்நியப் படையெடுப்பு நேர்ந்தாலும் **'இக்கோயில் பாதுகாக்கப்பட வேண்டிய சின்னங்களுள் ஒன்று'** என உலகளவில் அறிவிக்கப்பட்டுள்ளது.

முடிவுரை

காலங்களை கடந்து நிற்கும் பேரழகான தஞ்சைப் பெரிய கோயிலின் அமைப்பு கெடாவண்ணம் பாதுகாக்கும் கடமை ஒவ்வொரு தமிழனுக்கும் உண்டு.

B) தலைப்பு – முன்னுரை – பண்டைய மகளிர் – இடைக்கால மகளிர் – பெண்களின் மகுடம் – இன்றைய மகளிர் – முடிவுரை.

பெண் கல்வி

முன்னுரை

"பட்டங்கள் ஆள்வதும் சட்டங்கள் செய்வதும் பாரினில் பெண்கள் நடத்த வந்தோம்" என்று பாரதி பெருமிதத்துடன் பாடினார். ஆண்களுக்குச் சரிநிகர் சமானமாக இன்று எல்லாத்துறைகளிலும் பெண்கள் பதவி வகிக்கின்றனர். அதற்குக் காரணம் பெண் கல்விதான்.

பண்டை மகளிர்

பண்டைத் தமிழகத்தில் பெண்கள் மிகுந்த கல்வியறிவு உடையவர்களாகவும், செய்யுள் இயற்றும் புலவர்களாகவும் விளங்கினர். ஔவையார், காக்கைப்பாடினியார்,

வெள்ளிவீதியார், காரைக்கால் அம்மையார், ஆண்டாள் போன்ற பெண்பாற்புலவர்கள் புகழ்பெற்று விளங்கினார்கள். அவர்கள் பெற்றிருந்த கல்வியறிவுதான் அதற்குக் காரணமாகும். அந்தக் காலத்தில் அவர்களுக்கு முழு சுதந்திரம் கொடுக்கப்பட்டிருந்தது.

இடைக்கால மகளிர்

இடைக்காலத்தில் அதாவது மன்னராட்சி முடிவுக்கு வந்து, ஆங்கிலேயர் நம்மை ஆளத் தொடங்கிய காலம் ஆகும். அந்தக் காலக்கட்டங்களில் மகளிரின் சுதந்திரம் பறிக்கப்பட்டு 'அடுப்பூதும் பெண்களுக்குப் படிப்பு எதற்கு?' என்ற நிலையில் பெண்களை வீட்டுக்குள்ளே பூட்டி வைத்தனர். அந்த நிலையை மாற்றியமைக்க நமது காந்தியடிகள், இராஜாராம் மோகன்ராய், திரு.வி.க., பாரதியார், பாரதிதாசன், ஈ.வெ.ரா. பெரியார் போன்றோர் அரும்பாடுபட்டனர்.

பெண்களின் மகுடம்

சான்றோர்கள் பலர் பாடுபட்டதன் விளைவாக பெண்கள் கல்வி கற்க ஆரம்பித்தனர். அதில் மாபெரும் புரட்சி செய்தவர் டாக்டர் முத்துலட்சுமி அம்மையார் ஆவார். பெண்கள் பள்ளிக்குச் செல்ல முடியாத காலத்தில் துணிவுடன் புதுக்கோட்டை ஆண்கள் கல்லூரியில் படித்துப் பட்டம் பெற்ற முதல் பெண்மணியும் இவர்தான். மருத்துவராகப் பட்டம் பெற்ற முதல் இந்தியப் பெண்மணியும் இவர்தான் மகளிர் கல்விக்காகவும் விடுதலைக்காகவும் பாடுபட்டதுடன், குழந்தைத் திருமணம், தேவதாசி முறை போன்றவற்றை ஒழிக்கவும் பாடுபட்டார். அவர் மறைந்துவிட்டாலும் இன்றைய மகளிரின் வழிகாட்டியாக மணிமகுடமாகத் திகழ்கிறார்.

இன்றைய மகளிர்

'எட்டும் அறிவினில் ஆணுக்கு பெண் இங்கே இளைப்பில்லை காணென்று கும்மியடி' என்ற பாரதியின் வாக்கிற்கு இணங்க இன்றைய மகளிர் கல்வி, விளையாட்டு, விண்வெளி ஆராய்ச்சி, மருத்துவம், சட்டம், அரசியல் என்று எல்லாத் துறைகளிலும் புகழ்பெற்று விளங்குகிறார்கள். அதற்குக் காரணம் அவர்கள் பெற்ற கல்வியறிவு, சான்றோர்கள் கொடுத்த ஊக்கம் போன்றவைதான் காரணமாகும்.

முடிவுரை

"கல்வியில்லாப் பெண்கள் களர்நிலம் போன்றவர்கள். அங்கு புற்கள் விளையுமேயன்றி நல்ல புதல்வர்கள் பிறப்பதில்லை" என்று பாரதிதாசன் கூறினார். ஏனென்றால், ஓர் ஆண் கல்வி கற்றால் அது அவனுக்கு மட்டுமே உதவி செய்யும். ஆனால் ஒரு பெண் கல்வி கற்றால் அந்தக் குடும்பமே முன்னேறும். ஒவ்வொரு குடும்பமும் இவ்வாறு முன்னேறினால் நாடும் முன்னேறும்.

C) தலைப்பு – முன்னுரை – ஒற்றுமையின் அடித்தளம் – ஒற்றுமையின் பயன் – ஒற்றுமையை பாதுகாத்தல் – ஒன்றுபட்டால் உண்டு வாழ்வு – முடிவுரை.

ஒன்றுபட்டால் உண்டு வாழ்வு

முன்னுரை

"ஒன்றுபட்டால் உண்டு வாழ்வு – நம்மில்
ஒற்றுமை நீங்கிடில் அனைவர்க்கும் தாழ்வே"

என்று பாரதியார் கூறியுள்ளார். விலங்குகள், பறவைகள், ஊர்வன போன்ற உயிர்கள் கூட்டம் கூட்டமாக ஒற்றுமையாக வாழ்கின்றன. அப்படியிருக்கும் போது ஆறறிவு படைத்த மனிதன் ஒற்றுமையாக வாழ்வதுதான் நியதி.

ஒற்றுமையின் அடித்தளம்

'ஐந்தில் வளையாதது ஐம்பதில் வளையாது' என்பார்கள். அதுபோல குழந்தைகளிடம் பெரியவர்கள் ஒற்றுமையுணர்வை சிறு வயதிலிருந்தே சொல்லிக் கொடுக்க வேண்டும். ஒற்றுமையை வளர்க்கும் நீதிநெறிக் கதைகளைச் சொல்லிக் கொடுக்க வேண்டும். பெரியோர்கள் சொல்லிக் கொடுக்கும் செய்தி, கதைகள், பழமொழிகள் என்று எதுவாக இருந்தாலும் குழந்தைகள் மனதில் ஆழப் பதிந்துவிடும். இன்றைய இயந்திர வாழ்க்கையில் பெற்றோர்கள் வேலைக்குச் சென்றுவிடுவதால், வீட்டிலுள்ள தாத்தா, பாட்டி போன்றவர்களால் மட்டுமே குழந்தைகளிடம் ஒற்றுமையை வளர்க்கும் பண்புகளைச் சொல்லித்தர முடியும். அவர்களையடுத்து, குழந்தைகளிடம் ஒற்றுமையுணர்வை கொண்டு வரும் பொறுப்பு ஆசிரியர்களிடம்தான் இருக்கிறது. அடித்தளம் உறுதியாக இருந்தால்தான் கட்டடமும் உறுதியாக இருக்கும். அதுபோல குழந்தைகளிடம் நாம் சொல்லிக் கொடுக்கின்ற ஒற்றுமையுணர்வு பெரியவர்களாக அவர்கள் வளர்ந்த பின்னும் உறுதியாக இருக்கும்.

ஒற்றுமையின் பலன்

சுதந்திரப் போராட்ட காலத்தில் நம்மிடையே இருந்த ஒற்றுமைதான் வெள்ளையர்களை நம்நாட்டை விட்டு விரட்டியது. அன்று நம்மிடையே சாதி, மதம், இனம், மொழி, கட்சி என்ற பாகுபாடு இல்லாமல் இருந்தது. எல்லோரிடத்தும் **'விடுதலை'** என்ற ஒரே உணர்வுதான் ஓங்கியிருந்தது. அதன் பலனாக சுதந்திரம் அடைந்தோம். **'வாழ்ந்தால் முப்பது கோடியும் வாழ்வோம்; வீழ்ந்தால் முப்பது கோடியும் வீழ்வோம்'** என்று பாரதியின் வாக்கிற்கிணங்க வாழ்ந்தோம்; வெற்றி பெற்றோம்.

ஒற்றுமையை பாதுகாத்தல்

அந்நியர்கள் வந்து புகும் போது மட்டும் நம்மிடையே ஒற்றுமையுணர்வு இருந்து பயனில்லை. எப்பொழுதுமே நாட்டிலும் வீட்டிலும் ஒற்றுமையுடன் வாழ வேண்டும். பல்வேறு மொழி, இன, கலாச்சார பண்புகளைக் கொண்டுள்ள நாம் நாட்டுநலனுக்காக சில வேளை சுயநலத்தை விட்டுக் கொடுக்க வேண்டி வரலாம். இல்லையேல் நாடு பிளவுபட நேரிடும். உலக அளவில் தன்மதிப்பிழந்து நாடு நலிவுறும்.

முடிவுரை

மக்கள் தங்கள் சொந்த வாழ்விலும் சரி, பொது வாழ்விலும் சரி ஒற்றுமையைக் கடைபிடித்தால்தான் நம்முடைய வாழ்வோடு நாடும் சிறப்படையும்.

"முப்பது கோடி முகமுடையாள் – உயிர்
மொய்ம்புற ஒன்றுடையாள்" – என்ற பாரதியின் கூற்று நனவாகும்படி நாம் நடந்துகொள்ள வேண்டும். சாதாரண பதவிக்காகவும், தண்ணீருக்காகவும், மொழிப் பிரச்சனைக்காகவும் கூட ஒரு மாநிலத்தார் அடுத்த மாநிலத்தாரிடம் பகைமை பாராட்டுவதற்காகவா நாம் விடுதலை பெற்றோம்? ஒற்றுமையை வீட்டில் ஆரம்பிக்க வேண்டும் என்று எழுத்திலும் பேச்சிலும் கூறிக்கொண்டே பெற்றோரை **'முதியோர் இல்லத்தில்'** சேர்ப்பதுவா ஒற்றுமை ? இனியாவது ஒன்றுபட்டு வாழ்வோம்! தரணியில் உயர்வோம்!

பிரிவு – இ

6. சான்று தருக (எவையேனும் மூன்றனுக்கு மட்டும்) (3)

1. ஐகாரக்குறுக்கம்

A) நெருப்பு **B)** ஐம்பது

C) எஃகு **D)** போன்ம்

விளக்கம்: விடை : (B)

'ஐ' என்னும் எழுத்து தனக்குரிய 2 மாத்திரை அளவிலிருந்து ஒன்று (அ) ஒன்றரை மாத்திரை அளவில் குறுகி ஒலிப்பது ஐகாரக் குறுக்கம் ஆகும்.

(எ.கா) ஐவர், கலைஞர், மனை.

ஐம்பது – சொல்லுக்கு முதலில் வந்து ஒன்றரை மாத்திரையாகக் குறைந்துள்ளது.

2. **குறிப்பு வினைமுற்று**
   A) உழவன் B) வந்தான்
   C) அவன் பொன்னன் D) விளையாடினான்

விளக்கம்: விடை : (C)

திணை, பால் போன்றவற்றை வெளிப்படையாகக் காட்டி காலத்தை மட்டும் குறிப்பால் உணர்த்துவது குறிப்பு வினைமுற்று ஆகும்.

(எ.கா) அவன் நல்லன், அவன் பொன்னன், அவன் இன்சொல்லன்.

3. **இனங்குறித்தல்**
   A) வெற்றிலை தின்றான் B) ஐவர் கோலமிட்டனர்
   C) அன்றே அன்றே D) மடமட

விளக்கம்: விடை : (A)

இனங்குறித்தல்

'வெற்றிலை தின்றான்' என்னும் தொடரில் வெற்றிலை என்பது அதற்கு இனமான பாக்கு, சுண்ணாம்பு ஆகியவற்றையும் குறிக்கிறது. இவ்வாறு ஒரு சொல் தன் பொருளையும் தனக்கு இனமான பொருளையும் சேர்த்துக் குறித்தால் அஃது இனங்குறித்தல் எனப்படும்.

ஒன்றொழிப் பொதுச்சொல்

1. வீட்டின் முன் ஐவர் கோலமிட்டனர்.
2. நாட்டைக் காக்க ஐவர் போர்க்களம் சென்றனர்.

முதல் தொடரிலுள்ள 'ஐவர்' பெண்பாலையும் இரண்டாம் தொடரிலுள்ள 'ஐவர்' ஆண்பாலையும் குறிக்கின்றது.

அன்றே அன்றே – அடுக்குத் தொடர்

மடமட – இரட்டைக்கிளவி

4. **உருவகம்**
   A) விற்புருவம் B) புருவம்
   C) புருவ வில் D) வில்புருவம்

விளக்கம்: விடை : (C)

உருவகம்

இதில் உவமேயம் முதல் பகுதியாகவும் உவமை இரண்டாவது பகுதியாகவும் அமைந்திருக்கும்.

(எ.கா)

உவமை	உருவகம்
அமுத மொழி	மொழியமுது
கயற்கண்	கண் கயல்
மதிமுகம்	முகமதி
மலரடி	அடிமலர்
விற்புருவம்	புருவவில்

5. **அடி அகரம் ஐஆதல்**

A) சிற்றோடை B) சேதாம்பல்

C) கருங்குயில் D) பைங்கூழ்

விளக்கம்: **விடை : (D)**

பண்புப்பெயர் புணர்ச்சி மற்றும் குற்றியலுகரப்புணர்ச்சி

சிற்றோடை – தன்னொற்றிரட்டல் விதி

சிறுமை + ஓடை = சிற்றோடை

* ஈறுபோதல் விதிப்படி மை விகுதி கெட்டு சிறு + ஓடை என்றானது.
* தன்னொன்று இரட்டல் விதிப்படி சிற்று + ஓடை என்றானது.

'உயிர்வரின் உக்குறள் மெய்விட்டு ஓடும்' என்ற விதிப்படி சிற்ற் + ஓடை என்றானது.

'உடல்மேல் உயிர்வந்து ஒன்றுவது இயல்பே' என்ற விதிப்படி புணர்ந்து 'சிற்றோடை' என்றானது.

* **சேதாம்பல் – சேது + ஆம்பல்**

'உயிர்வரின் உக்குறள் மெய்விட்டோடும்'

என்ற விதிப்படி சேத் + ஆம்பல் என்றானது.

'உடல்மேல் உயிர்வந்து ஒன்றுவது இயல்பே' என்ற விதிப்படி புணர்ந்து 'சேதாம்பல்' என்றானது.

* **கருங்குயில் – இனம் மிகல் விதி**

கருங்குயில் – கருமை + குயில்

ஈறுபோதல் விதிப்படி மை விகுதி கெட்டு கரு + குயில் என்றானது.

'இனம் மிகல்' விதிப்படி வருமொழி முதல் எழுத்திற்கு இனமான 'ங்' தோன்றி கருங்குயில் எனப் புணர்ந்தது.

* **பைங்கூழ் – அடி அகரம் ஐஆதல் விதி**

பைங்கூழ் – பசுமை + கூழ்

'ஈறுபோதல்' விதிப்படி மை விகுதி கெட்டு பசு + கூழ் என்றானது.

'அடியகரம் ஐஆதல்' விதிப்படி பைசு + கூழ் என்றானது.

'இனையவும்' விதிப்படி 'சு' கெட்டு பை + கூழ் என்றானது.

'இனம் மிகல்' விதிப்படி பை+ங்+கூழ் என்றாகி 'பைங்கூழ்' என்று புணர்ந்தது.

7. **கோடிட்ட இடங்களை நிரப்புக (எவையேனும் மூன்றனுக்கு மட்டும்)** **(3)**

1. **நிலைமொழியின் ஈற்றெழுத்தும் வருமொழியின் முதல் எழுத்தும் சேர்வது .... ஆகும்.**

A) குறுக்கம் B) புணர்ச்சி

C) வினைச்சொல் D) ஆய்தம்

விளக்கம்: **விடை : (B)**

நிலைமொழியின் ஈற்றெழுத்தும் வருமொழியின் முதலெழுத்தும் சேர்வது புணர்ச்சி ஆகும்.

(எ.கா) வாழை + இலை – வாழையிலை

பொன் + குடம் – பொற்குடம்

2. **நெய்தல் திணைக்குரிய தொழில் .... ஆகும்.**

A) வழிப்பறி, நிரை கவர்தல்

B) நெல்லரிதல், களை பறித்தல்

C) மீன்பிடித்தல், உப்பு விளைவித்தல்

D) ஏறுதழுவதல், ஆநிரை மேய்த்தல்

விளக்கம்: **விடை : (C)**

திணை	தொழில்
குறிஞ்சி	தேனெடுத்தல், கிழங்கு அகழ்தல்
முல்லை	ஏறு தழுவுதல், ஆநிரை மேய்த்தல்
மருதம்	நெல்லரிதல், களை பறித்தல்
நெய்தல்	மீன்பிடித்தல், உப்பு விளைவித்தல்
பாலை	வழிப்பறி, ஆநிரை கவர்தல்

3. ஆசிரியப்பாவின் ஓசை ....
   A) செப்பலோசை B) அகவலோசை
   C) துள்ளலோசை D) தூங்கலோசை

விளக்கம்: **விடை : (B)**

பா வகை	ஓசை
வெண்பா	செப்பலோசை
ஆசிரியப்பா	அகவலோசை
கலிப்பா	துள்ளலோசை
வஞ்சிப்பா	தூங்கலோசை

4. அணி என்னும் சொல்லுக்கு .... என்பது பொருள்.
   A) அலகு B) பகாப்பதம்
   C) அழகு D) அளகு

விளக்கம்: **விடை : (C)**
செய்யுளில் அமையும் அழகு நலமே அணி ஆகும்.

5. புறத்திணைகள் .... வகைப்படும்.
   A) ஐந்து B) ஏழு
   C) ஒன்பது D) பன்னிரண்டு

விளக்கம்: **விடை : (D)**
புறத்திணைகள் பன்னிரெண்டு ஆகும்.

1.	வெட்சித் திணை	7.	வஞ்சித் திணை
2.	காந்தைத் திணை	8.	வாகைத் திணை
3.	காஞ்சித் திணை	9.	பாடாண் திணை
4.	உழிஞைத் திணை	10.	பொதுவியல் திணை
5.	நொச்சித் திணை	11.	கைக்கிளை
6.	தும்பைத் திணை	12.	பெருந்திணை

8. அடைப்புக்குறிக்குள் உள்ளவாறு மாற்றுக. (எவையேனும் மூன்றனுக்கு மட்டும்) (3)

1. தற்குறிப்பேற்ற அணி (பிரித்து எழுதுக)
   A) தன் + குறிப்பு + ஏற்றம் + அணி
   B) தன் + ஏற்றம் + அணி
   C) தன் + குரிப்பு + ஏற்றம் + அணி
   D) தன் + ஏற்றம் + அணி

விளக்கம்: **விடை : (A)**

தன் + குறிப்பு + ஏற்றம் + அணி = தற்குறிப்பேற்ற அணி

செய்யுளில், 'தற்குறிப்பேற்ற அணி' என்பது இயல்பாக நடக்கும் நிகழ்வின் மீது, கவிஞர் தன்குறிப்பை ஏற்றி கூறுவதாகும்.

2. **சிறப்பு (அசை கூறுக)**

A) நிரை + நேர் **B)** நிரை + நிரை

C) நேர் + நேர் **D)** நேர் + நேர் + நேர்

விளக்கம்: **விடை : (A)**

சிறப்/பு – நிரை + நேர்

3. **வந்தான் (ஓரெழுத்துச் சொல்லாக்குக)**

A) வருக **B)** வா

C) வந்து **D)** வந்த

விளக்கம்: **விடை : (B)**

வந்தான் என்பதன் வேர்ச்சொல் 'வா'. இஃது ஓரெழுத்து ஒரு மொழியாகும்.

4. **மரம் முறிந்தது (சரியான இரட்டைக் கிளவியை இணைத்துத் தொடராக்குக)**

A) குடுகுடு **B)** மடமட

C) கடகட **D)** சடசட

விளக்கம்: **விடை : (B)**

பொருள் இல்லாத ஒரே சொல் இரண்டு முறை அடுக்கி வந்து பொருள் தருவது 'இரட்டைக் கிளவி' ஆகும்.

(எ.கா) சலசலவென்று தண்ணீர் ஓடியது
மடமடவென்று மரம் முறிந்தது
கலகலவென்று சிரித்தாள்

5. **பருப்பு உள்ளதா? (எவ்வகை வினா)**

A) ஐயவினா **B)** கொளல் வினா

C) ஏவல் வினா **D)** கொடை வினா

விளக்கம்: **விடை : (B)**

ஒரு பொருளை வாங்கும் பொருட்டு கேட்பது கொளல் வினா ஆகும்.

(எ.கா) பருப்பு உள்ளதா?

9. **இலக்கணக்குறிப்பு தருக (எவையேனும் மூன்றனுக்கு மட்டும்)** (3)

1. **தேன்மொழி**

A) உருவகம் **B)** உவமஉருபு

C) விரியுவமை **D)** தொகையுவமை

விளக்கம்: **விடை : (D)**

பொதுப்பண்பு, உவம உருபு முதலியன விரிந்து நிற்பது விரியுவமை ஆகும்.

(எ.கா) தேன்போன்ற மொழியை உடையவள்.

பொதுப்பண்பு உவம உருபு முதலியன மறைந்து நிற்பது தொகையுவமை ஆகும்.

இது 'உவமைத்தொகை' என்றும் அழைக்கப்படும்.

(எ.கா) தேன்மொழி
உவமை – தேன்
உவமேயம் – மொழி
உவம உருபு – போன்ற

2. **தீதீதீ**

A) அடுக்குத் தொடர் B) இரட்டைக் கிளவி
C) இனங்குறித்தல் D) ஒன்றொழிப் பொதுச்சொல்

விளக்கம்: **விடை : (A)**

அடுக்குத்தொடர்

பொருளுடைய ஒரே சொல் மீண்டும் மீண்டும் அடுக்கி வருவது அடுக்குத்தொடர் ஆகும்.
(எ.கா) நன்றுநன்று, ஓடுஓடு, தீதீதீ, வாழ்க வாழ்க, பிடிபிடி.

3. **வௌவால்**

A) ஐகாரக்குறுக்கம் B) மகரக்குறுக்கம்
C) ஆய்தக்குறுக்கம் D) தொகையுவமை **விடை : (A)**

4. **பாடம் படித்தான்**

A) தனிமொழி B) தொடர்மொழி
C) பொதுமொழி D) இனமொழி

விளக்கம்: **விடை : (B)**

தொடர்மொழி: இரண்டு அல்லது அதற்கு மேற்பட்ட சொற்கள் தொடர்ந்து வந்து பொருளை உணர்த்துவது தொடர்மொழி ஆகும்.
(எ.கா) பாடம் படித்தான், அறநூல் படி, வீடு கட்டினான்.

5. **மெல்லப் பேசினான்**

A) தெரிநிலை வினையெச்சம் B) குறிப்பு வினையெச்சம்
C) தெரிநிலைப் பெயரெச்சம் D) குறிப்புப் பெயரெச்சம்

விளக்கம்: **விடை : (B)**

குறிப்பு வினையெச்சம்

காலத்தை வெளிப்படையாகக் காட்டாமல் குறிப்பால் உணர்த்தி வினைச்சொல்லைத் தழுவி வருவது குறிப்பு வினையெச்சம் ஆகும்.
(எ.கா) மெல்லச் சென்றான், மெல்லப் பேசினான், அருளுடன் செய்தனர்.

10. **சரியான சொற்றொடரைத் தேர்ந்தெடுத்து எழுதுக (எவையேனும் மூன்றனுக்கு மட்டும்):** **(3)**

1. A) விடை எண் வகைப்படும்
B) விடை ஆறு வகைப்படும்
C) விடை ஏழு வகைப்படும்
D) விடை பத்து வகைப்படும்

விளக்கம்: **விடை : (A)**

விடை எண் வகைப்படும்

சுட்டு விடை, மறை விடை, நேர் விடை, ஏவல் விடை, வினா எதிர் வினாதல் விடை, உற்றது உரைத்தல் விடை, உறுவது கூறல் விடை, இனமொழி விடை.

2. A) முதலெழுத்துகள் மொத்தம் இருபது
B) முதலெழுத்துகள் மொத்தம் பத்து
C) முதலெழுத்துகள் மொத்தம் பன்னிரண்டு
D) முதலெழுத்துகள் மொத்தம் முப்பது

விளக்கம்: **விடை : (D)**

மொழிக்கு முதற்காரணமாகவும், பிற எழுத்துகள் தோன்றவும் இயங்கவும் காரணமாக இருக்கும் எழுத்துகள் முதலெழுத்துகள் ஆகும்.
12 உயிரெழுத்துகள் மற்றும் 18 மெய்யெழுத்துகள் சேர்ந்து முதலெழுத்துகள் 30 ஆகும்.

3. A) முழுமையடையாத வினைச்சொற்கள் முற்று எனப்படும்
B) முழுமையடையாத வினைச்சொற்கள் வினைமுற்று எனப்படும்
C) முழுமையடையாத வினைச்சொற்கள் எச்சம் எனப்படும்
D) முழுமையடையாத வினைச்சொற்கள் முற்றெச்சம் எனப்படம்

விளக்கம்: **விடை : (C)**

முழுமையடையாத வினைச் சொற்கள் எச்சம் எனப்படும்.
(எ.கா) படித்த, பார்த்த, உண்ட

4. A) சொல்லுக்கு முதலில் மட்டுமே வரும் குறுக்கம் ஐகாரம்
B) சொல்லுக்கு முதலில் மட்டுமே வரும் குறுக்கம் ஔகாரம்
C) சொல்லுக்கு முதலில் மட்டுமே வரும் குறுக்கம் மகரம்
D) சொல்லுக்கு முதலில் மட்டுமே வரும் குறுக்கம் ஆய்தம்

விளக்கம்: **விடை : (B)**

சொல்லுக்கு முதலில் மட்டுமே வரும் குறுக்கம் ஔகாரக் குறுக்கம் ஆகும்.
(எ.கா) ஔவை, வௌவால்.

5. A) விரியுவமையின் வேறு பெயர் உவமைத்தொகை
B) விரியுவமையின் வேறு பெயர் வேற்றுமைத்தொகை
C) விரியுவமையின் வேறு பெயர் உவமைத்தொடர்
D) விரியுவமையின் வேறு பெயர் உவமத் தொடர்.

விளக்கம்: **விடை : (C)**

உவமை, உவமேயம் இரண்டையும் பொருத்துகின்ற உவம உருபு வெளிப்படையாக அமைந்தால் அது விரியுவமை எனப்படும். இஃது உவமைத்தொடர் என்றும் அழைக்கப்படுகிறது.
(எ.கா) தேன் போன்ற மொழி

பிரிவு – ஈ

11. **பின்வரும் உரைநடைப் பத்தியைப் படித்து அதைனத் தொடர்ந்து வரும் வினாக்களுக்கு விடை எழுதுக:** **(5)**

காந்தியடிகள் சிறுவனாக இருந்தபோது, குஜராத்திப் பாடல் ஒன்றைக் கேட்டார். தாகத்திற்கு நீர் தருவதில் ஒன்றுமில்லை; தீமை செய்தவர்க்கும் நன்மையே செய், உண்மைப் பொருண்மை உண்டு என்ற அப்பாடல் இன்னா செய்யாமை (அஹிம்சை) என்னும் கருத்தினை அவருள் விதைத்தது. அவர் பள்ளியில் படித்துக் கொண்டிருந்த போது சிரவண பிதுர்பத்தி என்ற ஒரு நாடக நூலைப் படித்தார். அதில் சிரவணன் என்ற இளைஞன் பார்வையற்ற தன் தாய் தந்தையரைக் காவடியில் தூக்கிச் செல்லும் ஒரு காட்சிப்படம் இருந்தது. அதனைப் பார்த்தது முதல், தாமும் பெற்றோரிடம் அன்பு செலுத்த விரும்பினார்.

அரிச்சந்திரன் நாடகத்தைக் காந்தி ஒரு முறை பார்த்தார். உண்மையை மட்டுமே பேசும் அரசன் அரிச்சந்திரனை ஒரு பொய் பேச வைக்க வேண்டுமென்பதற்காகவே பல இன்னல்களுக்கு உள்ளாக்குகிறார் முனிவர் விசுவாமித்திரர். அதனால் அரிச்சந்திரன் நாட்டையும் மனைவியையும் ஒரே மகனையும் இழந்து, சுடுகாட்டில் பணிபுரிகிறான். முனிவர் பல்வேறு இன்னல்களை இழைத்தும். "பொய் சொல்லேன்" என்று மறுமொழி கூறினான். அவனது வாய்மையை நாடகம் வாயிலாக உணர்ந்த காந்தியடிகள் தாம் ஒரு சத்தியவானாக **இருக்க வேண்டும் என உறுதிகொண்டார்.**

வினா–விடைகள்:

(i) காந்தியடிகள் பள்ளியில் படித்துக் கொண்டிருந்த போது எந்த நூலைப் படித்தார்?

காந்தியடிகள் பள்ளியில் படித்துக் கொண்டிருந்த போது சிரவண பிதுர்பத்தி என்ற நாடக நூலைப் படித்தார்.

(ii) காந்தியடிகள் எக்கொள்கையைப் பின்பற்றினார்?

காந்தியடிகள் இன்னா செய்யாமை என்னும் கொள்கையைப் பின்பற்றினார்.

(iii) அரிச்சந்திரன் நாடகத்தைப் பார்த்துக் காந்தியடிகள் கற்றுக் கொண்டது என்ன?

அரிச்சந்திரன் நாடகத்தைப் பார்த்த காந்தியடிகள், வாய்மையைக் கற்றுக்கொண்டார்.

(iv) அரிச்சந்திரனுக்கு இன்னல்களைத் தந்த முனிவர் யார்?

அரிச்சந்திரனுக்கு இன்னல்களைத் தந்த முனிவர் விசுவாமித்திரர் ஆவார்.

(v) "இன்னா செய்யாமை" பொருள் தருக.

'இன்னா செய்யாமை' என்றால் அஹிம்சை என்பது பொருளாகும்.

12. பின்வரும் செய்யுட் பகுதியைப் படித்து அதனைத் தொடர்ந்து வரும் பல்விடை வினாக்களுக்கு உரிய விடைகளை எழுதுக : (4)

அதிர்ந்தி டுந்தொனி செவியுற அடவியில் அடைந்த
முதிர்ந்த மேதியும் கவையடிக் கேழலும் முழுதும்
பொதிந்த மெய்மயி ரெண்கினங் களுமரைப் போத்தும்
பதிந்த கால்தடு மாறிட வீழ்ந்துடல் பதைக்கும்

வினாக்கள் :

1. இப்பாடல் இடம் பெற்ற நூலின் பெயர் என்ன?

A) தமிழ்விடு தூது **B)** சீறாப்புராணம்
C) தேவாரம் **D)** நந்திக்கலம்பகம் **விடை : (B)**

2. இந்நூலின் ஆசிரியர் யார்?

A) திருநாவுக்கரசர் **B)** இளந்திரையன்
C) சேக்கிழார் **D)** உமறுப்புலவர் **விடை : (D)**

3. மேதி என்ற சொல்லின் பொருள் என்ன?

A) சிங்கம் **B)** கரடி
C) எருமை **D)** மான் **விடை : (C)**

4. விலங்கினங்களைப் பதைக்கச் செய்த விலங்கு எது?

A) புலி **B)** சிங்கம்
C) மான் **D)** சிறுத்தை **விடை : (A)**